தங்கர் பச்சான் கதைகள்

தங்கர் பச்சான்

டிஸ்கவரி பப்ளிகேஷன்ஸ்
எண்: 9, பிளாட் எண்: 1080A, ரோஹிணி பிளாட்ஸ்
முனுசாமி சாலை, கே.கே.நகர் மேற்கு,
சென்னை - 600 078. பேச: 99404 46650

வெளியீட்டு எண்: 0131

தங்கர் பச்சான் கதைகள் (சிறுகதைகள்)
ஆசிரியர்: தங்கர் பச்சான்©

THANKAR BACHAN KATHAIGAL (Short Stories)
Author: Thankar Bachan©

1st Short Edition: April-2016; 3rd Short Edition: Feb-2022

4th Short Edition: Nov 2023

ISBN: 978-93-84301-74-3

Pages: 312

Rs. 340

Publisher • Sales Rights

Discovery Publications	Discovery Book Palace (P) Ltd
No. 9, Plot, 1080A, Rohini Flats, Munusamy Salai, K.K.Nagar West, Chennai - 78. Tamilnadu, India. Mobile: +91 99404 46650	No. 1055-B, Munusamy Salai, K.K.Nagar West, Chennai-600 078. Ph: (044) 4855 7525 Mobile: +91 87545 07070

discoverybookpalace@gmail.com / www.discoverybookpalace.com

இந்த நூலில் பிரசுரமாகியுள்ள எந்த ஒரு பகுதியையும் எழுத்துபூர்வமான முன்அனுமதி பெறாமல் எடுத்தாள்வதோ, மறுபிரசுரம் செய்வதோ, மொழியாக்கம் செய்வதோ, ஊடகங்களில் மறுபதிப்புச் செய்வதோ, காப்புரிமைச் சட்டப்படி தடை செய்யப்பட்டுள்ளது. இந்த நூலிலிருந்து சில பகுதிகளை மேற்கோள்காட்டி நூல்அறிமுகம் செய்யலாம்.

உங்கள் மொபைல் போனிலிருந்து ஸ்கேன் செய்து 'டிஸ்கவரி புக் பேலஸ்' மொபைல் ஆப்பை டவுன்லோடு செய்து, புத்தகங்களை வாங்குங்கள்.

தங்கர் பச்சான்

தங்கர் பச்சான் 1961-ம் ஆண்டு வட தமிழகத்தில் கடலூர் அருகிலுள்ள பத்திரக்கோட்டை என்னும் கிராமத்தில் ஓர் உழவர் குடியில் பிறந்தார். மிக விருப்பத்தோடு வரலாற்றில் இளங்கலைப்பட்டம் பெற்று, தீராத திரைப்பட ஈர்ப்பால் சென்னைத் திரைப்படக் கல்லூரியில் ஒளிப்பதிவைப் பயின்றார். பல்வேறு இந்திய மொழிகளில் 45 திரைப்படங்களுக்கு ஒளிப்பதிவு இயக்குனராகப் பணிபுரிந்திருக்கும் இவர் தமிழில் 9 படங்களை இயக்கியிருக்கிறார்.

இலக்கியம், திரைப்படம் சார்ந்து பல்வேறு விருதுகளைப் பெற்ற இவருடைய படைப்புகள் குறித்து எண்ணற்ற மாணவர்கள் ஆய்வு செய்து பட்டங்களைப் பெற்றுள்ளார்கள். மேலும் பல பல்கலைக்கழகங்களின் பாடத்திட்டத்தில் இவரது படைப்புகள் பயன்படுத்தப்பட்டுள்ளன. மொழி, சமூகம் சார்ந்து ஒரு களப் போராளியாகத் தொடர்ந்து பங்களிப்புகளைச் செய்து வருகிறார்.

ஆசிரியரின் பிற நூல்கள்

1. வெள்ளை மாடு (சிறுதைகள் - 1993)
2. ஒன்பது ரூபாய் நோட்டு (நாவல் - 1996)
3. குடி முந்திரி (சிறுகதைகள் - குறுநாவல்கள் - 2002)
4. அம்மாவின் கை பேசி (சிறுகதைகள் - 2009)
5. சொல்லத் தோணுது (கட்டுரைகள் - 2016)

தொடர்புக்கு: thankartamil@gmail.com

பகிர்தல்

எப்படி எனக்கு எல்லா திரைப்படங்களையும் பார்க்கப் பிடிக்காதோ அப்படித்தான் எல்லா எழுத்துக்களையும் படிக்க முடிவதில்லை. போர் மூண்டு விட்டது. இனி வாளினை எடுப்பதை தவிர வேறு வழியில்லை எனும்போதுதான் அரசனும் வாளும் எடுப்பானாம். அதுபோலத்தான் பேனாவை கையில் எடுத்து வெற்றுத்தாளின் மேல் கையைப் பதிக்க வேண்டிய கட்டாயமும் அவசியமும் ஏற்பட்டால் ஒழிய என்னால் எழுதவே முடிவதில்லை.

பல காலங்களில் பல்வேறுபட்ட மனநிலைகளில் எழுதப்பட்ட இந்தக் கதைகளை மொத்தமாக ஒருசேர ஒரே மனநிலையில் படித்துப் பார்க்கின்றபோது இதுவரை எனக்குத் தோன்றாத எத்தனையோ கேள்விகளும் எண்ணங்களும் தோன்றுகின்றன.

எப்படிப்பட்ட வாழ்க்கையை நான் கடந்து வாழ்ந்து வந்திருக்கிறேன் எனவும், என் திரைப்படங்களைப் பேசும் அளவுக்கு எதனால் என் கதைகள் கண்டுகொள்ளப்படவில்லை என்கிற கேள்வியும் எழுகிறது. ஓய்வு ஒழிச்சலின்றி தூங்குவதற்காகக் கூட நேரமில்லாமல் வறுமையும் பொருளாதாமும் என்னை நசுக்கி வதைத்தக் காலங்களில் எப்படி என்னால் இவைகளை எழுத முடிந்தது எனவும் எண்ணி இன்னும்கூட அந்த சிந்தனையிலிருந்து விடுபட முடியாமல் இருக்கிறேன்.

திரைப்படக்கலைஞனாக என் காலங்களை வீணடித்திருப்பது மிகப்பெரிய கவலையை எனக்குள் இந்தக் கதைகள் உருவாக்கியிருக்கிறது. எந்த மாதிரியான படங்களைப் படைக்க விரும்பினேனோ அதில் சிறிதளவு கூட என்னால் சாத்தியப்படுத்த முடியவில்லை. நீரும் நிலமும் காற்றும் கூட அசுத்தப்படுத்தப்பட்டு சீரழித்துவிட்டபின் திரைப்படங்கள் மட்டும் சிறந்தவைகளாக படைக்கப்பட வேண்டும் என்பதில் என்ன நியாயம் இருக்க முடியும்? அரசியல் வணிகர்கள் மிகக் கச்சிதமாக மக்களாட்சி எனும் போர்வையை போர்த்திக்கொண்டு எதனையும் விட்டு வைக்காமல் மக்களின் மனங்களையும் சீரழித்து

விட்டார்கள். ஒரு லட்சம் பேர் வீட்டின் நடு முற்றத்தில் கொட்டும் குப்பைகளை ஒரேயொருவன் மட்டும் சுத்தப்படுத்துவதென்பது நடக்கக்கூடியதா? அப்படித்தான் இலக்கியத்திலும் சரி திரைப்படத்திலும் சரி குப்பைகளைக் கொட்டுபவர்கள் மிக அதிகமாகவும், சுத்தப்படுத்துபவர்கள் மிகக் குறைவாகவும் இருக்கிறார்கள். அதனால் தான் என் போன்றவர்களின் படைப்புக்கள் இனம் கண்டுகொள்ளப் படாமலேயே போய்விடுகின்றன.

குப்பையிலும் பெருங்குப்பை எழுத்துக்களெல்லாம் கொண்டாடப் பட்டும் உலகத்தின் அனைத்து மொழிகளுக்கும் கொண்டு சேர்க்கப் படும்போது நேர்மையான தரமான உலகத்துக்கு கொண்டுசெல்ல வேண்டிய படைப்புகள் முடக்கப்படுவதில் என்ன நியாயம்?

கி.ராஜநாராயணன் எழுதியதை எழுத இங்கு யார் இருக்கிறார்கள்? இனி யார் அதுபோல் எழுதிவிட முடியும்? அவரை நாம் என்ன செய்துவிட்டோம். 92 வயதில் ஒரு கலைப்பொக்கிஷம் கவனிக்கப்படாமல் ஏதோ ஒரு மூலையில் கிடக்கிறது. இம்மண்ணின் இம்மக்களின் இருட்டடிப்பு செய்யப்பட்ட வாழ்க்கையை வெளிக்கொண்டு வரும் படைப்புகள் இந்திய மொழிகளைக் கூடத் தாண்டியது இல்லை.

சத்யஜித்ரேயின் இலக்கியங்களை இன்று கொண்டாடுபவர்கள் அன்று கண்டுகொள்ளாமல்தான் இருந்தார்கள். எனது எழுத்துப் படைப்புக்கள் நான் எழுத்தாளனாக வேண்டும் என்பதற்காக எழுதப் பட்டவைகள் அல்ல. கடந்து வந்த பாதைகளையும், சுக துக்கங்களையும் பதிவு செய்ததால் உருவானவை. படிப்பறிவு என்கிற ஒரு ஆயுதத்தை காலங்காலமாக கைப்பற்றி அதிகாரத்தையும் சுகத்தையும் அனுபவித்துக் கொண்டு வந்தவர்களுக்கு நடுவில் என்னைப் போன்ற விளிம்புநிலை கடைநிலைக்குடிகளின் பிள்ளைகள் தங்கள் வாழ்வில் எதிர் கொண்ட சிக்கல்களையும் அவமானங்களையும் தேவைகளையும் வெளிக் கொண்டு வரவேண்டியிருக்கிறது. என் போன்றவர்களின் படைப்புகளில் எது அசல் இலக்கியம், எது அசல் படைப்பு என்பதை எதிர்காலத் தலைமுறை இனங்காணும் என்கிற நம்பிக்கை இருக்கிறது.

எல்லாவித உத்திரவாதங்களுடன் மாத வருமானத்துக்கு வழிவகை செய்துவிட்டு அது அரசாங்க வேலையோ, தனியார் நிறுவனத்தின் வேலையோ, தனி முதலீட்டு வணிகமோ ஏதோ ஒன்றினை செய்து கொண்டே எழுத்தாளனாகவும் இருப்பவர்கள் போல் அல்ல எனது வாழ்க்கை. காலை விடிந்து எழுந்தால் இரவு படுக்கப்போகிற

வரைக்கும் எந்தவிதமான திட்டமிட்ட பணிகளோ இல்லாத வாழ்க்கை என்னுடையது. நிகழ்காலத்திலோ எதிர்காலத்திலோ வருமானம் நிச்சயம் வரும் என்பதற்கான எந்தவிதமான உத்திரவாதமும் இல்லை. ஆண்டுக்கணக்கில் மாதக்கணக்கில் ஒரே ஒரு ரூபாய் கூட வருமானம் வராமல் இருப்பதுண்டு. இந்த மனநிலையில்தான் எனது இலக்கியங்களும் திரைப்படங்களும் உருவாக்கப்படுகினறன. இந்த ஆண்டில் ஒரேயொரு நூலைக்கூட வெளியிடவில்லையே என்பதற்காக உட்கார்ந்து என்னால் கதைகளை எழுதமுடியாது. ஒரு படைப்பினை உருவாக்குவதற்கான தாக்கமும் சூழலும் அமையாமல் போனால் என்னால் எழுதவே முடிவதில்லை.

பல கதைகள் சமூகத்தின் மீது எனக்கிருந்த கோபத்தில் உருவாக்கப் பட்டவை என நினைத்தாலும் ஒவ்வொரு மனிதனின் ஆழ் மனதோடு உறவாடுகிற சிறந்த படைப்புகள் இத்தொகுப்பில் உள்ளன. இக் கதைகளை அன்று நான் புரிந்துகொண்டதை விடவும், உணர்ந்ததை விடவும் இன்று படித்துப் பார்க்கின்றபோது வியப்பாக இருக்கின்றது. மாறுபட்டத் திரைப்படங்களை உருவாக்க முற்பட்டது திரைத்துறையில் என்னை நிலை நிறுத்திக்கொள்ளும் முயற்சி. அது தீவிரமான திரைப்படமாகவும் இல்லாமல் வணிகப் படமாகவும் இல்லாமல் போனதை நான் உணர்கிறேன்.

உலகத்தரத்தில் மற்ற மொழிகளில் கொண்டாடப்படுகின்ற வியந்து பார்க்கப்படுகின்ற பல சிறந்த திரைப்படங்களுக்கான கருக்களும் கதைககளும் என்னிடமே இருப்பதை இக்கதைகளைப் படித்து முடித்தபோதுதான் புரிந்தது. தீவிரமான அசல் சினிமாவாக இக்கதைகள் உருவாக்கப்படும்போது எழுத்தாளர் சுஜாதா சொன்ன மாதிரி சிறந்த சினிமாக்கள் உலகம் கவனிக்கும்படிக் கிடைக்கும் எனும் நம்பிக்கை கிடைக்கிறது.

இலக்கியத்தில் கடைபிடிக்கப்படும் நேர்மையும் எடுத்துக்கொள்ளப் படும் சுதந்திரமும் திரைப்படத்தை உருவாக்கப்படும்போது கிடைப்பதில்லை. மக்களை மகிழ்விப்பதற்காகவும், மனநிறைவை அளிப்பதற்காகவும் ஆசைப்படும் அசல் சினிமாவாக உருவாகாமல் சிதைந்து விடுகிறது. உழவு மாட்டையும் கபிலை மாட்டையும் ஒன்றாகக் கட்டி உழவு செய்து பார்த்ததின் விளைவைப் புரிந்துகொண்டேன்.

தீவிர இலக்கியமும், தீவிர திரைப்படங்களும் ஒன்றுக்கொன்று நெருக்கமானத் தொடர்புடையவை. இன்னும் சொல்லப்போனால் தீவிரத் திரைப்படங்களின் தொழில்நுட்பம் தீவிர இலக்கியத்திலிருந்து பிறந்தவைதான் என்பது இரண்டையும் தெரிந்தவர்களுக்குப் புரியும்.

நானே ஒளிப்பதிவாளனாகவும், நெறியாளுநனாகவும் எழுத்தாளனாகவும் இருப்பதால் அதன் நுட்பங்களை நெருங்கி உணர முடிகிறது.

ஒரு விபத்து சில நேரங்களில் சிலருக்கு நல்லதாகவே முடியும். அதுபோல்தான் எனக்கும் நடந்திருக்கிறது. எவ்வாறு பத்திரக் கோட்டையில் சுற்றித் திரிந்த நான் திரைப்படக்கல்லூரியில் படித்ததினால் ஒளிப்பதிவாளனாக, நெறியாளுநனாக உருவாக நேர்ந்ததோ அப்படித்தான் நான் எழுத்தாளனாக உருவானதும்.

அதிகப் பக்கங்களுடைய பெரிய புத்தகமாக இருப்பது பல நேரங்களில் எழுத்தாளனுக்கு ஆபத்துதான். ஒன்று அதன் உருவம் கருதி கையில் எடுக்கிறபோதெல்லாம் பிறகு படித்துக் கொள்ளலாம் எனத்தோன்றும்., அதையும் மீறி கையில் எடுத்துவிட்டால் மொத்தக் கதைகளையும் படித்து முடிப்பது என்பது அரிதாகவே நிகழும். சில கதைகளைப் படித்தபின் இடையில் வேலை வந்துவிட்டால் மீண்டும் எடுத்துப் படிப்பதென்பது எத்தனைப் பேருக்குத் தோன்றும்? இந்தக் கதைகளை படியுங்கள். அவைகளெல்லாம் சிறந்தவைகள் என நானே பட்டியலிடுவதும், அதேபோல் ஒன்றுவிடாமல் மொத்தக் கதைகளையும் தவறாமல் படியுங்கள் எனச் சொல்வதும் எந்த விதத்திலும் நியாயமில்லைதான்.

ஆனால், ஒன்றை மட்டும் என்னால் உறுதியாகச் சொல்ல முடியும். எந்தக் கதைகளும் உங்களை ஏமாற்றாது. ஒவ்வொன்றுக் குள்ளும் ஒரு செய்தியும், ஒரு வாழ்வு குறித்த அனுபவமும் தந்து உங்களைக் கடத்திச் செல்லும் என்பதை உணர்வீர்கள்.

ஒருசிலக் கதைகளைத் தவிர மற்றவைகள் இலக்கியப் பத்திரிகை களில் வெளிவந்தவைகள்தான். 1983ஆம் ஆண்டு எழுதத் தொடங்கியதால் சில கதைகளைப் படிக்கின்றபோது அந்தக் காலத்திற்கும் இந்தக் காலத்திற்குமான பொருளாதார வேறுபாடுகளை ஒரு அதிர்ச்சியான மனநிலையோடு சிலர் உணரலாம். நான் வளர்ந்த பத்திரக் கோட்டை கிராமம் இன்றில்லை. அந்த வேறுபாடுகள் எழுத்திலும் இருக்கின்றன.

எல்லாக் காலங்களிலும் கலைஞர்களும், படைப்பாளர்களும் மக்களுக்காகவே அனைத்தையும் படைத்தார்கள். இப்பொழுதும் அது நடந்துகொண்டுதானிருக்கிறது. ஆனால், நம் மக்கள் எந்த பொதுப்பிரச்சினைகளிலும் தங்களை ஆட்படுத்திக் கொள்ளாமல் பொறுப்புணர்ச்சி இல்லாமல் தானும் தனது குடும்பமும் வாழ்ந்தால் போதும் என முற்றிலும் சுயநலமிகளாக மாறிப்போய்விட்டனர். எப்போது வெள்ளம் வரும்? எப்போது சுனாமி வரும்? ஒரு ரூபாய்

அரிசியை எட்டணாவுக்கு போட மாட்டார்களா? இலவசமாக என்னவெல்லாம் கிடைக்கும் என நினைக்கும் பிச்சைக்காரர்களின் மனநிலைக்கு மாறிப்போன இவர்கள் இந்த இலக்கியங்களையெல்லாம் வைத்துக்கொண்டு என்ன செய்யப் போகிறார்கள்?

சாராயக்கடையிலும் திரையரங்கிலும் தொலைக்காட்சியிலும் ஆங்கிலப்பள்ளிகளிலும் தொலைந்துபோய் அரசியல் விழிப்புணர்ச்சி பெறாத இந்தத் தமிழ்ச் சமூகம் திருவள்ளுவன் முதற்கொண்டு எல்லா எழுத்தாளனையும் ஒரு அலங்காரப் பொருளாக மட்டுமே வைத்துக் கொண்டுள்ளது. தொடர்ந்து மெத்தப் படித்தவனும், அரைகுறையாகப் படித்தவனும்தான் தமிழை அழிக்கிறான். படிக்காதவனிடத்தில்தான் மொழி கொஞ்சம் வாழ்ந்துகொண்டிருக்கிறது. திரைப்படங்களும் தொலைக்காட்சிகளும் தனியார் வானொலிகளும், பத்திரிகைகளும் அதை சிதைத்து சின்னாபின்னமாக்கிவிட்டன.

நான்காயிரம் பேர் மட்டுமே வாழக்கூடிய பத்திரக்கோட்டை கிராமத்தில் நான் படித்தப் பள்ளிக்கூடத்தில் தமிழ் வழியில் ஒருவர் கூடப் படிக்க விருப்பமில்லை. அனைவரும் ஆங்கிலவழியில் சேர்ந்து விட்டார்கள் என்கிற அதிர்ச்சியிலிருந்து இன்னும் நான் மீளவில்லை. மொழியிலும் புலமை இல்லாமல் மொழியை சிதைத்துப் பேசுபவனை அறிவுள்ளவர்களாக மதிப்புக் கொடுத்தும் மொழி கலப்பில்லாமல் பேசுபவனை வியப்போடும், குற்றவாளி போலவும் பார்க்கும் காலத்தில் வாழ்ந்து தொலைக்கிறேனே எனும் வேதனையுடன்தான் ஒவ்வொரு நொடியும் வாழ்கிறேன்.

நான் எதிர்பாராத ஒன்று, தமிழர்களை செய்தி நாளேடுகள் படிக்கும் பழக்கத்தை உருவாக்கிய தினத்தந்தியின் சி.பா.ஆதித்தனார் இலக்கியப் பரிசு (2014) இந்நூலுக்கு கிடைத்தது. அங்கொன்றும், இங்கொன்றும் கண்ணுக்குப் புலப்படாத இடங்களிலெல்லாம் ஓடிச்சென்று பறித்து வந்த அணில் மாதிரி கிளைக்குக் கிளைத்தாவி பறித்த நாவல் பழங்களைக் கீழே கொண்டு வந்து கைத்துண்டை விரித்துக் கொட்டிக் குவித்து வைத்திருக்கிற காட்சி எனக்கு எவ்வளவு மகிழ்ச்சியைக் கொடுக்குமோ அப்படித்தான் மொத்த சிறுகதைகளும் ஒரு நூலாக வெளிவருவதில் கிடைக்கிறது.

அன்போடு

தங்கர் பச்சான்

படையல்...

எனது பள்ளிககூடம் மற்றும் நண்பன் கட்டையன்,
நான் வளர்த்த மாடுகள், ஆடுகள், பறவைகள்,
ராஜா டாக்கீஸ் திரையரங்கம் என அனைத்திற்கும்...

உள்ளே

1	வெள்ளை மாடு	15
2	கடமை	37
3	மறுபதிப்பு	47
4	ஜம்பம்	60
5	உள்ளும் புறமும்	66
6	கவுரவம்	77
7	பரிசோதனை	87
8	கல்வெட்டு	96
9	பிணைப்பு	109
10	குடி முந்திரி	125
11	பெரு வழியில் ஒரு கூத்து மேடை	138
12	வளர்க தமிழ்!	153
13	பசு	170
14	வக்கிரம்	192
15	சகமானுடங்களும், தரச்சான்றிதழ் கிட்டாத அறவாழி என்கிற ஒரு தமிழ் எழுத்தாளனும்	207
16	அம்மாவின் கைப்பேசி	219
17	இன்னும் மறையவில்லை அந்தக் காலடிச்சுவடு	262
18	இசைக்காத இசைத்தட்டு	271
19	உறங்க மறுக்கும் மனசாட்சி	282
20	கருமேகங்கள் ஏன் கலைந்து சென்றன	296

வெள்ளை மாடு

சொக்கலிங்கப் படையாட்சி வீட்டுக்குள் நுழையும்போதெல்லாம் ஏதாவதொரு சாக்குப்போக்கு தயார் பண்ணிக்கொண்டுதான் வருவார். இருந்தாலும் தையநாயகியின் வாய் ஓயவில்லை. சாணி தெளிக்கிற போது தினமும் வெளியில் போகும் மனுஷன், தவறாமல் ராத்திரி சாப்பாட்டுக்கு தட்டு வைக்கிறபோது திரும்பிவிடுவார். குடும்பத்தில் என்ன நடக்கிறது? எது தேவை? என்பதைப் பற்றியெல்லாம் கவலையோ பொறுப்போ கிடையாது. தையநாயகிதான் விவரம் தெரியாத இரண்டு ஆம்பிளைப் பசங்களையும், வயசுக்கு வந்த ஒரு பொம்பளைப் பிள்ளையையும் வைத்துக்கொண்டு ராத்திரி பகலாக உழைத்தாள். தாயும் மகளுமாக சேர்ந்தே கூலி வேலைக்குப் போனார்கள்.

ஊருக்கெல்லாம் உழைக்கிற தன் புருஷனை நினைத்துப் புலம்பித் தீர்ப்பதைத் தவிர அவளால் வேறு எதுவும் செய்யமுடியவில்லை. கடன் உடன்பட்டு ஒரு சோடிமாடு வாங்கினால் அதை வைத்துக் கொண்டு வண்டிச் சத்தம் ஓட்டியாவது பிழைப்பைத் தள்ளலாம். இதுக்கெல்லாம் மனுஷனுக்குக் கறி வளையுமா? என்பதுதான் தையநாயகி தினமும் படிக்கிற பாடம்.

சொக்கலிங்கப் படையாட்சியைக் குறைசொல்லி என்ன பிரயோசனம். அவருக்கு மட்டும் ஆசை இல்லையா என்ன?

சொக்கலிங்கப் படையாட்சியைச் சுத்துப்பட்டில் தெரியாத ஆளில்லை. யாருக்காவது புதுமாடு தேவைப்படும் போதெல்லாம் சொக்கலிங்கம் தேவைப்படுவார். மாடுகளைத் தேர்வு செய்வதில் அவரை யாரும் மிஞ்சமுடியாது. தரகர்களுக்கெல்லாம்

இவர் மேல் கொஞ்சம் வஞ்சம் இருக்கத்தான் செய்தது. கொடுக்க வேண்டியதைக் கொடுத்து சரிசெய்தாலும் கட்டுப்படுகிற ஆளாகத் தெரியவில்லை. அவரைக் கழட்டி விடுகிறதிலேயே குறியாய் இருந்தார்கள். நம்பியவனுக்கு மோசம் செய்ய அவர் மனசு ஒப்பவில்லை. எந்த மாட்டுக்கு என்ன விலை தகுமோ சொல்லிவிட்டு வந்துவிடுவார். பிறகு மாட்டுக் காரர்களுக்கும், வாங்குபவர்களுக்கும்தான் பிரச்சினை. முடிவில் சொக்கலிங்கம் குறித்த விலையில் இம்மி ஏறவும் ஏறாது, குறையவும் குறையாது. மாடு கொடுத்தவனுக்குப் பணமும், பணம் கொடுத்தவனுக்கு மாடும் கிடைத்துவிடும். சொக்கலிங்கத்திற்கு மிஞ்சியதெல்லாம் இரண்டு கிளாஸ் பட்டைச் சாராயமும், வயிறார டீக்கடையில் என்ன கிடைக்கிறதோ அது மட்டும்தான். கையை வீசிக்கொண்டு வீட்டுக்கு வந்துவிடுவார்.

பெரியவன் அப்பனிடம் வண்டிமாடு கேட்டுக் கேட்டு சலித்துப் போயிருந்தான். தையநாயகியைக் கைப்பிடித்த பத்தொம்பதாவது வயசிலிருந்து இருவத்திரண்டு வருஷமாகத் தவறாமல் திருவண்ணா மலை தீபத்துக்கு சொக்கலிங்கப் படையாட்சி போய் வந்து கொண்டிருக்கிறார். வருஷத்துக்கொருத்தர் யாராவது போக வரச் செலவைப் பார்த்துக்கொள்வார்கள். பதிலாக, கூட்டிக்கொண்டு போகிறவர்களுக்கு மாடு பிடித்துக் கொடுக்க வேண்டும்.

இந்த வருஷம் ஆரம்பத்திலிருந்தே சீட்டுக்கட்டி வைத்திருந்த பணத்தை வைத்துக்கொண்டு கண்ணுசாமி தவியாய்த் தவித்தான். இன்னும் இரண்டுபேர் எது எப்படி நடந்தாலும் இந்த வருஷம் மாடு பிடிக்கிறது மட்டும் தவறாது என்று சத்தியம் செய்திருந்தார்கள்.

எந்த வருஷமும் இல்லாத மாதிரி இரண்டு நாளாக சொக்கலிங்கப் படையாட்சியிடம் பிடிபடாத மாறுதல். ஊரை அளந்து கொண்டி ருக்கும் கால் வீட்டுக்குள்ளேயே ஒடுங்கிக் கிடந்தது. கம்மந்தட்டுக் குச்சி ஒன்றைக் கையில் வைத்துத் தரையில் கீறிக்கீறி மோட்டு வளையைப் பார்த்துக்கொண்டே யோசனையில் ஆழ்ந்திருந்தார்.

புருஷனின் யோசனை தையநாயகிக்குப் புலப்பட்டுவிட்டது. கம்மங்கூழையும், கிடா நார்த்தங்காய் ஊறுகாயையும் கொண்டு வந்து அவர் முன்னே வைத்து யோசனையைக் கலைத்தாள்.

“எழுந்து போயி மூஞ்சக் கழுவிக்கினு வந்து ஆவவேண்டியதப் பாரு” என்றவுடனேயே சொக்கலிங்கத்துக்கு தன் மனைவியின் பேச்சில் ஏதோ ஆதரவு இருப்பது மாதிரி தெரிந்தது. ஒன்றும் புரிந்தும் புரியாமல் முழித்த சொக்கலிங்கத்தை இன்னொரு தரம் மிரட்டினாள்.

மூஞ்சைக் கழுவிக்கொண்டு வந்த சொக்கலிங்கம் தயக்கத்துடன் ஆரம்பித்தார்: "நெனக்கிற நெனப்புக்கு ஒரு பவுசு வேணாமா? சும்மா எதையாச்சும் சொல்லி புட்டு பிஞ்ஞால லோலுபடறது நீதான். பாத்துக்க."

"ரொம்பக் குடுத்தன அக்கற இருக்கிற மேரி காட்டிக்காத. நம்ம முழிங்க பொதையில நூத்திப் பத்து கழி தேறிச்சி. பாளையத்து மொதலியாருக்கிட்டே கழி பத்து ரூவான்னு பேசி உட்டுப்புட்டேன். முன்னூறு ரூவா குடுத்துட்டு மீதிய நாளைக்கி வந்து தரேன்னு சொல்லியிருக்காரு. மொதல்ல அதப் போயி வாங்கிக்கினு வந்தா சோறு கட்டிக் குடுக்கறன். நம்மத் தோதுக்குத் தகுந்தாப்பல ஒண்ணப் புடிச்சிக்கினு வா. பசங்களுக்கும் பெனாட்டா இருக்கும்." தையநாயகியின் பேச்சு எந்த அளவுக்கு உண்மை என்று சொக்கலிங்கத்தால் யூகிக்க முடியவில்லை. ஒருவேளை இவள் சொல்வது உண்மையானால் பணம் போதுமா என்பது பற்றிக் கணக்குப் போட ஆரம்பித்தார். தன் மதிப்புக்கு ஏற்றபடி மாடு வேண்டுமானால் குறைந்தது ரெண்டாயிரத்துக்குக் கீழே ஒரு நயா பைசா குறையாது. மீதிப் பணத்துக்கு எங்கே போவது என்று யோசனையில் இருக்கும்போதே தையநாயகி இன்னொரு விவரத்தையும் அடுக்கினாள்.

"ஏந்தம்பி, விசாலாட்சிக்குப் போட்ட மூக்குத்தியையும் தோட்டையும் அடவுக்கு வச்சாப் போதுமாண்ணு பாரு. பத்தாம போச்சின்னா வித்துட்டு எல்லாத்தையும் போட்டு நெறமாப் புடுச்சிக்கினு வா. பாப்பாவ அனுப்பறப்ப சும்மாவா அனுப்பப் போறோம். மேல ரெண்டு பவுனு வாங்கிப் போட்டாப் போவுது" என்று தையநாயகி சொல்லிமுடித்தவுடன் சொக்கலிங்கத்திற்கு முகம் சுருங்கிப் போனது. தன்னுடைய ஆசைக்காக அருமைப் பொண்ணுக்கு மாமன் செய்திருக்கும் நகையை விற்று மாடு பிடிக்கிற அளவுக்கு நாம் தாழ்ந்து போய்விட்டோமோ என்று சங்கடமாக இருந்தது.

ஏற்பாட்டின்படி ரெண்டாயிரத்துஅம்பது ரூவாய் தேறியது. இன்னக்கி ராத்திரிக்கி கிளம்ப வேண்டும். பெரியவனும், சின்னவனும் தங்களுக்கு என்னென்ன மாதிரியான மாடு வேண்டும் என்று மூச்சு விடாமல் சொல்லிக்கொண்டே இருந்தார்கள். தன் மூக்குத்தியும் தோடும் போனால் பரவாயில்லை. வீட்டுக்கு வண்டி மாடு வந்தால் போதும் என்கிற திருப்தியில் விசாலாட்சி அப்பனுக்குத் துணி துவைத்துக் கொடுத்தாள்.

மாடு பிடிக்கிற விஷயத்தை யாருக்கும் சொல்லக்கூடாது என்று கண்டிப்பு போட்டிருந்தும், சின்னவனும் பெரியவனும் செய்தியை வெளியில் அவிழ்த்துவிட்டு வந்தார்கள். சொக்கலிங்கத்தை

திருவண்ணாமலைக்கு அனுப்பி வைப்பதற்குள் தையநாயகியால் பதில் சொல்லி மாளவில்லை. கண்ணுசாமி எப்பவுமே கொஞ்சம் திருட்டுப் புத்திக்காரன். சொக்கலிங்கப் படையாட்சி உண்மையிலேயே நமக்கு நல்ல மாடாய்ப் பிடித்துக் கொடுப்பாரா? அவருக்கு மட்டும் நல்லதாய்ப் பிடித்துக்கொண்டு தன்னை ஏமாற்றிவிட்டால் என்ன செய்வது என்பது பற்றி நாலு பேரிடம் கலக்க ஆரம்பித்துவிட்டான்.

போகிற நாளை சேர்த்து ஐந்து நாளைக்குமாகப் புளிச்சோறு கட்டிக்கொடுத்து சொக்கலிங்கத்தை மாரியம்மன் கோயிலுக்குக் கூட்டிவந்து சாமி கும்புட்டுத் துணூறு போட்டு தையநாயகி அனுப்பி வைத்தாள். திருட்டு எண்ணத்திலேயே வேறு வழியில்லாமல் கண்ணுசாமியும், பக்கத்து ஊர்க்காரர்களும் சொக்கலிங்கப் படையாட்சியுடன் மனசில் இருப்பதைக் காட்டிக் கொள்ளாமல் போனார்கள்.

அடுத்த நாள் காலை விடிந்ததிலிருந்து அக்காவும், தம்பிகளும் சேர்ந்துகொண்டு வரப்போகிற மாட்டுக்கு இதெல்லாம் பிடிக்கும் என்று சொல்லிக்கொண்டு கம்மம்புல், செண்டுப்புல், அருகம்புல், கத்தாழைப்புல் இவற்றை ஒவ்வொன்றாகத் தேடிப்போய்க் கொண்டு வந்து சேர்ந்தார்கள். புல் காய்ந்து விடக்கூடாது என்பதில் விசாலாட்சி குறியாய் இருந்தாள். வீட்டில் படுக்கக்கூட இடமில்லாமல் எங்கும் புல்கட்டுகள், பத்து நாளைக்குப் போதுமென்கிற அளவுக்குச் சேர்த்து விட்டுத்தான் உட்கார்ந்தார்கள்.

நாட்களை எண்ணி எண்ணி நாலு பகல் நாலு ராத்திரி ஓடி விட்டது. இன்னைய ராத்திரிக்குள் அப்பாவும் மாடும் வந்து சேர்ந்து விடுவார்கள்.

கண்ணுசாமியின் மகனும் சின்னவனும் தங்களுக்குத் தான் பெரிய மாடு வரும் என்று ஆளுக்கு நூறு முந்திரிக்கொட்டை பந்தயம் கட்டிக் கொண்டார்கள்.

பெரியவனுக்குப் பள்ளிக்கூடத்தில் இருப்புக் கொள்ளவில்லை. பாதிப் பள்ளிக்கூடத்தோடு ஓடிவந்து மெயின் ரோட்டிலேயே உட்கார்ந்துகொண்டான். பக்கத்து ஊர்களுக்கெல்லாம் போக வேண்டிய மாடுகள் பிணையலோடு எப்போதாவது ஒன்று போய்க் கொண்டிருந்தன. மாடுகளும் சோர்ந்திருந்தன; ஓட்டிக்கொண்டு போனவர்களும் சோர்ந்திருந்தார்கள். பார்க்கிற அத்தனை பேருமே விலை விசாரித்தார்கள். மூணு நாளாக விலை சொல்லிச் சொல்லி அவர்களும் எரிச்சலடைந்ததாகத் தெரியவில்லை. மாடு பரவாயில்லையா? எவ்வளவு ரூபாய் கொடுக்கலாம்? இவ்வளவு ரூபாய் கொடுத்தேன்! ஏமாந்து போய்விட்டேனா? இப்படித் திருப்பித்

திருப்பி ஒரு மாட்டுக்காரர் போலவே எல்லா மாட்டுக்காரர்களும் புலம்பிக்கொண்டே போனார்கள்.

பொழுது இருட்டியும் சொக்கலிங்கம் வந்து சேரவில்லை. பெரியவன் உட்கார்ந்த இடத்தை விட்டு நகரவில்லை. எங்கேயோ வெளியூருக்குப் போகிற மாதிரி வேகமாக வந்த லாரி பிரேக் போட்டு நின்றது. லாரியின் மேல் ஏழெட்டு சதை காளைமாடுகள் இருக்கும். தாம்புக் கயிற்றைக் குறுக்குக் குறுக்காகப் போட்டு, லாரி குலுங்கும்போது ஒன்றின் மேல் ஒன்று சாயாத அளவுக்குக் கட்டி வைத்திருந்தார்கள். ஒருவேளை தன் அப்பாதான் வந்திருக்கிறாரா என்று பார்வைக்கு எட்டாமல் பக்கத்திலிருந்த கொடிக்கம்பத்து சிமெண்ட மேடைமேல் ஏறிப் பார்த்தான்.

கண்ணுசாமிக்குப் பெருமை தாங்கமுடியவில்லை. வாயெல்லாம் பல். டிரைவர் சீட்டின் பக்கத்திலிருந்து இறங்கி எல்லாரையும் புழுப்பூச்சியைப் பார்க்கிற மாதிரி பார்த்தான்.

ரோடு முழுக்கக் கூட்டம் கூடிவிட்டது. பலகை போட்டு கண்ணு சாமியுடைய மாடுகளை மட்டும் இறக்கினார்கள்.

இறக்கறப்பவே அவன் மாடு முறுக்கைக் காட்டியது. ஏரில் படிகிற மாடாகத் தெரியவில்லை. பக்கத்து ஊர்க்காரர்கள் மாடுகளும் லாரியில்தான் இருந்தன. கண்ணுசாமி வேலை முடிந்த பிறகு லாரிபோய்ச் சேர்ந்தது.

ஊர்சனங்கள் கண்ணுசாமியிடம் முதலில் கேட்ட கேள்வி, ‘சொக்க லிங்கம் மாடு பிடித்தாரா? அவர் எங்கே?’ என்றுதான் கேட்டார்கள். பிடித்துக்கொண்டு வந்திருக்கிற தன் மாட்டைவிட்டு சொக்கலிங்கத் தைப் பற்றிப் பேசியதும் கண்ணுசாமிக்குக் கேட்டவர்கள் மீது எரிச்சல்தான் வந்தது. கோலியனூர் பக்கத்தில் மாடுகளை ஓட்டிக் கொண்டு சொக்கலிங்கம் வந்து கொண்டிருப்பதாகவும், அப்படி யொன்றும் பிரமாதமான மாடு இல்லை என்றும் சொன்னான். கேட்கிறவர்களுக்கும் அந்தப் பதில் திருப்தியாக இருந்தது.

ராத்திரி பத்து மணி வரைக்கும் ரோட்டில் உட்கார்ந்தும் புண்ணியமில்லை. தையநாயகி பெரியவனைச் சமாதானப்படுத்தி படுக்கையில் போட்டாள். இரவெல்லாம் தூக்கத்தில் விதவிதமான மாடுகளுடன் அப்பா வந்துகொண்டிருந்தார்.

கோழிக்கூண்டைத் திறந்து விடுவதில் பெரியவனுக்கும் சின்னவனுக்கும் எப்போதுமே போட்டி. பெரியவன்தான் முந்திக்கொள்வான். இன்றைக்கு அப்படியில்லை. பெரியவனுக்கு எதிலும் ஆர்வமில்லை. புரண்டு புரண்டு படுத்தான்.

அக்கா எப்போதும்போல் கிழக்குத் தெருக் கிணற்றிலிருந்து தண்ணீர்க்குடம் கொண்டு வந்து வைத்திருந்தாள். பாதித் தூக்கத்தில் படுக்கையில் கிடந்த பெரியவனை எழுப்பி அப்பா மாரியம்மன் கோயிலில் வண்டி மாடுகளுடன் நின்று கொண்டிருக்கிற விவரத்தை அக்கா சொன்னாள். பெரியவனுக்குக் கை கால் ஓடவில்லை. மேலே கிடந்த புடவைத் துணியைச் சுருட்டி எறிந்துவிட்டுச் சின்ன வனையும் கூட்டிக்கொண்டு கோயிலுக்கு ஓடினான்.

தையநாயகி தயாராக வாங்கி வைத்திருந்த வத்திக் கற்பூரத்தையும், கழுவிப் பூசை போட்டு வைத்திருந்த உலக்கையும் எடுத்துக்கொண்டு கோயிலுக்கு வந்தாள். யார் வீட்டிலோ தீப்பிடித்துக் கொண்ட மாதிரி ஊர்சனங்கள் எல்லாம் ஓடிவந்து கோயில் மைதானத்தில் மந்தை மாதிரி கூடிவிட்டார்கள்.

தங்களுடைய மாடுகளைப் பார்க்கத்தான் இவ்வளவு கூட்டமும் சேர்ந்திருக்கிறது என்பதை நினைக்கிறபோது சின்னவனுக்கும், பெரியவனுக்கும் பெருமை தாங்க முடியவில்லை. நடக்கிறதெல்லாம் கனவு மாதிரிதான் பெரியவனுக்குத் தோன்றியது.

சொக்கலிங்கப் படையாட்சியின் சோர்வு மாடுகளிடம் இல்லை. காதுகளை விரித்து மேலே தூக்கி எல்லாரையும் முறைத்துப் பார்த்துக் கொண்டிருந்தன. மாட்டைத் தொட்டுப் பார்க்க வேண்டுமென்று பெரியவனுக்கு ஆசையாக இருந்தது. சொக்கலிங்கப் படையாட்சி தன் மக்களைப் பார்த்து சிரித்து இருவரையும் பக்கத்தில் கூப்பிட்டார். சின்னவனுக்குப் பக்கத்தில் போகப் பயம். பெரியவன் மட்டும் போனான். மாடுகளின் புதுக்கயிறு ரெண்டும் கையில் இருந்தாலும் முனையை மட்டும் பெரியவனிடம் கொடுத்தார். பெரியவன் கைக்குக் கயிறு வந்ததும் பெருமை தாங்க முடியவில்லை. அப்பாவை நிமிர்ந்து பார்த்து உடம்பைக் குலுக்கி உள்ளுக்குள் சிரித்து அவன் மகிழ்ச்சியை வெளிப்படுத்திக் கொண்டான். பிறகு எல்லாரும் தன்னையே பார்க்கிற மாதிரி அவனுக்குத் தோன்றியது. வெட்கம் தாங்காமல் கயிற்றை அப்பாவிடம் கொடுத்துவிட்டு அம்மாவின் முந்தானையில் ஒதுங்கிக் கொண்டான்.

கற்பூரம் ஏற்றி மாட்டுக்குக் காட்டினார்கள். வெள்ளைமாடு மோந்து பார்க்கத் தலையை நீட்டியது. கருப்புமாடு எதையும் கண்டுகொள்ளவில்லை. ஊர்சனங்களை மட்டும் நுணுக்கமாக நோட்டம் விட்டது. உலக்கையைக் கொண்டு வந்து மாடுகளின் முன்னே தரையில் போட்டார்கள். ஒழுங்காகச் சேட்டை செய்யாமல் உலக்கையைத் தாண்டினால் ஒத்துப்போகும், குடும்பத்துக்கும் நல்லது என்று அர்த்தம் முதலில் வெள்ளைமாட்டைத்தான் தாண்டச் செய்தார்கள். வலுவேறிய நான்கு கால்களையும் வைத்து

மிக அழகாக உலக்கையைத் தாண்டியது. வெள்ளைமாடு தாண்டியதையடுத்து கருப்பு மாட்டுக்கும் பயம் இல்லை. சாதாரணமாக அடிபோட்டு உலக்கையைத் தாண்டியது. சொக்கலிங்கப் படையாட்சி பூரண திருப்தியுடன் கயிற்றைக் கையில் வைத்துக்கொண்டே கீழே விழுந்து அம்மனுக்குத் தன் நன்றியைத் தெரிவித்துக்கொண்டார்.

கண்ணுசாமி மாட்டுக்கு இப்போது மவுசு இல்லாமல் போய் விட்டது. நேற்று ராத்திரி ஒரு மாடு மட்டும் உலக்கை தாண்டாத விஷயத்தைப் பேசிக்கொண்டார்கள். அதை அடுத்த வெங்கிடாம் பேட்டை சந்தைக்கே ஓட்ட வேண்டியதுதான் பாக்கியாம். ஊரார்களின் திருஷ்டியெல்லாம் மொத்தமாகச் சேர்ந்து வெள்ளை மாட்டையும், கருப்பு மாட்டையும் அமுக்கியது.

ஐந்து நாட்களாக அடக்கி வைத்திருந்த பசியில் மாடுகள் ஆர்வம் காட்டின. வெள்ளைமாடுதான் பெரியவனுக்குப் பிடித்தது. கொஞ்சம் துடியாக இருந்ததும் கூட காரணமாக இருக்கலாம். சின்னவனுக்குக் கருப்புமாடு ஒதுக்கப்பட்டது. புல்கட்டைப் பக்கத்தில் போட்டுக் கொண்டு கத்தை கத்தையாக எடுத்துக் கொடுக்க வீடு காலியாகிக் கொண்டிருந்தது. புதுமாடு வந்த செல்லத்தில் தையநாயகி அன்று ஒருநாள் மட்டும் இருவரையும் பள்ளிக்கூடத்துக்கு அனுப்பவில்லை.

சொக்கலிங்கப் படையாட்சியின் வாழ்க்கை முறையும் மாறத்தொடங்கியது. கருப்புமாட்டுக்கும் வெள்ளைமாட்டுக்கும் பொருத்தமில்லாத வண்டிதான் என்றாலும் நானூறு ரூபாய் கொடுத்து புளியமரத்து நிழலில் கேட்பாரற்றுக்கிடந்த வண்டியைச் சரிசெய்து வண்டிச் சத்தம் ஓட்டினார். கரும்புக்கட்டு, மல்லாக்கொட்டை, கம்பு, கேழ்வரகு இதையெல்லாம் ஏற்றிக்கொண்டு போய் பண்ருட்டியிலோ அல்லது கடலூரிலோ போடுவது. மாசத்துக்குப் பத்து நாள் நெல்லிக்குப்பத்திலிருந்து சர்க்கரை ஆலை அழுக்கையும், வீட்டுக்குப்பை எருவையும் ஏற்றிக்கொண்டு வந்து கொல்லையில் போடுவது... இவற்றிலேயே நல்ல வருமானம் கிடைத்தது. இரண்டு ரூபாயை மட்டும் வேஷ்டியில் முடிந்துகொண்டு மீதியை தையநாயகியிடம் கொடுத்து விடுவார்.

சொக்கலிங்கப் படையாட்சி மாடு பிடித்துக் கொடுக்கிற வேலை இப்போது குறைந்து போனது. பெரியவனும், சின்னவனும் ஆளுக்கு ஆள் சிறுவாடு சேர்த்து வெண்கலத்தில் கொப்பியும், சலங்கையும் வாங்கி மாட்டுக்குப் பூட்டி அழகு பார்த்தார்கள். பள்ளிக்கூட நேரம் தவிர மாட்டை வரப்பில் பிடித்துக்கொண்டே அலைந்தார்கள்.

பெரியவன் வெள்ளைமாட்டின் மேல் காட்டிய ஆர்வம் போலவே வெள்ளைமாட்டுக்கும் பெரியவனைப் பிடித்திருந்தது. நாக்கால்

அவனுடைய உள்ளங்கையையும், தோளையும் வருடிக் கொடுக்கப் பதிலுக்கு இவனும் வருடிக் கொடுப்பான்.

கடலூர் கமிட்டிக்கு மல்லாக்கொட்டை ஏற்றிக்கொண்டு போன போது வழிப்போக்கன் ஒருத்தன் மாடு விலைக்கு வருமா? என்று சொக்கலிங்கத்தைப் பார்த்து கேட்டுவிட்டானாம். வெளியூராக இருந்ததினால் அவரை உயிரோடு விட்டுவைத்து வந்துவிட்டார். வீட்டுக்கு வந்ததும் ஆத்திரம் அடங்கவில்லை. தையநாயகியிடம் முறையிட்டுக் கோபத்தைக் குறைத்துக் கொண்டார்.

மாடு வாங்கிய இரண்டு வருஷத்தில் சொக்கலிங்கப் படையாட்சி யின் குடும்ப மரியாதையில் ஏற்றம் இருந்தது. தாலுக்கா முழுவதும் வெள்ளைமாடும், கருப்புமாடும் பிரசித்தம்.

என்றைக்குமில்லாத மாதிரி பசங்களும், தையநாயகியும் படம் பார்த்தே ஆக வேண்டும் என்று நச்சரித்ததால் தொந்தரவு தாங்க முடியாமல் சொக்கலிங்கப் படையாட்சி வண்டியைப் பூட்டினார். 'கூடப் பக்கத்து வீட்டுக்காரர்களும் சேர்ந்துகொண்டார்கள். பாளை யத்துக் கொட்டகையில் படம் போட்டு ரெண்டு வாரம் ஆகியும் வண்டி நிறுத்த இடம் இல்லை. மெயின் ரோடு தாண்டி எதிரிலிருந்த மாந்தோப்பிலேயே வண்டியை நிறுத்தினார். பூட்டாங்கயிரை யாராவது திருடிக்கொண்டு போய்விடுவார்கள் என்று எடுத்துத் தோளில் போட்டுக்கொண்டு சொக்கலிங்கம் தரை டிக்கெட்டில் மண்ணைக் கட்டி உயரமாக்கி அதன் மேல் உட்கார்ந்தார்.

'ஹரிச்சந்திரா' படத்தில் லோகிதாசன் பாம்பு கடித்து இறந்து சந்திரமதி மகனின் உடலை மடியில் போட்டுக்கொண்டு கதறுகிற காட்சி. கொட்டகையில் விம்மல் அதிகமாகிக் கொண்டே வந்தது. எல்லாரும் உலகத்தையே மறந்திருந்தார்கள். இந்த நேரம் பார்த்து கொட்டாக்காரர் ஓடிவந்து 'யாருதுப்பா மாடு? அறுத்திக்கினு போவுது, எழுந்து ஓடியாங்க சீக்கிரம்'. என்று ஆண்கள் பகுதி முழுவதும் நடந்துகொண்டே கத்தினார். நன்றாகக் கவனித்தவர் களுக்குத்தான் விவரம் புரிந்தது. படத்தில் லயித்திருந்ததால் அதில் கவனம் செலுத்தாமல் விட்டு விட்டார்கள்.

கொஞ்ச நேரம் கழித்து டீக்கடைக்காரரே ஓடிவந்து மீண்டும் அதே வார்த்தைகளைச் சொல்லிக் கத்தினார். சொக்கலிங்கப் படையாட்சிக்கு இப்போதுதான் விவரம் புரிந்தது. நாலைந்து பேர் எழுந்து வெளியே ஓடும்போது இவரும் எழுந்து ஓடினார். அவருடன் ஓடி வந்தவர்கள் எல்லாரும் தங்களுடைய மாடு இருப்பதாகச் சொல்லி மீண்டும் படம் பார்க்க வந்துவிட்டார்கள். படம் பார்க்க முடியாமல் போன எரிச்சலில் மாந்தோப்புக்கு சொக்கலிங்கம் ஓடினார்.

வண்டியிலிருந்து வெள்ளைமாடு மட்டும் முறைத்துப் பார்த்தது. கருப்புமாடு இருந்த இடத்தில் பாதிக் கயிறு மட்டும்தான் தொங்கிக் கொண்டிருந்தது. சொக்கலிங்கப் படையாட்சிக்கு ரத்தமெல்லாம் தலைக்கு ஏறியது. படத்தைப் பாதியில் விடவும் மனசில்லை. மாட்டைத் தேடிக்கொண்டு ஓடவும் முடியவில்லை. வெள்ளை மாடு எங்கே நம்மை அடித்து விடுவாரோ என்று உடம்பைக் குலுக்கிப் பார்த்தது.

'படம் முடிந்த பிறகு மக்களை எப்படி வீட்டுக்குக் கொண்டு போய்ச் சேர்ப்பது?'

இனி யோசித்துக் கொண்டிருந்தால் கதை ஆவாது என்று வீட்டுக்கு ஓட்டம் பிடித்தார். வீட்டுக்குத்தான் போயிருக்குமா? ஒருவேளை வடக்குப் பக்கம் போயிருந்தால் என்னாவது. ஒன்றும் புரியவில்லை. யோசனையிலேயே ஓடினார். அமாவாசை இருட்டு. தார் அழிந்து வெறும் கருங்கல் ஜல்லிகள் முட்டிக் கொண்டிருந்த ரோடு.

எதிர்பார்த்தபடியே கருப்புமாடு வீட்டு வைக்கோல் போரில் அசைப்போட்டுக்கொண்டு சொக்கலிங்கப் படையாட்சியையே உற்றுப் பார்த்தது. மெதுவாகக் கயிற்றைப் பிடிக்கக் கிட்ட போய் தாவினார். வகையாக மூக்கணாங்கயிறு கையில் மாட்டிக்கொண்டது. கருப்பு மாட்டுக்குப் பயம் இருந்த மாதிரி தெரியவில்லை. 'என்ன தப்பு செய்துவிட்டோம்' என்கிற பாணியில் கூடவே போனது. பூவரச மரத்தடியில் திருவாணியோடு கிடந்த தாம்புக்கயிற்றை எடுத்து முனையைத் தேடிக் கழுத்தில் கட்டினார்.

கருப்புமாடு இப்போதுதான் விவரம் புரிந்து பின்வாங்கியது. சொக்கலிங்கம் விடுவதாக இல்லை. பாய்ந்து சுவரில் சாத்தி வைக்கப் பட்டிருந்த நுகத்தடியை எடுத்து முதுகில் ஒரு போடு போட்டார். நடு எலும்பில் நுகத்தடி பட்டு அவர் மூஞ்சிக்கே திரும்பிப் பாய்ந்தது. இன்னும் கோபம் அதிகமாகி நுகத்தடியால் தொடர்ந்து மூஞ் சியிலேயே அடித்தார். கருப்புமாடு கத்த ஆரம்பித்துவிட்டது.

கோபம் குறைந்து மாட்டைச் சொக்கலிங்கம் தட்டிக் கொடுத்தார். கருப்பு மாட்டுக்கு உடம்பெல்லாம் நடுங்கியது. மயிர்க்கால்கள் எதிர்கொண்டு நின்றன. திரும்பவும் மாட்டைப் பிடித்துகொண்டு பாளையத்துக்கே வந்தார். படம் முடிந்து கொட்டாயில் ஒருத்தரும் இல்லை. வண்டியில் உட்கார்ந்திருந்த குடும்பத்தாரையும் மற்றவர் களையும் ஏற்றிக்கொண்டு சொக்கலிங்கம் வீட்டுக்கு வந்தார்.

மாட்டை இப்படி அடித்து விட்டோமே என்று ராத்திரியெல்லாம் தூக்கமில்லாமல் புரண்டு புரண்டு படுத்தார். விடிந்து எழுந்ததும்

தங்கர் பச்சான் | 23

முதல் வேலையாகக் கருப்புமாட்டுக்கு அடிபட்ட இடத்திலெல்லாம் ஒத்தடம் கொடுத்தார். அன்றிலிருந்து மாடுகளின் மேல் கை வைப்பதையே சொக்கலிங்கம் விட்டுவிட்டார்.

கருப்புமாடும் வெள்ளைமாடும் குடும்ப நபர்களாக இருந்து கொண்டு ராப்பகலாக உழைத்தன. குடும்பத்தில் வறுமை குறைந்து, செழுமை வளர்ந்தது. வயசுக்கு வந்த பெண்ணை எவ்வளவு நாள்தான் வீட்டில் வைத்திருக்கமுடியும்? நேரம் வந்தால் நல்ல இடமாகப் பார்த்துப் பிடித்துக் கொடுக்க வேண்டியதுதானே? மாப்பிள்ளை நெய்வேலி சுரங்கத்தில் வேலை பார்க்கிறானாம். சொக்கலிங்கத்திற்கு இந்த சம்மதத்தை நழுவவிட மனமில்லை. வேலையில் இருக்கிற மாப்பிளை கிடைப்பதென்பது அவ்வளவு சுளுவானதா? குறைந்தது ஐந்து பவுனாவது போட்டுப் பாத்திர பண்டம் எடுத்து வைத்தால்தான் போகிற இடத்தில் மனசு கோணாமல் வைத்துக் கொள்வார்கள். அருமைப் பொண்ணுக்கு இதுகூடச் செய்யாமல் யாருக்குச் செய்யப் போகிறோம். இந்த ஒரு செலவை முடித்துவிட்டால் இனி பையன்கள் பெரிசாகிதான்.

எவ்வளவுதான் யோசித்தாலும் தையநாயகியின் சிந்தனையும் சொக்கலிங்கத்தின் சிந்தனையும் அதைச் சுற்றியே தான் வந்தன. 'மாட்டை விற்றுச் செய்கிற அப்படிப்பட்ட கல்யாணம் எனக்குத் தேவையில்லை' என்று விசாலாட்சி முடிவாக அப்பனிடமே சொல்லி விட்டாள். விவரமறிந்த பெரியவனும் சின்னவனும் துடித்துப் போனார்கள்.

குடும்பத்தில் அமைதியில்லாமல் சந்தோஷம் பறிபோய்விட்டது. மாடு விற்பனைக்கு வருகிற செய்தி ஊருக்கெல்லாம் தெரிந்துவிட்டது. எப்போது இந்த சனியன் இவனிடமிருந்து போகும் என்று காத்திருந்தவர்க்கெல்லாம் இப்போது கொண்டாட்டம். பெரியவனும் சின்னவனும் பழைய மாதிரி இல்லை. மாடுகளின் பக்கத்தில் போவதையே நிறுத்திக்கொண்டார்கள்.

திருமண தேதியும் நிச்சயமானது. விசாலாட்சி எவ்வளவு சொல்லி யும் யாரும் கேட்பதாக இல்லை. கடைசிவரைக்கும் பணம் வருகிற வழி தெரியவில்லை. குந்தியிருக்கிற குடிசையை விற்றால் பிரச்சினை தீரும். அதை விற்றுவிட்டு மாடுகளை மட்டும் வைத்துக்கொண்டு எங்கே உட்காருவது. இறுதியில் மாடுகளை விற்றுவிடுவது என்று முடிவு செய்யப்பட்டது.

கருப்புமாட்டுக்கும், வெள்ளைமாட்டுக்கும் ஏகப்பட்ட கிராக்கி. தினமும் விலைகேட்டு வீடேறி வந்தார்கள். நாட்கள் நெருங்கிக் கொண்டே வந்தன. நாலாயிரத்தில் ஒரு நயா பைசா குறையாது என்று சொக்கலிங்கம் அடித்துச் சொல்லிவிட்டார்.

சாதாரண குடியானவன் நாலாயிர ரூபாய் போட்டு மாடு வாங்கி என்னத்தை விவசாயம் செய்து பிழைக்கமுடியும். பணத்தைப் பற்றிக் கவலைப்படாதவர்தான் இந்த மாடுகளின் மேல் ஆசைப்பட வேண்டும். அதே மாதிரி ஆசைப்பட்டு வந்தார் கடலூரில் ரைஸ்மில் வைத்திருக்கிற செட்டியார். நாலாயிரத்தில் ஒரு பைசா குறையாமல் கொடுத்தார்.

இந்த விஷயமெல்லாம் சின்னவனுக்கும் பெரியவனுக்கும் தெரியாமலேயே நடந்தது. சீக்கிரம் மாடுகளை விற்று விடுவார்கள் என்று அக்கா சொல்லியிருந்தாள். பள்ளிக்கூடத்தில் போய் என்னத்தப் படிப்பது? நினைப்பெல்லாம் மாட்டின் மேலேயே இருந்தது.

பள்ளிக்கூடம் போன பிள்ளைகள் மாடு எங்கே? என்று கேட்டால் என்ன செய்வதென்று தெரியாமல் கலங்கிய சொக்கலிங்கத்துக்கு ஒரு யோசனை பிறந்தது. செட்டியாரை ராத்திரிக்கி மேல் சனங்கள் அடங்கியபின் வரச்சொன்னார்.

பணத்தைக் கொடுத்து விட்டுத் துடியாய்த் துடித்துக் கொண்டிருந்த செட்டியாருக்கு மாட்டைக் கொண்டு போகவிடாமல் 'இந்தப் பசங்க ஏதாவது ரகளை செய்து விடுவார்களோ' என்ற பயம். எட்டு மணிக்கே மெயின்ரோட்டில் வந்து உட்கார்ந்துகொண்டு கருப்புமாட்டின் பெருமையையும், வெள்ளைமாட்டின் பெருமையையும் கேட்டுக் குஷி வந்து கீழே உட்கார முடியாமல் சொக்கலிங்கத்தின் தோட்டத்துக்கும் மெயின்ரோட்டுக்கும் நடந்து கொண்டேயிருந்தார்.

எப்பொழுதும் ராத்திரி வந்தால் கஞ்சித் தண்ணீரில் தவிடு கலந்து அப்பாவோடு ஆளுக்கு ஒரு கயிற்றைப் பிடித்துக்கொண்டு தண்ணி காட்டுகிற சின்னவனும், பெரியவனும் சாப்பிட்டு விட்டுத் தூங்கிப் போனார்கள்.

விசாலாட்சிக்கு மாடுகள் இன்னும் கொஞ்ச நேரத்தில் தோட்டத்தை விட்டுப் போகப்போவது தெரியும். சாப்பாடு இறங்கவில்லை. ஏனத்தைத் தூக்கிப் போட்டுவிட்டு தோட்டத்து வாசற்படியில் வந்து உட்கார்ந்துகொண்டு மாடுகளையும் தன் தம்பிகளையும் மாறி மாறிப் பார்த்தாள். தெக்கத்திக் காத்து வாசல் வழியாகப் புகுந்து சின்னவனையும் பெரியவனையும் தூக்கத்தில் ஆழ்த்திக் கொண்டிருந்தது.

'தன் கையால் இந்த மகாபாவத்தைச் செய்ய முடியாது. நீயே பிடித்துக் கொடுத்துவிடு' என்று சொக்கலிங்கம் தையநாயகியிடம் சொல்லிவிட்டுத் துக்கம் தாங்காமல் வேஷ்டியால் முகத்தை மூடிக் கொண்டு வெளியே ஓடி வந்தவர்தான், எங்கே போனாரென்று தெரியவில்லை.

முதல் ஆட்டம் படம் முடிந்து சனங்களெல்லாம் பாளையத்திலிருந்து நடந்து வந்து சாப்பிட்டுவிட்டுப் படுக்கையில் சாய்ந்து விட்டார்கள். கடைசியாகப் போக வேண்டிய பத்தரை மணி பஸ்ஸும் போய்விட்டது.

செட்டியாருக்கு இருப்புக் கொள்ளவில்லை. வேலையாளைக் கூப்பிட்டுக்கொண்டு ஊருக்குள் நுழைந்தார். சொக்கலிங்கம் வீட்டில் மட்டும் தாழ்வாரத்தில் சிம்னி விளக்கு ஒன்று கொஞ்சம் வெளிச்சத்தைக் காட்டி செட்டியாருக்கு உயிர் கொடுத்தது. வாசப்படி ஏறிய செட்டியார் நைசாகத் திண்ணையில் ஏறி உட்கார்ந்து உள்ளே கவனித்தார். குழந்தைகள் தூங்கிக் கொண்டிருந்த காட்சி இன்னும் தெம்பூட்டியது. அரவம் காட்டாமல் அப்படியே துண்டைத் தலை மாட்டில் வைத்து சார்மனையில் சாய்ந்து காலை நீட்டி யோசனையில் ஆழ்ந்தார். இவ்வளவு பெரிய ஆள் இந்தக் குடிசைக்கு வந்து நம் பணத்தையும் கொடுத்துவிட்டுக் கேவலம் இந்த மாட்டுக்காக இப்படி யெல்லாம் நடந்துகொள்ளும்படி ஆகிவிட்டதே என்று தன்னையே நொந்துகொண்டார். இருந்தாலும் வெள்ளைமாடும் கருப்புமாடும் நினைப்பில் வந்தபோது பணக்காரத்தனமெல்லாம் பறந்து போய் விட்டது.

பொறுமையிழந்த செட்டியார் தொண்டையைக் கரகரத்துக் கொண்டு தான் வந்திருந்த செய்தியை அறிவித்தார். தையநாயகிக்குத் தன் இயலாமையெல்லாம் சேர்ந்து செட்டியார் மேல் கோபமாக வந்தது. காட்டிக்கொள்ள முடியவில்லை. செட்டியார் எழுந்து நின்றுகொண்டு காரியத்துக்கு ஆயத்தமானார். தையநாயகியைப் பையன்கள் எதிர்க்காத குரலில் கூப்பிட்டுப் "படையாட்சி இல்லியா? நேரம் ஆவுதுல்ல. நாங்க நடந்துபோயி சேர வேணாமா?" என்று கேட்டார்.

செட்டியார் வந்துவிட்டதைக் கவனித்த விசாலாட்சிக்கு திக்கென்றது. தம்பிகளுக்கு கடைசியாக ஒருமுறை காட்டலாம் என்று தோன்றினாலும் அதுவே வினையாக முடியும் என்று யோசித்தாள்.

புளியமரத்தடியில் வைக்கோல்போரில் சுதந்திரமாகத் தன் இஷ்டத்துக்கு இழுத்துப்போட்டுத் தின்றுகொண்டிருந்த மாடுகளிடம் ஓடினாள். தலையை ஆட்டிப் பக்கத்தில் வா என்று வெள்ளை மாடு செய்கை செய்தது. அழுகையைக் கட்டுப்படுத்திக்கொண்டு தலையைப் பிடித்துக் கொண்டு முகத்தோடு ஒற்றிக் கொண்டாள். செட்டியார் வந்துவிடுகிற நேரம், எதுவும் யோசிக்க முடியவில்லை. அப்பாவோடு வெங்கிடாம் பேட்டை சந்தைக்கு நடந்தே போய்ப் பெரியவன் வாங்கிக்கொண்டு வந்த சரவெண்கல சலங்கைகளை அவசரத்தில் முடிச்சை அவிழ்க்கத் தடுமாறி ஒருவழியாய் அவிழ்த்து

26 | தங்கர் பச்சான் கதைகள்

முடித்தாள். கொம்புக்கயிறு இல்லாத வெள்ளைமாட்டைப் பார்க்கவே அவலட்சணமாக இருந்தது.

மீண்டும் அதே இடத்தில் கட்டிவிடலாமென்று கூட விசாலாட்சி நினைத்தாள். முடியவில்லை. தோட்டத்து வேலிப்படலைத் திறந்து கொண்டு செட்டியாரும் வேலையாளும் நுழைந்தார்கள். விசாலாட்சி சலங்கைக்கயிற்றைத் தூக்கிக்கொண்டு உள்ளே ஓடிப்போய் நடக்கிற அக்கிரமங்களைப் பார்த்துக்கொண்டே வாய்விட்டு அழுதாள்.

தையநாயகியின் மனசு மட்டும் கல்மனசாக மாற முடியவில்லை. சீக்கிரம் பிடித்து இடத்தைக் காலி செய்யச் சொல்லிவிட்டு அவளும் வீட்டுக்குள் ஓடிப்போய் மகளைப் பிடித்துக்கொண்டு கேவிக் கேவி அழுதாள். தூங்கிக் கொண்டிருந்த பிள்ளைகளைப் பார்த்தபோது இன்னும் அழுகை வந்தது.

விடிந்ததும் சின்னவனுக்கும் பெரியவனுக்கும் சமாதானம் சொல்லி மாளவில்லை. கொஞ்ச நாள் பெரியவன் வெள்ளைமாட்டின் நினைவாய்ச் சலங்கைக்கயிற்றை வைத்துக்கொண்டே அலைந்தான்.

2

வெள்ளைமாடும் கருப்புமாடும் போனதிலிருந்து குடும்பத்தில் கலகலப்பு கொஞ்சம்கூட இல்லை. மாடு போன பத்தாவது நாளே விசாலாட்சியும் அழுத கண்ணீரோடு புருஷன் வீட்டுக்குப் போய்ச் சேர்ந்தாள். மாடில்லாத கட்டை வண்டி மட்டும் புளியமரத்தின் கீழ் வெயிலிலும், மழையிலும் கிடந்து உளுத்துப் போய்விட்டது.

விசாலாட்சிக்கு மூணாவது குழந்தையாவது பெண்ணாக பிறந்ததே என்று நினைத்த சொக்கலிங்கத்தோடு அக்கா வீட்டுக்குப் பெரியவனும் போயிருந்தான்.

பெரியவனுக்குத்தான் முடியாமல் போய்விட்டது. சின்னவனுக் காவது என்ன ஆனாலும் தன் பெண்ணைக் கொடுத்து உறவைப் புதுப்பித்துக்கொள்ள வேண்டும் என்று விசாலாட்சியும் அவள் புருஷனும் பேசிக்கொண்டார்கள். சொக்கலிங்கப் படையாட்சியும் தலையசைத்தார்.

மகளின் சொல்லைக் கேட்காமல் இப்படியும் இல்லாமல் அப்படியும் இல்லாமல் வந்து நடுவழியில் மாட்டிக்கொண்டோமே என்று சொக்கலிங்கப் படையாட்சி முழியாய் முழித்தார். தாழம்பட்டுக்குப் போனாலும் பத்து மைல் தேறும். வீட்டுக்குப் பத்து மைல்தான். விடிகிற வரைக்கும் பண்ருட்டி பஸ் ஸ்டாண்டிலேயே மூட்டைப்பூச்சுக்கடியில் கிடந்து சாகவேண்டியதுதான்.

'காலையிலே தான் போகப்போகிறோம். அதுவரைக்கும் சினிமா படத்துக்காவது போய் வரலாம்' எனச் சொல்லி பெரியவன் அப்பாவைக் கூப்பிட்டுப் பார்த்தான். என்றைக்கும் மையாத சொக்கலிங்கம் இன்றைக்கும் மைவதாக இல்லை. இன்னும் கொஞ்ச நேரம் இங்கேயே உட்கார்ந்திருந்தால் மாசக் கடைசி என்று கேஸுக்காகப் பேயாய் அலைந்துகொண்டிருக்கும் போலீஸ்காரர்கள் சந்தேகக் கேஸில் பிடித்துக்கொண்டு போய்விடுவார்களாம். பஸ்ஸை இவர்கள் மாதிரியே தவறவிட்டு அனாதரவாக உட்கார்ந்து கொண்டிருந்த வெளியூர்க்காரர்கள் இப்படிப் பேசிக்கொண்டது பெரியவனின் காதுக்குக் கேட்டது. சொக்கலிங்கம் இன்னும் யோசனையிலேயே இருந்தார்.

கொஞ்ச நேரம் கழித்துத் தியேட்டரிலாவது போய் உட்காரலா மென்று அந்த இரண்டு பேரும் பஸ் ஸ்டாண்டின் எதிரிலிருந்த எந்த நேரத்திலும் இடிந்துவிழக்கூடிய தியேட்டருக்குள் நுழைந்தார்கள்.

இனிமேலும் பஸ் ஸ்டாண்டிலேயே உட்கார்ந்து கொண்டிருக்கப் பெரியவனுக்குப் பிடிக்கவில்லை. இப்படிப் போலீஸில் பிடிபடுவதை விட நடந்தே ஊர்போய்ச் சேரலாம் என்று சொக்கலிங்கத்தைக் கிளப்பிக்கொண்டு நடந்தான். டவுன் எல்லையைத் தாண்டி கிராமத்து மெயின்ரோட்டில் நடந்து போய்க்கொண்டிருந்தார்கள். எப்போதாவது கரும்பு ஏற்றிக்கொண்டு நெல்லிக்குப்பம் சர்க்கரை ஆலைக்குப் போகும் டிராக்டர், லாரிகூட இன்றைக்கு வரவில்லை. செயற்கை ஒளி இல்லாத தார்ரோட்டில் வாகனங்கள் ஓடி ஓடித் தேய்ந்துபோன கோட்டைப் பிடித்துக்கொண்டு மைல்களை எண்ணிக் கொண்டிருந்தார்கள்.

பிந்திய நிலா இப்போது கால்வாசி உடம்பை வைத்துக்கொண்டு பயணத்துக்குப் புறப்பட்டுக்கொண்டிருந்தது. நிலா கொடுத்த கொஞ்ச வெளிச்சத்திலும் லேசான குளிர்ச்சியிலும் நெல் வயல்களின் பயிர்கள் காற்றில் அசைந்து தான் இருப்பதைக் காட்டிக்கொண்டது.

அப்பனும், மகனும் என்னத்தைப் பேசிக் கொள்ளமுடியும். சின்னப் பையனாக இருந்தாலும் பரவாயில்லை. தலைக்கொசந்த பிள்ளையாகி விட்டான். இன்னும் ஒரு வருடத்தில் பெரிய பள்ளிக்கூடத்தை முடிக்கப் போகிறான். இடையிலேயே ஊர்கள் குறுக்கிடும்போது நாய்கள் எழுப்பும் அர்த்தமற்ற கத்தலிலும் தார் ரோட்டில் முதுகை நிமிர்த்திக்கொண்டு கிடக்கும் கருங்கல் ஜல்லிகள் காலில்பட்டு எழும் வலியிலும் மனம் புழுங்கிக்கொண்டே பெரியவன் நடந்தான். இத் தனைக்கும் கையில் தூக்குப்பை சுமை வேறு. அக்கா கொல்லையிலிருந்து வெட்டி வந்த கருப்புக் கரும்பையும், வாழைப்பழத்தையும் வைத்து சுமை கூட்டியிருந்தாள்.

பெரியவனுக்குக் கால் வலிக்கிறமாதிரி இருந்தது. முடக்கில் வெள்ளையாய் ரோட்டின் ஓரத்தை அடையாளம் காண்பித்துக் கொண்டிருந்த மைல்களைக் குனிந்து பார்த்தான். இன்னும் எட்டு கிலோ மீட்டரா என்று முனகிக்கொண்டே நடந்தான். சொக்கலிங்கப் படையாட்சிக்கு இதெல்லாம் ஒரு தூரமா! எத்தனை தடவை திருவண்ணாமலையிலிருந்து புலியூருக்கு நடந்தே வந்திருப்பார்.

கட்டை வண்டிகளும், டயர் வண்டிகளும் மட்டும் எப்பவாவது ஒன்று தானியமூட்டைகளை ஏற்றிக்கொண்டு பண்ருட்டி கிடங்குக்குப் போய்க்கொண்டிருந்தன.

பெரியவன், எவ்வளவுதான் தள்ளிப்போனாலும் தன்னை நோக்கியே வருகிறமாதிரியிருந்த டயர்வண்டி ஒன்றுக்கு இடம் கொடுக்க ரோட்டின் கீழே இறங்கி நின்றான். அப்பவும் வண்டி நேர் ரோட்டில் போகிற மாதிரி தெரியவில்லை. வண்டியில் பார மூட்டைகளின் மேல் படுத்துக் கிடந்த ஆள் எழுந்து நாலு சாத்து சாத்தி வண்டியை நேர்ரோட்டில் விட்டார்.

"வண்டியை ஒழுங்காக ஓட்டறதை உட்டுட்டு தண்ணியப் போட்டுக்கினு தூங்கறாம்பாரு. இவன்லாம் கமிட்டிக்குப் போயி ஒழுங்காப் பணத்தோட திரும்பறவனா?" என தொணதொணத்துக் கொண்டே மகனுடன் சொக்கலிங்கம் நடந்து போனார்.

பத்தடி தூரம் கூட நடக்கவில்லை. பளார், பளார் என்று மாட்டின் தோலைப் பதம் பார்க்கிற கழிக்குச்சியின் சத்தம் நடையை மட்டுப்படுத்தியது. திரும்பிப் பார்த்தால் தங்களைத் தாண்டிப்போன அதே டயர் வண்டிதான் கொஞ்சதூரத்தில் நின்றிருந்தது. வண்டியை ஓட்டிக்கொண்டு வந்த ஆள் மாட்டைச் சுற்றிச் சுற்றி வந்து இரண்டு கைகளாலும் கழியைப் பிடித்து தெம்பு உள்ளவரைக்கும் போட்டுச் சாத்தினான். மாடு திருகல் போட்டு நடுரோட்டில் படுத்துக் கொண்டது.

சொக்கலிங்கத்திற்கு மேற்கொண்டு நடக்க மனசில்லை. மகனைக் கூப்பிட்டு நடையை நிறுத்தினார். மாட்டின் மேல் விழுந்த அடி நிற்கிற மாதிரி இல்லை. மாடும் அந்த இடத்தை விட்டு அசைவதாக இல்லை. குடிபோதையிலிருந்த அவனுக்கு என்னென்ன கெட்ட வசனங்கள் தெரியுமோ அத்தனையும் சரமாரியாக வந்து அமைதியான இருட்டுச் சூழ்நிலையையே மாற்றியது. சொக்கலிங்கத்திற்கு அநியாயமாக தன் கண் முன்னால் ஒரு மாடு கொல்லப்படுவதைப் பார்த்துக் கொண்டு சும்மா நிற்க முடியவில்லை. "பையப் புடிடா பெரியவனே" என்று மகனிடம் கைப்பையைக் கொடுத்து விட்டு வண்டியை நோக்கி ஓடினார்.

தங்கர் பச்சான் | 29

மாடு வலி தாங்க முடியாமல் வாய்விட்டுக் கதறியது. 'கத்துவியா கத்துவியா' என்று வண்டிக்காரன் மூஞ்சியிலேயே உதைத்தான். சொக்கலிங்கம் ஓடிப்போய் வண்டிக்காரனை மடக்கி கழிக்குச்சியைப் பிடுங்கப் போனார். அவன் கழியை விடுகிற மாதிரி தெரியவில்லை. இவர் மறிக்க மறிக்க அவனுக்குக் கோபம் அதிகம் வந்து இன்னும் விளாசினான். மாடு எழுந்திருக்க முடியாமல் தலையை ரோட்டோடு அணைத்து வைத்துக்கொண்டு கண்களை மட்டும் திருப்பிச் சொக்க லிங்கத்தைப் பார்த்தது. மங்கிய நிலா வெளிச்சத்தில் அவருக்கு அது பார்ப்பது தெரியவில்லை.

"ஏம் மாட்ட நான் அடிப்பேன். நீ யார்றா கேக்கறதுக்கு" என்று குடிமயக்கத்திலிருந்த வண்டிக்காரன் சொக்கலிங்கப் படையாட்சியை வாடா போடாவென்று பேசினான். தன்னை யாரும் இப்படிப் பேசிக் கேட்காத சொக்கலிங்கத்துக்குக் கோவம் அதிகமாகித் தலையில் ஒரு குத்து விட்டார். அவனுடைய தலைப்பாய் கழட்டிக்கொண்டு போய் ரோட்டைத் தாண்டி விழுந்தது. விஷயம் பெரிதாவதைத் தூரத்திலிருந்து கவனித்துக்கொண்டிருந்த பெரியவன் ஓடிவந்தான். இரண்டு பேரையும் பார்த்துவிட்ட குடிகாரனுக்குப் பயம் அதிகமாகி "ரெண்டு பேரும் செட்டு சேந்திக்கினு அடிக்க வறீங்களா? மாடு திருவல் போட்டுக்கிச்சுன்னு எம்மாட்ட அடிச்சா ஒங்களுக்கு எஞ்ஞா? வழியப் பாத்துக்கிட்டுப் போவ வேண்டியதுதானே" என்று அழுது கொண்டே கத்தினான். பெரியவனுக்கு அவனைப் பார்க்கப் பரிதாபமாய் இருந்தது. வண்டிக்காரன் தூக்கக் கலக்கத்தில் இருந்தான்.

பெரியவன் மாட்டைக் குனிந்து பார்த்தான். "கறிக்கு ஓட்ட வேண்டிய மாட்டை வைத்துக்கொண்டு இவ்வளவு சுமைகளை ஏற்றிக்கொண்டு போனால் எப்படிப் போகும்?" பெரியவன் பக்கத்தில் போக, போக மாடும் தலையைத் தூக்கியது. எப்படியாவது மாட்டை எழுப்பிவிடலாமென்று பின்பக்கம் போய் வாலைத் தேடினான். வால் இல்லை. ஒன்றரை அடி நீளத்துக்கு வெட்டப்பட்ட மொட்டை வால் மட்டும் பின்பகுதியோடு ஒட்டிக்கொண்டிருந்தது. அதைப் பிடித்துக் கடிக்கலாமென்றால் அருவருப்பாக இருந்தது. முகத்தைச் சுளித்துக்கொண்டான்.

வண்டிக்காரன் சோர்ந்துபோய் வண்டியின் முன்னால் நடுரோட்டில் உட்கார்ந்து கொண்டான். மாட்டுக்கு மயிரெல்லாம் சிலிர்த்துப் போய் உடம்பெல்லாம் நடுங்கியது. பெரியவனுக்குப் பார்க்கப் பாவமாய் இருந்தது. அடிபட்ட இடத்தின் மேலே கை வைத்தான். உடம்பு இன்னும் வேகமாக நடுங்கியது. "பக்கத்துல போகாத... ஒதைச்சாலும் ஒதச்சிடும்" என்று சொக்கலிங்கம்

மகனுக்கு எச்சரிக்கை செய்தார். மாட்டின் மூக்கணாங்கயிற்றைப் பிடித்து இழுத்தால் ஒருவேளை எழுந்திருக்கலாமென்று பெரியவன் பக்கத்தில் போனான். சொக்கலிங்கம் பின் பக்கத்திலிருந்து எழுப்பப் பக்கத்தில் போனார்.

பெரியவன் இரண்டு கைகளாலும் மூக்கணாங்கயிற்றைப் பிடித்துக் கொண்டு முகத்தை மேலே தூக்கினான். கண்களிலிருந்து கண்ணீர் பெருகி ஊற்றிக் கொண்டேயிருந்தது. சொக்கலிங்கம் வாலுக்கிடையில் விரலைக் கொடுத்து முதுகில் தட்டிக் கொடுத்து எழுப்பச் செய்தார். பெரியவன் சத்தம் போட்டு மேலும் முழுசக்தியையும் கொடுத்து தூக்கினான். மாடு எழுந்திருக்கவேயில்லை. இன்னும் ஆத்திரம் தீராமலிருந்த வண்டிக்காரன் 'அடிச்சதுக்கு மட்டும் சப்போட்டா வந்தீங்களே... இப்ப எஞ்ஞா செய்வீங்க?' என்று கோபமாகக் கேட்டுவிட்டு எழுந்து நின்றான். மாட்டிடம் எந்த அசைவும் இல்லை. வண்டிக்காரனுக்கு எரிச்சலாக வந்தது. "அத இந்த எடத்துலேயே ரெண்டுல ஒண்ணு பாத்துட்டுதான் மறுவேல" என்று வண்டிக்காரன் நாக்கைக் கடித்துக் கத்திவிட்டு, ஒண்ணுக்கு விட ரோட்டின் ஓரத்துக்குத் தடுமாறி ஓடினான்.

பெரியவனுக்கு நினைத்ததைச் சாதித்து விட தைரியம் பிறந்து முழுசக்தியையும் கொடுத்து மூக்கணாங்கயிறைப் பிடித்து இழுத்தான். அதே நேரத்தில் சொக்கலிங்கமும் போட்ட சத்தத்தில் மாடு எழுந்து நின்றுகொண்டு பெரியவனைப் பார்த்து முகத்தை அவனிடம் கொண்டு போனது.

அவனுக்கு இந்தக் கிழமாடு இப்படிச் செய்வது பிடிக்கவில்லை. முகத்தைச் சுளித்துக்கொண்டு பின்னுக்கு நகர்ந்தான். மாடு மறுபடியும் முகத்தை அவனிடமே கொண்டு வந்தது. கையை நீட்டி முகத்தைப் பிடித்துத் தள்ளப்போனபோது மாடு நாக்கை நீட்டிப் பெரியவனின் உள்ளங்கையைத் தேடிப் பிடித்து நக்கியது. பெரியவனுக்கு உடம்பு தூக்கிவாரிப் போட்டது. கை விரல்களைத் தானாகவே இன்னொரு முறை நீட்டினான். மாடு விரல்களைப் பிரித்து உள்ளங்கையை நக்க முயற்சி செய்ததும் பெரியவன் துடித்துப்போய் அப்படியே கழுத்தில் கைகொடுத்து இறுக அணைத்துப் பிடித்துக் கண்களை மூடிக்கொண்டான்.

வெள்ளைமாடு தன்னோடு ஒன்றாக இணைந்து கிடந்த இளைமைப் பருவ நிகழ்ச்சிகளெல்லாம் அடுக்கடுக்காக வந்து மனசை அழுத்தின. வெள்ளைமாட்டுக்கும் அப்படித்தான் இருக்கவேண்டும். பெரியவனுக்கு மூச்சுவிடக் கஷ்டமாக இருந்தது. கைப்பிடியில் சிறு வயதில் அனுபவித்த திரட்சி இப்போது வெள்ளைமாட்டிடம் இல்லை. கண்கள் பஞ்சடைந்து சுருங்கிப் போய் உயிர் ஊசலாடிக்

கொண்டிருந்தது. சின்னவனுக்கு விஷயம் தெரிந்தால் எவ்வளவு சந்தோஷப்படுவான் என்பதை நினைத்தபோது பெரியவனுக்கு வெள்ளைமாட்டை விட மனசு வரவில்லை.

சொக்கலிங்கத்திற்கு மகன் இப்படித் திடீரென்று நடந்து கொள்வது பற்றி ஒன்றும் புரியவில்லை. "என்னடா தம்பீ?" என்று கேட்டுக் கொண்டே பக்கத்தில் வந்தார். வண்டிக்காரனுக்குத் தெரியாமல் விஷயத்தை முடித்து விடலாமென்று பெரியவன் அப்பாவின் வாயை அடைத்துப் 'பேசாமல் இரு' என்று சைகை செய்தான். மகனின் செய்கை அவருக்குப் புரிந்ததும் பதற்றமாகிப் போனார்.

ஒண்ணுக்கு விடப்போன வண்டிக்காரன் எழுந்திருக்க மனமில்லாமல் தடுமாறி "எஞ்ஞமோ ஏங்கையால உயிரு போறதக் காப்பாத்திப் புண்ணியங் கட்டிக்கினீங்க" என்று சொல்லிக்கொண்டே மெதுவாக வண்டியை நோக்கி வந்தான். வெள்ளைமாட்டின் நன்றியுணர்ச்சியைப் பார்த்து ஆச்சரியப்பட்டு முகத்தைத் தடவிக் கொடுத்துக் கொண்டே இருந்தான். தங்களைப் பார்த்து விட்டுத்தான் இப்படித் திருகல் போட்டு நாடகம் ஆடியிருக்கிறது என்பதை நினைத்துப் பார்த்தபோது உடம்பெல்லாம் சிலிர்த்தது. தங்கள் பழைய எஜமானர்கள் தன்னை அடையாளம் கண்டு கொண்டதை நினைத்து வெள்ளைமாட்டுக்கு அடிபட்ட வலியெல்லாம் மறைந்துபோய் சொக்கலிங்கப் படையாட்சியையும், பெரியவனையும் பார்த்துக்கொண்டே இருந்தது.

மேற்கொண்டு என்ன செய்வதென்று சொக்கலிங்கத்துக்குப் புரியவில்லை. அதற்குள் வண்டிக்காரன் வந்து மாட்டை ஒரு முறை முறைத்துவிட்டுக் கழிக்குச்சியைத் தேடினான். அது எங்கேயோ விழுந்து விட்டது ஞாபகத்துக்கு வந்ததும் பக்கத்து வேலிக்குக் கழி ஒடித்துக்கொண்டு வரப் போனான். இதுதான் சமயம் என்று அப்பாவும் மகனும் திட்டம் போட்டார்கள்.

வெள்ளைமாட்டிடம் எஜமானர்களைப் பிரியப் போகிறோம் என்கிற பயமும், தவிப்பும் கண்களில் தெரிந்தது.

வண்டிக்காரன் வண்டியில் ஏறிக் கழிக்குச்சியோடு உட்கார்ந்து கொண்டு "பண்ருட்டிக்கா போறீங்க? மேல ஏறிப்படுங்க. கொண்டு போயி உட்டுறேன்." என்று சொல்லிவிட்டுப் பதிலுக்குக் காத்திருந்தான்.

வண்டி மேலே ஏறப்போன சொக்கலிங்கத்தை "வேண்டாம் நடந்தே வருகிறோம்" என பெரியவன் சொன்னான். அதுவும் சரியாகத்தான் சொக்கலிங்கத்திற்குப் பட்டது. மகனின் இளகிய மனசைக் கண்டு நெகிழ்ந்து போனார்.

வண்டியின் பின்னாலேயே இருவரும் நடந்தே பையைத் தூக்கிக் கொண்டு திரும்பவும் பண்ருட்டிக்குப் போனார்கள். எஜமானர்கள் பின்னால் நடந்து வருவதைத் தெரிந்துகொண்டு வெள்ளைமாடு நடையை எட்டிப் போட்டது. வண்டிக்காரனுக்கு சொக்கலிங்கமும் பெரியவனும் வண்டியைத் தொடந்து கொண்டிருக்கிற காரணம் தெரியவில்லை. மீண்டும் படுத்தபடிக்கே வண்டியில் பாதித் தூக்கத்தில் வண்டியில் சாய்ந்து கிடந்தான். மாடுகள் ஏற்ற இறக்கம் பார்த்தே கொஞ்ச வெளிச்சத்திலும் நிதானமாகக் கிடங்குக்குப் போய்க் கொண்டிருந்தன.

வெள்ளைமாட்டின் கம்பீரமெல்லாம் உருமாறி கருவாடு மாதிரி விலா எலும்புகளெல்லாம் உள்ளே போய்க் கொம்பு ஒடிந்து, வால் ஒடிந்து பாக்கிறதுக்கே பரிதாபமாகக் காட்சியளித்தது. எப்படியாவது வெள்ளைமாட்டை வீட்டுக்குக் கொண்டு போய்விட வேண்டுமென்று அப்பாவின் காதில் ஓதிக்கொண்டே வந்தான். கருப்புமாட்டை இந்த செட்டி எங்கே ஓட்டித் தொலைத்தானோ என்று சொக்கலிங்கம் கருப்புமாட்டின் வரலாறு என்னவாகியிருக்கும் என்பதை யோசித்துக் கொண்டே நடந்தார். வெள்ளைமாடும் கருப்புமாடும் தன் குடும்பத்துக்குப் பட்ட கஷ்டங்களை ஒவ்வொன்றாக நினைக்கும் போதே மாட்டை ஓட்டிக்கொண்டு ஓடிவிடலாமென்று தோன்றியது.

பஸ் அங்கொன்றும் இங்கொன்றுமாக ஓடத் துவங்கியது. ரோட்டில் ஆள் நடமாட்டம் கம்மியாகவே இருந்தது.

ரயில்வே கேட் மெட்ராஸிலிருந்து வரும் அஞ்சு மணி இரயிலுக்காகப் பூட்டியிருந்தது. ரயில்வே கேட் திறக்கும்வரை ஒரு டீக்குடித்து விட்டு வரலாமென்று வண்டிக்காரன் வண்டியை நிறுத்திவிட்டுக் கேட்டைத் தாண்டி எதிரிலிருந்த டீக்கடைக்குப் போனான். டீக்கடை இப்போதான் முதல் டீக்குத் தயாராகிக் கொண்டிருந்தது.

இப்போது தான் நல்ல சமயம், சொக்கலிங்கம் மாட்டின் முன்னால் வந்து பூட்டை அவிழ்த்து விட்டார். யாரும் பார்க்க முடியாதபடி இடம் இருட்டாகவே இருந்தது. தூரத்தில் இரண்டு வண்டிகள் ராந்தல் கட்டிக்கொண்டு வந்தன. பெரியவன் யாராவது பார்க்கிறார்களா என்று சுற்றும்முற்றும் பார்த்துக்கொண்டு இன்னொரு மாட்டை நுகத்தடியில் கட்டிவிட்டு வெள்ளைமாட்டைப் பிடித்து இழுத்தான். எப்போது நம்மைக் கூப்பிடுவார்களென்று தயாராயிருந்த வெள்ளை மாடு தெம்பையெல்லாம் ஒன்று கூட்டி எஜமானர்களுடன் ஓடிப்போய் எங்கேயாவது பிழைத்துக் கொள்ளலாம் என்று ஆவலில் ஓட முடியாமல் ஓடியது. பெரியவன் மாட்டை இழுத்துக் கொண்டு வந்த வழியே ஓட, சொக்கலிங்கம் மாட்டைப் பின்னால் அடித்து ஓட்டிக்கொண்டே ஓட்டமும் நடையுமாக ஓடினார்.

வண்டிக்காரன் தண்டவாளத்தைத் தாண்டிப் போவதற்குள் ரயில் வந்துவிட்டது. சொல்லிவைத்த மாதிரி போதை தெளிந்திருந்த அவனுடைய பார்வை வண்டியின் பக்கம் திரும்பியபோது வண்டி பூட்டவிழ்த்து விட்டு இன்னொரு மாடு இல்லாததைக் கவனித்து விட்டான். 'மாட்டக் காணோம், மாட்டக் காணோம்' என்று அவனால் கத்த முடிந்ததே தவிர, மாட்டைத் தேடமுடியவில்லை. இவன் கூச்சல்கேட்டு டீக்கடையில் டீக்குடிக்க நின்றிருந்த இரண்டு போலீஸ்காரர்கள் ஓடிவந்து உதவி செய்ய நினைத்தாலும் உடனே வராதபடி ரயில் குறுக்கே வந்து கொண்டிருந்தது. ரயில் போனபின் போலீஸ்காரர்கள் ஓடிவந்து விசாரித்தார்கள். வண்டிக்காரனுக்கு மாடு காணாமல்போன விஷயம் ஆச்சரியமாக இருந்தது. ஒரு மாடு மட்டும் காணாமல் போன விஷயம்தான் அவனுக்குப் புரியாமல் இருந்தது. மாடு எப்படியும் கேட்டைத் தாண்ட நியாயமில்லை. இப்படித்தான் போயிருக்கும் என்று வண்டி வந்த திசையை நோக்கிக் காண்பித்தான்.

மாதக் கடைசியில் காய்ந்துவிட்ட போலீஸ்காரர்களுக்கு எப்படியும் துட்டு கறந்துவிடுகிற கேஸாக மாற்றிவிடலாமென்று நம்பிக்கை பிறந்தது. சீக்கிரம் போனால்தான் மாட்டைப் பிடிக்கமுடியும் என்று வண்டிக்காரன் பதறினான். போலீஸ்காரர்கள் ஓடத் துவங்கினார்கள். கூடவே வண்டிக்காரனும் தொடர்ந்து ஓடிக் கொண்டேயிருந்தான்.

பெரியவன் வெள்ளைமாடு கிடைத்துவிட்ட சந்தோஷத்தில் நடந்து வந்த அலுப்பெல்லாம் தெரியாமல் ஓடிக்கொண்டிருந்தான். ஆனால் வெள்ளைமாட்டால்தான் பெரியவன் ஓட்டத்துக்கு ஈடு கொடுக்க முடியவில்லை. சொக்கலிங்கம் வாழைப்பழப் பையையும், கரும்புப் பையையும் தூக்க முடியாமல் மூச்சிரைக்க ஓடிவந்தார். வெள்ளை மாட்டுக்கு ஒரு வாழைப்பழத்தைக் கொடுக்கலாமென்று ஆசைதான். வண்டிக்காரன் வந்துவிடுவானே என்று பயம். சொக்கலிங்கத்துக்கு மூச்சிரைத்துக் கொண்டு ஓடுவது கஷ்டமாக இருந்தது. இனி அவன் வந்து நம்மைப் பிடிக்கமுடியாது என்று சொன்னவுடனேயே பெரியவன் ஓட்டத்தைக் குறைத்தான். வெள்ளைமாடும் வேகத்தைக் குறைத்துக் கொண்டது. வாயிலிருந்து எச்சில் கலந்த நுரை வடிந்து கொண்டிருந்தது.

இதற்குள் வழியில் போய்க்கொண்டிருந்த ஒருத்தனுடைய சைக்கிளைப் பிடுங்கிக்கொண்டு ஒரு போலீஸ்காரன் மட்டும் வண்டிக்காரனைச் சைக்கிளில் உட்கார வைத்துக்கொண்டு மிதித்துக் கொண்டு வந்து மாட்டை மறித்துவிட்டான்.

போலீஸ்காரனை ஏமாற்றிவிட்டு இனி தப்பித்து விடலாமென்கிற தைரியம் இரண்டு பேருக்குமே இல்லை. வெள்ளைமாடும் மிரண்டு,

மிரண்டு வண்டிக்காரனையே பார்த்தது. வண்டிக்காரனுக்கு வெள்ளை மாட்டை இவர்கள் திருடி வந்ததற்கான காரணம் விளங்கவில்லை. போயும் போயும் இந்த சப்பை மாட்டைத் திருடிக்கொண்டு ஓடுகிறார்களே என்று அவர்கள் மீது பரிதாபப்பட்டான். வெள்ளைமாட்டின் மேல் ஆத்திரம் வந்து அடிக்கக் கழியைத் தேடினான். கையில் எதுவும் சிக்கவில்லை. கையை ஓங்கிக்கொண்டு பக்கத்தில் ஓடினான். வெள்ளைமாடு நடுங்கிப் போய்க் கண்களை மூடிக்கொண்டது. வண்டிக்காரன் பெரியவனை முறைத்தபடியே அவன் கையிலிருந்த வெள்ளைமாட்டுக் கயிறை வெடுக்கென்று பிடுங்கிக்கொண்டு போலீஸ்காரனைப் பார்த்தான்.

போலீஸ்காரன் போட்ட கணக்கு தப்பாகிவிட்டது. இந்தப் பரதேசிகளிடம் மிஞ்சிப் போனால் பத்து ரூபாய் தேறாது என்பது தெரிந்துவிட்டது. எதற்கெடுத்தாலும் நீளுகிற அவர்களுடைய கைக்கு சொக்கலிங்கப் படையாட்சியைப் பார்த்தபோது அடிக்கத் தோணவில்லை.

போலீஸ்காரன் கேட்ட கேள்வி எதற்கும் பதில் தெரியவும் இல்லை. சொக்கலிங்கம் எதுவும் சொல்லவும் இல்லை. கடைசியாக ஒன்று மட்டும் சொன்னார், "ஏங்குடும்பத்த நெல நெறுத்தன இந்த சாமிய என்னோட கஷ்டத்துக்கு வித்துப்புட்டு தவியா தவிச்சிட்டேன். எங்கண்ணால இதப்பாத்தப்புறம் உட்டுட்டு திரும்ப மனசுவல்ல. எவ்வளவோ பணங்கேட்டாலும் என் ஊட்ட வித்தாவது பணத்தக் கட்டிடறேன். நீங்கதா(ன்) கொஞ்சம் ஒதவி பண்ணி எம்மாட்டை மூட்டுத்தரணும்" எனச் சொல்லி போலீஸ்காரன் மூஞ்சியைப் பார்த்தார்.

போலீஸ்காரனுக்குச் சங்கடமாக இருந்தது. எல்லாவற்றையும் கேட்டுக் கொண்டிருந்த வண்டிக்காரன் "இந்தக் கதையெல்லாம் ஏங்கிட்ட வேணாம். ஒனக்கு மாடு வேணுமுன்னா அருங்கோணம் ரைஸ் மில்லுக்கு வந்து எங்க மொதலாளிகிட்டப் பேசிக்க" என்று சொல்லிவிட்டுப் போலீஸ்காரரின் அடுத்த நடவடிக்கைக்காகக் காத்திருந்தான்.

போலீஸ்காரன் ஜெயிலில் அடைத்துவிடுவானோ என்று பெரியவன் பயந்தான். சொக்கலிங்கம் எதுவும் நடந்து விடக்கூடாது என்கிற பயத்தில் போலீஸ்காரனையே பார்த்துக் கொண்டிருந்தார்.

சூரியன் எழுந்து உட்கார்ந்துகொண்டு பூமியை வலம் வருவதற்குத் தயாராகப் போகிற செய்தியை வெளிச்சத்தைப் பரப்பி அறிவித்தது.

"சரி சரி... மேற்கொண்டு ஒண்ணும் நடக்காமப் பாத்துக்கறேன். இருக்கறதைக் குடுத்துட்டு நடையைக் கட்டுங்க" என்று சொல்லிவிட்டுப்

போலீஸ்காரன் வண்டிக்காரனையும், சொக்கலிங்கத்தையும் மாறி மாறிப் பார்த்தான். எப்போது இது மாதிரி கேள்வி வரும் என்று எதிர்பார்த்துக்கொண்டிருந்த சொக்கலிங்கத்திற்கு தன்னுடைய மற்ற பிரச்சினைகளெல்லாம் மறந்து போனது. தலைப்பாகையை அவிழ்த்து முடிச்சைத் தேடினார். பத்து ரூபாய் கொஞ்சம் சில்லரை இருந்தது. விசாலாட்சி அப்பனுக்கு வழிச்செலவுக்குக் கொடுத்தனுப்பியது. காசைக்கொட்டி அப்படியே போலீஸ்காரன் கையில் வைத்து அழுத்தினார். இந்த கேஸுக்கு இதுவே மேல் என்கிற பாவனையில் போலீஸ்காரனின் முகம் பிரதிபலித்தது. கொஞ்ச நேரத்திற்கு யாரிடமிருந்தும் பேச்சு எழவில்லை. வெள்ளைமாடு மட்டும் சோகத்தில் காதுகளைத் தொங்கப் போட்டுப் பெரியவனையே பார்த்துக் கொண்டிருந்தது.

"வேலத்தா(ன்) முடிஞ்சி போச்சில்ல அப்புறம் என்னாத்த பாக்குற? போ போ" என்று வண்டிக்காரனை போலீஸ்காரன் உசுப்பினான். வண்டிக்காரன் வெள்ளைமாட்டைப் பிடித்து இழுத்தான். அந்த இடத்தை விட்டு நகர மனசில்லை. கொஞ்சம் தாமதித்தாலும் அடிவிழும் என்று பயந்துகொண்டு கழுத்துக்கயிறு வெட்டுகிறபடி தலையைக் கவிழ்த்துக்கொண்டு வாயில் நுரை தள்ளியபடி தார் ரோட்டை முறைத்துக்கொண்டே வண்டிக்காரன் பின்னால் போனது.

சாலையின் வளைவில் போய் மறையும் வரைக்கும் இந்தக் காட்சியைப் பார்த்திருந்துவிட்டு அப்பனும் மகனும் தூக்குப் பையைத் தூக்கிக்கொண்டு திரும்பவும் வந்தவழியே ஊருக்குப் பயணமானார்கள்.

வெள்ளைமாட்டின் கழுத்தில் அந்தப் பார வண்டியின் நுகத்தடி இந்நேரம் படுத்துக் கொண்டிருக்கும் என்று உருவகம் செய்துகொண்டே பெரியவன் கால்களைத் துவட்டித் துவட்டி அப்பாவின் பின்னாலேயே நடந்தான்.

கடமை

இன்றோடு மூன்றாவது தடவையாக இந்த வெள்ளை ஜீப் காட்டுப் பாளையம் கிராமத்திற்கு வந்திருக்கிறது. இரண்டு நாளுக்கு முன் ஒரு தடவையும், ஒரு வாரத்துக்கு முன் ஒரு தடவையும் பிரசிரெண்டு வீட்டுக்கு வந்திருக்கிறது. மூன்றாவது தடவை வருவதால் சிறுவர்கள் மத்தியில் பிரபல்யத்துக்குக் குறைவில்லை.

பொதுவாகவே ஜீப் கிராமத்திற்கு அதிகம் வராது. அம்மை குத்துவதற்காக வரும். அப்புறம் முன்பெல்லாம் குடும்பக் கட்டுப்பாடு செய்வதற்கு ஆள் பிடித்துக்கொண்டு போக வரும். சிறுவர்கள் அம்மை ஊசி போட்டுக்கொள்ள பயந்துகொண்டு கம்மங்கொல்லையிலும், ஓடையிலும் ஓடி மறைந்து கொள்வார்கள். பொண்டுகள் புருஷனைத் தொம்பையிலும், பெரிய பொட்டியிலும் போட்டு மூடிவைத்து 'வீட்டில் ஆள் இல்லை, வருவதற்கு ரெண்டு மூணு நாள் ஆகும்' என்று சொல்லி அனுப்பி விடுவார்கள்.

இந்த ஜீப் எப்பப் பார்த்தாலும் பிரசிரெண்டு வீட்டுக்கு வருகிறதே. எதற்காக இருக்கும்? கிராமத்து சனமே குழம்பி இருந்தது. கார், ஜீப், லாரி வந்தால் சொசைட்டிக்குத்தான் வரும். லாரி வந்தால் அரிசி, சர்க்கரை, மளிகை சாமான்கள் ஏற்றிக்கொண்டு வரும். கார் வந்தால் லோன்காரர்கள் வருவார்கள். பிரசிரெண்டு பஞ்சாயத்துப் பணத்தை எடுத்துக் கையாண்டு மாட்டிக் கொண்டார் அல்லது பஞ்சாயத்துப் பணத்தை சுருட்ட ஏதோ சதி நடக்கிறது என்று பிரசிரெண்டுக்கு எதிராக ஓட்டுப் போட்டவர்கள் பேசிக் கொண்டார்கள்.

இது ஒன்றும் அம்மை குத்தும் கோஷ்டி இல்லை. என்று விவர மறிந்தவர்கள் வட்டாரத்திலிருந்து சிறுவர்களுக்கு செய்தி விரைந்தது. 'நான் அப்பவே சொல்லல' அப்பிடி இருக்காதுண்ணு என்று சொல்லிக் கொண்டு சிறுவர்கள் ஓடிவந்து ஜீப்பை மொய்த்துக் கொண்டார்கள்.

பிரசிரெண்டு வீட்டு வாசலிலும், திண்ணையிலும், போர்வையும் பாயும் விரித்து வைத்திருந்தார்கள். பார்த்தவர்கள் முதலில் பிரசிரெண்டு மகளைப் பெண் பார்க்க வந்ததாக நினைத்தார்கள். ரெண்டே ரெண்டு பேர் திண்ணையில் உட்கார்ந்திருந்ததால் அப்படி இருக்க வாய்ப்பில்லை. நாலைந்து பேர் மட்டும் என்னவோ அந்த பேண்ட் போட்டிருந்தவரிடம் பேசிக்கொண்டிருந்தார்கள். ஜீப்பில் வந்தவர்கள் இன்றைக்காவது தங்கள் வேலை முடியுமா என்ற பதைப்பில் இருந்தார்கள். பிரசிரெண்டுக்கு இன்றைக்குப் பார்த்து இப்படி ஆகிவிட்டதில் கட்டுக்கடங்காத எரிச்சல்.

யூனியன் சேர்மன் பெண்ணுக்கு மஞ்சள் நீராட்டு விழா. இன்னும் தள்ளிப்போட்டால் வேலைக்கு ஆகாது. எப்படியாவது இந்த ஏழு கிலோ மீட்டர் நெடுஞ்சாலையில் மரக்கன்று வைக்கும் காண்ட் ராக்ட்டை வாங்கி விடுவதற்காக அவர் பெண்ணுக்குக் கொடுக்க தையல் மெஷின் ஒன்றை வாங்கி வைத்திருந்தார். சும்மாவா, ஒரு பக்கத்துக்கு ஒவ்வொரு பர்லாங்கிற்கும் இருபத்தஞ்சி கன்றுகள் என்று மூவாயிரம் கன்றுகள் வைப்பதற்காக காண்ட்ராக்ட் விட்டிருந்தார்கள். கன்று ஒன்றுக்குப் பனிரெண்டு ரூபாய். சரி, பத்து ரூபாய் என்றாலும் எப்படியும் முப்பதாயிரம். முப்பதாயிரத்தில் மிஞ்சிப்போனால் ஐந்தாயிரம் கூடச் செலவாகாது. சுளையாய் இருபத்தஞ்சாயிரம் கிடைக்கும். சேர்மனுக்கு ஐந்து போனாலும் இருபது ரூபாய் கேரண்ட்டி என்று நினைத்துக் கொண்டிருந்தார். சேர்மனைப் பார்க்க முடியாமல் பிழைப்பில் மண் விழுந்து விடுமோ என்கிற பயம் வேறு.

இவர்களிடமிருந்து வெகு நாளாகத் தப்பித்துவந்த பிரசிரெண்டை நேற்று பார்த்து யூனியன் ஆபீசில் மடக்கி விட்டார்கள். ஆபீசர்கள் நச்சரிப்பு பொறுக்கமுடியாமல் எப்படியாவது இந்தச் சனியன்களை வேலை முடித்து அனுப்பிவிட வேண்டுமென்று மாடு மேய்க்கும் பண்ணைக்காரனையும் கொஞ்சம் கையாட்களையும் வீட்டுக்கு வீடு போய் ஆளைக் கூப்பிட்டு வரச் சொல்லியிருந்தார்.

அஞ்சு மணிக்கு ஆபீசர்கள் வந்தார்கள். ஆறரை ஆகப்போகிறது. இதுவரைக்கும் நாலு பேர்தான் வந்திருக்கிறார்கள். இவர்களை வைத்து என்ன செய்வது? கடிகாரத்தையே பார்த்துப் பார்த்து கண்மையம் பூத்து விடும் போலிருந்தது. இவ்வளவு நேரமாகியும் இன்னும்

கும்பல் வராதது பிரசிரெண்டுக்கு எரிச்சலாக வந்தது. ஆபீசர்கள் முகத்தைப் பார்க்கப் பாவமாய் இருந்தது. வேறு வழியில்லாமல் என்ன ஆனாலும் பரவாயில்லை என்று தானே ஒவ்வொரு வீட்டுக்கும் போய் ஆட்களைக் கூப்பிட்டு வந்துவிடுவதென்று செருப்பைப் போட்டுக்கொண்டு வெளியே கிளம்பினார்.

ஆபீசர்கள் சொல்லியனுப்பிய செய்தியைப் பண்ணைக்காரனுக்கும், மற்றவர்களுக்கும் திருப்பிச் சொல்லத் தெரியவில்லை. கேட்கும் போது புரிந்தமாதிரி இருந்தது. கேட்பவர்களுக்கெல்லாம் "என்னமோ மீட்டிங்காமாம், ஆபீசருவோ வந்துருக்காங்க. ஊட்டுக்கு ஒருத்தங்க கண்டிப்பா வரணுமாம். தலைவரு ஊட்லதான் மீட்டிங் நடக்குது. சீக்கிரம் வாங்க" என்று சொல்லிவிட்டுப் போனார்கள்.

யாருக்குமே ஒன்றும் புரியவில்லை. இப்பொழுது தான் கொல்லையிலிருந்து பொழுது முழுவதும் உழைத்துவிட்டு வீட்டிற்கு வந்திருந்தார்கள். அடுப்பில் வெந்நீர் காய்ந்து கிடந்தது. ரெண்டு சொம்பை வெளாவி தண்ணீரை ஊற்றிக்கொண்டு போகலாமென்றாலும் வந்தவர்கள் தொந்தரவு தாங்க முடியவில்லை. ஒருவர் மாற்றி ஒருவர் வந்து கூப்பிட்டுக் கொண்டே இருந்தார்கள். பிரசிரெண்டே வந்து கூப்பிட்டுவிட்டார். சரி, போய்விட்டுத்தான் வருவோமே என்று கொல்லையிலிருந்து வந்த கோவணத்துடனேயே வேஷ்டியை மட்டும் மேலே முறுக்கிப் போட்டுக்கொண்டு போனார்கள்.

ஆபீசர்கள் நம்மிடம் இதுவரை பிரசிரெண்ட் ஊருக்கு என்னென்ன செய்திருக்கிறார் என்று கேட்டால் என்ன சொல்வது, உங்கள் குறைகள் என்னென்ன என்று கேட்டால் எதையெதைச் சொல்வது என்பதையெல்லாம் போகும்போதே பட்டியல் போட்டுக் கொண்டார்கள்.

பிரசிரெண்டு போய்க் கூப்பிட்டுவிட்டு வந்து அரை மணி நேரத்திற்கெல்லாம் இருபது பேருக்குமேல் வந்து விட்டார்கள். கூட்டத்தைப் பார்த்ததும் சந்தோஷத்தில் ஆபீசர்கள் ஒருவர் மாறி ஒருத்தர் பார்த்துக்கொண்டார்கள் ஆபீசர்களுக்கு விவசாயிகளும், விவசாயிகளுக்கு ஆபீசர்களும் மாறி மாறி மரியாதையைப் பரிமாறிக் கொண்டார்கள்.

ஆபீசரில் ஒருவர் சொன்னார். "உங்களையெல்லாம் ஒன்று சேர்ப்பதற்காகத்தான் நாங்கள் இத்தனை தடவைப் பிரசிரெண்டைப் பார்க்க வந்தோம். நீங்கள் இவ்வளவு பேர் வந்திருப்பது ரொம்பவும் எங்குளுக்குச் சந்தோஷம். உங்களுக்கு விவசாயத்தில் இருக்கும் சந்தேகங்களைத் தீர்ப்பதற்காகத்தான் நாங்கள் வந்திருக்கிறோம்." இப்படி ஆபீசர் பேசியது இளைஞர்களாயிருந்த விவசாயிகளுக்குச்

சந்தோஷமாக இருந்தது. அடிக்கடி ஆங்கில வார்த்தையைப் பயன் படுத்தியதால் சில பேருக்கு என்ன சொல்கிறார் என்பது புரியவில்லை. ஊரிலிருந்து காலேஜ் வரைக்கும் போன இளைஞர்களைக் கூப்பிட்டு வரச் சொல்லி ஆட்களை அனுப்பினார்கள்.

பலருக்குத் தலைவருடைய வீடு அசௌகரியமாகப்பட்டதால் பாயையும் சமுக்காளத்தையும் சுருட்டிக்கொண்டு மாரியம்மன் கோயிலுக்குப் போனார்கள். வழியில் தென்பட்டவர்களையெல்லாம் கூப்பிட்டுக் கொண்டார்கள்.

ஆபீசர்கள் கிராமத்தில் பயிர் செய்யும் முறைகளைப் பற்றி விவசாயிகளிடம் கேட்டுக்கொண்டே வந்தார்கள். கோயில் இடம் வசதியாக இருந்தது. ஆனால் ஆபீசர்கள் உட்காரத்தான் ஒன்றும் இல்லை. பக்கத்து வீட்டுக்கு ஓடி பெஞ்ச் ஒன்றைக் கொண்டு வந்து போட்டார்கள். வீட்டில் கிடந்த கிழடுகளுக்கு கூட ஆர்வம் வந்து பேச்சில் கலந்து கொண்டார்கள். ஆபீசர் கணக்குப் போட்டார். எப்படியும் ஒரு அம்பது பேர் தேறும் போலிருந்தது.

இப்படிக் கோயிலில் பெரியவர்கள் உட்கார்ந்து பேசுவது சிறுவர்களுக்கு ஆச்சரியமாக இருந்தது. வாசலில் சாப்பிட்டுக் கொண்டிருந்த சிறுவர்கள்கூட சாப்பாட்டுத் தட்டோடவே புறப்பட்டு வந்து விட்டார்கள். அவர்களை ஒன்றும் கட்டுப்படுத்த முடியவில்லை. சொல்லிச் சொல்லி அலுத்துவிட்டார்கள். கிழவிகளுக்கும், கிழவர் களுக்கும் இவர்கள் என்ன பேசப்போகிறார்கள் என்பது மர்மமாகவே இருந்தது. படித்த இளைஞர்கள் தங்களுடன் இருப்பது ஆபீசர்களுக்கு தெம்பாக இருந்தது.

“இஞ்ஞும் ஏண்டா வளத்திக்கினு, பேசச் சொல்லு” என்றார் கூட்டத்திலிருந்த முதியவர் ஒருத்தர்.

“பிரசிரெண்ட் வந்துட்டாருன்னா நல்லதுன்னு நெனக்கிறேன்” என்று ஆபீசர் கிழவரிடம் சொன்னார்.

“அவன் எம்மவந்தான். வராட்டாப் பரவாயில்ல நீ பேசு” என்று சொன்னவுடனேயே கூச்சல் போட்டுக் கிழவரைக் கிண்டல் செய்தார்கள்.

“போங்கடா பொறானுவுக்கு பொறந்ததுளா” என்று எழுந்து கிழவர் சிறுவர்களை விரட்டி விட்டார்.

பெஞ்சில் உட்கார்ந்திருந்த ஆபீசர் ஒருத்தர் எழுந்து நின்று பேச ஆரம்பித்தார்.

“நாங்க உங்களுக்கு விவசாயத்துல இருக்குற சந்தேகத்தைத் தீர்த்து வைக்கத்தான் இங்கு வந்திருக்கிறோம். எங்களுடைய

ஆபீஸ் விருத்தாசலத்துல இருக்கு. அறிவியல் ஆராய்ச்சி மையம்னு சொல்வாங்க. எல்லாரையும் ஒரு முறை பார்த்துவிட்டுப் பேசிவிட்டுப் போனார். ஆபீசர் பேச்சைத் தவிர இப்போது கூட்டத்தில் கொஞ்சம் கூட சத்தம் இல்லை. சிறுவர்கள் எல்லாரும் அடக்கமாகி ஆர்வத்தோடு தலையை நிமிர்த்திப் பார்த்துக்கொண்டே இருந்தார்கள். விவசாயிகளுக்கு இப்படி ஒரு ஆபீசர் வந்து பேசுவது புதுமையாக இருந்தது. தன்னை மரியாதையோடு கூப்பிட்டு வந்து வைத்துப் பேசுவது பலருக்குப் பெருமையாகவும் இருந்தது.

“இது மாதிரி அறிவியல் ஆராய்ச்சி நிலையம் மாவட்டத்துக்கு ஒன்றும் இருக்கிறது. அதுவும் எல்லா மாவட்டங்களிலும் இல்லை. ஏழெட்டு மாவட்டங்களில்தான் இருக்கிறது. இந்தப் பக்கத்தில் தான் முந்திரி சாகுபடி அதிகம் என்பதால் நாங்கள் இங்கு வந்தோம். யாருமே சரியா சாகுபடி பண்ணவில்லை. ஏனோ தானோவென்று தான் செய்கிறார்கள்” என்றவுடனேயே அவரவர்கள் பக்கத்தில் இருந்தவர்களைப் பார்த்துக் கொண்டார்கள்.

அவர்கள் பயத்துக்குக் காரணம் இருக்கிறது. இப்படித்தான் வருஷத்துக்குகொருமுறை வருவார்கள். சினிமாப் படம் போட்டுக் காட்டுவார்கள். இவர்கள் படம் காட்டவில்லை. ஆனால் அவர்கள் சினிமாவில் காட்டியது போலவே இவரும் பேசுவதால் எங்கே மகசூல் சரியில்லை. இந்த மருந்தை வாங்குங்கள், அந்த மருந்தை வாங்குங்கள் என்று சொல்லி விளம்பரம் செய்பவர்களாக இருந்து விடுவார்களோ என்று பயந்துவிட்டார்கள்.

மேலும் பேசினார். “முந்திரியில் வருகிற வருமானம் எதிலும் வராது. அறுவடை செய்துவிட்டு வருகிறவர்கள் அடுத்த வருடம் தான் போய்ப் பார்க்கிறீர்கள் என்று கேள்விப்பட்டேன். மற்ற நாடுகளில் செய்கிற சாகுபடியைப் பத்தில் ஒரு பகுதி கூட நாம் செய்யவில்லை. நீங்க, சினிமாவுலக்கூடப் பாத்திருக்கலாம். கருப்பு மனுஷங்க இருக்காங்க, பாருங்க. அவுங்க ஊர்லதான் இது அதிகம். இது நம்ம நாட்டுப் பயிறு இல்ல. இங்கிலீஸ்காரன் வர்றப்ப கொண்டு வந்து போட்டது. இப்போது மவுசு அதிகமாகிவிட்டது. இந்த ஏழாவது ஐந்தாண்டுத் திட்டதுல புரொடக்ஷன் ஏழு லட்சம் டன்னா ஆக்கணுமுன்னு திட்டம் போட்டிருக்காங்க. உலகம் பூராவும் எடுத்துக்கிட்டா நாலு லட்சம்தான் வெளையுது. அது எப்படி இருந்தாலும் நாலு லட்சம் டன் முந்திரியை உடைக்கிற அளவுக்கு நம்பகிட்ட மிஷின்கள் இருக்கு. எல்லா வசதிகளும் நம்மிடமே இருக்கிறது” என்றவுடனே என்ன புரிந்ததோ தெரியவில்லை. இரண்டு கிழவிகள் ஆச்சரியப்பட்டுப் போய்விட்டார்கள். லட்சம், டன் இதெல்லாம் என்னவென்று நினைத்தார்களோ... பக்கத்தில்

இருந்தவர்களை அவர்களென்னவோ கேட்காமலிருப்பது போல் அவர்களையும் நெண்டி கேட்கச் சொன்னார்கள். சிறுவர்கள் பொறுத்துப் பொறுத்துப் பாத்தார்கள். தாக்குப் பிடிக்கவில்லை. உட்கார்ந்திருந்தவர்களெல்லாம் இரண்டு கைகளையும் ஊன்றிக் கால்களை நீட்டிக் கொண்டார்கள். ஒரு சிலர் தரையில் படுத்தும் விட்டார்கள்.

"முந்திரி எப்பவுமே ரேட் குறையாது. எவ்வளவு தான் கொறைஞ் சாக் கூட ஒரளவுக்கு மேலக் குறையாது. ஒரு ஏக்கருக்கு முந்திரி வச்சிருந்தா உங்க பிள்ளைங்களுக்கு வருங்காலத்துக்கு வேற சொத்தே தேவையில்ல. நீங்க எல்லாருமே இளைஞர்களா இருக்கீங்க. சினிமாப் படத்துல புதுப்படத்துல காட்டற இன்ட்ரஸ்ட் கூட இதுல காட்ட மாட்றீங்க." 'ஆமாம் ஆமாம்' என்பது போல கிழவர்களும் கிழவியும் தலையாட்டினார்கள். மேய்ச்சலுக்குப் போய்விட்டு வீட்டுக்கு வராமல் அலைந்து கொண்டிருக்கும் ஆடு மாடுகளைத் தேட வந்தவர்கள் கூட வேடிக்கைப் பார்க்க நின்று விட்டார்கள்.

"நான்சொல்றத சொல்லிடறேன். ஒங்களுக்கு ஏற்படற சந்தேகத்தை எதுவானாலும் கேளுங்க" என்று தொடர்ந்தார். ஒரு ஏக்கர் ஒன்றுக்கு பதினைந்து மூட்டை விளைச்சல் இருக்க வேண்டும். நான் நேற்றுகூட காட்டுக்கூடலூர்ல கேட்டேன். ஏக்கருக்கு அரை மூட்டை ஒரு மூட்டை தான் கிடைக்கிறது என்று ஒருத்தர் சொன்னார். ஆரம்பத்தில் செய்து வருகிற முறையிலேயே பழக்கப்பட்டு விவசாயம் செய்வதால்தான் புரொடக்ஷன் இவ்வளவு குறைகிறது" எல்லோருக்கும் திக்கென்றது.

பத்து ஏக்கர் வைத்திருப்பவன் கூடப் பத்து மூட்டை பொறுக்கு வதில்லை. இவர் என்னடான்னா ஒரு ஏக்கர் பதினைந்து மூட்டை காய்ப்பதாகச் சொல்கிறார்.

"முக்கியமா ஒன்றைக் கவனிக்கணும். விதைக் கன்றுகளை நல்ல விதைக்கன்றுகளாகத் தேர்வு செய்யவேண்டும். ஒங்களுக்கே தெரியும், உங்க முந்திரியில எதுல விளைச்சல் அதிகமாக இருக்கிறதோ அதிலிருந்து விதைகளை எடுத்துக் கன்று தயார் செய்யுங்கள். ஒரு செண்டுக்கு மேல் படர்ந்திருந்தால் நூத்தி ஐம்பது கிலோ கொட்டை கிடைக்கும்." ஆபீசர் சொல்லி முடிப்பதற்குள் ஒருவர் இடைமறித்து "இதெல்லாம் எந்த ஊர்ல நடக்குது" என்றார். உடனே பக்கத்திலிருந்த வர்கள் அவரை அடக்கி, "அவர் சொல்றத சொல்லட்டும். பிறகு கேட்போம்" என்று அவரை உட்காரச் சொன்னார்கள்.

இந்த சென்ட், கிலோ கணக்கெல்லாம் அவர்களுக்குப் புரியவில்லை. இத்தனை ஏக்கர்ல இத்தனை மூட்டை என்றால்

புரியும். அதனால் தான் அவருக்கு அந்த சந்தேகம். ஆபீசர் சொல்வது போல உலகத்தில் எங்கும் நடக்காது என்று நம்பினார்கள்.

ஆபீசர் பேச்சில் அவசரம் தெரிந்தது. எங்கே விவசாயிகள் எழுந்து போய்விடுவார்களோ என்கிற பயம். இனிமேல் தானே விஷயத்துக்கு வரப்போகிறோம் என்பது போலத் தொடர்ந்தார்.

"நான் சொல்வது போல விளைச்சல் வேண்டுமானால் காய்க்காத மரங்களை வெட்டிவிட்டுக் கன்று ஒட்டு, பதியன் கன்றுகளைப் பயிரிடுங்கள். நம் பிள்ளையையே எப்படிக் கொல்வது என்று தயங்காதீர்கள். கன்று ஒட்டு பதியன் கன்றுகள் மூன்று வருடத்தில் பூப்பூத்துக் காய்க்கத் தொடங்கும். எல்லாமே ஒரே நேரத்தில் பூக்க ஆரம்பித்து அறுவடையும் ஒரே நேரத்தில் முடிவதால் உங்களுக்குப் பொருக்குவதற்கு ஈஸியாக இருக்கும். கன்று ஒட்டு முறை மிகவும் சிறந்தது. ஏக்கருக்குப் பத்து மூட்டை சாதாரணமாகக் கொட்டை கிடைக்கும்."

கன்று ஒட்டுப் பதியன் கன்று இதெல்லாம் என்ன என்பது விவசாயிகளுக்குப் புரியவில்லை. இங்கிலீஸ் வார்த்தை நிறையப் பயன்படுத்தினார். சிலவற்றிற்குத் தமிழ் அர்த்தம் தெரியாமல் இங்கிலீஸ்லியே பேசினார். அப்படி அவர் இங்கிலீஸ் வார்த்தையைப் பேசும்போதெல்லாம் காலேஜ் போனவர்கள் ரொம்பவும் தங்களுக்கு மட்டும் புரிந்த மாதிரியும் மற்றவர்களுக்குப் புரியாத மாதிரியும் தலையை ஆட்டினார்கள். பதியன் கன்று பற்றி ஆபீசர் பேச ஆரம்பித்தபோது ஒருத்தர் எந்த சீசனில் பதியன் போடவேண்டும் என்று கேட்டார். அதற்கு ஆபீசர், ஜூலை, ஆகஸ்ட்தான் சிறந்தது என்றார். கேட்டவருக்கு எந்த மாசம் என்பது விளங்கவில்லை. ஆபீசர் சொல்லிக்கொண்டே அடுத்த விஷயத்துக்குத் தாவினார்.

இப்போது பாதிச் சிறுவர்கள் தூங்கிக் கிடந்தார்கள். எழுந்து போகவும் மனமில்லை. இங்கேயும் உட்கார்ந்திருக்க வேண்டும் என்பதால் உடம்பிலிருந்த சிரங்குகளை நோண்டிச் சீழ் எடுத்து அதை மோந்து மோந்து பார்த்தார்கள்.

முந்திரியைப் பற்றியே இவர் பேசிக்கொண்டிருப்பது என்னமா ஒருவருக்கு இருந்ததோ தெரியவில்லை. "மள்ளாட்டைக்கி எஞ்ஞா ஒரங்க போடறது." என்று கேட்டார். ஆபீசருக்கு முகத்தில் தெம்பு பிறந்தது. "எருக்களை நீங்கள் அதிகம் போடுவதால் உரம் கொஞ்சம் போட்டால் போதும். மேலுரம் எதுவும் போடக்கூடாது. பொட்டாஷ் தான் சிறந்தது."

பின்பு, ஒவ்வொரு கட்டத்திலும் என்ன செய்யவேண்டுமோ விளக்கமாகச் சொல்லிக்கொண்டே போனார். எல்லாமே

விவசாயிகளுக்குப் புரிந்தது. உரத்தோட பெயர், மருந்தோட பெயர் மட்டும் மனசில் பதியவில்லை. யாரையும் எழுதி வைக்கச் சொல்லக் கூட முடியவில்லை.

ஆபீசர் அடிக்கடி கடிகாரத்தைப் பார்த்துக்கொண்டே இருந்தார். அவர் கடிகாரத்தைப் பார்க்கப் பார்க்க எங்கே ஆபீசர் போய்விடப் போகிறாரோ அதற்குள் தங்களுக்குள்ள சந்தேகங்களையெல்லாம் கேட்டாக வேண்டும் என்று கேட்டார்கள்.

"ஏந்தென்னமரத்துல குருத்துப்பூச்சி உழுந்து நாலுமரம் காஞ்சிப் போச்சிங்க. எஞ்ஞா செய்யணுமின்னு சொஞ்ஞா நெல்லாருக்கும்" என்று பிரசிரெண்டின் அப்பா கேட்டார்.

"அது வந்துங்க, காண்டாமிருகப் பூச்சின்னு ஒண்ணு இருக்கு. அது பண்ற வேலதான் இதுல்லாம். மரமேறிகிட்ட சொன்னா கம்பியாலக்குத்தி எடுத்துடுவாங்க. பூச்சிய எடுத்துட்டு பியூரெடான் போட்டீங்கன்னா மீதி இருந்தாலும் செத்துப் போயிடும். இதுக்கு மேல எனக்கு சொல்லத் தெரியல இதோட கமர்ஷியல் நேம் பியூரெடான்தான்." விவசாயிகளுக்கு இவர் சொன்னது புரியவில்லை. மருந்தின் பெயரை மனசில் நிறுத்திக்கொள்ள முடியவில்லை. கைக்கு எட்டியது வாய்க்கு எட்டவில்லையே என்று நினைத்தார்கள்.

இதனைப் புரிந்துகொண்ட ஆபீசர் "உங்களுக்கு நெறைய மரம் இருந்தா வேப்பம்புண்ணாக்க தண்ணியில கரச்சி ஒரு சட்டியில போட்டு வச்சிங்கன்னா இந்த காண்டாமிருக வண்டு வாசனைக்கு வந்து இதுல விழுந்துவிடும். நீங்க அடிச்சிக் கொன்னுடலாம்."

ஆபீசர் சொல்லி முடித்ததும், இந்த வைத்தியம் மட்டும் நமக்கு இவ்வளவு நாள் தெரியமால் போய்விட்டதே என்று பெருமூச்சு விட்டு இன்னும் ஆர்வத்துடன் கேட்டுக்கொண்டிருந்தார்கள்.

கொஞ்ச நேரத்துக்கு முன்தான் வேடிக்கை பார்க்க வந்த ஒருவருக்கு ஏதாவது கேட்டாக வேண்டும் என்று தோன்றியிருக்கிறது. "எள்ளுக்கு என்னங்க செய்யணும்?" என்று கேட்டார். நேரமானாலும் பரவாயில்லை இதச் சொல்லிவிட்டுப் போகலாமென்று ஆபீசர் நினைத்தார்.

"எள்ளை விதைப்பற்குமுன் செராடிக்ஸில் நனைத்து விதைச்சீங் கன்னா வேர் சீக்கிரம் பிடிச்சிக் கீழே இறங்கும். இதோட விலை ரொம்ப கம்மிதான். பாக்கெட் ஒண்ணரை ரூபாய்தான்" என்று சொன்னதும் கூட்டத்தில் இருந்தவர்களுக்கெல்லாம் இவ்வளவு விஷயம் இருக்கும்போது இன்னும் என்னென்னத்தையோ பண்ணிக் கொண்டு கிடக்கிறோமே என்று அவர்கள் மேலேயே எரிச்சலாய் வந்தது.

கடிகாரத்தைப் பார்க்கிறபோது எட்டுமணியை நெருங்கியிருந்தது. அன்போடு சொன்னார், "நாங்க மற்ற ஊர்களுக்கெல்லாம் போக வேண்டும். எங்களுக்கும் வசதி, கட்டுப்பாடு இருக்கு. மாசத்துக்கு நூறு லிட்டர் டீசல் குடுக்கறாங்க. அதுக்குள்ளாலத்தான் தென்னாற் காடு மாவட்டம் முழுசுக்கும் போயாகணும். நீங்கல்லாம் விருத்தா சலத்துக்கு வந்தீங்கன்னா நேரடியாகவே செஞ்சி காட்டிடுவோம். வர்றதுதான் வர்றீங்க, ஒரு நாப்பது பேருக்குக் குறையாம வந்தா எங்களுக்கும் ஒரே தடவையில் சொல்லிக்காட்ட வசதியாய் இருக்கும். வந்தீங்கன்னா ஒரு நாளோ ரெண்டு நாளோ, அவசியம்னா ஒரு வாரங்கூட அங்கே தங்கிக்கலாம். வசதிகள் எல்லாமே இப்ப இல்ல, இன்னும் ரெண்டு வருஷத்துல செஞ்சி குடுக்கறதா சொல்றாங்க."

இன்னொரு ஆபீசரும் அவருடன் சேர்ந்து சந்தேகத்தை தீர்த்து வைத்தார்.

எல்லாரும் ஜீப் பக்கம் எழுந்து போனார்கள். சிறுவர்கள் தூங்கிக் கிடந்தவர்களை எழுப்பிவிட்டுச் சோம்பல் முறித்தார்கள். ஆபீசர் வழியில் போகும்போது சொல்லிக்கொண்டே வந்தார்கள். "இங்ககூட ராமமூர்த்திங்கற படித்த விவசாயி கன்று ஒட்டு விதைக்கன்றுகளை எப்படித் தயார் செய்வதென்று கேட்டார். அவருகிட்ட சொல்லியிருக் கேன். விஷயம் ஒண்ணுமில்ல. கொட்டையை ஒரு பையில் போட்டு முளைச்சி வந்ததும் அந்த குருத்த வெட்டிட்டு மரத்திலிருந்து ஒரு குருத்தை வெட்டி வந்து இதோட வச்சி ஒட்டிடுங்க. ஒட்டறதுக்கு ஒரு மருந்து இருக்கு. ஆபீசுக்கு வந்தா காட்டறோம்."

ஆபீசர் சொல்லிக்கொண்டு வந்த முறையையெல்லாம் கேட்டுக் கொண்டுவந்த ஒருவர் சொன்னார், "நீங்க சொல்றதெல்லாம் சாவுங் காலத்து வரிக்கும் நாங்க செய்ஞ்சி கண்ணால பாக்க முடியாது போலிருக்கு" என்று அங்கலாய்த்துக் கொண்டார். ஆபீசர் ஜீப்பில் ஏறி உட்கார்ந்து விட்டாலும் கேட்பவர்கள் கேட்டுக் கொண்டே தான் இருந்தார்கள்.

போகும்போது சொன்னார்: "நீங்க சொல்றத்தான் நானும் மேலிடத்தில் சொல்றேன். அரசாங்கந்தான் கன்றுகளைத் தயார் பண்ணிக் கொடுக்கணும். தயார்படுத்திக் கொடுத்தாங்கன்னா மகசூல் பண்ணிப் பார்க்கலாம். எதையெதையோ செய்யறவங்க இதமட்டும் ஏனோ தெரியில, செய்ய மாட்டறாங்க. அப்ப நாங்க போய்ட்டு வரங்க. நீங்க ஒரு நாளைக்கி வந்தீங்கன்னா நேரிலே செய்து காமிச் சிடறேன். வரட்டுங்களா" என்று கும்பிட்டார். விட்டது போதும் என்கிற வேகத்தில் டிரைவர் ஓட்டினார். ஜீப் போய் மறைந்தது.

கடைசி வரை பிரசிரெண்டு வரவேயில்லை. அவர் இந்நேரம் தையல் மெஷினை சேர்மன் மகளுக்குக் கொடுக்கப் போயிருப்பார் என்பது யாருக்குமே தெரியாது.

கிழவி ஒருத்தி பக்கத்திலிருந்த கிழவரிடம் சொன்னாள். "ஹுஹீம் இதுல்லாம் நடக்கற வேலையா. நாமப் பண்ணாத மாசூலா பண்ணிடப் போறாங்க. என்னக்கி இவனுவோ அங்கப்போயி அவன் சொல்லி... மேங்கொண்டு நடக்க வேண்டியத பார்ப்போம்."

கிழவரும் அதனை ஆமோதித்தார்.

மறுபதிப்பு

R. பன்னீர்செல்வம், 27-சிங்காரவேலு நாயக்கர் தெரு, தேனாம்பேட்டை, சென்னை-18.

காலம் நகர்த்திக் கொண்டிருந்த என் முகவரியைக் கூடத் தேடி எங்கிருந்தாவது வருஷத்துக்கு இரண்டு கடிதங்களாவது வரும்.

கோடிக்கணக்கான மனிதர்களில் அவனை அடையாளம் காட்டிக் கொள்ள குறியீடாக அவனுக்கு இடப்படுகிற பெயர், தொடர்பு வைத்துக்கொண்டு நேரத்தை வீணாக்கவும், சுரண்டித் தின்னவும் தேடி வருவதற்கு வசதியாக முகவரி.

அப்படிப்பட்ட கடிதங்கள் எதுவும் இதுவரைக்கும் எனக்கு வந்த தில்லை. வருகின்ற கடிதங்களில் இது எதுவாக இருக்கும். பிறந்த நாள்கூட இன்னும் நாலு மாசத்துக்கப்புறம்தான்.

நான் பிறந்துவிட்டேன் என்பதற்காகத்தான் வாழ்கிறேனா? இப்படி வருகிற சந்தேகத்தை வருஷத்துக்குக்கொன்றாக இதுவரைக்கும் எட்டுக் கடிதங்களை அனுப்பியிருக்கும் குணசுந்தரியின் வாழ்த்துகள் தீர்த்து வைக்கும். நினைவு தெரிந்த நாளிலிருந்து அவளுக்காகத்தான் வாழ்கிறேன் என்று தோன்றியது. என்னைப் பிரிந்து பதினொரு வருஷங்கள் ஆனாலும் இன்னமும் நான் அவளுக்காகவே வாழ்வதாக ஒரு திருப்தி.

'எனக்குக் குடும்பக் கட்டுப்பாடு அது இது எல்லாம் பிடிக்காது. போதும் என்கிற வரைக்கும் குழந்தைகள் பெற்றுக் கொண்டேயிருக்க வேண்டும்.' இப்படி குணசுந்தரி என்னை அடிக்கடி நச்சரித்துக் கொண்டே இருப்பாள். அதே மனநிலையில் அவள் இருந்திருந்தால்

இந்த நேரம் அஞ்சு குழந்தைகளுக்காவது தாயாகியிருப்பாள். வந்த எட்டுக் கடிதங்களில் ஒன்றில்கூட அவள் முகவரியை எழுதியதே யில்லை. அவள் வாழ்க்கையில் இனிமேலும் என் குறுக்கீடு தேவை யில்லை என்பதால் இப்படி செய்திருப்பாள். எனக்கும் தெரிந்து கொள்கிற ஆர்வம் இல்லை.

மற்றபடி வேலைவாய்ப்பு அலுவலகத்திலிருந்து ஒரு கவர் வரும். இது அப்படிப்பட்டது அல்ல. பின்னால் முகவரிகூட இல்லை. பிரிக்க கஷ்டமாக இருந்தது.

"எங்களை வாழவைத்த தெய்வம் பன்னீர் அண்ணாவுக்கு உங்களை என்றும் மறவாத தங்கை கல்யாணி எழுதிக் கொண்டது. உங்களுக்கு ஒரு சந்தோஷமான செய்தி. எங்களுக்குப் போன புதன்கிழமை ஏழாந்தேதி மகன் பிறந்திருக்கிறான். அவர் ஊரில் இல்லை. வார ணாசிக்கு கட்டிட வேலையாகப் போயிருக்கிறார். தந்தி கொடுத்திருக் கிறேன். பையன் பிறந்தால் உங்கள் பெயரைத்தான் வைப்பதாக இருந்தோம். உங்கள் பெயரையே அவனுக்கு வைத்துவிட்டேன். இவனைப் பார்க்கவாவது நீங்கள் ஒரு தடவை இங்கு வர வேண்டும்."

உங்கள் உயிர்த் தங்கை
கல்யாணி

என் பெயருக்கும் உலகத்தில் மரியாதை இருக்கிறதா? என் பெயரை வைக்கிற அளவுக்கு அப்படி என்னதான் செய்துவிட்டேன். கண்ணில் தெரியாத குணசுந்தரிக்காக வாழாவிட்டாலும், என்னை மதிக்கும் இவர்களுக்காவது வாழவேண்டும். நான் எங்கே அவர்களைப் போய்ப் பார்க்கமுடியும்.

குணாவையும், உன்னையும் பார்க்க வேண்டும். உங்களோடவே இருக்க வேண்டுமென்றுதான் ஆசை. இந்த ஆசைகளெல்லாம் இன்னும் எத்தனை நாளைக்குத்தான் என்னுடன் இருக்கப் போகிறது. டாக்டர் சொன்னபடி பார்த்தால் இன்னும் பதினாறு நாளுக்குள் எல்லாம் முடிந்துவிடும். நாட்களை எண்ணி எண்ணிச் சோர்ந்து விட்டேன். இந்த முப்பத்தோரு வருஷத்துடன் பதினாறு நாளும் சேரப்போகிறது. என்னுடைய சாவை நான் எண்ணிக் கொள்ளத்தான் இந்தத் தேதிகளும் கிழமைகளுமா! காலத்தை ஓட்டுவதற்கு நாமாகக் குறித்துக் கொண்ட குறியீடுகள் தானே இவைகளெல்லாம்.

உன்னைக் கூடப் பிரியப்போகிறேன். என்னைத் தொட்டுப் படம் பிடிக்க மாட்டாயா என்று கேட்கிறாயா? உன்னை என் கழுத்தில் மாட்டிக்கொண்டு படம் பிடிக்க ஆசைதான். பிடித்து என்ன செய்வது. உன்னைப் பற்றி எனக்கு மட்டும்தானே தெரியும்.

இருக்கிற பந்தங்களெல்லாம் இந்தக் கேமிராவால் வந்தவை தானே. உன்னைச் சுத்தப்படுத்தி எத்தனை நாட்கள் ஆயிற்று. உன்னைப் பயன்படுத்துகிற அளவுக்கு என் கண்ணில் ஒளியுமில்லை கையில் திராணியும் இல்லை.

இரண்டரை வருஷத்துக்கு முன் எப்போதையும் போல் தொழில் செய்ய அழைப்பு வந்தது. இந்த உலகத்தில் எனக்கு வாழத் தகுதி யில்லை; வாழத் தெரியவில்லை என்று சொல்பவர்களே தான், அவர்கள் வீட்டு விசேஷங்கள் வரும்போது தவறாமல் வந்து படம் பிடிக்கச் சொல்வார்கள். இந்த நிலையில் நான் வாழத் தகுதியுள்ள வனாய் இருந்தேன். ஆரம்பத்திலேயே என் விருப்பத்துக்குப் படம் பிடிக்கத்தான் இந்தக் கேமிராவை வாங்கினேன். போகப் போக தொழிலாக மாற்றிவிட்டார்கள்.

நண்பர் செல்வமணி அவருடைய கல்யாணத்துக்கு நான்தான் போட்டோ எடுக்க வேண்டுமென்று உறுதியாய்ச் சொல்லிவிட்டார். தெருவில் எப்போதாவது பார்க்கிற போதுதான் பார்த்துச் சிரிப்பார். அடிக்கடி ஏதாவது வீட்டு விசேஷங்களில் பார்த்துப் பேசிக்கொள் வோம். இரண்டு மாசத்துக்கு முன்தான் தன் அண்ணன் பிள்ளைகள் காதுகுத்துக்குப் போட்டோ எடுக்கச் சொல்லியிருந்தார். என்னத் தையோ எடுத்துக் கொடுத்தேன். இப்போது நான் இருந்தால்தான் கல்யாணமே நடக்கும் என்கிற முடிவுக்கு வந்துவிட்டார்.

செல்வமணியின் கல்யாணம் மூன்று நாளைய விசேஷம். பணம் நிறையக் கையில் இருந்ததால் சம்பிரதாயங்களும் கூடிக்கொண்டே போனது. நாலு பைசாவாவது லாபம் இருந்தால்தான் மனிதர்களிடம் பேசுவார். நூத்திஅம்பது பவுன் நகைபோட்டு ஸ்கூட்டரும் வாங்கிக் கொடுத்து, கல்யாணச் செலவுக்காக இருவத்திஐந்தாயிரம் ரூபாய் ரொக்கமும் கொடுத்துப் பெண்ணையும் கொடுத்தார்கள். தன் பெண்ணுக்குக் கொடுத்திருக்கும் வரதட்சணைத் தொகையை எல்லோரும் பெருமையாய்ப் பேச வேண்டும் என்பதிலேயே பெ ண்ணின் அப்பா குறியாய் இருந்தார். இரண்டு வீட்டுக்காரர்களுடைய பூர்வீகமும் ஒரே ஊர் என்பதால் தங்கள் கிராமத்துக்குப் பக்கத்திலிருந்த டவுன் பொள்ளாச்சிலேயே திருமணத்தை ஏற்பாடு செய்திருக்கிறார்கள்.

அறுவத்தைந்து பேர் இரண்டாம் வகுப்புப் பெட்டியிலும், பெண் ணும் மாப்பிள்ளையும் தனித்தனியாகக் குளிர்வசதிப் பெட்டியிலும், பொள்ளாச்சிக்குப் பயணமாகிறோம். வந்திருந்த அத்தனை பேரும் தொழில் நடத்தும் செல்வந்தர்கள். வேலை வெட்டியெல்லாம் விட்டுவிட்டு வந்தார்கள். அறுவத்தைந்து பேருக்கும் தனிப் பெட்டி ஒதுக்கியிருந்ததால் எல்லோரும் உல்லாசமாகக் கொண்டு வந்திருந்த

சாப்பாட்டையெல்லாம் பங்கு போட்டுத் தின்றார்கள். அவரவர்கள் தங்களுக்கு முன்னயே திருமணம் ஆகியிருந்தாலும் இன்னமும் மாப்பிள்ளை பெண்ணாகவே நினைத்துக் கொண்டார்கள். வீட்டில் கிளம்பும்போதே எந்த நகை, எந்தப் புடவை, எந்த ஜாக்கெட்டுக்கு எடுப்பாக இருக்கும் என்பதையெல்லாம் கணக்கிட்டு உடுத்தியிருந்தார்கள். மூன்று நாள் விசேஷத்துக்கும் அட்டவணைப்படி இன்னின்ன உடுப்புகள் என்பது முடிவாகிக் குழப்பமில்லாமல் கணக்கு சகிதமாக வந்தார்கள்.

கோயம்புத்தூரில் இறங்கி எல்லோருக்குமே 'பிளஷர் கார்' ஏற்பாடு செய்து பொள்ளாச்சி போய்ச் சேர்ந்தோம்.

கல்யாண மண்டபம் பிரமிப்பாக இருந்தது. வாடகை மட்டும் நாளொண்ணுக்கு ஏழாயிரம் ரூபாய்.

அன்றைய ராத்திரிக்கே மாப்பிள்ளை அழைப்பு. பத்தாயிரம் ரூபாய் செலவு செய்து ஏற்பாடாகியிருந்த பூப்பல்லக்கில் மாப்பிள்ளை அமர்ந்திருந்தார். இரண்டு ஜெனரேட்டர்கள் வெளிச்சம் கொடுத்துக் கொண்டு கூடவே வந்தன. மூன்று யானைகள் முழக்கமிட்டு வாழ்த்தி வரவேற்க, மாநில மன்னர்போல புடைசூழ்ந்து மாப்பிள்ளையின் ஊர்வலம் புறப்பட்டது. வழக்கமாக வருகிற பாதையில் வராமல் வேறு பாதையில் ஊர்வலம் வந்தது. பெருத்த செலவு செய்ததை அறிவிக்க மாற்று வழியில் ஊர்வலத்தைத் தொடங்கி டவுன் வழியாக வரச் சொல்லி நேரத்தை நீட்டியிருந்தார்கள். மாப்பிள்ளை தன் உருவம் சரியாய் விழவேண்டும் என்பதில் குறியாய் இருந்தார். குறிப்பிட்ட கோணத்திற்குள்தான் உடம்பு அசைந்தது. வாணவேடிக்கைகள் பெரிய பெரிய கோயில் திருவிழாக்களையெல்லாம் மிஞ்சி இருந்தது. கேமிராவிலிருந்து பிளாஷ் ஒளி வருகிற போதெல்லாம் ஊர்வலத்தில் நடந்து கொண்டிருந்தவர்கள் எல்லாரும் தங்களைத் தான் குறிபார்த்து எடுத்துவிடப் போவதாக நினைத்து நடையை மட்டுப்படுத்தி மெதுவாக நடந்தார்கள். ஒளி முகத்தில் விழுந்த போதெல்லாம் தன்னை மட்டுமே எடுத்ததாக நினைத்துக் கொண்டவர்கள் உண்டு. இதனாலேயே ஊர்வலம் மண்டபத்தை வந்து சேர அதிக நேரம் பிடித்தது.

பொழுது விடிந்து முகூர்த்தநேரம் நெருங்கியதும் புதிதாக வாங்கிய, இதுவரைக்கும் எந்த விசேஷத்திலும் காண்பிக்காத பட்டுப் புடவைகளையும், நகைகளையும் அணிந்துகொண்டு பெண்கள் கண்காட்சி நடத்தினார்கள்.

ஒளி ஒவ்வொரு தடவை வருகிறபோதும் அதைத் கணக்கெடுத்துக் கொண்டு ஒரு சிறுவர்–சிறுமியர் கூட்டம் என்னைச் சுற்றிச் சுற்றி வந்தது.

மாப்பிள்ளை செல்வமணி உடைமாற்றக் கிடைத்த கொஞ்ச நேரத்தில் என்னைப் பார்த்துவிட்டு ஓடிவந்தார். 'அவசியமில்லாமல் எல்லாரையும் எடுத்து ஃபிலிமை வீணாக்கக் கூடாது. கூட்டம் கூட்டமாகத் தன்னுடன் நிற்பவர்களையெல்லாம் எப்படிச் சமாதானப் படுத்துவது' என்கிற சூட்சுமத்தையும் எனக்குக் கற்றுக் கொடுத்தார். அப்படி அடம்பிடித்துக் கொண்டு மாப்பிள்ளை பெண்ணுடன் நிற்கிற கூட்டம் தயாரானதும் என் பின்னால் நின்று கொண்டு 'டி' என்று சொல்ல ஒரு பையனை ஏற்பாடு செய்திருக்கிறார். அந்தக்கூட்டம் அப்படிப்பட்ட நேரங்களில் இந்தப் பையனே அவர்களை ஒழுங்குபடுத்தி, "ரெடியா? ரெடியா?" என்று கேட்டுவிட்டு எனக்கு மட்டும் கேட்கும்படி, 'டி' சொல்லுவான். உடனே நான் பிளாஷ் பட்டனை மட்டும் அழுத்துவேன். ஒளி மட்டும் அவர்களைத் தாக்கும். படம் பிடித்தத் திருப்தியில் தலையைச் சரிபார்த்துக்கொண்டு அடுத்தக் கூட்டம் வந்து நிற்கும். 'டி' என்றால் டூப்ளிகேட் என்று பின்பு விவரமாகச் சொன்னார்.

திருமணம் முடிந்ததும் ஐம்பது பேர் இருப்போம். கார்களில் ஏறிப் பொள்ளாச்சியைத் தாண்டி இருபது கிலோ மீட்டர் தூரத்தில் இருக்கும் கிராமத்துக்குப் போனோம். வந்திருந்த எல்லாருமே பஞ்சம் பிழைக்கப் பட்டணம் போனவர்கள்தான். அங்கு போய் கொஞ்சம் காலூன்றியதும் பணம் கறக்கும் தொழிலைக் கற்றுக் கொண்டார்கள். ஆற்றின் ஓரத்தில் சுமார் பத்து லட்ச ரூபாய் செலவில் உருவமில்லாமல் இருந்த குலதெய்வத்துக்கு உருவ மேற்படுத்தி சிலை வைத்துக் கோயில் கட்டி மூன்று ஐயர்களைப் போட்டு வேளை தவறாமல் மற்ற கோவில்களெல்லாம் தோற்றுப்போகும் அளவிற்குப் பூஜை செய்து வந்தார்கள். இரவில் கோயிலில்தான் எல்லாரும் படுக்கை. கிராமத்துக் கோயில்தான் என்றாலும் அனைவருக்கும் படுக்க வசதியாய் இருந்தது. நகையை வைத்துக்கொண்டு எங்கே கொள்ளை போய் விடுமோ என்று தூக்கமில்லாமல் விடிய விடியக் கண்விழித்தவர்கள் அதிகம்.

காரியம் முடிகிறவரைக்கும் என்னைப் பார்க்கிறவர்களுக்கெல்லாம் செயற்கைச் சிரிப்பு பெருக்கெடுத்துக் கொண்டே இருக்கும். "சாப் பிட்டாச்சா, சாப்பிட்டாச்சா" என்று கேட்கிறவர்களுக்கெல்லாம் பதில் சொல்லியே சக்தியெல்லாம் போய்விடும். என் பக்கத்தில் மூன்றுபேர் தாண்டி ஒருவர் தூக்கமில்லாமல் புரண்டு கொண்டிருந்தார். நான் முழித்துக்கொண்டிருக்கிறேன் என்பதை உறுதி செய்து கொண்டு 'ஏனுங்க தூங்கிட்டீங்களா? நம்மள புடிச்சீகளா. நான் மாப்பிள்ளைக்கி தாய் மாமனுங்க, பொண்ணு எனக்கு மவளா வேணும். பட்டு வேஷ்டிக்கும் பட்டு ஜிப்பாவுக்கும் கூலிங்கிளாஸ் எடுப்பாய் இருக்குங்களா 'ஏனுங்க? கூலிங்கிளாஸ் போட்டிருந்தா

போட்டோவுல கண்ணு தெரியாதா' இந்த நடுராத்திரியிலும் இவர் இதை நினைத்து தான் தூக்கம் வராமல் படுத்துப் புரண்டு கொண்டிருக்கிறார். 'உங்களைத் தனியாகவே விடிந்ததும் எடுக்கிறேன்' என்று சொன்னதும் தூங்கிப் போனார்.

வாலிபர் கூட்டம் குளிப்பதற்கு ஆற்றங்கரைக்குப் போனது. என்னையும் கூப்பிட்டுக் கொண்டு போனார்கள். அவர்கள் ஆற்றுக்குப் போனதே குளிப்பதைப் போட்டோ எடுத்து கன்னியர்களை மயக்கத் தான் என்பது பின்புதான் தெரிந்தது.

காலை டிபன் முடிந்து கோயிலுக்கு வெளியே வந்தேன் மரத்தடியில் மூன்று ஆடுகள் கட்டிக் கிடந்தன. பசும்புல்லைத் தேடி வாங்கிப் போட்டிருந்தார்கள். தன் மேல் இவ்வளவு அக்கறைக் காட்டும் இந்த மனிதர்களைப் பற்றி ஆடுகளுக்குத் தெரியவில்லை. போட்டி போட்டுக்கொண்டு புல்லைத் தின்றன.

பதினொரு மணி இருக்கும். ஆடுகளுக்கு மாலை போட்டு இழுத்து வந்தார்கள். இதற்கென்று அமைக்கப்பட்ட கொலைக்களத்தில் கொண்டு வந்து நிறுத்தினார்கள். சுமார் இருபது சூலம் இருக்கும். வட்டமாக குத்தியிருந்தன. கழுவி பொட்டு வைத்து மாலையெல்லாம் போட்டு ஜோடித்திருந்தார்கள்.

இடுப்பில் வேட்டிக்குமேல் துண்டை இறக்கிக் கட்டி மார்பு, கை, தோளிலெல்லாம் பூஜைபோட்டுத் தயாராக மூன்று பேர் நின்றனர். பெண்களுக்கு அனுமதி தரப்படவில்லை.

ஒரு ஆட்டை இழுத்துவந்து நடுவில் நிறுத்தியதும் பூசாரி ஆட்டின் மேல் விபூதி ஒரு கை அள்ளித் தெளித்தார். என்னமோ முனகினார். எல்லாரும் ஆட்டையே முறைத்துப் பார்த்தார்கள். அதனிடம் எந்த மாற்றமும் தெரியவில்லை. ஆனால் எல்லாரையும் ஒரு சுற்றுச்சுற்றி முறைத்துப் பார்த்தது. 'ஏன் இங்கு கொண்டு வந்திருக்கிறீர்கள்.' என்கிற காரணம் புரியாமல் இன்னும் அசை போட்டுக் கொண்டிருந்தது.

இப்போது எல்லார் முகத்திலும் கவலை. காளியம்மன் உத்தரவு கொடுக்கவில்லையே என்கிற கவலை.

பூசாரி என்னென்னவோ புலம்பினார். எதற்கும் அது அசைந்து கொடுப்பதாக இல்லை. கண்களை இறுக்கமாக மூடி மேலே வானத்தைப் பார்த்துக் கண்களைத் திறந்தார்.

கருடன் ஒன்று வட்டமடித்துக் கொண்டிருந்தது. பூசாரி குதூகலித்துப்போனார். அவருடைய சர்வீஸில் இப்படியொரு பலனுள்ள பூஜை இதுவரைக்கும் அவர் செய்யவில்லையாம்.

பொதுவாக காளியம்மன் மட்டும்தான் உத்தரவு கொடுக்குமாம். இப்போது ஏழுமலையானும் சேர்ந்தே உத்தரவு கொடுத்துவிட்டார்.

இன்னும் மூவேழு இருவத்தியோரு சுத்து சுத்தின பிறகுதான் ஆடு தலையை ஆட்டும் என்று பூசாரி சொன்னதுதான், சீக்கிரம் வேலை முடிந்து கறி சாப்பிடவேணுமே என்ற பதைப்பில் இருந்த எல்லாருக்கும் இது தத்துவமாகவே பட்டது.

பருந்து சரியான நேரத்துக்குத்தான் வந்திருக்கிறது. எவ்வளவு பசி இருந்தால் இவ்வளவு சுற்று சுற்றும் என்று யோசித்தேன். சுற்றி என்ன செய்வது, ஒரு துண்டுகூட அதன் கண்ணில் காட்டமாட்டார்களே என்று வருத்தப்பட்டேன்.

இதையெல்லாம் பார்த்துக் கொண்டிருந்த மாப்பிள்ளையின் அப்பா உள்ளே நுழைந்தார். கருடனை நம்பியெல்லாம் பலனில்லை என்பது புரிந்துவிட்டது.

அப்படியே கீழே விழுந்து ஆட்டின் காலைப் பிடித்து "அம்மா தாயி, ஒனக்கு என்னம்மா கொற வச்சோம்? ஏதாச்சும் இருந்தா சொல்லு தாயி. இப்பவே செய்ஞ்சி முடிச்சிப்புடறோம். ஒண்ணும் சொல்லமாட்டியா அம்மா!" என்றதுதான் தாமதம், பூசாரி ஓடிப்போய் பக்கத்தில் வைத்திருந்த குடத்தில் ஒரு சொம்புத் தண்ணீரைக் கொண்டு வந்து ஆட்டின் தலையில் தண்ணீரை வாரி அடித்தார். 'ஒன்னோட கொற என்னன்னு தெரிஞ்சி போச்சி. இப்பவாது உத்தரவு கொடு தாயி" என்றதுமே ஆடு தலையைச் சிலுப்பி உடம்பை ஒரு குலுக்கு குலுக்கியது.

பின்னங்கால்களை இரண்டுபேர் இழுத்துப் பிடிக்க, ரொம்ப நேரமாய்க் குறி பார்த்து வைத்துக் கொண்டிருந்த கொடுவாள் கத்தியால் ஒருவன் கழுத்தில் ஒரு போடு போட்டான்.

தலை வேறு முண்டம் வேறாக ஓடி விழுந்து பக்கத்தில் நின்றிருந்தவர்கள் சட்டையிலெல்லாம் இரத்தத்தைப் பீச்சியடித்து இரத்தித்திலேயே உடலைப் பீய்ச்சிக் கொண்டது.

இவற்றையெல்லாம் கூர்ந்து கவனித்துக்கொண்டிருந்த ஒரு நாலு வயசுக் குழந்தை இந்தச் செயலைப் பார்த்து 'ஐயோ பாவம்' என்றது. குழந்தையின் அப்பா அதன் வாயை மூடிவிட்டார்.

கிடா வெட்டுவதற்கு முன்னே என்னை அந்த இடத்தில் பார்த்ததும் போட்டோவெல்லாம் எடுக்கக் கூடாது என்று கறாராகச் சொல்லி விட்டார்கள். ஆர்வத்தின் காரணமாக நாலைந்து போட்டோக்களை யாருக்கும் தெரியாமல் எடுத்துவிட்டேன். காமிரா, கண் பக்கத்தில் போனால்தான் போட்டோ எடுக்கிறான் என்று சொல்வார்கள்

என்பதால் கண்ணில் வைத்துப் பார்க்காமலேயே வேலையை சரி செய்துவிட்டேன்.

மற்ற இரண்டு ஆடுகளிடம் உத்தரவு வாங்க ரொம்ப நேரம் பிடிக்கவில்லை. தண்ணீர் தெளித்தவுடனேயே உத்தரவு கிடைத்து விட்டது.

கொஞ்ச நேரத்துக்கெல்லாம் கிடாக்கறி இலையில் தயாராக இருந்தது. ஈரல், குடல், மூளை என்று தனித் தனியாக அதன் உறுப்புகளையெல்லாம் பரிமாறினார்கள்.

சாமியின் பெயரைச் சொல்லி இப்படிக் கொலை செய்து கறி தின்னும் இந்தக் கொலைக் கூட்டத்தோடு சாப்பிடவே பிடிக்கவில்லை.

இரண்டு மணி நேரத்துக்கு முன் கண் எதிரில் புல்தின்ற ஆடு இப்போது தன் கையிலே கறியாக இருப்பதை நினைத்து, சாப்பிடாமல் கூட்டத்தோடு கூட்டமாகக் கை கழுவி விட்டேன்.

மரத்து நிழலிலும், கோயில் கூடாரத்திலும் பல் குத்திக்கொண்டு படுத்திருந்தவர்களுக்கு இப்பவும் ஒரு குறை இருக்கத்தான் செய்தது. ஒருவர் சொன்னார்: "ரெண்டு கடா கறி பரவாயில்லை. அந்த ஒண்ணு எவண்டா வாங்கியாந்தான்?"

இன்னொருத்தர் சொன்னார்: "வாங்கியாந்ததப்பத்தி தப்பு சொல்லாதப்பா. வெட்டனதுதான் வெட்னம், இன்னும் ரெண்டு மாசத்துக்கு முன்னயே வெட்டியிருந்தா பதமா இருந்திருக்கும்.

மனிதனின் போக்கு விசித்திரமானதுதான்.

கோயிலின் முன்புற வாசலில் படுத்திருந்ததால் காற்றின் தாரா ளத்துக்குக் குறைவில்லாமல் தூங்கிப் போனேன்.

முக்கால் தூக்கத்திலிருந்த எனக்கு எங்கேயோ தொலைவில் மனித ஆரவாரம், ஒரு சலசலப்பு கேட்பது மாதிரி இருந்தது. புரண்டு படுத்தபோது இன்னும் அதிகமாயிற்று. தலைதூக்கிப் பார்த்தேன்.

ஆடு கட்டியிருந்த இடத்தில் ஒரு பெண்ணுடன் மூன்று ஆட்கள் தெரிந்தனர். தூரத்தில் ஒருவன் ஏதோ சொல்லிக் கொண்டு துள்ளித் துள்ளிக் குதிக்கிறான். அவனை இரண்டு பேர் இழுத்துக்கொண்டு போகிறார்கள். எழுந்தேன்.

கேமிராவை எடுத்துக்கொண்டால் தேவலை என்று மனசுக்குத் தோன்றியது. எடுத்துக்கொண்டேன்.

அவர்களை நோக்கிப் போய்க் கொண்டிருக்கும்போதே அந்த மூணு பேரில் ஒருவன் மஞ்சள்கயிற்றை எடுத்து இன்னொருத்தனிடம்

கொடுத்தான். வாங்கியவன் கயிற்றைப் பெண்ணின் கழுத்தில் கட்டிவிட்டான்.

மரத்தின் கீழே படுத்துக் கிடந்தவர்களில் கொஞ்சம் பேர் உட்கார்ந்திருந்தார்கள். கொஞ்சம் பேர் பாதித் தூக்கத்திலும் இவற்றையெல்லாம் கவனித்துக்கொண்டுதான் இருந்தார்கள்.

தூரத்தில் நின்று பார்த்தேன். கல்யாணம் என்று புரிந்துவிட்டது. முன்னே போய் நின்றேன். என்னையே பார்த்தார்கள். இந்தக் கல்யாணம் இரண்டு பேர் நிச்சயித்து அவர்கள் முன்னிலையில் நடக்கிற கல்யாணம்.

பழைய சட்டை பேண்டுடன் மாப்பிள்ளை நின்றிருந்தான். இருபத்தி ரெண்டு இருபத்தி மூன்று வயசுக்குள்தானிருக்கும்.

பெண்ணுக்கு அவனுக்கேற்ற வயசுதான். பழைய புடவை எப்போது கட்டியதோ, குளித்துக்கூட இரண்டு மூன்று நாட்கள் ஆகியிருக்கலாம். சந்தோஷம் முகத்தில் இருந்தாலும் கலவரம் தெரிந்தது.

மேளமில்லை, நேரம் காலம் பார்க்கவில்லை. வாண வேடிக்கை யில்லை. பூப்பல்லக்கு இல்லை. நூத்திஅம்பது பவுன் வரதட்சணை கேட்கவில்லை. நின்றிருக்கும் இடத்தில் இருக்கும் மூன்று செங்கல் சாமிக்கும் பெயர் வைக்கவில்லை. என்ன பெயரை வைத்துக் கொண்டாலும் சரிதான். செங்கல்லுக்கு கிடாவெட்டுக்குச் சிறப்புக் குளியலெல்லாம் நடந்து பூசையும் போட்டிருந்தார்கள்.

திருட்டுக் கல்யாணம் நடக்கிறது. பின்னால் போலீஸ் அது இது என்று வந்தால் சாட்சி சொல்ல வேண்டியிருக்கும் என்பதால் தூங்காதவர்கள்கூடத் தூங்கியது போல நடித்தார்கள். முழித்திருந்த வர்களுக்கு உதவும் மனசில்லாமல் படுக்கவும் மனசில்லாமல் என்ன செய்வதென்று புரியவில்லை.

எதற்கெடுத்தாலும் வேடிக்கை பார்க்கும் குழந்தைகள் கூட்டம் அவர்களைச் சுற்றி நின்றிருந்தது. இது கல்யாணம்தானா என்பதில் அவர்களுக்குச் சந்தேகம். கூட்டாஞ்சோறு கல்யாணமாக இருந்தாலும் சோறும் பாத்திரமும் இருக்கும். இது எதிலும் சேர்த்தியில்லாமல் ரெண்டுங்கெட்டான் கல்யாணமாக இருந்ததில் வியப்பு.

போட்டோ பிடிக்க ஆயத்தமானேன். வேடிக்கை பார்ப்பதற்கே குற்றம் சொல்லும் இவர்கள் போட்டோ எடுத்தால் என்ன சொல்வார்கள் என்பதால் கொஞ்சம் நிதானித்துச் செயல்படலாம். என்று நினைத்து மீண்டும் என்னைத் தயார்ப்படுத்திக் கொண்டபொழுது தூரத்தில் மாப்பிள்ளை செல்வமணியின் அம்மா கோயிலிலிருந்து ஓட்டமும் நடையுமாக வந்து கொண்டிருந்தாள்.

மாப்பிள்ளையும் பெண்ணும் சாமிக்கு விழுந்து கும்பிட்டார்கள். அம்மா வந்து நான்கு பேரையும் மாறி மாறிப் பார்த்தாள்.

கல்லிலிருந்த சாமி குங்குமத்திலிருந்து கொஞ்சம் எடுத்து இருவருக்கும் திலகமிட்டாள்.

கேமிரா எடுக்கத் துணிந்து கேமராவைச் சரி செய்வதைக் கவனித்த அம்மா 'கொஞ்சம் இரு தம்பி' என்று சொல்லிவிட்டுக் கோயிலுக்கு ஓடினாள்.

அதே நிமிஷத்தில் சாமியின் கழுத்தில் கிடந்த இரண்டு மாலைகளைக் கொண்டுவந்து இருவர் கையிலும் கொடுத்து மாலை மாற்றிக்கொள்ளச் சொன்னாள். அம்மா போட்டோவுக்கு இடையூறாக இருந்ததால் கொஞ்சம் தள்ளச் சொல்லிவிட்டு மாலை மாற்றும்போது போட்டோ எடுத்தேன்.

பெண் கண்ணிலிருந்து பொலபொலவென்று கண்ணீர். தம் அம்மாவை நினைத்து அழுதிருப்பாள். பையனுக்குத் தெம்பு கூடியிருந்தது. அம்மாவின் காலில் விழுந்து கும்பிட்டார்கள். அம்மாவைப் பக்கத்தில் நிற்கச் சொல்லிப் பையன் போட்டோ எடுக்கச் சொன்னான். அம்மாவுக்கு நிறைந்த சந்தோஷம். மகன் கல்யாணத்தில் கூட அவள் முகத்தை இப்படிப் பார்க்கவில்லை. செல்வமணியின் அப்பாவிற்கு எப்படியோ செய்தி கிடைத்திருக்கிறது. "என்ன வேல நீ செய்யிற என்று கத்திக்கொண்டே ஓடிவந்தார்.

ஒரு நிமிஷத்துக்கு முன்தான் இவரை நினைத்தேன். அப்படியே நடந்து விட்டது. ஓடி வந்தபோது இருந்த துணிச்சல் பக்கத்தில் வந்தபோது அவருக்கு இல்லை. என்னை முறைத்துப் பார்த்தார். என்ன நடந்தாலும் பரவாயில்லை என்கிற அளவுக்கு எனக்குத் தைரியம்.

அம்மா இதை எதிர்பார்க்கவேயில்லை. காரியம் முடிந்து விட்டதில் அவளுக்குத் திருப்தி.

பெண் மாப்பிள்ளையைத் திரும்பிக் கூடப் பார்க்காமல் மனைவியைக் கையைப் பிடித்துக் கூட்டிக்கொண்டு அவர் போய்விட்டார்.

படுத்திருந்தவர்களுக்கு ஏதோ ஒன்று நடக்கப் போகிறது என்கிற எதிர்பார்ப்பு. நினைத்தபடி நடக்காததால் அவர்கள் எரிச்சலெல்லாம் என் பக்கம் திரும்பியது.

பையனும் பெண்ணும் அங்கிருந்து கிளம்பத் தயாரானார்கள். நிறுத்தி போட்டோ எடுக்கப் போனேன். எப்போது இது நடக்கும் என்றிருந்த குழந்தைகள் ஓடிவந்து அவர்களும் பக்கத்தில் நின்று கொண்டு போஸ் கொடுக்கத் தயாரானார்கள்.

பிரச்சினையை வளத்த விரும்பாமல் குழந்தைகளைச் சமாதானப் படுத்தி விலகச் செய்து நான்கு பேரையும் ஒரு போட்டோவும், பையனையும், பெண்ணையும் தனியாக ஒரு போட்டோவும் எடுத்தேன்.

என்னவோ நினைத்து வந்தவர்களுக்குத் தங்கள் கல்யாணம் திருப்திகரமாக முடிந்ததில் சந்தோஷம். யாரிடத்தில் தங்கள் சந்தோஷத்தைப் பகிர்ந்துகொள்வது என்று தெரியவில்லை. மேலும் அங்கிருக்க எனக்குப் பிடிக்காமல் 'போய் வருகிறேன்'. எனத் தலையசைத்துவிட்டு ஆற்றங்கரைப் பக்கம் நடந்தேன்.

படுத்திருந்தவர்கள் என்னைப் பற்றி ஏதேதோ பேசினார்கள். மேற்கொண்டு நடக்கப் போவதை நினைத்து ஒன்றும் பேசாமல் போய்விட்டேன்.

அவர்கள் என்னை நோக்கி தான் வந்தார்கள். பையனுக்கு என்ன பேசுவதென்று புரியவில்லை. என் கையைப் பிடித்துக்கொண்டான். அவன் என் நிலைமையைப் புரிந்துகொண்டான். "எங்களால ஒங்களுக்கு எவ்வளவு கஷ்டம்..." அவனை மேலும் பேசாமல் தடுத்தேன்.

இரண்டு பேருமே இதே ஊர்தானாம். சென்னையில்தான் இருவருமே வேலை பார்க்கிறார்கள். பையன் கட்டிட வேலை செய்பவன். பெண் திருவல்லிக்கேணியில் உள்ள, வெளிநாடுகளுக்கு ரெடிமேட் ஆடை செய்து அனுப்பும் கம்பெனி ஒன்றில் தையல் வேலை செய்கிறாளாம். மனசு ஒத்துப்போனதில் இந்த முடிவு. கலப்புத் திருமணம் என்பதால் எதிர்ப்பு அதிகமாம். தற்போது ஒரு கட்டிட வேலை முடித்து தரும் கம்பெனி ஒன்றின் முகவரியைப் பையன் கொடுத்தான். இப்பொழுது எங்கே போகிறீர்கள் என்றேன். என் பாக்கெட்டைத் தொட்டுப் பார்த்தேன். நாப்பது ரூபாய் இருந்தது. கொடுத்தேன். வாங்கிக்கொள்ள மறுத்துவிட்டார்கள். உடன் இருந்தவர்கள் நாங்கள் பார்த்துக் கொள்கிறோம். உங்களுக்கு நன்றி என்று சொல்லிவிட்டுப் போய்விட்டார்கள்.

அவர்கள் கல்யாணத்தைப் போட்டோ எடுத்ததற்காக எனக்கு ஏதாவது தொந்தரவு வந்து விடுமோ என்று பயப்படுவதாக கேள்விப் பட்டவர்களெல்லாம் என்னிடம் சொன்னார்கள்.

சென்னைக்கு வந்ததும் போட்டோக்களைப் பிரிண்ட் செய்து பார்த்தேன். செல்வமணிக்கு எல்லாமே திருப்தியாய் இருந்தது. வீட்டில் எல்லோரும் பாராட்டினார்கள். ஒருவர்கூட அந்தக் காதல் ஜோடி போட்டோ பற்றி எதுவும் கேட்கவில்லை. எல்லாவற்றையும் மறந்திருந்தார்கள்.

முதல் வேலையாக முகவரியைத் தேடி மூன்று போட்டோக்களையும் நெகட்டிவோடு சேர்த்து அனுப்பி வைத்தேன். போட்டோக்கள் போன வேகத்திலேயே போலீஸும் வந்தது. திருப்பித் திருப்பி நான் ஏதோ கடத்தல் பண்ணுகிற மாதிரி கேள்விகள் கேட்டார்கள். பெண்ணையும் பையனையும் பற்றித் தெரிந்த விவரங்களெல்லாம் சொன்னேன். மறுவிசாரணை தேவைப்படும்போது மீண்டும் அழைப்ப தாகச் சொல்லிவிட்டுப் போய்விட்டார்கள். ஒரு மாசம் கழித்துப் பையன் மகேந்திரனும் கல்யாணியுமே கடிதம் போட்டிருந்தார்கள். போபாலிலேயே இருந்துகொண்டு இருவரும் வேலை பார்ப்பதாக எழுதியிருந்தார்கள்.

அடுத்து ஒரு நாள் முழுகாமல் இருப்பதாக கல்யாணி எழுதியிருந் தாள். என் கல்யாணத்திற்கு நிச்சயம் குழந்தையுடன் வருவார்களாம்.

அடுத்த கடிதம் வரும்போது அதைப் படிக்க நான் இருக்க மாட்டேன். இன்னும் நாலு மாதத்தில் குணசுந்தரியிடமிருந்து பிறந்த நாள் வாழ்த்து வரும்.

என்றுமில்லாதபடி இன்று காலைதான் செல்வமணி வீட்டுக்கு வந்தான். ரொம்பவும் மாறி இருந்தான். இதுநாள் வரைக்கும் குழந்தை யில்லாததால் வீட்டில் இரண்டாம் கல்யாணம் செய்யச் சொல்கிறார் களாம். இவ்வளவு நகைகள் போட்டும் இன்னும் அம்பது பவுன் நகை வாங்கி வரச் சொல்கிறார்களாம். இல்லாவிட்டால் மறு கல்யாணம் என்று பயமுறுத்துகிறார்களாம். என் கல்யாணத்தைப் பற்றிக் கேட்டான். பெண் பார்த்துக் கொண்டிருப்பதாகச் சொன்னேன்.

டாக்டர் சொன்ன பிறகு இரத்த அழுத்த நோய்தானே என்று நினைத்தேன். அதன் கொடூரத்தை முதல் முறையாகப் பார்க்கும் போது எனக்கு உயிர் மேல் ஆசை வந்துவிட்டது.

பல் விளக்கும்போது பேஸ்டுடன் சேர்ந்து கருஞ்சிவப்பு நிறத்தில் கட்டி கட்டியாக இரத்தம் கொட்டி வாஷ்பேசினையெல்லாம் கறையாக்கி விட்டது. இனிமேல் என்னுடைய வாழ்க்கை மணிக்கணக்கில்தானே என்பதை நினைக்கும்போது ஒரு மனநிலையில் இருக்க முடியவில்லை.

சரியாக இன்னும் ஒரு வாரம்கூட இல்லை. கேமிராவை எடுத்துச் சரிசெய்தேன். ரொம்ப நாள் உபயோகிக்காமல் அழுக்கு படிந்திருந்தது. என்னுடைய போட்டோ இனி யாருக்குத் தேவைப்படப் போகிறது. இப்படி ஒருவர் வாழ்ந்திருக்கிறான் என்று சொல்லப்போகிறார்களா! கல்யாணி இதை வைத்தாவது திருப்தி படட்டும்.

ஸ்டுடியோ ஒன்றுக்குப் போனேன். கேமிரா என் கழுத்தில் தொங்குகிற மாதிரி ஒரு போட்டோ.

ஸ்டுடியோக்காரன் என்னை ஒரு விதமாய்ப் பார்த்தான். முகவரியுடன் பணத்தையும் கொடுத்துப் போட்டோவை அனுப்பச் சொல்லி விட்டு வந்தேன்.

எனக்கென்று இருக்கிற இந்தச் சிறுவீட்டையும் இந்தக் கேமிராவையும் தவிர எனக்கு வேறு சொத்து இல்லை.

சட்டத்தை நாடிப் போகிற முதல் அனுபவம். சாகப் போகிற கடைசி நிமிஷம் வரைக்கும் நாம் ஏதாவது புதிதாகக் தெரிந்து கொள்ள வேண்டியிருக்கிறது. வாழ்க்கையின் இறுதியில் மிஞ்சுவதெல்லாம் அனுபவத்தைத் தவிர வேறெதுவும் இருக்கிறதா!

வழக்கறிஞருக்கு எனக்கு உடல்நிலை சரியில்லை என்பது புரிந்து விட்டது. முழு விவரத்தையும் கொடுத்து சொத்துக்களை கல்யாணியின் மகனுக்கே எழுதச் சொன்னேன். அவன் பெயரும் பன்னீர்செல்வம்தான். அவன் எம்.பன்னீர்செல்வம். வழக்கறிஞர் விவரத்தைக் கேட்டுத் துடித்துப் போனார்.

'என் இறப்பு யாருக்கும் தெரியக்கூடாது. நான் யாருக்கும் தொந்தரவு கொடுக்க விரும்பவில்லை. இன்னும் நான்கு நாட்களில் என் கதை முடிந்துவிடும்' என்றேன்.

'இப்பொழுதே கல்யாணிக்கு செய்தி அனுப்பி வர வைக்கட்டுமா?' என்றார். வேண்டாம் என்று சொல்லிவிட்டேன். பணம் கொடுத்தேன். பணம் வாங்க மறுத்துவிட்டார். வீட்டுக்குக் கிளம்பினேன். சாப்பிடச் சொன்னார். தட்ட முடியவில்லை. கடைசி தடவை என்பதால் பெயரளவிற்குச் சாப்பிட்டேன்.

எல்லா நிகழ்ச்சிகளுமே இரண்டு மாதமாகக் கடைசி தடவையாகிக் கொண்டிருக்கிறது.

என் மரணம் யாருக்கும் இறப்புக்கு முன் தெரியக்கூடாது என்று வழக்கறிஞரிடம் உறுதி வாங்கியபின்தான் கிளம்பினேன்.

ரோடு வரைக்கும் அவரே வந்து ஆட்டோ பிடித்து வீட்டுக்கு அனுப்பிவைத்தார்.

படுக்கையைச் சுற்றிலும் ரத்தக்கறைகள். என்னையே பார்த்துக் கொண்டிருக்கும் கேமிரா. என் தோளில் கேமிராவுடன் படுக்கையில் கிடக்கின்றேன். அடுத்தமுறை கண்விழிக்கும்போது எங்கிருப்பேன் என்று தெரியவில்லை.

கண்களை மூடினேன். அம்மாவின் வயிற்றில் இருக்கும்போது தெரியுமாமே... அதே மாதிரி எங்கும் ஒரே இருட்டு...

●

தங்கர் பச்சான் | 59

ஜம்பம்

கடிதம் எழுதி அனுப்புவது உங்களுக்கு வேண்டுமானால் சுலபமான காரியமாகத் தோணலாம். எழுதவே சோம்பேறித்தனப்படுகிற வகையறாக்களை இதில் சேர்த்துக்கொள்ள வேண்டாம். மழவராய நல்லூர் மக்கள் ஒரு லெட்டர் எழுதிப் போட என்னென்ன பாடு படுகிறார்கள் என்பது தெரிந்தால் மனமிரங்கி நீங்கள் கூட உதவிக்கு வந்துவிடுவீர்கள். பக்கத்திலுள்ள ஆறு கிராமங்களுக்கும் இங்கிருந்து தான் கடிதத்தைப் பிரித்து எடுத்துக்கொண்டு போகவேண்டும்.

கடித வாசனையே இல்லாதவர்கள் இதைப் பற்றிக் கவலையே இல்லாமலிருந்தார்கள். மழவராயநல்லூரில் எவ்வளவோ மாறுதல் வந்துவிட்டாலும் முப்பத்தியாறு வருஷத்துக்கு முன்னால் ஊருக்குள் நுழைந்த தபால் நிலையம் மட்டும் அதே மாதிரி தான் அதே இடத்தில் இருந்தது. ஊரில் வசதி பெருகப் பெருக சனத்தொகையும் பெருகிக்கொண்டே போனது. பட்டிக்குப்பம் நடுத்தெரு தவிர பழையமழவராயநல்லூர் என்று மலையிறக்கத்தில் இருவத்தி ஐந்து தலைக்கட்டுகளைக் கொண்டு தனியாக ஒரு பிரதேசமும் மழவராயநல்லூருக்குள் அடங்கியிருந்தது.

ஆத்திர அவசரத்துக்கு லெட்டர் எழுதணுமென்று தேவைப் பட்டால் ஒரு வழியாய் நடந்து போஸ்ட் ஆபீஸுக்குப் போய்ச் சேருவார்கள். ஆபீஸ் என்றால் அதிகமாக நினைத்துவிடப் போகிறீர்கள். வீட்டின் முன்புறத்தூணில் போஸ்ட் பாக்ஸ் ஒன்று கம்பியால் கட்டி தொங்கிக் கொண்டிருக்கும். அரை ஆள் உயரத்தில் இருக்கும் திண்ணையில் ஒரு பழங்கால மேசை. இவைகள்தான் ஆபீஸ் உருப்படிகள். போய்ச்

சேர்ந்த நேரத்தில் வீட்டில் போஸ்ட் மாஸ்டர் இருந்துவிட்டால் அது அவர்கள் அதிர்ஷ்டத்தைப் பொறுத்தது. பதிலைச் சொல்லக் கூட ஆள் இருக்காது. தெருவில் வேலைக்காரப் பையன் சாணி வாரிக் குப்பையில் சேர்த்துக் கொண்டிருப்பான். போஸ்ட் மாஸ்டர் எங்கே போயிருப்பார் என்று அவனுக்குத்தான் தெரியும். கேட்டால் ஏதாவது ஒரு கொல்லையில் வேலையாட்களை வைத்து விவசாயம் பண்ணிக் கொண்டிருக்கிறார் என்று சொல்லுவான். போய் விவரம் சொல்லி இழுத்து வந்தால் கல்லாவில் ரெண்டு ரூபாய்க்கு சில்லரை இருக்காது. சில்லரை இருந்தால் கவரோ, கார்டோ, ஸ்டாம்போ இருக்காது. ஒரு ரூபாய்க்கு மேல் ஸ்டாம்ப் தேவைப்பட்டால் வாசப்படி ஏறக்கூடாது. அப்படியே சி. என். பாளையம் மெயின் போஸ்ட் ஆபீசுக்குப் போய் விடவேண்டும் என்பது எல்லோரும் அறிந்த விஷயம். கார்டு கிடைத்துவிட்ட சந்தோஷத்தில் பேனா இருக்கிறதா என்று கேட்டால் பேனாவும் இருக்காது. வீட்டுக்கு வந்து பேனாவைத் தேடி எழுதி ஒரே ஓட்டமாக ஓடிவந்து ஒண்ணரை மணிக்குள் பெட்டியில் போட்டுவிடணும்.

போஸ்ட் மாஸ்டரை முதல் தடவை பார்க்கிற வெளியூர்க்காரராக இருந்தால் நம்புவதற்கு சிரமம்தான். பிறந்தமேனியில் போனாப் போகிறதென்று இடுப்புக்கயிற்றில் பழைய புடவைத் துணியைக் கோவணவடிவில் கட்டியிருப்பார். எப்போதும் அவரைப் பிரியாமல் இடுப்புக்கயிற்றில் ஆடிக் கொண்டிருக்கும் ஏழெட்டுச் சாவிகளில் போஸ்ட் ஆபீஸ் சாவியும் ஒன்று. துணியில்லாத இவர் தொடை, இழைத்து இழைத்துக் கறுப்பு நிற நாற்காலி பளபளப்பு ஏறி ரெண்டு தொடையை வைத்துக் கொள்கிற அளவுக்குக் குழி விழுந்து அச்சு மாதிரி தெரியும்.

இப்போது இருக்கிற போஸ்ட்மேன் இந்த ஊருக்கு மூணாவது போஸ்ட்மேனாக வந்திருக்கிறார். மெயின் போஸ்டாபீஸ் சி.என். பாளையத்திலிருந்து சீல் வைத்த சாக்குப்பையைக் கொண்டு வருவார். லெட்டரை எல்லாருக்கும் கொடுத்துவிட்டு ஒண்ணரை மணிக்கெல் லாம் மூட்டையைக் கட்டிக்கொண்டு மத்தியான சாப்பாட்டுக்கு வீட்டுக்கு சி.என். பாளையமே திரும்பிவிடுவார். பிறகு அடுத்த நாள் காலையில்தான் ஆளைப் பார்க்கலாம்.

இவராவது பரவாயில்லை. லெட்டரை எழுதி வீட்டிலிருந்தபடியே கொடுத்தால்கூட வாங்கிக் கொள்வார். இதற்கு முன் இருந்த ஆள் லெட்டரை வாசலில் இருந்தபடியே வீசியெறிந்து விட்டுப் போய்விடுவார். ரொம்ப நாளாக இவர் இப்படியே இருந்தபடி சைக்கிளில் இருந்த பெல்லை அடித்துக் காலூன்றிக் கடிதத்தைக் கொடுத்ததைக் கவனித்துக் கொண்டிருந்த ஒருவர் ஒரு நாள் அங்கேயே

பிடித்து சக்கையாக விளாசி விட்டார். அந்த போஸ்ட்மேன் தாழ்ந்த ஜாதிக்காரன் என்பதுதான் இதற்கெல்லாம் காரணம். அன்றிலிருந்து ஆறு கிராமத்திற்கும் தெருவில் போகும் போதெல்லாம் சைக்கிளில் ஏறி உட்காராமல் தள்ளிக்கொண்டே தான் போனார்.

இதற்கும் முந்தி இருந்த ஆளுக்கும் ஒரு நாள் பூசை கிடைத்தது. அதுவரைக்கும் ஊரில் நிறையப் பேருக்கு தங்கள் பெயரில் கடிதம் வந்ததேயில்லை. பேருக்கு ஒன்றிரண்டு கடிதத்தைப் போட்டு மூட்டையாக்கிக் கொண்டு வந்த போஸ்ட்மேனுக்கு இருவத்தஞ்சி கடிதம் கிடைத்தால் எப்படி இருக்கும்? எல்லாரையும் கூப்பிட்டுக் கூப்பிட்டுத் தன் அதிகாரத்தைக் காண்பித்துக் கையில் கடிதத்தைக் கொடுத்தார். கடிதத்தை வாங்கியவர்களுக்கு அளவில்லாத சந்தோஷம். ஒருத்தனுக்குத் தன் கோபத்தைத் தீர்த்துக் கொள்ள போஸ்ட்மேன்தான் கிடைத்தார். அறை வாங்கி எழுந்த போஸ்ட்மேனுக்குப் பின்புதான் தெரிந்தது, தான் இதுவரைக்கும் கொடுத்த லெட்டரெல்லாம் கவர்மெண்ட் இன்னும் ஒரு மாசத்தில் கடனைத் திருப்பித் தரச் சொல்லியிருக்கும் லோன் கடிதம் என்று. அன்றிலிருந்து வந்திருக்கிற கடிதம் என்னது என்று கேட்டால் படித்துக் காட்டி விட்டுத்தான் போஸ்ட்மேன்களும் வருவார்கள்.

இப்போதெல்லாம் முன்னை மாதிரி இல்லை. நாளொன்றுக்கு குறைந்தது இரண்டு கடிதமாவது வந்து கொண்டிருக்கிறது. போஸ்ட் மாஸ்டர் ரொம்பக் கஷ்டப்பட்டுத்தான் வேலை செய்து கொண்டிருந்தார். முந்திரித் தோப்பைத் தாண்டிப் போகும்போது வழியில் முள் கிடந்து குத்திவிட்டால் சைக்கிள் நகராது. மழையோ வெயிலோ கஷ்டத்தைப் பொருட்படுத்தாமல் கடிதத்தைச் சேர்த்து விட வேண்டும்.

இப்போதெல்லாம் ஒரு நாள் தாமதமாக லெட்டரைக் கொடுத்தால் போதும், ஸ்டாம்ப் முத்திரையைப் பார்த்துவிட்டு 'ஏன் தாமதம்?' என்று கேட்கிறார்கள்.

முன்னை மாதிரி வாத்தியார் லெட்டரைப் பெட்டியில் போட்டு விட்டு வரச் சொன்னால் தெரு விளக்கு மெயின் பாக்ஸில் போட்டு விட்டு வந்துவிடுகிற மாதிரி மாணவர்கள் விவரமில்லாமல் இல்லை. தேர்வு முடிவுகூடத் தபால் மூலமாகத்தான் வந்தது. இந்த ஒரு போஸ்டாபீஸ் உதவியோடுதான் ஆறு கிராமத்திலிருந்தும் முப்பது பேருக்கு மேல் கவர்ன்மென்ட் வேலையில் இருக்கிறார்கள். ஒன்றிரண்டு டாக்டர்கள், வக்கீல்கள் இவர்களெல்லாம் உண்டு.

போஸ்ட்மேன் என்பது யார் என்று தெரியாத காலம் போய் எப்போது வருவார் என்று மெயின்ரோட்டில் உட்கார்ந்துகொண்டு

ரோட்டு முனையில் வைத்த கண்ணை எடுக்காமல் படித்துவிட்டு வேலை தேடியவர்கள் காத்துக் கிடந்தார்கள்.

தவிர சொசைட்டி, பெரிய பள்ளிக்கூடம், மாட்டு ஆஸ்பத்திரி என்று அரசாங்கக் கடிதங்களும் வந்தன.

ஒவ்வொரு தடவை கடிதம் போடும் போதெல்லாம் நம் தெருவுக்கும் ஒரு பெட்டி வைக்கச் சொல்ல வேண்டுமென்று விவரமறிந்தவர்கள் நினைப்பார்கள். எல்லாம் நாய்க்குட்டி போர்வை வாங்கின மாதிரி அந்த நேரத்தோடு சரி.

மற்ற கிராமத்துக்காரர்களிடம் எப்படி நடந்து கொண்டாலும் மழவராயநல்லூர்க்காரர்களிடம் கொஞ்சம் போஸ்ட்மேனுக்கு மரியாதை ஜாஸ்திதான். ஒரு நாள் போஸ்ட்மேனிடம் கடிதம் ஒன்றைச் சேர்த்து விடச் சொல்லிக் கொடுக்கும்போது ஒருவர் கேட்டார். "இவ்வளோ பெரிய ஊருக்கு ஒரே ஒரு பொட்டிய வச்சிருக்கீங்களே நாங்க கஷ்டப்படாதபடி தெக்கு தெரு, மேற்குத்தெரு, நடுத் தெரு எல்லாத்துக்கும் பொதுவாக ஒரு பொட்டி வச்சா வசதியா இருக்குமே" என்று யோசனை கொடுத்தார்.

போஸ்ட்மேனுக்கு அவர் சொன்னது ஞாயமாகவும் சரியாகவும் தான் பட்டது. "என்ன செய்யறது? அந்தப் பொட்டியில் போடற லெட்டரையும் நான்தான் எடுத்துக்கிட்டுப் போவணும்" என்று பரிதாபமாகச் சொன்னார்.

வெளியூரிலிருந்து லெட்டர் போட்டால் ராமலிங்கம், மழவராய நல்லூர் என்று அழகாக எழுதிப் போட்டு விடுவார்கள். இங்கே பத்து வீட்டுக்கு ஒரு ராமலிங்கம் இருக்கிறான். இருக்கிறது ஆறு தெரு. எந்த ராமலிங்கத்திற்கு என்று போலீஸ் விசாரணை செய்யிற மாதிரி விசாரித்து விட்டுத்தான் கொடுக்கமுடியும். இதற்கே பாதி நேரம் போய்விடும். இப்படிக் கஷ்டப்பட்டு வேலை செய்தால் வருஷத்துக்கொரு தடவை பொங்கல், தீபாவளி என்று கையை நீட்டினால் ரெண்டு ரூபாய் எடுத்துக் கொடுக்க யாருக்கும் மனம் வராது.

ஒரு நாள் போஸ்ட்மேன் போஸ்ட்மாஸ்டரிடம் புதுப்பெட்டி வைக்க வேண்டிய அவசியத்தை எடுத்துச் சொன்னார். அவருக்கு என்ன? நம் கையா கடிக்கப் போவுது என்று சரி சொல்லிவிட்டார். பெட்டி வைக்கச் சொன்ன ஆளை போஸ்ட்மேன் கூப்பிட்டு விவரத்தை மனுவில் எழுதி அதோடு நூறுபேரிடம் கையெழுத்து வாங்கிக் கொடுக்கச் சொல்லிவிட்டுப் போனார்.

'இந்த வேலையத்த வேலை இவனுக்கு எதுக்கு' என்று திட்டினாலும் அந்த ஆள் முகத்துக்காகக் கையெழுத்தும் கைரேகையும்

போட்டார்கள். வேலையை முடித்து அந்த நபர் மனுவை போஸ்ட்மாஸ்டரிடம் சேர்த்தார். முறைப்படி மனு மாவட்டத் தலைமை தபால் நிலையத் துக்கு அனுப்பி வைக்கப்பட்டது. கொஞ்ச நாள் கழித்துப் பதிலோடு புதுப் பெட்டியும் வந்தது.

பெட்டியைப் போஸ்ட்மேன் எல்லாத் தெருவுக்கும் பொதுவாக நடுத்தெருவிலிருந்த மாரியம்மன் கோயில் தூணில் கட்டிவைத்து விட்டுப் போனார்.

ஒரு சாதாரணக் குடிமகனுக்குக் கிடைத்த வெற்றியை நினைத்துக் கையெழுத்து வேட்டை நடத்தியவர் பூரித்துப் போனார்.

இந்த விஷயம் பட்டிக்குப்பத்துக்கும் பழைய மழவராயன் நல்லூருக்கும் பரவ ரொம்ப நேரம் ஆகவில்லை. அடுத்த நாளே நூறு கையெழுத்துக்குப் பதிலாக இருநூத்திஅம்பது கையெழுத்துகளோடு போய் போஸ்ட்மாஸ்டரை ஆச்சரியப்பட வைத்தார்கள்.

முறைப்படி வேலை நடந்து கொஞ்ச நாளில் இன்னொரு புதுப் பெட்டியைக் கொண்டுவந்து எரிச்சலோடு பட்டிக்குப்பத்துக்கும் பழையமழவராயன்நல்லூருக்கும் இடையில் போஸ்ட்மேன் கட்டி வைத்துவிட்டுப் போனார்.

தினமும் சி.என். பாளையத்திலிருந்து கொண்டு வருகிற எல்லாக் கடிதங்களையும் கொடுத்து முடித்ததும் இப்பவே புதுப்பெட்டியிலிருக்கிற கடிதங்களைக் கொண்டு போய்விட்டால் ஒரே வேலையாக முடிந்து வீட்டுக்குப் போய்விடலாம் என்று போஸ்ட்மேன் போய்ப் பெட்டியைத் திறந்தால் இரண்டு பெட்டியிலும் எதுவும் இருக்காது. பிரித்துப் படித்துப் போட்டுவிட்ட பழைய கடிதம் சில நாளைக்குக் கிடைக்கும். அவமானத்தில் இனி இந்தப் பக்கமே வரக்கூடாது என்று போய்விடுவார். அவர் நினைத்துவிட்டுப் போனமாதிரி மறுநாள் அவரால் வராமல் இருக்கமுடியாது. ஒரு வேளை கடிதம் ஏதாவது பெட்டியில் கிடந்தால் என்ன செய்வது என்று பசி வயித்தைக் கிள்ளினாலும் உயிரைக் கையில் பிடித்துக்கொண்டு வந்து சாவியைப் போட்டுப் பெட்டியைத் திறக்கிற போதெல்லாம் காலிப் பெட்டிதான் எரிச்சலை உண்டுபண்ணும்.

இவர் பக்கம் இப்படி என்றால் சனங்கள் நினைப்பதிலும் ஞாயம் இருக்கிற மாதிரிதான் தெரிகிறது. எப்போதாவது ஒரு தடவை வேலை விஷயமாக, வியாபார விஷயமாகக் கடிதம் போடுகிறோம். போஸட்மேன் வந்து திறந்து பார்க்காமல் இருந்துவிட்டால் என்ன செய்வதென்று சேரிக்கு வேளையாள் கூப்பிடவும், டீக்கடைக்கும், போஸ்ட் ஆபீஸ் பக்கத்திலேதான் போகிறோம் அங்கேயே போட்டு விடலாம். இல்லாவிட்டால் நாம்தான் பண்ருட்டிக்கும், கடலூருக்கும்

போக வேண்டியிருக்கிறது; அங்கு போட்டு விட்டால் இன்னும் பத்திரமாகப் போய்ச் சேர்ந்துவிடும் என இப்படியே எல்லாரும் நினைத்து விடுவதால் ஒருவருக்கும் புதுப்பெட்டியில் போட மனசு வராது. போடுவோம் என்று மனசு போனாலும் மனசுக்கு சமாதானம் சொல்லிக்கொண்டு கடிதத்தைப் போடாமல் வந்து விடுவார்கள்.

சொல்லி வைத்த மாதிரி இரண்டு இடத்திலும் இதே தான் நடந்தது.

போஸ்ட்மேனுக்கு ஒரு நாள் பொறுமை எல்லை மீறியது. பெட்டியை எடுத்துக்கொண்டு போய்விட சட்டத்தில் ஏதாவது இடம் இருக்கிறதா? என்று போஸ்ட்மாஸ்டரிடம் விசாரித்தார்.

பார்க்கிற அது சம்பந்தமானவர்களிடம் கூட கேட்டார். கடைசியில் இருபத்தைந்து வருட அனுபவத்தில் 'இத்தனை நாளைக்குள் கடிதம் எதுவும் போடாத தபால் பெட்டியை எடுத்துவிட ரூல்ஸ் இருக்கிறது.' என்று சொல்லி, அத்தனை நாள் கழித்துப் பெட்டியைக் கொண்டு வந்து வீட்டில் போட்டு விடும்படி போஸ்ட்மாஸ்டர் போஸ்ட்மேனிடம் சொன்னார்.

சட்டப்படி எத்தனை நாள் தேவையோ அத்தனை நாள் கழிந்தது. போஸ்ட்மேனுக்கு எல்லாரையும் பழி தீர்த்துக்கொண்ட திருப்தி. முதல் வேலையாகக் கிராமத்துக்குள் நுழைந்ததும் பெட்டியைக் கழட்டிக்கொண்டுபோய் மாஸ்டர் வீட்டில் போட்டு விட்டுத்தான் கீழே உட்கார்ந்தார். பெட்டியை வைக்கச் சொல்லி முதலில் மனு கொடுத்தவர் போஸ்ட்மேனிடம் கேட்டார், "என்ன இப்பிடி பண்ணிட் டீங்களே?" என்று.

"ஒங்க தெரு பொட்டிய மட்டுமா எடுத்திட்டேன். அந்தத் தெரு பொட்டியையுந்தான்" என்று போஸ்ட்மேன் வெடுக்கென்று பதில் சொன்னார்.

மேற்கொண்டு அந்த ஆளால் என்ன கேள்வி கேட்கமுடியும். போஸ்ட்மேன் பதிலுக்குப்பின் அவர் முகத்தில் சந்தோஷம் ஒளிந்து கிடந்தது.

"அதான பாத்தேன். அப்ப பரவாயில்லை" என்று கிடுகிடுவென்று போஸ்ட்மேனின் முகத்தைப் பார்க்காமல் சொல்லிவிட்டு நடையைக் கட்டினார்.

●

உள்ளும் புறமும்

சக்கரைக்கும் இப்படி ஒரு நிலைமை வருமென்று யார்தான் நினைத்துப் பார்த்திருப்பார்கள். மனித வாழ்க்கைக்கு ஒரு உதாரணமாகச் சக்கரையைத்தான் சொல்லுவார்கள். பாவத்திற்குத் தகுந்தபடிதான் வாழ்க்கை அமைகிறது என்றால் அது சக்கரைக்கும் தகும்.

சக்கரையைப் பற்றிய பேச்சு ஊர்க்காரர்களிடையே கொஞ்சம் குறைந்திருந்தது. 'தன்னைப் பற்றிச் சும்மாகிடக்கிற வாய்கள் மெல்லக்கூடாது' என்பதால்தான் தனக்குப் பாகமாக அப்பா பிரித்துக் கொடுத்த அரை ஏக்கர் புஞ்சை நிலத்தில் வந்து குடிசை போட்டுக் கொண்டு காலத்தைத் தள்ளினான். குடிசை ஊரைத் தள்ளி சுடுகாட்டுக்குப் போகும் வழியில் இருந்தது.

தினமும் சனங்களின் கண்களில் தட்டுப்படுகிற சக்கரை அடியோடு மறைந்து போனான். மேற்கு வெளிக்குக் கொல்லை வேலைக்குப் போகிறவர்களும், பிணத்தோடு சுடுகாட்டுக்குக் காரியத்திற்குப் போகிறவர்களும் தவறாமல் சக்கரையைப் பார்க்கலாம்.

தலையை மட்டும் வெளியேவிட்டு உடம்பை வேஷ்டியால் போர்த்தியிருப்பான். காலையில் வந்து குடிசையின் முன்னால் வானத்தைப் பார்த்துக்கொண்டு உட்கார்ந்திருப்பவன் சூரியன் மறையும்வரைக்கும் அதே இடம்தான். நிழலுக்குப் போக மனசு வராது. எப்போதும் கையில் ஒரு குச்சி. அது பிடியில் அகப்படாமல் நழுவிக் கீழே விழும். பக்கத்தில் அவனையே உற்றுப் பார்த்துக் கொண்டிருக்கிற நாய். உடம்பில் வந்து காயத்தில் உட்காரும் ஈக்களை இவன் கைகளால் தட்டி அடிக்கும்போதெல்லாம் என்னவோ

ஈயைக் கவ்விப் பிடித்துக்கொண்டு வந்து கொடுத்து விடுகிற மாதிரி சக்கரையைச் சுற்றிச் சுற்றி ஓடிவந்து கொண்டிருக்கும்.

இரண்டு காதுகளின் கீழ் நுனியும் இருந்த இடம் தெரியாமல் மேல் பகுதியோடு ஒட்டிக்கொண்டு விட்டது. கன்னங்களில் ஊதக் கூடாத இடங்களெல்லாம் ஊதிப்போய், சுருங்கக்கூடாத இடங்களெல்லாம் சுருங்கிக் போய் மூக்கு மட்டும் சக்கரையின் பழைய உருவத்தை ஞாபகப்படுத்திக் கொண்டிருந்தது. இங்கெல்லாம் விரல்கள் இருந்தன என்று சொல்லும் அளவுக்குக் கைகளில் மழுங்கிப் போன விரல்கள் கொஞ்சம் கொஞ்சம் நீட்டிக் கொண்டிருந்தன. கால்களிலும் அப்படித்தான். மொத்தத்தில் விரல்களின் உதவி சக்கரைக்குக் கிடைக்கவில்லை.

இப்போது வயசு சக்கரைக்கு நாப்பத்திரெண்டுதான். இருவது வருஷத்துக்கு முன்னால் பத்திரக்கோட்டை சனங்கள் சுற்றுப்புறத்தில் தங்கள் கிராமத்தை அடையாளம் காட்டிக்கொள்ள சக்கரையின் பெயரைத்தான் சொல்ல வேண்டியிருந்தது.

வருஷா வருஷம் நெருப்புத் திருவிழாவுக்கப்புறம் நடக்கும் குத்துச் சண்டையிலும், கம்புச்சண்டையிலும் சக்கரையைத் தோற்கடிக்க எவனாலும் முடியவில்லை. தஞ்சாவூரிலிருந்தும், மதுரையிலிருந்தும் போட்டிக்கு வந்து, எப்படியும் இவனிடம் ஜெயிக்க முடியாது என்பது தெரிந்தபின் கால், கையையாவது வாங்கிவிட்டுத்தான் போகவேண்டும் என்று போட்டியின் நடுவில் வேலை காட்டியவர்கள் அவர்களின் கைகளையும், காலையும் ஒடித்துக்கொண்டு தான் போனார்கள்.

கரணை கரணையாக சதைப்பற்றும், ஒரு வீரனுக்கு உண்டான நடைவேகமும், சுருள் சுருளாக நாடோடி மன்னன் எம்.ஜி.ஆர். மாதிரி தலைமுடியை அவன் வளர்த்துக் கொண்டு தெருவில் நடந்து வந்தால் ஆம்பளங்கக் கூட செத்தநேரம் பார்த்துவிட்டுத் தான் திட்டுவான்.

சக்கரை தேடிப் போகாமலேயே குல கவுரவம், கிராமக் கட்டுப்பாடு, பண்பாடு எல்லாவற்றையும் மீறி நாளுக்கொரு பெண்ணாக அவர்களே தேடி வந்தார்கள். இத்தனையும் அவன் ஒன்றும் குபேர பரம்பரையில்லை. அன்றாடங்காய்ச்சியான தினமும் உழைத்துச் சாப்பிடுகிற குடும்பத்தைச் சேர்ந்தவன்.

எல்லோருக்கும் அந்த வயசில் நடத்தி வைக்கிற மாதிரியே சக்கரைக்கும் கல்யாணம் செய்து வைத்தார்கள். எத்தனை நாளைக்குத் தான் பெற்றவர்கள் இரண்டு பேருக்கும் உட்கார வைத்துச் சோறு போடமுடியும்? புருஷனைப் புரிந்துகொண்ட மனைவி மாமனார்,

மாமியாருடன் சேர்ந்து தானும் கூலி வேலைக்குப் போனாள். சக்கரையின் மனைவி அஞ்சலை எவ்வளவுதான் நல்லபடியாக நடந்துகொண்டாலும் கிடைக்கிற உதை தினமும் கிடைத்துக் கொண்டு தான் இருந்தது. உதையை மட்டுப்படுத்த கிடைக்கிற கூலியைப் புருஷனிடம் கொடுத்துவிட்டு பச்சைத் தண்ணியைக் குடித்துவிட்டு மூலையில் முடங்கிவிடுவாள். சாராயக்கடைக்குப் போய்விட்டு வந்தவனுக்கு இருப்பு கொள்ளாது. எதையாவது பேசி ரகளை உண்டுபண்ணி விடுவான். அப்பா அம்மாவுக்குக் கூட அடி விழுந்தது. தம்பிகள் இருவரும் இவன் சள்ளைப் பொறுக்கமுடியாமல் ஒதுங்கிக் கொண்டார்கள்.

ஊர்க்காரர்கள் அஞ்சலையின் நிலைமையைப் பார்த்து வருத்தப்பட முடிந்ததே தவிர, சக்கரையை எதிர்த்து 'என்னடா இப்படி செய்யற?' என்று கேட்க முடியவில்லை.

அஞ்சலையின் உடம்பில் காயப்பட்ட இடத்திலிருந்து கட்டுகள் இடம்விட்டு இடம் மாறிக்கொண்டேயிருந்தன. காலத்தின் கட்டாயப் படி அஞ்சலைக்கு ஆண் குழந்தை பிறந்தது. சக்கரை இனியாவது மாறுவான் என்று எதிர்பார்த்ததெல்லாம் பொய்யாகி விட்டது. சனங்களெல்லாம் இந்தக் குழந்தை வளர்ந்து தான் இவனை ஒரு வழி பண்ணனும் என்று பொருமிக்கொண்டார்கள்.

ஒரு தடவை பொண்டாட்டியோடு வந்த சண்டையில் தன் குழந்தை என்று கூடப் பார்க்காமல் மகனைத் தூக்கிக் கிணற்றில் போட்டுவிட்டுக் காப்பாற்ற யாரும் வராமல் போனதால் தானாகவே இறங்கித் தூக்கி வந்த சம்பவத்தை இப்போது கூட ஊர்சனங்கள் சொல்லிச் சொல்லி சிரிப்பார்கள்.

தம்பிகளுக்குக் கல்யாணம் முடிந்து தனித்தனியாகப் போய் விட்டார்கள். இன்னமும் சர்க்கரை ஒரு பைசா சம்பாதிக்க வழி தேடிக்கொள்ளவில்லை. பெண்டாட்டியின் உழைப்பில்தான் குடும்பம் ஓடிக்கொண்டிருந்தது. குழந்தை பள்ளிக்கூடம் போய்க் கொண்டிருந்தான்.

ஒரு நாள் பழையபடிக்கு அஞ்சலைக்கு விழுந்த அடியில் மூச்சுப் பேச்சு இல்லாமல் விழுந்துவிட்டாள். ஆஸ்பத்திரிக்குத் தூக்கிப் போனார்கள். சக்கரை எங்கேயோ போய் மறைந்து கொண்டான். ஒரு வாரமாக ஊர்ப் பக்கமே தலை காட்டவில்லை. அஞ்சலையை அவள் அண்ணன்கள் பிறந்த ஊருக்குக் கூட்டிக் கொண்டு போய் விட்டார்கள். குழந்தை அம்மாவுடன் மாமன் வீட்டில் இருந்தபடியே மற்ற பையன்களுடன் நாலுமைல் தூரம் தன் ஊருக்கே நடந்து வந்து பள்ளிக்கூடம் படித்தான்.

மனைவி, குழந்தையின் பிரிவு சக்கரையை ஒன்றும் செய்யவில்லை. ஒரே ஒரு மாற்றம் மட்டும் இருந்தது. என்றைக்கும் இல்லாதபடிக்குத் தானே உழைத்துச் சம்பாதித்தான். எவ்வளவு பெரிய மரமானாலும் சக்கரையின் கையில் வாளும், கோடாலியும் கிடைத்தபோது கரணம் போட்டு விழுந்தது. எல்லா விவசாய வேலைகளையும் ஓடிக்கொண்டே செய்தான். எவ்வளவு உழைத்தாலும் கையில் பைசா மீறாது. எப்பவாவது கிழவன் கிழவிக்குக் கொஞ்சம் கொடுப்பான். சமையலை அம்மாதான் கவனித்துக்கொண்டாள்.

அஞ்சலைக்கு எவ்வளவுதான் அடிபட்டாலும், உதைபட்டாலும் புருஷனுடன் இருக்கத்தான் விருப்பம். வீட்டுக் கட்டுப்பாட்டையும் மீறி எப்போதாவது அண்ணன்களுக்குத் தெரியாமல் ஓடிவந்து விடுவாள். பழையபடிக்கே அடிவாங்கிக் கொண்டு மறுநாளைக்கே அம்மா வீட்டுக்குப் போய்விடுவாள்.

ஆரம்பத்தில் இது என்னவோ உடம்பு வலிதான் என்று வலி வரும்போதெல்லாம் சாராயம் குடித்துவிட்டுப் படுத்துவிடுவான். நாள் ஆக ஆக வலி வந்த இடம் மரத்துப் போய்விட்டது. சக்கரைக்கு மட்டும் தெரிந்த வியாதி கொஞ்ச நாளில் எல்லோருக்கும் காட்டிக் கொடுத்து விட்டது. சக்கரைக்கு இந்தக் குஷ்டம் வந்து இப்படி உருக்குலைக்கும் என்று யாரும் எதிர்பார்க்கவில்லை. ராஜாவாட்டம் வாழ்ந்தவன் யார் கண்ணிலும் படாமல் வீட்டுக்குள்ளேயே முடங்கிக் கிடந்தான்.

நிலத்திலிருந்து அப்படியொன்றும் பிரமாதமாய் வருமானம் இல்லை. வருஷத்துக்கு ரெண்டு மூட்டை. மானாவரியில் கிடைக்கிற கம்பை வைத்துக்கொண்டு நாலு மாசம் கூழு ஆக்கிக் குடிக்கலாம். வருஷத்தின் மற்ற பொழுதுகளைக் கழிக்க விவசாயக் கருவிகளைக் கையில் பிடித்தால்தான் வழி.

இப்போது சக்கரைக்குப் பழைய மாதிரி கத்தியையும், கோடாலியையும், மம்பட்டியையும் பிடிக்க விரல்கள் உதவவில்லை. ஏதோ கூட்டாளிகளுடன் சேர்ந்துகொண்டு சாராயத்துக்காவது கிடைக்காதா! என்ற ஆவலில் வேலைக்கு ஓடினான். இது ரொம்ப நாளைக்கு நடக்கவில்லை. அப்பாவால் முன்னை மாதிரி வேலை செய்து பிழைக்கத் தெம்பும் இல்லை. வயசும் இல்லை. வருமானம் சுத்தமாக நின்று போனது. கஞ்சி காய்ச்சிக் கொடுப்பதற்கே கிழவி ராத்திரியில் கண் தெரியாமல் தள்ளாட வேண்டியிருந்தது.

தம்பிகளின் குடும்பத்தால் பத்து பைசா கூட பிரயோசனமில்லை. சக்கரைக்கு வந்த நோய் அவர்களிடமிருந்த உறவைக்கூடக் கிள்ளி எறிந்தது.

அஞ்சலை ஆவலில் மாசத்துக்கொரு தடவை தானியங்களை அம்மாள் வீட்டில் இருந்து மூட்டை கட்டிக்கொண்டு வந்து கொடுத்து விட்டுப் புருஷனையும், மாமனார் மாமியாரையும் பார்த்துவிட்டுப் போவாள்.

சக்கரையைக் கண்டாலே சனங்கள் முகம் சுளித்தார்கள். அவர்கள் வேண்டுமென்று அப்படிச் செய்யவில்லை. சக்கரையின் உடம்பு அப்படி மாறிக்கொண்டு வந்தது.

எவ்வளவுக்கெவ்வளவு இதுவரை கஷ்டமில்லாமல் வாழ்ந்தானோ அவ்வளவு தூரத்திற்கு இப்போது மனசுக்குள் வெந்து மடிந்தான். இந்தக் கட்டத்தில்தான் குடிசையைப் போட்டுக்கொண்டு நிரந்தரமாக ஒதுங்கிக் கொண்டான்.

தள்ளாத வயசில் கூட பிள்ளைகளின் ஆதரவு கிடைக்கவில்லை. பக்கத்து வீட்டுக்காரன் கொடுத்த ஊட்டத்தில் எத்தனை நாளைக்குத் தான் ஓட்டமுடியும். படுத்துக் கொண்டிருந்த திண்ணையிலேயே வறுமை ஒரு நாள் சக்கரை அப்பாவின் உயிரை எடுத்துக் கொண்டது. தம்பிகளுக்குச் சனியன் விட்டதே என்று நிம்மதி. கிழவி மட்டும் அந்த வீட்டுக்கும், இந்த வீட்டுக்கும் என்று அலையாய் அலைந்து ஒழிந்து போகிறது என்று ஊரார் கொடுத்த கஞ்சியில் உயிர் வாழ்ந்துகொண்டிருந்தாள். கண் பார்வை சுத்தமாக மறைந்துவிட்டது. யார் செய்த புண்ணியமோ இலவச கண் சிகிச்சை முகாமிலிருந்து கண்ணாடி ஒன்றைக் கொடுத்திருந்தார்கள். அது கூட உடைந்து போனதால் பழைய துணிகளைச் சுற்றிக் கட்டி மாட்டிக்கொண்டு அலைந்தாள். சிறுவர்களுக்கெல்லாம் இது அவமானமாகவும், கிண்டலாகவும் இருந்தது. கிழவி போகிற இடமெல்லாம் கூச்சலிட்டுக் கொண்டே ஓடினார்கள்.

மழை பெய்தால் ஆடியில் கடனுக்கு உடனுக்குக் கலப்பை மாடு வாங்கிச் சக்கரை தன் பங்கு நிலத்தில் கம்பு விதைப்பான். அறுவடை வரைக்கும் இருக்கிற தொண்ணூறு நாளைக்கும் சரி, மற்ற காய்ந்துபோன நாட்களிலும் சரி... குடிசையின் முன்னால் உட்கார்ந்துகொண்டு காவலிருப்பான். சும்மா உட்கார்ந்து கொண்டிருப் பானே தவிர, சிந்தனையெல்லாம் பின்னோக்கி ஓடி வாழ்ந்த காலத்தையெல்லாம் பொறுக்கி ஒவ்வொன்றாக கண் முன் போட்டுக் கொண்டிருக்கும். இன்னமும் சாவு வரவில்லையே என்று தோணும் போதெல்லாம் பத்தாவது படிக்கும் மகன் சைக்கிளில் வந்து அம்மா கொடுத்த காசையும் பலகாரத்தையும் கொடுத்துவிட்டுப் போவான் மகனை வாரியணைத்துக் கொஞ்ச நினைத்தாலும் முடியாமல் போய்விடும்.

மனுஷ வாடை இல்லாமல் ஊரை விட்டு ஒதுங்கிக் கிடந்தான். விடிந்தால் மாடு மேய்க்க வரும் சிறுவர்களையும் சேர்த்து மிஞ்சிப் போனால் நாலைந்து பேருக்கு மேல் பார்க்கமுடியாது.

தான் அனுபவித்த பத்திரக்கோட்டையின் ஒவ்வொரு அடி மண்ணையும் மிதிக்க ஆசையாக இருக்கும். ஊரடங்கிய வேளையில் ஊருக்குள் நுழைந்து ஒவ்வொரு தெருவாகத் தலையில் போட்ட முக்காடு எடுக்காமல் சுற்றி வருவான். கவனிப்பவர்களுக்கு சக்கரைதான் போகிறான் என்பது தெரிந்துவிடும். திரும்பவும் அவனுடைய புராணங்களைத் தொடங்கி 'உச்' கொட்டி முடிப்பார்கள்.

ஒரு நாள் அஞ்சலை மகனிடம் கொடுத்தனுப்பியிருந்த பணத்தை வைத்துக்கொண்டு இவனால் சும்மா இருக்க முடியவில்லை. ஓடைக்குப்போய் ரெண்டு கிளாஸ் சாராயம் ஊற்றிக்கொண்டு வருகிற வழியில் மீன்காரன் மீன் விற்றுக்கொண்டிருந்தான். நாக்கு சாப்பிட்டு சுகத்தை அனுபவித்து ரொம்ப நாள் ஆகியிருந்தது. பக்கத்திலிருந்த பூவரசக் கிளையில் பத்து இலையைக் கிள்ளி மீனை அதில் வைத்துக் கட்டிக்கொண்டு ரெண்டு ரூவாய் கொடுத்து விட்டு வந்தான்.

அவன் வரும் வழியில் அம்மா சக்கரையின் குடிசைக்குப் போகத் தான் தடுமாறிக்கொண்டிருந்தாள். ஆடு மாடுகளின் காலடிச் சத்தம் எல்லாம் கேட்டு ஒதுங்கியவளைப் போய்ப் பிடித்துக் கூட்டிக்கொண்டு வந்தான். மீன் வாசனை கிழவிக்கும் அடித்தது. மீன் குழம்பு சாப்பிடப் போகிற அவசரம் அவளுக்கும் இருந்தது. கிழவியை அடுப்பைப் பார்த்துக்கொள்ளச் சொல்லி உட்கார வைத்துவிட்டு மீனைக் கழுவும் வேலையில் சக்கரை மும்முரமாக இருந்தான். மொட்டை விரல்களை வைத்துக்கொண்டு செதில் எடுப்பது சாமான்ய விஷயமாக இல்லை. பல்லைக் கடித்துக்கொண்டு ஒவ்வொன்றாக ஆய்ந்து கொண்டிருந்தான்.

கிழவி அடுப்பிலிருந்து வரும் கிளுகிளு நெருப்புச் சத்தம் குறையக் குறைய விறகை ஒடித்து அடுப்பினுள் தள்ளிக்கொண்டே இருந்தாள். இடையிடையே சோறு வெந்திருக்குமா என்று அகப்பையைப் போட்டுப் போட்டு எடுத்துப் பார்த்தாள். அவள் பசியின் கோரம் அடுப்புக்கும் தெரியவில்லை. கஞ்சி கொதித்தாலும் ஒருவாய் குடித்துக் கொஞ்ச நேரத்துக்குப் பசியை அடக்கி வைக்கலாம்.

'சீக்கிரம் மீனைக் கொதிக்க வைத்து அம்மாவுக்கும் சோறு போட வேண்டும். இப்படி மீன் வாங்குவோம் என்பது தெரிந்திருந்தால் இன்னும் ஒரு கிளாஸ் போட்டுக் கொண்டு வந்திருக்கலாம்; போதை இறங்கிவிட்ட மாதிரி தெரிந்தது. அம்மா என்ன செய்கிறாள் என்று

திரும்பிப் பார்த்தான். சதா அகப்பையை விட்டுக் கஞ்சியைக் கடைந்துகொண்டே இருந்தாள். அடுப்பில் தீ இல்லை. புகை மட்டும் புகைந்துகொண்டிருந்தது. கிழவி ரெண்டு கைகளையும் பக்கவாட்டில் போட்டு விறகைத் தேடிப் பீராய்ந்து கொண்டிருந்தாள்.

விறகில்லாமல் அடுப்பைப் பற்றவைத்து விட்டது, இப்போது தான் சக்கரைக்கு ஞாபகத்துக்கு வந்தது. தன் கொல்லையைத் தாண்டி வெட்டியில் இறங்கி மறிச்சிக்குப் போய் விழுந்து கிடந்த நாலைந்து பனைமட்டைகளையும் பிய்ந்து கிடந்த முள்வேலியையும் இழுத்துக்கொண்டு வந்தான்.

அதுவரைக்கும் கிழவியால் பசியைத் தாங்கிக்கொள்ள முடிய வில்லை. உலை மூடிக்காக வைத்திருந்த ஈயக்கிண்ணத்தில் வெந்தும் வேகாமலும் இருந்த கஞ்சியை ஊற்றி சூடு பொறுக்காமல் ஊதி ஊதிக் குடித்துக்கொண்டிருந்தாள். இதைப் பார்த்த சக்கரையால் கோபத்தை அடக்க முடியவில்லை. எதற்காகக் கஷ்டப்பட்டுத் தேடி அலைந்து விறகு எடுத்துக் கொண்டு வருகிறேன். அதுவரைக்கும் இவளால் பொறுக்க முடியவில்லையே என்று பனைமட்டையும் முள்ளையும் போட்டுவிட்டு “அடி தரித்திரம் புடிச்சத் தேவிடியா ஒன்னாலத்தாண்டி நாங்க இந்தக் கதியிலே கெடக்கிறோம்” என்று ஓடிவந்து தலையில் ஒரு உதை விட்டான்.

எந்தப் பக்கத்திலிருந்து வருகிறான் என்று குரல் வந்த திசையைப் பார்த்துக்கொண்டிருக்கும்போதே உதை பிடரியில் பட்டுக் கிழவி நிலைகுலைந்து அடுப்பின் மேல் சாய்ந்தாள். கையிலிருந்த கஞ்சிக் கிண்ணம் இன்னும் கையை விட்டு விழவில்லை. துணி சுற்றி ஒட்டிக் கட்டியிருந்த மூக்குக்கண்ணாடி சிதறிக் கீழே கிடந்தது. இன்னும் சக்கரைக்குக் கோபம் அடங்கவில்லை. ஒரு நிமிஷமாகியும் கிழவியிடத்தில் எந்த அசைவும் இல்லை. சக்கரைக்குக் கோபம் மறைந்து முகத்தில் பயம் வந்தது. அம்மாவை எழுப்பினான். பதிலில்லை. கட்டிக்கொண்டு கதறி அழுதான். அம்மா பசியை மறந்துவிட்டாள். நாய் இருவரையும் மாறி மாறிப் பார்த்துக் கொண்டிருந்தது.

அம்மாவை நான்தான் அடித்துக் கொன்றேன் என்று தெரிந்தால் ஊர் என்ன சொல்லும்? சாராயபோதை சக்கரையிடத்தில் எங்கே போனது என்று தெரியவில்லை. சத்தம் போட்டு அழவும் முடிய வில்லை. சூரியப் பிரகாசம் நிறத்தை மாற்றிக் கொண்டேயிருந்தது. யாராவது இந்த நிலையில் பார்த்துவிட்டால் என்ன சொல்வார்கள்? அம்மா செத்துவிட்டாள் என்று பொய் சொல்லி விடலாமா? எப்படி செத்தாள் என்று கேட்பார்களே? அழுகைகளை ஒத்திப் போட்டு சிந்தனையில் ஆழ்ந்தான். அம்மாவைக் கீழே கிடத்தி

விட்டு குடிசைக்கு ஓடிப்போய் வாரையில் கட்டியிருந்த கயிற்றைக் கொண்டு வந்தான். சுற்றிலும் எங்கும் மனித ஆரவாரமே இல்லை. வெட்டியைத் தாண்டி முந்திரித் தோப்புக்குள் நுழைந்தான். பார்ப்பவர்கள் நம்பும்படியான ஒரு இளவயசு மரத்தில் ஏறிக் கிளையில் கயிற்றைக் கட்டி கீழே தொங்கவிட்டு அதன் நுனியில் சுருக்குப் போட்டு அம்மாவை மாட்டினான். உண்மையில் அம்மா தூக்கில் தொங்கிக்கொண்டிருந்தாள். தூக்குப் போட்டால் வெள்ளை முழி பிதுங்கி நாக்கு வெளியே துருத்திக்கொண்டு வருகிற மாதிரி மட்டும் இல்லை. கீழே அடி தெரியாதபடிக்குக் கால் பட்ட தடங்களை மறைத்துக்கொண்டே வந்தான். முழுசுமாக சூரியன் அடங்கிவிட்டது. இனி மேல் யார் வந்து கண்டுபிடிக்கப் போகிறார்கள்!

சக்கரைக்கு என்ன செய்வதென்று ஒரே குழப்பமாக இருந்தது. போர்வையைப் போத்திக்கொண்டு ஊரில் இறங்கி நடந்தான். தன்னைப் பார்த்து எல்லா நாய்களுமே குரைக்கிற மாதிரி தெரிந்தது. வழியெல்லாம் அம்மா தூக்கில் தொங்கிக் கொண்டிருப்பது மட்டும் வந்து வந்து போனது. தன் வீட்டுப் பக்கம் போய்த் தம்பிகள் என்ன செய்கிறார்கள் என்று பார்க்கலாமென்று போனான். திண்ணையில் விளக்கு வெளிச்சத்தில் தம்பியின் குழந்தைகள் மட்டும் விளையாடிக்கொண்டிருந்தார்கள். அம்மா எங்கே போயிருக்கிறாள்? என்று கேட்கலாமா! கேட்டால் சந்தேகப்படுவார்களோ என்று இப்படியும் மனசு சொன்னது. பேசாமல் திரும்பக் குடிசைக்கே வந்து விட்டான்.

அமாவாசை இருட்டு. மீன்கள் அதே இடத்தில் சட்டியில் கிடந்தது. நாயைக் கூப்பிட்டு அவைகளைத் தூக்கிப் போட்டான். அடுப்பில் பானை சாய்ந்து கிடந்தது. அம்மாவைத் தனிமையில் விட்டுவிட்டு இருக்க முடியவில்லை.

முந்திரித் தோப்புக்குள் நுழைந்தான். கயிற்றில் அம்மா காற்றில் அசைந்து கொண்டிருந்தாள். காலைப் பிடித்துக்கொண்டு மிச்சமாக அடக்கி வைத்திருந்த அழுகைகளையெல்லாம் கொட்டினான். சக்கரை அழுததை யாரும் பார்த்திருக்க முடியாது. இந்த நேரத்தில் அதையும் நினைத்துக்கொண்டான். தன்னை எப்படியாவது அழ வைக்க வேண்டும் என்பதற்காகத்தான் அம்மா இப்படிச் செய்தாளா? என்று அம்மா முகத்தையே பார்த்தான். இவன் மேல் கோபம் வந்துவிட்டால் "கல் நெஞ்சுக்காரா" என்றுதான் திட்டுவாள்.

அப்பா செத்துப் போனபோது போய்ச் சேர்ந்ததே நல்லது. வறுமையில் இனியும் இருந்து என்னத்தச் செய்யப்போகிறார் என்று நினைத்ததால் அழுகை வரவில்லை. இப்போது அப்படி இருக்க முடியவில்லை.

"அம்மாவைக் கொன்றதுதான் கொன்றோம். இப்படித் தூக்குப் போட்டு மாட்டி வைத்திருக்கிறோமே" என்று கிளையிலிருந்து சுருக்கை அவிழ்த்துவிட்டான். அம்மா தரையில் வந்து விழுந்தாள். கழுத்தில் மாட்டியிருந்த சுருக்கை எடுத்துவிட்டுத் தலையைக் காலில் கிடத்திக் கொண்டு முத்தமிட்டான். அமாவாசை இருட்டு என்பதால் நரிகளின் ஊளைச்சத்தம் அதிகமாகிக்கொண்டே இருந்தது.

பசிக்குக் கஞ்சி ஊற்ற முடியாவிட்டாலும் அடித்துக் கொன்ற பாவியாகிவிட்டேனே என்று சொல்லிச் சொல்லி தனிமையில் கதறினான். கால்களைத் தொட்டுக் கும்பிட்டான். தன்னைக் காப்பாற்ற இந்தக் கால்கள் எங்கெல்லாம் ஓடி உழைத்திருக்கும். கைகளைப் பிடித்து முகத்தில் அறைந்துகொண்டான்.

நரிகளின் ஊளைச்சத்தம் முந்திரியைச் சுற்றிப் பக்கத்தில் கேட்பது மாதிரி இருந்தது. பிணவாடை பிடித்துக்கொண்டு வந்து விட்டன. தூக்குப் போட்டு இப்படித் தொங்கியவர்களின் பிணத்தை சீக்கிரம் கண்டுபிடிக்காமல் நரி உருக்குலைத்து விட்டுப் போனது சக்கரைக்கு ஞாபகத்திற்கு வந்தது.

போர்வையைச் சருகின் மேல் விரித்து அம்மாவைக் கிடத்திப் பக்கத்தில் தானும் படுத்துக்கொண்டு நரி வந்து அம்மாவைக் கொண்டு போய்விடாமல் விடிய விடியக் காவல் காத்தான்.

நரிகளின் ஓலம் ஓய்ந்து பறவைகளின் குரல் கேட்டது. இனி மனிதர்கள் நடமாட்டம் வரக்கூடும். எழுந்து பழையபடிக்கு அம்மாவைத் தூக்கில் தொங்கவிட்டு வேகமாகக் குடிசைக்குத் திரும்பி விட்டான்.

கிழவியைப் பற்றித் தம்பிகள் எப்போதும் கவலைப்பட்டதில்லை. யார் வீட்டிலாவது கஞ்சி குடித்துவிட்டு எங்கேயாவது படுத்திருப்பாள் என்று விட்டு விடுவார்கள். சக்கரையைத் தவிர கிழவியின் நினைப்பு யாருக்கும் இல்லை. விடிந்ததும் அவரவர்கள் தங்கள் வேலைக்குப் போய்விட்டார்கள்.

அம்மாவைச் சீக்கிரத்தில் யாரும் கண்டுபிடிக்க முடியாது. முந்திரித் தோப்புக்கு வெளிக்குப் போகும் நபர்கள் அல்லது ஆடு மாடு மேய்க்கும் சிறுவர்கள் இவர்கள் யாராவது கண்டுபிடிக்க வேண்டும். அது சீக்கிரத்தில் நடக்கும் என்று தோன்றவில்லை.

மத்தியான வேளையாகிவிட்டது. ஊருக்குள் நுழைந்து அம்மாவைப் பாத்தீங்களா என்று பார்க்கிறவர்களிடம் எல்லாம் விசாரித்தான். 'நேத்து தான் பார்த்தேன்' என்று சொன்னார்களே தவிர, இன்றைக்கு யாரும் பார்க்கவில்லை என்று சொன்னார்கள்.

தம்பியின் வீட்டுக்குப் போய் கேட்டான். "என்றைக்குமில்லாமல் அப்பிடி என்னதான் வச்சிருக்காரோ" என்று தம்பியின் மனைவி அங்கலாய்த்தாள்.

இனி இவர்களிடம் கேட்பது முறையில்லை என்று தன் குடிசைக்கே திரும்பி வந்துவிட்டான். முந்திரித் தோப்புக்குள் போய் அம்மாவைப் பார்த்தால் யாராவது தன்னைப் பார்த்து விடுவார்களோ என்று பயம். காலையிலிருந்து இன்னும் போய்ப் பார்க்கவில்லை. அம்மா செத்து சரியாக ஒரு நாள் ஆகிவிட்டது. சூரியன் மறைந்து மறுபடி ராத்திரி வந்தால் இன்னொரு நாளாகி அம்மா உடம்பு கெட்டுவிடும். இரண்டு கொல்லைத் தள்ளி வெட்டியில் ஏழெட்டு ஆடுகள் முள்செடியை மேய்ந்து கொண்டிருந்தன. நாயைக் கூப்பிட்டு ஆடுகள் மத்தியில் விரட்டி விட்டான். ஓடிப்போன நாய் நாலைந்து ஆடுகளைச் சிதறடித்துத் துரத்திக் கொண்டு வந்தது. நாய்களை வைத்தே ஆடுகளை இப்படியே முந்திரித் தோப்புக்குள் விரட்டி விட்டான். பொழுது இருட்டி விட்டால் ஆடு கிடைக்காதே என்று ஆடுகளைக் கூவிக் கொண்டே குடிசை வழியாக ஆட்டுக்காரப் பையன் வந்தான். சக்கரைக்கு இதுதான் சமயம் என்று பட்டது. சரியாக எந்த முந்திரியில் அம்மா தொங்குகிறாளோ அந்த இடத்தில் போய்த் தேடச் சொல்லிப் பையனை அனுப்பி வைத்தான்.

ஆட்டுக்காரப் பையனுக்கு என்ன சொல்வதென்றே புரியவில்லை. விழுந்தடித்துக் கொண்டு ஓடி வந்து சொன்ன வார்த்தைகள் தெளிவாக இல்லை.

இருட்டில் தூக்கில் யாரோ தொங்குகிறார்கள் என்று மட்டும் சொன்னான். எதிர்பார்த்திருந்த சக்கரை "தொங்கறது எங்க அம்மா வாடா?" என்று கேட்டுவிட்டான். பிறகு தான் அப்படி சொல்லியிருக்கக் கூடாது என்று தோணியது. சனங்கள் வந்து கிழவியைத் தூக்கிக் கொண்டு போனார்கள். சக்கரையும் கூடவே நடந்து போனான். கொள்ளி வைக்கிறபோது உடம்பெல்லாம் நடுங்கியது. சுடுகாட்டை விட்டுக் கிளம்பும்போது அம்மாவுக்கு விழுந்து கும்பிட்டான்.

அடுத்த நாளிலிருந்து சக்கரையிடம் பழைய நடவடிக்கைகள் எதுவும் இல்லை. கஷ்டப்பட்டு உழைத்து உயிரைக் காப்பாற்றிக் கொள்ளப் பிடிக்கவில்லை. தான் சாகும் நாளை ஆவலோடு எதிர் பார்த்துக்கொண்டிருந்தான். அம்மா போன நாளோடு சக்கரையின் வாயிலிருந்து வார்த்தைகள் வருவதும் நின்று போய்விட்டது. அம்மாவின் பழைய துணிப் போட்டுக் கட்டிய கண்ணாடியைக் கையில் வைத்துக்கொண்டே சதா அழுதுகொண்டேயிருந்தான்.

ஒரு மத்தியான நேரம். குடிசையின் முன்னால் யாரோ வந்து நிற்பது மாதிரி தெரிந்தது. தலை தூக்கிப் பார்த்தான். பெரிய தம்பி நெற்றியில் பட்டையாய்ப் பூசிக்கொண்டு கையில் ஒரு ஈய ஏனத்தில் வாழை இலை போட்டு மூடி சோறு, வடை, அப்பளம், பாயாசம் எல்லாம் கொண்டு வந்திருந்தான்.

சக்கரை "என்னடா இதுல்லாம்?" என்று கேட்டதுமே "ஒண்ணு மில்லே இன்னைக்கி அம்மாவுக்கு தலைதெவசமில்ல, அதான் படைச்சோம். எழுந்து வந்து சாப்புடு" என்று பெரிய தம்பி சொன்னான்.

சக்கரை தம்பியைப் பார்த்து "நான் நேத்தே தலைதெவசம் பண்ணிட்டேன்டா" என்று சொல்லிவிட்டு மறுபடியும் தரையில் தலை சாய்த்துக்கொண்டான்.

பெரிய தம்பிக்கு ஒன்றும் புரியவில்லை. சாப்பாட்டு ஏனத்தை வைத்துவிட்டு என்னவோ யோசித்துக்கொண்டே நடந்தான்.

கவுரவம்

பத்திரக்கோட்டை கிராமத்தைப் பத்திச் சொல்லியாகணும். அதிகமா சொல்லாட்டாலும் கொஞ்சமாவது சொல்லியே ஆகணும். பேருக்குத் தகுந்த மாதிரி பத்திரமாக சீக்கிரத்தில் யாரும் அண்ட முடியாத இடத்தில்தான் பத்திரக்கோட்டை கிராமம் இருந்தது.

"பத்திரக்கோட்டைக்கி எந்த வழியாங்க போகணும்?" என்று யாரிடமாவது கேட்டுப் பாருங்கள். கேட்பவர்கள் மேல் அவர்கள் பொழிகிற கருணைக்கும், பரிதாபத்துக்கும் குறைவிருக்காது. 'நாலு மைல் இப்பிடியே முந்திரித் தோப்புக்குள்ளால நடந்து போனீங்கன்னா ஒரு ஊர் தென்படும். அதான் பத்திரக்கோட்டை' என்று உடனே பதில் வரும்.

இதனுடைய இயற்கை அமைப்பும் ஏறக்குறைய இந்தியா மாதிரி தான். ஒரே ஒரு வித்தியாசம், இந்தியா மூணு பக்கம் தண்ணியாலும், ஒரு பக்கம் மலையாலும் சூழப்பட்டது. பத்திரக்கோட்டை ஒரு பக்கம் தண்ணியாலும் மூன்று பக்கம் மலையாலும் சூழப்பட்டது.

கிழக்கே அப்படியே நடந்தால் பன்னிரெண்டு கிலோ மீட்டரில் வங்காள விரிகுடா வந்துவிடும். மேற்கே, கிழக்கே, வடக்கே எப்படி போனாலும் நாலு மைல் மலைகளில் இருக்கும் முந்திரித் தோப்பைத் தாண்டித்தான் போகணும். அங்கு போனால் பஸ் பிடித்து பண்ருட்டிக்கு, குறிஞ்சிப்பாடிக்கு, கடலூருக்கு என்று போய் வரலாம்.

பத்திரக்கோட்டை மக்கள் உண்மையான விவசாயிகள் பட்டியலில் சேர்க்கப்பட வேண்டியவர்கள்.

உழைப்பு என்றால் அப்படி ஒரு உழைப்பு. சின்னது, பெரிசு என்று பார்க்காமல் பொழுது விடிந்து படுக்கையில் விழுகிற வரைக்கும் சதா ஏதாவதொன்று செய்து கொண்டேதான் இருப்பார்கள்.

பஸ் ஒண்ணு வரலியே என்கிற குறையைத் தவிர பத்திரக் கோட்டையைப் பற்றி யாராவது ஒண்ணு சொல்ல முடியுமா?

பத்திரக்கோட்டைவாசிகளுக்கு உழவு மாடு தேவையானால் லேசில் வாங்கிவிட மாட்டார்கள். ராணுவத்தில் சேரப் போகிறவனுக்குத் தனித்தகுதி கேட்கிற மாதிரி சிறப்புத் தகுதிகளை ஒழுங்காக ஊர்ஜிதம் செய்துகொண்ட பின்தான் முடிச்சை அவிழ்ப்பார்கள்.

முதல் தகுதி மாடு ஏர் ஓட்டிப் பழகியிருக்க வேண்டும்.

அடுத்ததகுதி கட்டை வண்டி ஓட்டத் தெரிந்திருக்க வேண்டும்.

மூன்றாவது, கட்டாயம் கவலை ஓட்டின மாடாக இருக்க வேண்டும்.

அப்போது நடுவீரப்பட்டிலிருந்து வண்டியைப் பூட்டினால் ஒரே மூச்சில் நாலு மைல் தூரமான மேட்டுப் பகுதியை ஏறிப் பத்திரக்கோட்டைக்கு வந்து சேர முடியும்.

இரண்டு ஊர்களுக்கும் நடுவில் இருக்கிற அந்த 'மலைமேடு சனியன்' இருக்கிற வரைக்கும் பத்திரக்கோட்டை மக்களுக்கு விமோ சனமே கிடையாது.

நடுவீரப்பட்டுக்குச் சுமைவண்டி போனாலும் வரும்போது நெல்லிக்குப்பத்திலிருந்து எரு ஏற்றிக் கொண்டு வந்தாலும் மலையைக் கடப்பது என்பது சாமான்ய காரியமல்ல.

வண்டியில் உட்கார்ந்து மாட்டை ஓட்ட ஒரு ஆளும், சக்கரத்துக்குக் கல்போட ஒரு ஆளும், வண்டியைத் தாங்கிப் பிடிக்க ஒருத்தனும் இருந்தால்தான் வண்டி மேட்டை ஏறுவதும் இறங்குவதும் சாத்தியம். ஆத்திர அவசரத்துக்கு சீக்கிரம் போகவேண்டும் என்றாலும் இன்னொரு வண்டிக்காரர் வருகிற வரைக்கும் மலையடிவாரத்தில் தவம் கிடக்க வேண்டியதுதான்.

இவ்வளவு சள்ளைகளையும் தாண்டி பஸ் வந்துவிட்டால் நாலு பேர் ஏற மாட்டார்கள். இதுக்காக மெனக்கட்டு போக வர எட்டு மைல் சும்மா முந்திரித் தோப்புக்குள் ஓடிவந்து திரும்பிப் போக எந்த பஸ்காரனுக்குத்தான் மனசு வரும்.

பத்திரக்கோட்டை இருநூறு தலைக்கட்டுகளையும் நாலு தெருக் களில் அடக்கியிருக்கிறது. ரோட்டுக்கு மேற்குப்புறத்தில் தனியாக

அரிசனங்கள் வசிக்கிற காலனி. அப்புறம் பிள்ளைகள் ஆனா, ஆவன்னா கற்றுக்கொள்ள ஒரு சின்னப் பள்ளிக்கூடம்.

பிள்ளைகளை மேய்க்க வாரத்துக்கு மூணு நாள் வந்து போகும் ரெண்டு வாத்தியார்கள். இவர்கள்தான் பத்திரக்கோட்டையின் பூர்வாங்க குடிமக்கள்.

இது தவிர, ஏலக்காரன் முந்திரிக் கொட்டை சீசனில் மேக்கப் செய்த துணிகளைப் போட்டுக் காசு பண்ண வருஷத்துக்குப் பத்து நாள் வந்துவிட்டுப் போவான்.

அப்புறம் வளையல்காரன், துணிக்காரன், பாத்திரக்காரன், கிளிஜோசியம் பார்க்கிறவன், மை வைத்துப் பார்க்கிறவன் இவர்கள் எல்லாரும் சமயம் கிடைத்தபோது வந்து போவார்கள்.

நடுவீரப்பட்டுதான் இவர்களுக்கும், பக்கத்து கிராமத்துச் சனங்களுக்கும் பட்டணம்.

சினிமா பார்க்க, மாட்டுக்கு ஊசிபோட, மனுஷனுக்கு வைத்தியம் பார்க்க, ரைஸ்மில்லில் மாவு அரைக்க, செக்கில் எண்ணெய் ஆட, பணமுடைக்கு பாத்திர பண்டங்களை அடகு வைக்க, வீட்டு காரியங்களுக்குத் துணி எடுக்க, பிள்ளைகள் படித்துவிட்டு வேலைக்குப் போக பெரிய பள்ளிக்கூடம், அடிதடி சமாதானத்துக்குப் போலீஸ் ஸ்டேஷன் எல்லாவற்றுக்கும் நடுவீரப்பட்டுதான் சரணாகதி.

கிராமத்து விவசாயிகளின் பணத்தில் செட்டியார்களும், முதலியார்களும், 'பாய்'களும் கொழுத்துப் போயிருந்தார்கள்.

இப்படி ஓடிக்கொண்டிருந்த நாட்களின் நடுவே ஒரு நாள் பத்திரக்கோட்டையிலிருந்து நடுவீரப்பட்டு வரைக்கும் புதுசாகத் தார்போடும் வேலை நடந்தது. இதற்கு முன் தார் போட்டிருந்தாலும் காண்ட்ராக்டர் 'தயவால்' தார் போட்ட இடமே தெரியாத அளவுக்கு ரோடு நொடிந்து போயிருந்தது.

பத்திரக்கோட்டை சனங்களுக்கு முதலில் எதுக்கு இந்த ஏற்பாடு என்று புரியவில்லை. ஒருவேளை எப்பவும் போல் ரோடு சரிபார்க் கிறார்களோ என்று விட்டுவிட்டார்கள்.

இது நடந்து கொண்டிருக்கும்போது பத்திரக்கோட்டையிலிருந்து அரசாங்க கண்டக்டராக ஒருத்தர் கடலூரில் வேலை பார்த்து வந்தார். அவருக்கு எப்படியோ இந்த விஷயம் 'லீக்' ஆகிவிட்டது.

"நம்ம ஊருக்கு டவுன் பஸ் உடப்போறாங்க. அதுக்குத்தான் மும்முரமாக ரோட்டு வேலை நடக்குது. நம்ம மந்திரிதான் கடலூர்

பி.எம்.கிட்ட சொல்லியிருக்காராம். பஸ்ஸு அடுத்த மாசத்திலிருந்து வரப்போவுது" என்று ஊர் முழுசும் பரப்பிவிட்டார்.

இதுமாதிரி எல்லாரும் சேர்ந்து என்றைக்காவது அனுபவிக்கிற அளவுக்கு சந்தோஷம் பிறந்திருக்கிறதா என்றால் எப்பவும் கிடையாது. அவரவர்கள் தங்களுடைய பஸ்ஸாகவே நினைத்துக் கொண்டார்கள்.

சிறுவர்களுக்குள் பஸ் எந்த கலரில் இருக்கும் என்று பந்தயம் கட்டிக்கொண்டார்கள்.

அவர்களுடைய சந்தோஷம் ஞாயமானதுதானே! காலத்துக்கும் நடையா நடந்து உழைச்சது அவர்களுக்குத்தானே தெரியும். "போறதுக்குள்ள பஸ்ஸ கண்ணால பாத்துட்டா தேவல" என்று கிழங்கட்டைகள் ஏங்கிக் கிடந்தார்கள்.

தேதிகள் நெருங்கிக்கொண்டே வந்தன.

ஊரிலிருந்து உள்ளூர் கட்சிப் பிரமுகர்களை மந்திரி கூப்பிட்டனுப்பியிருக்கிறார்.

"பஸ் துவக்க விழா நிகழ்ச்சியை அட்டகாசமாகக் கொண்டாடிவிட வேண்டும். ஏற்பாடு செய்யுங்கள்" என்று சொன்னதுதான்... ஒவ்வொரு செலவையும் நான் நான் என்று முன்னின்று ஏற்றுக்கொண்டதால் விழா பிரமாதமாக ஏற்பாடாகியிருந்தது.

காலையில் ஊருக்குள் பஸ் வரப்போவது தெரிந்ததும் குழந்தைகள் அப்பா, அம்மாவைத் தூங்க விடாமல் நச்சரித்துக் கேள்வி மேல் கேள்வி கேட்டார்கள்.

நாளும் வந்தது. காலை ஏழு மணி இருக்கும். அஞ்சாள் நீளத்துக்குக் கண்ணைப் பறிக்கிறமாதிரி வெள்ளையா புதுசாக ஒரு பஸ் ஆல மரத்துக்கடியில் வந்து நின்றது. விஷயம் கேள்விப்பட்டு ஊர்சனமே கூடிவிட்டது. கலெக்டர் வந்துவிட்டார். போக்குவரத்து அதிகாரியும் வந்தாச்சு, இன்னும் அமைச்சர் ஒருவர்தான் பாக்கி.

பஸ் பாக்கிறதுக்கு புது மாப்பிள்ளை மாதிரி மாலை போட்டு பூசையிட்டு எடுப்பாக நின்றிருந்தது. சிறுவர்கள் கட்டிய பந்தயமெல்லாம் பொய்யாகிவிட்டது. எல்லோரும் அந்தக் கலர் இந்தக் கலர் என்று சொன்னார்களேத் தவிர ஒருத்தனும் வெள்ளை நிறத்தைக் குறிப்பிடவில்லை.

நாலைந்து கார்களை முன்னேவிட்டு விரட்டிக் கொண்டு அமைச்சர் புடைசூழ வந்து இறங்கியதும் கரகோஷம் ஊரையே குலுக்கியது. இவ்வளவு சிறப்பாக விழா நடக்கும் என்று அமைச்சர் நினைக்கவில்லை. விழா மேடை அவ்வளவு பிரமாதமாய் இருந்தது.

எல்லாரும் பேசிமுடிந்ததும் அமைச்சரே முதல் டிக்கெட் வாங்க வேண்டுமென்று ஏற்பாடாகியிருந்தது. சில்லறைகளைச் சரியாய் வைத்துக்கொண்டு வெள்ளையும் சள்ளையுமாகப் பஸ் பூராவும் எல்லா சனமும் ஏறிக்கொண்டார்கள். மந்திரி அவருடைய சகாக்கள், கலெக்டர், போக்குவரத்து அதிகாரி எல்லாரும் இப்போது பஸ்ஸில் இருந்தார்கள்.

டிரைவர் பஸ்ஸில் ஏறிச் சீட்டில் உட்கார்ந்து சாமி படத்துக்குக் கும்பிடப் போனார். புது பஸ் என்பதால் இன்னும் சாமி படம் வைக்கவில்லை. பெரியார் மட்டும் சிக்கு விழுந்த தாடியோடு கூர்மையாகப் பார்த்துக் கொண்டிருந்தார். எடுத்த கையைப் போட மனசு வராததால் கும்பிடு அவருக்கே விழுந்தது. ஸ்டேரிங்கைப் பிடித்து ஒரு முறுக்கு முறுக்கியதுதான், பஸ் ஆலமரத்தை ஒரு ரவுண்டு அடித்துவிட்டுப் புகையைக் கிளப்பிக் கொண்டு ரோட்டில் ஓடியது.

கார்களும், பஸ்ஸின் பின்னாலேயே பறந்தன. நடுவீரப்பட்டில் இறங்கி அமைச்சரும் அதிகாரிகளும் அவரவர் கார்களில் கடலூருக்குப் போய்ச் சேர்ந்தார்கள்.

அமைச்சரின் அன்புக்குக் கட்டுப்பட்டுத்தான் இந்த ரூட்டை அதிகாரி அனுமதித்தார். கலெக்‌ஷன் குறைவாக இருக்கும் என்று நினைத்து, இவ்வளவு நாள் இந்த ரூட்டை ஒதுக்கி வைத்திருந்தார்.

ஒரு வாரம் கழித்துப் பத்திரக்கோட்டை என்று கொட்டை எழுத்தில் எழுதியிருக்கும் அந்தப் போர்டைப் பார்க்கவே இன்னும் ரெண்டு கண் வேண்டும் போலிருந்தது. நாளொன்றுக்கு எட்டு தடவை பஸ் கடலூருக்குப் போகும்போது சும்மா இருக்க முடியுமா? கையில் ரெண்டு ரூபாய் இருந்தால் போதும், ஏதாவது சாக்குச் சொல்லிச் சட்டையைப் போட்டுக்கொண்டு கடலூருக்குக் கிளம்பி விடுவார்கள்.

சிவப்புத் தோல் பெண்களைப் பார்க்கிறதுக்கும், காலைக்காட்சி மலையாளப் போஸ்டரைப் பார்த்துவிட்டு வருவதற்குமே ஒரு கூட்டம் தயாராகிவிட்டது.

ரெண்டரை ரூவாய் இருந்தால் கடலூர் போய் வந்து விடலாம். அங்கில்லாத சாமான்களா, ஆஸ்பத்திரியா? பெரிய ஆஸ்பத்திரியில் தர்மத்துக்குச் செய்கிறான். இப்படிக் கணக்குப் போட்டுப் பார்த்து பக்கத்து கிராமத்து சனங்கள்கூட நடுவீரப்பட்டில் காலடி வைப்பதையே மறந்து விட்டார்கள். செட்டியார்களின் பணம் பெட்டியிலேயே தூங்கியது. வியாபாரம் படுத்துக் கொண்டதால், முதலியார்களும் செட்டியார்களும் ஈயடிக்க ஆரம்பித்து விட்டார்கள்.

என்ன படம் என்றைக்கு ரிலீசு, எந்தப் படத்துக்கு அதிக வசூல் என்பதெல்லாம் அத்துப்படியாகிற அளவுக்கு டவுன் பஸ் பத்திரக் கோட்டை இளைஞர்களுக்கு உதவிகரமாய் இருந்தது.

"யார் யார் ரயிலப் பாத்திருக்கீங்க? யார் யார் கடலப் பாத்திருக் கீங்க?" என்று வாத்தியார் கேட்டால் ஒரு பயலும் துணிந்து கையைத் தூக்கமாட்டான்.

"திருப்பதிக்கு மொட்ட அடிக்கப் போனப்ப ரயிலப் பாத்தேன். மாசி மகத்துக்கு கடலூருக்குப் போனப்ப கடலப் பாத்தேன்" என்று வகுப்புக்கு ஒருத்தனோ ரெண்டு பேரோதான் சொல்வார்கள்.

பஸ் வந்தப்புறம் அந்தக் கேள்வியைக் கேட்டால் என்ன பதிலைப் பையன்கள் சொல்லுவார்கள் என்பது வாத்தியாருக்குத் தெரியும். ஆனால் இப்போது இந்தக் கேள்வி மறைந்து போனது.

வாத்தியார்கள் நாள் தவறாமல் பள்ளிக்கூடம் வந்து கொண்டிருந்தார்கள்.

பஸ் கொடுத்த சொகுசில் எல்லாரும் உடம்பு வளக்க ஆசைப்பட்டு விட்டார்கள். வயலில் வேலை செய்பவர்களுக்கு பஸ் ஆரன் நேரங்காட்டியாகப் பயன்பட்டதால் இன்னும் வசதியாகி விட்டது.

கள்ளங்கபடமில்லாது உழைத்த கூலியாட்கள் இன்ன ஆரன் சத்தத்துக்குத்தான் வேலைக்குப் போகவேண்டும். இத்தனை மணி சத்தத்துக்குத்தான் வேலையிலிருந்து திரும்பி விடவேண்டும் என்று கணக்குப் போட்டு வேலை செய்தார்கள். மனசெல்லாம் ஆரன் சத்தத்திலேயே இருந்ததால் முன்னை மாதிரி வேலை செய்ய முடியவில்லை. கூலியில் மட்டும் ஒரு பைசா குறைந்துவிடக்கூடாது.

இளைஞர் நற்பணி மன்றத்தினர் பஸ் நேர அட்டவணையைத் தயார் செய்து பஸ் ஸ்டாண்டில் நாட்டி வைத்தார்கள்.

காலை ஏழரை மணி சிங்களில் டிரைவர் ஒரு கத்தைப் பேப்பரை டீக்கடையில் தூக்கிப் போடுவார். டீக்கடையில் படித்ததோடு முக்கியமானவர்கள் வீட்டுக்கும் பேப்பர் வரவழைத்து அறிவை வளர்த்துக்கொண்டார்கள்.

மத்தியானம் சட்டசபையில் செருப்பால் அடித்துக் கொண்டதும், துகிலுரிப்பு செய்தியும் அடுத்த நாள் காலையில் பத்திரக்கோட்டையில் தெரிந்தது.

பஸ் வரத்தால் பத்திரக்கோட்டை மக்கள் நாகரிகத்தால் திளைத் தார்கள். முடியில் சூடு வைத்துச் சுருட்டிக் கொள்கிற சூட்சுமத்தை யெல்லாம் தெரிந்துகொண்டார்கள்.

நடுவீரப்பட்டு கொட்டகைக்காரனால் இவர்களைத் திருப்திப் படுத்த முடியவில்லை. கடலூர் மாதிரி படத்தை இவனால் அங்கே ரிலீஸ் செய்யவா முடியும்! அவனுக்குத் தெரிந்த யுக்தியெல்லாம் கையாண்டு காசு பண்ணினான். ஒரே டிக்கெட்டில் ரெண்டு படம் போட்டதால் பரவாயில்லை. ஓரளவுக்கு பிழைப்பு ஓடியது.

இவர்களுடைய சந்தோஷம் ரொம்ப வருஷம் நீடிக்கவில்லை. திடீரென்று ஒரு நாள் பஸ் வரவில்லை. என்னவென்று கேட்டால் பஸ்சை நடுவீரப்பட்டு ரோட்டிலேயே மறியல் செய்து விட்டார்களாம்.

இந்த வேலையைச் செய்தவர்கள் காட்டுப்பாளைய மக்கள்தான். எவ்வளவு நாள்தான் அவர்களும் பொறுமையாய் இருப்பார்கள். ஏதாவதொன்று தெரியவேண்டும் என்று கோதாவில் இறங்கி விட்டார்கள்.

காட்டுப்பாளையம், பத்திரக்கோட்டைக்கு அடுத்த ரெண்டாவது கிலோ மீட்டரில் இருக்கிறது. ரோடு மட்டும் இருக்கிறதே தவிர, அங்கு பஸ் போனது கிடையாது. வெளியூருக்குப் போய் வர பத்திரக்கோட்டை பஸ்ஸைப் பிடித்துத்தான் போய்வந்தார்கள்.

அவர்களும் மனுஷன்கள் தானே. இவர்களுக்கு ஒரு நீதி. அவர்களுக்கு ஒரு நீதியா? தனக்கு ஓட்டு போட்ட ஊர்களுக்கு மட்டும்தான் பஸ் விடுவேன் என்று ஒவ்வொரு அமைச்சர்களும் இருந்துவிட்டால் இப்படிப்பட்ட சனங்கள் என்றைக்குத்தான் அரசாங்க சலுகைகளை அனுபவிக்க முடியும்.

அமைச்சருடைய பிறந்த ஊர் பத்திரக்கோட்டைக்கு அடுத்தபடியாக ஏழாவது கிலோ மீட்டரில்தான் இருக்கிறது.

இப்போதுதான் அமைச்சராகியிருக்கிறார். பத்திரக்கோட்டை மக்கள் 764 ஓட்டில் 736 ஓட்டை அமைச்சருக்குத்தான் போட்டார்கள்.

ஆனால் காட்டுப்பாளையத்து மக்கள் 362 ஓட்டில் 330 ஓட்டை அமைச்சருக்குப் போடவில்லை. வெறும் பன்னிரெண்டு ஓட்டு தான் அமைச்சருக்குப் போட்டார்கள். ஏனென்றால் அமைச்சரின் எதிர் வேட்பாளர் காட்டுப்பாளையத்தைச் சார்ந்தவர்.

காட்டுப்பாளையத்திலும் படித்த விபரமறிந்தவர்கள் இருந்தார்கள். அரசாங்க சட்டப்படி டவுன் பஸ் ரூட்டை முப்பது கிலோ மீட்டர் வரை நீடிக்கலாம் என்கிற செய்தியை எப்படியோ தெரிந்துகொண்டு இது மாதிரி போராட்டத்தில் இறங்கி விட்டார்கள்.

கடலூரிலிருந்து கணக்கெடுத்தால் பத்திரக்கோட்டை வரைக்கும் இருவத்தியாறு கிலோ மீட்டர்தான் வருகிறது. காட்டுப்பாளையம்

வந்தாலே இருவத்திஎட்டுதான் வருகிறபோது ஏன் எங்கள் ஊருக்குப் பஸ் வரக்கூடாது என்று கேட்கிறார்கள்.

அதிகாரியால் அவர்களுக்குப் பதில் ஏதும் சொல்ல முடியவில்லை. விஷயம் அமைச்சர் காதுக்குப் போயிற்று. 'இவர்கள் ஒன்றும் செய்ய முடியாது. அப்படித்தான் ரெண்டு நாளைக்கு ஆடுவார்கள். நீங்கள் மட்டும் அசைந்து கொடுக்காதீர்கள்' என்று போனை வைத்துவிட்டார்.

காட்டுப்பாளையத்துக்கும், பத்திரக்கோட்டைக்கும் கலவரம் மூண்டது. பத்திரக்கோட்டை சனங்களில் பாதி அளவுதான் காட்டுப் பாளையத்தில் இருந்தார்கள். பத்திரக்கோட்டை சனங்களின் காட்டடிக்கு அவர்களால் பதிலடி கொடுக்க முடியவில்லை. விஷயம் பெருசாகி பேப்பர் வரைக்கும் வந்துவிட்டது.

'பத்திரக்கோட்டை வண்டி வரவில்லையா வரவில்லையா' என்று கேட்பவர்களுக்கு இப்போதுதான் விவரம் புரிந்தது.

காட்டுப்பாளையத்துச் சனங்களால் இனிமேலும் விஷயத்தைத் தாக்குப்பிடிக்க முடியவில்லை. ரெண்டில் ஒன்று பார்த்துவிட முனைந்துவிட்டார்கள்.

'ஜால்ரா போடும் போக்குவரத்து அதிகாரி ஒழிக' என்று கோஷ மிட்டார்கள்.

அதிகாரி அமைச்சரின் காலடியில் போய் விழுந்தார். அமைச்சரின் சகாக்களில் கொஞ்சம் பேருக்கு மூளையும் இருந்தது. 'இந்த சந்தர்ப் பத்தைப் பயன்படுத்திக்கொண்டு பஸ் விட்டால் அடுத்த தடவை காட்டுப்பாளையத்து மக்களின் ஓட்டையும் நாமே வாங்கி விடலாம். ரெண்டு பேரிடமும் நல்ல பேர் வாங்க இதுதான் சரியான நேரம்' என்பதை விளக்கினார்கள்.

தவறு செய்து விட்டதை நினைத்து அமைச்சர் வருந்தினார். உடனே ஆணை பிறந்தது.

பத்திரக்கோட்டை டவுன் பஸ் திரும்பவும் மார்க்கத்தில் ஓட ஆரம்பித்தது.

காட்டுப்பாளையம் மக்களால் சந்தோஷத்தை அடக்க முடிய வில்லை. அமைச்சரைத் தேடி வந்து மாலை போட்டுப் பாராட்டி னார்கள்.

ஆனால் பத்திரக்கோட்டை மக்களுக்குத்தான் பஸ் ஓடியும் சந்தோஷமில்லை. தங்கள் ஊரின் மவுசு குறைகிறதே என்று வருத்தப் பட்டார்கள். இன்னும் பத்திரக்கோட்டை வண்டி என்கிற பெயர்

மட்டும் மறையாமல் அப்படியேதான் அழைத்து வந்தார்கள். இருந்தாலும் தங்கள் ஊர் பேர் இல்லாதது மட்டும் எல்லாரையும் துன்புறுத்தியது. ஆளுக்கு ஆள் சொல்லி வேதனைப்பட்டுக் கொண்டார்கள்.

இப்போது காட்டுப்பாளையத்து மக்கள் அவர்கள் ஊரிலேயே ஏறி வசதியாக உட்கார்ந்துகொண்டு வந்தார்கள். பஸ் ராத்திரியில் அங்கேதான் நின்றது.

பத்திரக்கோட்டை இளைஞர்களுக்கு ஒரு நாள் துணிச்சல் பிறந்தது. பஸ்ஸை நிறுத்தி கண்டக்டரைக் கீழே கூப்பிட்டார்கள். 'அடுத்த தடவை கடலூரிலிருந்து வரும்போது காட்டுப்பாளையம் போர்டைத் தூக்கிவிட்டுப் பழையபடிக்குப் பத்திரக்கோட்டை போர்டை வைத்துக் கொண்டுதான் ஊருக்குள் நுழையவேண்டும்' என்று எச்சரித்து அனுப்பி வைத்தார்கள்.

கேள்விப்பட்ட அதிகாரி பழையபடி எங்கே விவகாரம் முற்றி விடுமோ என்று பயந்து போய் அமைச்சருடன் தொடர்பு கொண்டு பேசினார் அவர் கடலூரில்தான் இருப்பதாகச் செய்தி கிடைத்தது.

விவரத்தைக் கேள்விப்பட்டு அமைச்சரும், அதிகாரியுமே பத்திரக் கோட்டைக்குப் போய் இரண்டு ஊர் முக்கியப் பிரமுகர்களையும் வரவழைத்துச் சமாதானம் செய்து வைத்துவிட்டுப் போனார்கள்.

பழையபடி 'காட்டுப்பாளையம்' என்ற பெயர்ப்பலகையோடு பஸ் ஓடத் துவங்கியது.

இப்போது 'காட்டுப்பாளையம் வண்டி' என்றால்தான் தெரியு மளவுக்குப் பெயர் வழங்கிவிட்டது. கஷ்டப்பட்டு பஸ் வரவழைத்துக் கடைசியில் இப்படியாகி விட்டதே என்று பத்திரக்கோட்டை மக்கள் நிம்மதியில்லாமல் தவித்தார்கள்.

பஸ் பத்திரக்கோட்டையில் நின்று கடலூருக்குப் போய்க்கொண்டி ருந்தது. திடீரென்று முந்திரித் தோப்புக்குள்ளேயிருந்து ரோட்டின் இரண்டு திசைகளிலிருந்தும் சரமாரியாக கற்கள் பறந்து வந்து பஸ் கண்ணாடிகளைப் பதம் பார்த்தது. டிரைவர் பஸ்ஸை எங்கேயும் நிறுத்தாமல் கடலூர் அலுவலகத்தில் கொண்டு போய் நிறுத்தினார்.

'இந்த விஷயத்தில் நீங்களே முடிவெடுத்துக் கொள்ளுங்கள்' என்று அமைச்சர், அதிகாரியிடம் சொல்லிவிட்டார்.

"இரண்டு ஊர்க்காரர்களும் இந்த விஷயத்தில் சமாதானமடைந்து விட்டோம் என்று எழுதிக் கொடுத்தால்தான் பஸ் விடுவதைப் பற்றி யோசிக்கமுடியும்" என்று அதிகாரி தீர்மானமாகச் சொல்லி விட்டார்.

உன்னால் நான் கெட்டேன், என்னால் நீ கெட்டாய் என்று உள்ளுக்குள் இரண்டு ஊர்க்காரர்களும் வருந்தினார்களே தவிர, யாரும் சமாதானத்தைப் பற்றி யோசிக்கவில்லை.

இனி பஸ் வந்தால் "பத்திரக்கோட்டை பெயர்ப் பலகையோடுதான் வரவேண்டும். இந்த தடவை எப்படியேனும் நாம்தான் ஜெயித்தாக ணும். பஸ் வராட்டாலும் பரவாயில்லை" என்று பத்திரக்கோட்டைக் காரர்கள் உறுதியாய் இருந்துவிட்டார்கள்.

காட்டுப்பாளையத்துக்கும் இப்போதுதான் சந்தோஷமாக இருந்தது.

'நமக்கு ஒரு கண்ணு போனாலும் பரவாயில்லை, எதிரிக்கி ரெண்டு கண்ணும் போகட்டும்' என்பது அவர்களுடைய தத்துவம்.

இரண்டு ஊர்க்காரர்களும் பொறுத்துப் பொறுத்துப் பார்த்தார்கள். வேறு வழியில்லை. கவுரவத்தை இழப்பதை விட நடப்பதே மேல் என்று நடைப்பயணத்தைத் தொடர்ந்தார்கள்.

நடுவீரப்பட்டில் செட்டியார்களும், முதலியார்களும், பாய்களும் உயிர் வந்து எழுந்து உட்கார்ந்து கொண்டார்கள்.

பழையபடிக்குக் கல்லாவில் காசு இரைந்தது.

●

பரிசோதனை

ரொம்ப நாளாய் இந்தப் பிரச்சினை இல்லாமலிருந்தது. இப்போது மீண்டும்...

நமக்கு வருவது போலவே எல்லாருக்கும் இது மாதிரி வாழ்க்கை முழுவதும் பரிசோதனை தொடர்ந்து கொண்டேதான் இருக்குமா?

'நாலைந்து ரூபாய்தானே அதிகமாகப் போகிறது. அதுவும் மூணு மாசத்துக்கொரு தடவைதானே கொடுக்கிறோம். சாயங்காலம் ஊருக்குக் கிளம்புவதற்கு முன் வேலையை முடித்து விடவேண்டும். இப்படி நாளைக்கு நாளைக்கு என்று எத்தனை நாள் தள்ளிப் போடமுடியும்? சரி, இன்னுங் கொஞ்ச நேரமானால் பாத்ரூமில் தண்ணி வராது.'

நேரம் நெருங்க நெருங்க குழப்பம் அதிகமாகிக் கொண்டே வந்தது.

சட்டைப்பையைப் பார்த்தேன். பத்து ரூபாய் கொஞ்சம் சில்லறை இருந்தது. எதற்கும் ஐந்து ரூபாய் எடுத்துக் கொள்வோம். என்று அதையும் எடுத்துப் போட்டுக்கொண்டு கைலியோடவே கிளம்பினேன்.

கைலிக்கென்று ஒரு வெட்டு வெட்டுகிற ஆட்களும் இருக்கிறார்கள். நம்மைப் பார்த்து அப்படி வெட்ட மனசு வராது என்ற ஒரு நம்பிக்கைதான் பேண்ட் போடாததற்குக் காரணம். தவிர பக்கத்துத் தெரு என்பதால் சோம்பேறித்தனம்.

இன்றைக்கு வெள்ளிக்கிழமை என்பதால் அதிர்ஷ்டத்தைப் பறிகொடுக்க யாரும் வரமாட்டார்கள். கூட்டம் கம்மியாக இருந்தால் சீக்கிரம் வந்துவிடலாம்.

உலகத்தில் வல்லவனுக்கு வல்லவன் இருக்கத்தான் செய்கிறான். ஒரு தொடர்பு விடுபடும் போதுதான் இன்னொரு தொடர்பு கிடைக்கிறது.

சில சமயம் 'இதைத் தவிர வேறு எதுவும் நல்லதாக இருக்க முடியாது என்று இருந்துவிட்டு, இருக்கிற மற்றதையெல்லாம் தெரிந்து கொள்ளாமல் கண்மூடித்தனமாக இவ்வளவு நாள் இருந்துவிட்டோமே என்று வருந்துவேன்.

இப்படி நினைத்ததால்தான் இன்றைக்குத் துணிவு பிறந்திருக்கிறது.

மீசை முளைக்கிற வரைக்கும் கிராமத்தில்தான் வெட்டிக் கொண்டேன். குடும்பத்துக்கு முடிதிருத்தும் பெருமாள்தான் என் ரசனையை முடிவு செய்தார்.

அப்புறம் சென்னைக்கு வந்து இந்தப் பன்னிரெண்டு வருஷத்தில் இதுவரைக்கும் ஐந்தாறு பேர் மாறியிருப்பார்கள்.

பி.யூ.சி. முடித்துவிட்டு முடிவெட்டும் தொழிலைச் செய்துகொண்டிருந்தபோது கண்டக்டர் வேலை கிடைத்ததும் கத்தரிக்கோலை விட்டெறிந்து விட்டுப்போன திருநெல்வேலிக்காரன், மலையாளத்து தாமு, பாட்டுப் பாடிக்கொண்டே முடிவெட்டும் முத்துராமலிங்கம், முடிவெட்டுவதில் பட்டம் வாங்கி அதைக் காட்டியே வேலை செய்து காசு பண்ணிக்கொண்டு பம்பாயில் செட்டிலாகி விட்ட கருணாகரன், பதினைந்து ரூபாய்க்கு மேல் ஒரு பைசா வேண்டாமென்று சொல்லும் பாம்குரோவ் பாஸ்கர் இவர்கள் எல்லாரும்தான் சூடுபோட்டு ஹிப்பி வைத்து ஸ்டெப் கட்டிங் வெட்டி, பிறகு பழையபடிக்கே கிராப் வெட்டி என்னைத் திருப்திபடுத்தினார்கள்.

மேற்சொன்ன எல்லாருமே ஆரம்பத்தில் பிடித்திருந்தார்கள். ரெண்டு வருஷம் கழிந்ததும் ஒன்று, எனக்கு ரசனை மாறிப் போய்ப் பிடிக்காமல் போகும். இல்லை, அவர்கள் வெளியூருக்கு இடம் பெயர்ந்து விடுவார்கள்.

அன்றைக்கு போன் செய்ய வேறு கடை கிடைக்கவில்லை. ராத்திரி பத்துமணி ஆகிவிட்டதால் எங்கும் போய்க் கேட்கவும் முடியவில்லை. கடையை மூட ஏற்பாடாகிக்கொண்டிருந்தது. ஓனர் வெளியில் நின்றிருந்தார். அனுமதி கேட்டதும், மறுக்காமல் அந்த நேரத்திலும் போன் கொடுத்து உதவினார்.

அப்போதுதான் கடையை முழுசாகக் கவனித்தேன்.

பத்து சேர் இருக்கும்.

எல்லா வகையான கதைப் புத்தகங்கள், நாள் பத்திரிகைகள் கத்தையாய்க் கிடந்தன.

கூலிப்பட்டியல் தெளிவாகவே தெரிந்தது. முடிவெட்ட எட்டு ரூபாய், தாடி ஒதுக்க ரெண்டு அம்பதுதான்.

எல்லாவற்றையும் கவனித்தபோது எவ்வளவுதான் இந்த விஷயத்தில் அனுபவப்பட்டாலும் கொஞ்சம் பதட்டமாக இருந்தது.

மீண்டும் பரீட்சையில் இறங்கப் போகிறேன்.

கடையின் வெளியில் யாரும் நிற்கவில்லை. நிதானமாகப் படித்துப் பார்த்தேன். "மலபார் சிகை அலங்கார நிலையம்" கீழே இங்கிலீஷில் "மலபார் ஹேர் டிரஸ்ஸஸ்" என்று எழுதியிருந்தது.

யாரும் அறிமுகமில்லாத திருமணப் பந்தலில் நுழையும்போது இருக்கிற மனநிலை. என் கணக்கு தப்பாகி விட்டது. ஒரு சேரைத் தவிர எல்லாவற்றிலும் அறையும் குறையுமாக வெட்டிய முடியுடன் வாடிக்கையாளர்கள் உட்கார்ந்திருந்தார்கள். நல்லவேளை, யாரும் காத்திருக்கவில்லை.

எப்போதும் போல் எதற்கும் ஓனரைப் பார்த்துச் சொல்லிவிடலாம் என்று தேடினேன். அவர் உள்ளே இருக்கலாம் போலிருந்தது.

அதற்குள் பக்கத்து நாற்காலியில் இருந்தவருக்கு முடிவெட்டிக் கொண்டிருந்தவர் என்னைக் காலியாயிருந்த அந்தச் சேரில் உட்காரச் சொன்னார். அவர் சொல்லைத் தட்ட முடியாமல் நாற்காலியில் உட்கார்ந்தேன்.

இதில் யாரைத் தேர்ந்தெடுப்பது என்று ஒரு நோட்டம் விட்டேன். எல்லாருமே நடுவயசுக்காரர்கள்தான். ஒருத்தர் ரொம்பவும் தற்கால ஸ்டைலில் முடிவெட்டி அழகாக உடுத்தியிருந்தார்.

ஆனால் அவர் வர நேரமாகும் போலிருந்தது. இப்போதுதான் தண்ணீர் தடவி வெட்ட ஆரம்பித்திருக்கிறார்.

'ஆள் இல்லாத நாற்காலியில் இப்படி உட்காரச் சொல்லியிருக் கிறாரே, இந்த நாற்காலிக்காரர் ஒருவேளை லீவில் இருக்கிறாரா' என்று யோசித்துக் கொண்டிருந்தேன்.

எதிரேயிருந்த கண்ணாடியில் முடிவெட்டிக் கொள்ளத் தலையைக் கொடுத்திருந்தவர்கள் யோசனையில் இருந்தார்கள். சிலர் தங்கள் அழகை ரசித்துக்கொண்டிருந்தார்கள்.

என்னுடைய உண்மையான அழகு தெரியாமல் எல்லாருக்கும் வெட்டுகிற மாதிரி எனக்கும் சாதாரணமாக வெட்டிவிடுவானோ என்று குழப்பமாக இருந்தது.

எல்லாரும் அவரவர் வேலையைச் செய்துகொண்டிருந்தார்கள். ஃபேன் ஒரே சீராக ஓடிக்கொண்டிருக்கிற சத்தத்தையும், முடிகளைத் தின்று மேலும் முன்னேறிக் கொண்டிருக்கும் கத்தரிக்கோல் சத்தத்தையும் தவிர எந்த அரவமும் இல்லை.

யோசனையில் இருந்தபோதே திடீரென்று ஒரு உருவம் என் மேல் வெள்ளைத் துணியைப் போர்த்தியது. நிமிர்ந்து கண்ணாடியைப் பார்த்ததும் திகைத்துப் போனேன். அவன்தான் எனக்கு முடி வெட்டிவிடப் போகிறான் போலிருக்கிறது!

இன்னும் மீசை வராத வயசு, என் வயசில் பாதிதான் இருக்கும். தைரியமாக வேலையைத் தொடங்கப் போகிறான். என் திகைப்பு யாருக்கும் புரியவில்லை.

மேலே துணியைப் போர்த்திவிட்டதும் கடைக்கு உள்ளே இருக்கும் ரூமுக்குப் போனான். ஓனர் தென்படுவாரா என்று தேடினேன். எதற்கும் கேட்டுவிடலாம் என்று தைரியப்படுத்திக் கொண்டு பக்கத்து நாற்காலிக்காரரிடம் கேட்டதும் ஓனர் உள்ளே சாப்பிட்டுக் கொண்டிருப்பதாக அவர் சொன்னார்.

எங்கெங்கு தப்பு நடக்கக் கூடாது என்று நினைக்கிறோமோ திருப்பித் திருப்பித் தவறாமல் அதையே செய்து கொண்டிருப்பதை நினைத்தபோது எழுந்து ஓடிவிடலாமா என்று தோன்றியது.

எல்லாரும் என்னையே பார்த்துக் கொண்டிருக்கிற மாதிரி தெரிந்தது.

பக்கத்து நாற்காலிக்காரர் முடிக்கப் போகிற நேரந்தான். ஹீட்டர் போடத் தயாராயிருந்தார். அவருடைய வெட்டு பிரமாதமாக இருந்தது. ஆள், பார்க்கிறதுக்குத்தான் ஒரு மாதிரி இருக்கிறாரே தவிர தொழில் அருமையாய் இருந்தது. இன்னும் ஒரு ஐந்து நிமிஷம் காத்திருந்தால் அவரிடமே முடித்துக் கொள்ளலாம். ஆனால், ரெண்டு பேர் எப்போ நாற்காலி கிடைக்கும் என்று பத்திரிகையை மேய்ந்து கொண்டிருந்தார்கள்.

வருகிறவர் ஓனரேதான். அவரைப் பார்த்துதான் இந்தக் கடையில் வந்து ஏமாறுகிறார்களோ என்று மனசுக்குப்பட்டது. ஆள் வாட்ட சாட்டமாய் எடுப்பாய் இருந்தார். அவருக்கு இங்கிருப்பவர்களில் யாரோதான் வெட்டியிருப்பார்கள். முகத்திற்கு உரிய வெட்டு. யார் என்று அவரிடமே கேட்டுவிட்டுக் கொஞ்சம் நேரமானாலும் அவர் சொல்கிற ஆளிடத்திலேயே வெட்டிக் கொள்ளலாம்!

ஓனர் நேராக என்னைப் பார்த்து வருகிறமாதிரி தான் தெரிந்தது. தூரத்தில் வந்து கொண்டிருக்கும்போதே கையைக் காட்டி பக்கத்தில் கூப்பிட்டேன்.

எல்லா ஓனர்களிடமும் ஒவ்வொரு கடையிலும் இதுவரை சொன்னது மாதிரியே இவரிடமும் “இப்பத்தான் உங்க கடையில முதல் தடவையா வெட்டறேன். சாதாரணமா எந்தக் கடையிலும் சீக்கிரமா நுழைஞ்சிடமாட்டேன். முக்கியமா, முடிவெட்டற

கடையிலும் சீக்கிரம் திருப்திபட்டுட மாட்டேன். கொஞ்ச நேரம் வெயிட் பண்ணியே நல்லா வெட்டறவங்கக்கிட்டயே வெட்டிக்கறேன்" என்று சொன்னேன்.

இப்படிச் சொன்னதும் ஓனர் என் நிலைமையைப் புரிந்து கொண்டார். நிறைய பேர் என் நிலையில் வருவார்கள் போலிருக்கிறது.

"சார், நீங்க கவலப்படாதீங்க. ஓங்க பயம் புரியுது" என்று ஓனர் என்னைச் சமாதானப்படுத்திக் கொண்டிருக்கும்போதே பையன் பக்கத்தில் வந்துவிட்டான்.

ஓனர் எனக்கு ஆறுதல் சொன்னது அவன் காதுக்கு எட்டியிருக்கும் போல் தெரிந்தது. ஏனென்றால் அவனிடம் பழைய முகம் இல்லை.

நாற்காலி உயரத்தைக் குறைத்து அவன் அளவுக்குச் சரி செய்து கொண்டு வேலையை ஆரம்பித்தான்.

முதல்கட்டமாகத் தலையில் தண்ணியைப் பீச்சியடித்து முடிகளை ஒன்று சேர்த்துத் தடவினான்.

பொதுவாக ஆரம்பிக்கறதுக்குமுன் என்ன மாதிரி வெட்ட வேண்டும் என்று மற்றவர்கள் கேட்ட மாதிரி இவன் என்னிடம் கேட்கவில்லை.

தலையைக் கொடுத்தது கொடுத்தோம், முடிஞ்ச வரைக்கும் காப்பாற்றிக்கொள்ளலாம் என்கிற முன்னெச்சரிக்கையில் "அதிகமாயும் இல்லாமல் கொஞ்சமுமாக இல்லாமல் முடி இருக்கவேண்டும். இப்படி முடியை ஏற்றித்தான் சீவுவேன். பின்னால் முடி அதிகமாக வைக்க வேண்டாம்...' என்று மூச்சுவிடாமல் ஒவ்வொன்றாக அடுக்கினேன்.

நான் இவ்வளவு சொல்லியும் கூட அவன் வாயிலிருந்து ஒரு வார்த்தைகூட வரவில்லை. கண்ணாடியில் என் மூஞ்சியையே பார்த்துக்கொண்டு என் தலையைத் தடவினான். கண்ணாடியில் ஒருத்தரை ஒருத்தர் நேருக்குநேர் பார்த்துக் கொண்டால் வருகிற கூச்சத்தை விட அதிகமாக இருந்தது.

இவன் கொஞ்சம் ஆழமான ஆளாக இருப்பான் என்பதைத் தெரிந்துகொண்டதும் மேற்கொண்டு எதையுமே பேசப் பிடிக்கவில்லை. படிப்படியாகச் சொல்லிக்கொள்ளலாம் என்று ஒன்றும் பேசவில்லை.

தண்ணியைத் தடவியவன் நான் சீவுகிற நிலைக்கே முடிகளை ஒழுங்குப்படுத்திக் கொண்டுவந்து நிறுத்தினான். அதோடு விடாமல் கத்தரியை வேறு வைத்து வெட்ட ஆரம்பித்துவிட்டான்.

இவன் எந்தப் போக்கில் போகிறான் என்பது பிடிபடவில்லை.

ரொம்பவும் கரிசனத்தோடு தொழிலைச் செய்கிறவன் மாதிரி தலையில் கத்தரியை வைத்தவன் பத்து நிமிஷத்துக்கு மேல் ஆகியும் கையை எடுக்கவேயில்லை. குடுமி அவன் கையில் இருந்ததால் என் விருப்பத்தைப் பற்றியெல்லாம் சட்டைசெய்யாமல் நறுக்கிக் கொண்டே இருந்தான்.

ஒரு பக்கம் முழுசுமாக முடித்துவிட்டு எதிர்த்திசைக்குத் தாவப் போனான். என்னுடைய துக்கமும் பயமும் தொண்டையை அடைத்ததால் வெளிவந்த சத்தம் கட்டைக்குரலில் வந்தது.

வெளிவந்த சத்தம் என்னுடைய அதிருப்தியைக் காட்டிக் கொள்கிற மாதிரி இருந்ததால் என் முகத்தைப் பார்க்க முயற்சி கூட செய்யாமல் வேலையைச் செய்து கொண்டிருந்தான். என்னுடைய ஏமாற்றத்தை நினைத்துக் கோபமாய் வந்தது.

ஆளுக்கொரு முறையில் வெட்டுவார்கள் என்பது உண்மைதான். ஆனால் இவன் முறை எதிலும் சேர்த்தியில்லாமல் இருக்கிறது. தண்ணியைத் தடவி ஒன்று முடியையெல்லாம் கீழே நோக்கிச் சீவித் தலையின் முன்பக்கத்துக்குக் கொண்டு வந்து வெட்டுவார்கள். அல்லது முடியைத் தலையின் வலதுபக்கத்துக்கோ இல்லை இடது பக்கத்துக்கோ கொண்டு வந்து வெட்டுவார்கள்.

இவன் போகிற போக்கைப் பார்த்ததும் எங்கே மொட்டை அடிக்கிற அளவுக்குக் கொண்டு வந்து விட்டுவிடுவானோ என்று பயந்துபோய்க் கிடுகிடுவென்று சொல்லி முடித்தேன்.

'தம்பி, அடுத்ததடவ நான் இந்தக் கடைக்குத் திரும்பி வர்ற மாதிரி இருக்கட்டும்' என்று ஒரு வரியில்தான் சொன்னேன்.

இன்னும்... மெதுவாக வெட்ட ஆரம்பித்து விட்டான்.

பக்கத்திலிருந்தவர்களுக்குக் கேட்டிருக்குமோ என்று சுற்றிலும் ஒருமுறை பார்த்துவிட்டுத் தொடர்ந்து வெட்டினான்.

அவன் முகம் முன்பிருந்ததை விட இன்னும் மாறிப் போயிருந்தது. என் கண்களை ஒருமுறை உற்று எரித்தான்.

எனக்கு இன்னும் பயம் அதிகமாகி விட்டது.

நான் சொன்னதைத் தவறாக எடுத்துக் கொண்டிருக்கிறான். 'நல்லா வெட்டினால் அடுத்த தடவையும் உன்னிடமே வெட்டுகிறேன்' என்று சொன்னேன்.

'இப்படிப் போனாலும் இடிக்கிறது. அப்படிப் போனாலும் இடிக்கிறது. உன்னிடம் மாட்டிக்கொண்டதற்கு எனக்கு இதெல்லாம் தேவைதான். போடா சனியனே, எப்படியாவது ஆளவிடு' என்று அசந்துபோய் அப்படியே சேரில் படுத்துவிட்டேன்.

நாற்காலியில் உட்கார்ந்து கிட்டத்தட்ட ஒண்ணரை மணிநேரம் ஆகப்போகிறது. பக்கத்து சீட்டுக்காரர்களெல்லாம் இரண்டு பேருக்குக் கூட முடித்து விட்டார்கள்.

ஹீட்டர் போடத் தயாரானான். என் கண்ணாலேயே என் தலையை நம்ப முடியவில்லை. எப்படி இவ்வளவு அழகை என் தலையிலிருந்து கொண்டு வந்தான்?

இதுவரைக்கும் என்னை இதுமாதிரி அழகாய்ப் பார்த்ததில்லை.

என் கோபமெல்லாம் பறந்துவிட்டது. அவனைப் பார்த்துச் சிரித்தேன். அவன் அதே கடுப்பில்தான் இருந்தான். பதில் சிரிப்பு இல்லை. எதையாவது அவனிடம் பேச வேண்டும் என்று யோசித்தேன்.

'கிருதா மட்டும் கொஞ்ச நீளமாக இருக்கிறது' என்று சொன்னதும் உடனே மட்டுப்படுத்தினான்.

எனக்கு உற்சாகம் பிறந்துவிட்டதை ஓனர் பின்னால் நின்று கவனித்துக் கொண்டிருந்தார். தாடியை ட்ரிம் செய்ய வேண்டுமென்று சொன்னேன்.

அவன் கத்தரிக்கு மட்டும் அப்படியொரு மகிமை இருப்பதாகத் தெரிந்தது.

ஒவ்வொரு முடியாக கரணம் போட்டது.

என் முகத்துக்கே புதுவடிவத்தை உண்டுபண்ணிவிட்டான்.

மீசையையும் கத்தரி உருமாற்றியது.

நான் வாயைக்கூடத் திறக்கவில்லை. அவன் இஷ்டத்துக்கே விட்டுவிட்டேன்.

தாடி வேலை முடிந்ததும் ஹீட்டரைப் போட்டான். இன்னும் அவனுக்குத் திருப்தி வரவில்லை. மீண்டும் ஆரம்பத்திலிருந்து படிப்படியாகச் சின்னச் சின்ன முடிகளைக் கணக்குப் பண்ணிச் சரி செய்தான்.

சரியாக ரெண்டு மணி நேரம் ஓடியிருந்தது.

மேலே போர்த்தியிருந்த வெள்ளைத் துண்டை எடுக்கும்போது என் மேல் முடியெல்லாம் கொட்டிவிட்டது. நான் சிரித்துக்கொண்டே பரவாயில்லை என்று சொன்னேன்.

மேலே கொட்டிய முடிகளைத் துடைத்துக்கொண்டே என் காதுக்கு மட்டும் கேட்கும்படி சொன்னான்:

"இனிமே வேறகடைக்கிப் போறப்ப ஏங்கிட்ட சொன்ன மாதிரி, அடுத்த தடவ வர்றாப்பல வெட்டுன்னு மட்டும் எவங்கிட்டேயும் சொல்லாதீங்க" என்றான்.

நான் சாதாரணமாகச் சொன்ன வார்த்தைகள் அவனைப் புண்படுத்தியிருப்பதை எடுத்துச் சொல்லிப் புரியவைக்கச் சந்தர்ப்பம் கிடைக்கவில்லை.

நாற்காலியிலிருந்து எழுந்து சட்டைப் பையிலிருந்து பணத்தை எடுத்து அவனிடம் கொடுக்கப் போனேன். முதலாளியிடம் கொடுக்கச் சொல்லிக் கையைக் காட்டினான்.

பணத்தை வாங்கிக் கொண்டதும் முதலாளி, 'பயமெல்லாம் தெளிஞ்சிபோச்சா' என்று கேட்டார். ரொம்பவும் பிடித்துப் போய்விட்டதைச் சொன்னேன்.

வெளியே வரும்போது பையன் அவன் நாற்காலி பக்கத்திலேயே நின்று கொண்டிருந்தான். பொதுவாக மற்ற கடைகளிலிருந்து போகும் போது இரண்டு ரூபாய் டிப்ஸ் கொடுப்பேன். இவன் முகத்தைப் பார்த்தால் அப்படி வாங்கிக் கொள்கிற ஆளாகத் தெரியவில்லை. எதற்கும் கொடுத்துப் பார்க்கலாம் என்று கொடுத்தேன். வேண்டாம் என்று பின்னால் நகர்ந்து கொண்டான். நானும் கட்டாயப்படுத்த வில்லை.

இனிமேல், அடுத்த தடவைதான் பார்ப்போம் என்பதால் பக்கத்தில் போய் அவனிடம் பேரைக் கேட்டேன். செந்தில்குமார் என்று அடக்கமாகச் சிரித்துக்கொண்டே சொன்னான்.

வேறு பேச என்ன இருக்கிறது? நான் கையைக் காட்டினேன். அவனும் கையைக் காட்டினான்.

ஒரு வாரம் வரைக்கும் கேட்கிற நண்பர்களுக்கெல்லாம் பதில் சொல்லி மாளவில்லை. செந்தில்குமார் திறமையைக் கேட்கிறவர்களுக் கெல்லாம் சொன்னேன். கடைக்குப் போன நண்பர்கள் நாற்காலியில் உட்காருவதற்கு முன்பு செந்தில்குமார் யார் என்றுதான் முதலில் கேட்டிருக்கிறார்கள். அவன் உருவத்தைப் பார்த்ததும் எனக்கு வந்த பயமே அவர்களுக்கும் வந்திருக்கிறது.

ஒரு மாசம் கழித்து தாடியை ட்ரிம் செய்ய மலபார் கடைக்குப் போனேன். இவ்வளவு கூட்டத்திலும் செந்தில் என்னை மறக்காமல் வைத்திருந்தான்.

ஓனரும் அதே மாதிரியே நடந்துகொண்டார். ஆனால் அவர் என்னிடம் மட்டும் இல்லை. எல்லோரிடமும் அப்படியே தான் நடந்து கொள்வதாகத்தான் தெரிந்தது.

செந்திலின் ஊர் திருநெல்வேலியாம். கடையில் சேர்ந்தே ஏழு மாசம்தான் ஆகிறதாம். அதற்குள் இவ்வளவு வேலையைக் கற்றுக் கொண்டிருக்கிறான்.

செந்தில் அறிமுகம் கிடைத்ததிலிருந்து என் முகம் மாறியிருப்பது தெரிந்தது. நண்பனுக்கு டிப்ஸ் கொடுக்கிற தைரியம் எனக்கில்லை. சிரித்துக்கொண்டே அவனிடமிருந்து விடைபெற்றேன்.

இன்னும் இரண்டு மாசம் கழித்துச் செந்திலிடம் போனேன். கடையில் அவனைத் தவிர எல்லாரும் இருந்தார்கள். சரி உட்காரலாம், யாராவது வந்துவிடப் போகிறார்கள் என்று நினைத்து அவன் நாற்காலியிலேயே உட்கார்ந்தேன். செந்தில் எனக்குக் கிடைத்திருந்தும் இவ்வளவு முடி வளர்ந்திருப்பதைக் கண்ணாடியில் பார்த்தேன்.

யோசனையில் இருந்தபோதே தோள்மேல் ஒரு துண்டு விழுந்தது. பார்த்தால் செந்தில் இல்லை. வாழ்க்கை முழுசும் கத்தரிக்கோலோடு போராடிச் சலித்துப்போன ஐம்பது வயசையொத்த ஒருத்தர் துண்டால் உடம்பைப் போர்த்திக் கொண்டிருந்தார்.

"செந்தில்குமார் இல்லையா?" என்று பதற்றத்துடன் அவரிடம் கேட்டேன்.

"செந்தில்குமாரா? யாரது? அப்படிப்பட்ட ஆள் இங்கு இல்லையே" என்று எந்தவித உணர்ச்சியும் இல்லாமல் சொன்னார்.

என்னுடைய பயத்தைப் புரிந்துகொண்ட அந்த வயசானவர் தண்ணீர் பாட்டிலைக் கையில் வைத்துக்கொண்டே என் முகத்தைப் பார்த்தார். இதற்கிடையில் ஓனர் உள்ளேயிருந்து வந்துகொண்டிருந்தார். கையைக் காட்டி அவரைக் கூப்பிட்டேன்.

"சார், செந்தில்குமார் இல்லையா?" என்று கேட்டேன்.

"இல்ல சார், அவன் மதுரை பிராஞ்சுக்குப் போயிட்டான். போயி ரெண்டு வாரந்தான் ஆவுது" என்று சாவகாசமாய்ப் பதில் சொன்னார்.

என் நாற்காலிக்காரப் பெரியவர் கையில் கொடுவாளோடு கிடாவின் உத்தரவுக்காகக் காத்திருக்கிற பூசாரி மாதிரி தண்ணீர் பாட்டிலை வைத்துக்கொண்டு என் முகத்தையே பார்த்துக் கொண்டிருந்தார்.

எப்போதும் வருவது போல் ஓனரிடமிருந்து "பயப்படாதீங்க சார்" என்று குரல் வந்தது.

நாற்காலியில் தலையைச் சாய்த்து உத்தரவு கொடுத்தேன். தண்ணீர்ப் பாட்டில் தலையில் தண்ணியைப் பீய்ச்சியடித்தது. அடுத்த பரிசோதனை துவங்கியது.

கல்வெட்டு

வாழ்க்கையில் பருவநிலை மாற்றங்களுக்கேற்பப் பிரச்சினைகளும் விரிந்துகொண்டு, மாறிக்கொண்டுதான் வருகின்றன. பல மறந்து, மறைந்து போய்விடும். சில வளர்ந்து கொண்டேயிருக்கும். தனலட்சுமியின் பதிவுகளும் அப்படிப்பட்டவைகள்தான்.

தனலட்சுமி மாதிரி மனைவியாவது, குழந்தையாவது கிடைக்க வேண்டுமென்று ஏங்கியிருக்கிறேன்.

அந்த சின்னப் பள்ளிக்கூடத்தின் கூரையில் அணில்கள் ஒன்றையொன்று துரத்திப் பிடித்து விளையாட்டின் சாக்கில் காதல் செய்ததையெல்லாம் விளையாட்டாக நினைத்து ரசித்துக் கொண்டிருந்த சிறுவர்களில் நானும் ஒருவன்.

வாரத்துக்கொருதரம் புதுசு புதுசாக முடிச்சுப் போட்டு முடிச்சுப் போட்டு தலையிலிருந்த எண்ணெய்ப் பசையெல்லாம் ஏறி அழுக்கு சேர்ந்து நைந்துபோன துணிப்பையில் சிலேட்டுடனும், பலப்பக் குச்சியுடனும் காட்டாமணிக்குச்சியால் வளைய வளைய அடித்து என் அப்பாவால் பள்ளிக்குத் துரத்தப்பட்டவன்.

எப்போது காமாட்சி பஸ் வரும்? சாப்பாட்டு மணி அடிப்பார்கள் என்று காத்துக்கிடந்து சாப்பாட்டுத் தட்டையும் தம்ளரையும் எடுத்துக் கொண்டு முதல் வரிசையில் இடம் பிடிப்பதிலேயே குறியாய் இருந்தவன்.

இப்படி இருந்த என்னை இன்றைக்கு ஒரு பொறியியல் நிபுணனாக வருமளவுக்குப் படிப்பில் சுவாரசியத்தை உண்டுபண்ணிய சம்பவங்களைச் சொல்லாமலிருக்க முடியவில்லை.

மூன்றாம் வகுப்பு, இருநூற்றி நாப்பத்தியேழு தமிழ் எழுத்தையும் எந்தப் பக்கத்திலிருந்து சொல்லச் சொன்னாலும், படிக்கச் சொன்னாலும் தண்ணியாகத் தெரிந்து வைத்துக் கொள்கிற அளவுக்கு மாணவர்கள் முதிர்ச்சி அடைந்திருந்தார்கள்.

வகுப்பிலிருந்த வாத்தியாரிடம் அனுமதிகூட வாங்காமல் பெரியவர் ஒருவர் தாமரைப்பூ மிட்டாயை புதுசாக வாங்கிய ஒரு மிட்டாய் பாக்கெட்டில் வைத்துக்கொண்டு எல்லாருக்கும் கொடுத்துக் கொண்டே வந்தார். வகுப்புக்கு மிட்டாய் வந்தால் யாரையாவது புதுசாக பள்ளியில் சேர்த்திருக்கிறார்கள் என்பது எனக்குத் தெரியும். தை மாசத்தில் இதுவரை யாரையும் சேர்த்தது கிடையாது. யாருக்கும் இதற்கான காரணம் விளங்கவில்லை. மிட்டாயை வாயில் போட்டுக் கொண்டு ஒரு பையன் சொல்வதையே திருப்பித் திருப்பி எல்லா மாணவர்களும் சொல்லிக் கொண்டிருந்தோம். வாத்தியாரின் வலது கைப்பிடியில் இருந்த மூங்கில் குச்சி மேசையைத் தட்டி அமைதியை ஏற்படுத்தியது. வாத்தியாரின் குரல்தான் முதலில் வந்தது. நிமிர்ந்து பார்த்தேன். முதன் முறையாக உலகத்தில் முழுமையான ஒரு பெண்ணைப் பார்க்கிற அனுபவம். வாத்தியார் பக்கத்தில் இதற்கு முன் இப்படி நெருக்கமாகச் சிரித்த முகத்தோடு யாரும் நின்றதில்லை. இடுப்பிலிருந்த பட்டுப்பாவாடை மாதிரியே ரவிக்கையின் இரண்டு கையிலேயும் வட்டமாகப் பூண் மாதிரிப்பட்டு மின்னியது. அந்தக் குழந்தையின் முகத்தில் சிரிப்பைத் தவிர வேறு எதுவும் இல்லை. எட்டு வயசுதான் என்றாலும் என் பார்வைக்கு மட்டும் குழந்தையாகத் தெரியவில்லை. மூணாவது வரிசையில் உட்கார்ந்திருந்ததால் சிரமப்பட்டுதான் அதை (அவளை) பார்க்க முடிந்தது. அன்பாக பேச்சைத் துவக்கிய வாத்தியார் எச்சரிக்கையோடு முடித்தார்.

‘தனலட்சுமியிடம் யாராவது வம்பு செய்தாலும், அடித்தாலும் இந்த மூங்கில் குச்சி மாதிரி ஒரு டஜன் முறிந்துவிடும்’ என்று சொன்னார்.

எனக்கு வலது பக்கத்திலிருந்த மூன்றாவது பெண்கள் வரிசையிலேயே தனலட்சுமிக்கும் இடம் கொடுத்தார்கள். இப்போது தனலட்சுமி என் பக்கத்தில் தொட்டுவிடுகிற தூரத்தில். ஆரம்பத்தில் கொஞ்சநஞ்சம் தெரிந்து வைத்திருந்த எழுத்துக்கள் கூட அவள் முகத்தைப் பார்த்ததாலும், அவள் பேச்சைக் கேட்டதாலும் மறந்து போய்விட்டன. அவள் எல்லாரையும் மாதிரிதான் என்னிடமும் பேசினாள். ஆனால் எனக்குத்தான் பேசுவதற்குத் தைரியம் இல்லை. அவள் என்னைப் பார்க்கிற போதெல்லாம் மண்தரையைப் பார்த்துக் கொள்வேன். அவள் சிரித்துக்கொண்டே திரும்பி விடுவாள்.

தனலட்சுமியைப் பற்றிய விவரங்கள் கொஞ்சம் கொஞ்சமாகத் தெரிய ஆரம்பித்தன. எங்கள் தெருவுக்குப் பக்கத்துத் தெருவில்தான் அவளின் பாட்டி வீடு இருந்தது. தாத்தா பாட்டியுடன் தங்கிக் கொண்டு செல்லப்பிள்ளையாக வளர்ந்தாள்.

எப்போது சூரியன் மறைந்துவிடுமோ என்று பயந்தநிலை மாறி பள்ளிக்கூடத்துக்கு முதல் ஆளாகப் போய்ச் சேர்ந்தேன்.

நான் ஐந்தாம் வகுப்புப் படித்தாலும் பார்க்கிறவர்கள் 'நீ ஒண்ணாவதா? ரெண்டாவதா?' என்றுதான் கேட்டார்கள். என்னை மூணரை வயசில் பள்ளியில் சேர்த்ததாலும் உருவ வளர்ச்சிக் குறைவும்தான் அப்படி அவர்களைக் கேட்க வைத்தது.

தனலட்சுமியிடம் அழகு வளர்ந்த அளவுக்குப் படிப்பறிவு வளரவில்லை. இருந்தாலும் அவளிடம் படிப்பு இருக்கும்போது எந்தக் குறையும் அவளை ஒன்றும் செய்துவிடாது என்பதுதான் எல்லாருடைய நம்பிக்கை. அதே மாதிரிதான் எல்லாமும் நடந்தது.

தனலட்சுமியின் முன்னால் அவமானப்படுகிற மாதிரி வகுப்பிலிருந்த முப்பத்திரெண்டு பேருக்கும் ஒரு நிகழ்ச்சி நடந்துவிட்டது.

மனைவியை விட்டுப் பிரிந்து கிராமத்திலேயே தனியாகத் தங்கி யிருந்த செவிட்டு வாத்தியார் அன்றைக்குக் காலையில் சாப்பிட இட்லி வாங்கி வரச் சொன்னார். நாலைந்து பேர் ஊர் பூராவும் அலைந்தும் நேரமாகிவிட்டதால் இட்லி கிடைக்கவில்லை. பக்கத்து டவுனுக்கு நாலு கிலோ மீட்டர் நடந்துபோய் இட்லி வாங்கிக் கொண்டு வந்தால்தான் வகுப்பில் உட்கார வைப்பேன் என்று எல்லாரிடமும் கறாராகச் சொல்லிவிட்டார். சொன்னவுடன் எல்லா காரியத்தையும் செய்கிற அளவுக்குப் பையன்கள் இந்த விஷயத்தில் ஆர்வம் காட்டவில்லை. காத்திருந்து காத்திருந்து பொறுமையிழந்த செவிட்டு வாத்தியார் பையன்கள்மேல் பசியின் கொடுமையைத் தணித்துக் கொண்டார்.

விளைவு, எல்லாருடைய கையும் அடிவாங்கி வீங்கிப் போய் இரண்டு மடங்காகிவிட்டது. பெண் பிள்ளைகளுக்கு மட்டும் அடி கிடையாது. தனலட்சுமி பக்கத்தில் இருக்கிறாள் என்று எவ்வளவுதான் அழுகையை அடக்கி வைத்திருந்தாலும் எல்லாருடைய கண்களும் காட்டிக் கொடுத்துவிட்டன. நானும் வலி பொறுக்காமல் வாய் தவறிக் கத்திவிட்டேன். பையன்கள் கொடுத்த புகாரில் எல்லாருடைய அப்பாக்களும் பள்ளிக்கூடத்தை வளைத்துக்கொண்டு பஞ்சாயத்து நடத்த ஆரம்பித்துவிட்டார்கள். அடுத்த மாதமே செவிட்டு வாத்தியார் வேலைமாற்றம் செய்துகொண்டு போய்விட்டார்.

பையன்களுடைய ஆத்திரமெல்லாம் அடி வாங்காத தனலட்சுமி மேல் சேர்ந்தது.

கொஞ்சநாள் தனலட்சுமியிடம் யாரும் பேசாமல் தனியாகவே ஒதுக்கி வைத்தார்கள்.

முழுப் பரீட்சை நடந்து கொண்டிருந்தது. சின்னப் பள்ளிக்கூடம் முடிந்து பெரிய பள்ளிக்கூடம் போகப் போகிறோம் என்பதை நினைக்கும்போது பயமாகவும், பெருமையாகவும் இருந்தது. பரீட்சை எழுதிக் கொண்டிருக்கும்போதே வாத்தியார் சொன்ன செய்தி பையன்களுக்கு எல்லையில்லாத கற்பனையை வளர்த்தது. இன்னும் இரண்டு நாளில் போட்டோ எடுக்கப் போகிறார்களாம்! அதன் படி போட்டோவில் நிற்கவேண்டும் என்றால் இரண்டு ரூபாயும், காப்பி தேவைப்பட்டால் அதற்கு ஒரு ரூபாயாக மொத்தம் மூணு ரூபாய் தரச் சொல்லி அறிவிப்பு வந்தது.

வீட்டில் எனக்கு இரண்டு ரூபாய்தான் கொடுத்தார்கள். ஏனென்றால் என் அண்ணனும் என் வகுப்பிலேயே படிப்பதால் இரண்டு பேருக்கும் சேர்த்து ஒரு காப்பி போதுமென்று முடிவாகச் சொல்லி விட்டார்கள்.

போட்டோ எடுக்கிற நாளும் வந்தது. காலையிலேயே குளித்துவிட்டு விபூதி பூசி, வெண்கலக் கிண்ணத்தில் நெருப்பு வைத்து சட்டையில் கோடு போட்டுக்கொண்டு காலை ஏழு மணிக்கே கடலூர் பஸ்ஸுக்காகக் காத்துக்கொண்டிருந்தேன். நேரம் போகப் போக தலை சுற்றியதுதான் மிச்சம். எல்லாரும் பசி வந்து சோர்ந்து போய்விட்டோம். வீட்டுக்குப் போய் சாப்பிட்டுவிட்டு வரவும் மனசில்லை. வீட்டுக்குப் போன நேரத்தில் வந்து போட்டோ எடுத்துவிட்டுப் போய்விட்டால் என்ன செய்வதென்று பயம்! ஒரு வழியாய்ப் பன்னிரெண்டு மணி பஸ்ஸில் இரண்டு பேர் இரண்டு பெரிய சைஸ் கருப்புப் பெட்டியோடு இறங்கினார்கள். நடுஉச்சி வெயிலில் பெஞ்ச்மேல் பெஞ்ச் போட்டு மாணவர்கள் உயரத்துக்கேற்ப வரிசைப்படுத்தினார்கள்.

தனலட்சுமியின் பக்கத்தில் நின்று கொள்ளத்தான் எனக்கு ஆசை. தனலட்சுமியையும் மற்ற எட்டுப் பெண் பிள்ளையையும் தரையில் உட்கார வைத்துவிட்டு உயரம் குறைவாக இருக்கிறேன் என்று சொல்லிக் கடைசி வரிசையில் ஏற்றிவிட்டுவிட்டார்கள். எனக்குத் துக்கம் வந்து முகத்தையே மாற்றிவிட்டது. போட்டோ கைக்குக் கிடைத்ததும் பார்த்துப் பார்த்து பூசித்துப் போனேன்.

பெரிய பள்ளிக்கூடத்தில் கூட தனலட்சுமியைத் தோற்கடிக்கிற அழகு யாருக்கும் இல்லை. ஆறாம் வகுப்பில் முதல் மாணவன்

என்று பாராட்டுகிற அளவுக்கு உயர்ந்து விட்டேன். அதற்கான காரணம் எனக்கு மட்டும் தெரியும். தனலட்சுமி எப்போதும் ஒரே மாதிரிதான். பிரமாதம் என்றும் சொல்ல முடியாது, மோசம் என்றும் சொல்லமுடியாது.

என் சந்தோஷம் ரொம்ப நாள் நீடிக்கவில்லை. நிறைய பேர் இருப்பதாகச் சொல்லி எப்போதும் இல்லாதபடி வகுப்பை இரண்டாகப் பிரித்ததால் தனலட்சுமி 'ஏ' பிரிவுக்கு மாற்றப்பட்டாள். நான் 'பி' பிரிவில் அமைதியில்லாமல் தடுமாறினேன். எல்லாருக்கும் ஆச்சரியம், முதல் மாணவனாக இருந்தவன் கடைசி மாணவனாக மாறியதற்கான காரணம் யாருக்கும் விளங்கவில்லை. தனலட்சுமி பக்கத்தில் இல்லாமல் படிக்கிறதெல்லாம் மனசில் பதியவில்லை.

எங்களுடைய பிரிவு ஏழாவது வகுப்பிலும் தொடர்ந்தது. சரியாகப் படிக்கவில்லையென்று சொல்லித் தினமும் என் வீட்டில் எனக்குப் பூசை விழுந்தது. வகுப்பில் சந்திப்பு இல்லாவிட்டாலும் எங்கள் திண்ணையில் வைத்திருந்த மளிகைக்கடைக்குச் சாமான்கள் வாங்க வரும்போது இருவரும் சந்தித்துக் கொண்டோம். தனலட்சுமியிடம் என்றைக்குமிருக்கிற அதே முகச்சாயல் என்னிடம் பேசும்போது இருந்தது.

தனலட்சுமியின் இளமையும் அழகும் கிராமத்திற்கே பெருமை சேர்ப்பதாக இருந்தது. எந்த விபரமும் என் கண்ணுக்குப் புரியவில்லை. தனலட்சுமி மட்டுமே மனசிலேயே இருந்தாள்.

எட்டாம் வகுப்பில் பழையபடிக்கு இரண்டு வகுப்பும் ஒன்றானது. என் வீட்டில் தினமும் விழுகிற அடி குறைந்தது. பழையமாதிரியே தான் படிக்கிறேன் என்றாலும் மதிப்பெண்கள் மட்டும் முதல் இடத்துக்கு வந்து விட்டது!

தனலட்சுமியே என்னைப் பாராட்டினாள். படம் போடுவதில் நான் ஒன்றும் கெட்டிக்காரனாக இல்லாவிட்டாலும் தனலட்சுமி என் வீட்டுக்கு வந்து படம் போட்டுக் கொடுக்கச் சொன்னபோது மட்டும் என் கை எப்படி வளையுமோ தெரியாது, படம் பிரமாதமாய் வந்துவிடும். தனலட்சுமி நோட்டில் போடும்போது இருந்த அழகு எனக்காகப் போடும்போது வரவில்லை.

பள்ளிக்கூடத்தில் எங்கள் சந்திப்பில் கிடைத்த சுதந்திரத்தைக் காட்டிலும் கோடைவிடுமுறையில் இன்னும் அதிகமானது.

ஒரு நாள் முந்திரித் தோப்புக்காவலுக்கு நான் போயிருந்தேன். தனலட்சுமியும் எங்கள் தோப்புக்குப் பக்கத்திலிருந்த அவள் பாட்டியின் தோப்புக்கு காவலுக்கு வந்திருந்தாள். மத்தியான

நேரத்தில் தூங்கிக் கொண்டிருந்த என்னை எழுப்பிக் குடிக்கத் தண்ணீர் கேட்டாள். அவள் கொண்டு வந்திருந்த தண்ணியை யாரோ ஊற்றிக்கொண்டு போய்விட்டார்களாம். பாதுகாப்பாக கிளை நுனியில் சருகு போட்டு மூடி வைத்திருந்த தண்ணியை எடுத்துக் கொடுத்தேன். தனிமையில் இரண்டு பேரும் இருந்தது. எனக்குப் பயமாக இருந்தது. அவளிடம் எந்த மாற்றமும் தெரியவில்லை.

எதிலேயும் முதலாவதாக இருந்த தனலட்சுமி செருப்பு போடுவதிலும் கிராமத்துப் பெண்களிலேயே முதலாவதாக இருந்தாள். தோல் செருப்பும் கட்டைச் செருப்பும் அணிந்த கால்களுக்கு மத்தியில் பூப்போட்ட பிளாஸ்டிக் செருப்பு தனலட்சுமியின் பாதங் களைத் தங்கப்பாதங்களாக மாற்றியது. இந்தச் செருப்பு கிராமத்துப் பெண்களின் மத்தியில் தனலட்சுமியை 'இறுமாப்புக்காரி' என்று பெயர் வாங்க வைத்தது. அவள் அணிந்திருந்த ஆடைகளாலும் நகைகளாலும் அது அவளுக்கே உருவாக்கப்பட்டது மாதிரி அலங்கரித்தது. தனலட்சுமி தெருவில் நடந்து வரும் போதெல்லாம் பெண்கள் இரண்டு வார்த்தையாவது சபித்துவிட்டு வெடுக்கென்று தலையைத் திருப்பிப் பார்க்காதது மாதிரி நடந்து கொள்வார்கள். தனலட்சுமியின் அழகு இளம் பெண்களையும் பாதித்திருந்தது.

சுத்துப்பட்டு திருவிழாக்களிலேயே ஆடி மாசத்தில் நடக்கும் எங்கள் ஊர் மாரியம்மன் செடல் திருவிழாக்கென்று தனி மரியாதை உண்டு. ஊரில் நிறையப் பேருக்கு தனலட்சுமியின் மேல் கண் இருந்தது. நண்பர்கள் எல்லாரும் திருவிழாவைத் திருப்தியாக அனுபவித்தார்கள். சிறுவாடு சேர்த்து வைத்திருந்த இரண்டு ரூபாயைச் செலவு செய்ய இரண்டு நாள் தேவைப்பட்டது.

தனலட்சுமியின் அலங்காரங்கள் திருவிழாவையே திசை திருப்பியது. அவளின் சாதாரணப் போக்கு மாதிரி யாருக்கும் வரவில்லை. இதுவே அவள் மேல் மற்றவர்களுக்கு எரிச்சலை உண்டுபண்ணியது. தனலட்சுமியைத் தான் காதலிப்பதாகக் கொஞ்ச நாளைக்கொரு முறை யாராவது ஒருவர் என்னிடம் சொல்லிக்கொண்டே இருந்தார்கள். எனக்குச் சிரிப்பாக வரும். அதே நேரத்தில் மனசு படுகிற பாட்டை என்னவென்று சொல்வது?

திருவிழாக் கூட்டத்தில் தனலட்சுமியை யார் யார் வட்டம் போடுகிறார்கள் என்பதை நண்பன் ஒருவன் எனக்குக் காண்பித்தான். நானும் ஒன்றும் தெரியாதவன் மாதிரி கவனித்துக் கொண்டே இருந்தேன்.

விவரம் தெரிந்த நாளிலிருந்து முத்துப் பல்லக்கில் பயணம் போகும் மாரியம்மன் பக்கத்தில் உட்கார்ந்துகொண்டு தீவட்டி

பிடிக்கிற பெருமை எனக்குத்தான் கிடைத்தது. இதைப் பெரியவர்கள் யாரும் கண்டுகொள்வதாகத் தெரியவில்லை. என் வயசையொத்தவர்களின் மத்தியில் வருஷத்துக்கு வருஷம் வஞ்சம் வளர்ந்து கொண்டேயிருந்தது. நானும் விட்டுக் கொடுப்பதாக இல்லை. எப்படியாவது பெருந்தலைகள் யாரையாவது பிடித்து தீவட்டியைக் கைப்பற்றி விடுவேன். எதற்காக இப்படி ஒவ்வொரு வருடமும் போட்டி போட்டிருக்கிறேன் என்பதை நினைத்துப் பார்க்கிறபோது தனலட்சுமி என்னைக் கவனிக்க வேண்டும் என்பதற்காகக்கூட இருக்கலாம் என்று தோன்றும்.

திருவிழா முடிந்து பள்ளி ஆரம்பித்த முதல் நாளன்று நானும் தனலட்சுமியும் அப்போது வகுப்பில் இருந்தோம். மாதத் தேர்வு எழுதிய பேப்பர்களை ஒவ்வொருவராகக் கொடுக்கக் கொடுக்க நான் வாங்கி வைத்துக் கொண்டிருந்தேன். கடைசியாக வந்த தனலட்சுமி பேப்பரைக் கொடுக்கும்போது சொன்னாள். நேத்து ராத்திரி நடந்த தெருக்கூத்தில் என் அப்பாவும், அண்ணன்கள் இரண்டு பேரும் நடித்த நடிப்பு அவளுக்கு ரொம்பவும் பிடித்ததாம். என்னையும் மேடையில் எதிர்பார்த்தாளாம் இதை எதற்காக என்னிடம் சொன்னாள் என்று இன்றுவரை எனக்குப் புரியவில்லை. எனக்கு வெட்கமாக இருந்தது.

நான்தான் தனலட்சுமியை மறக்காமல் இருக்கிறேன் என்றில்லை. மற்றவர்கள் மனதிலும் நின்று கொண்டிருக்கிற மாதிரி ஏதாவதொரு விஷயத்தில் அவள் சம்பந்தப்பட்டிருக்கிறாள். போன தடவை ஊருக்குப் போயிருந்தபோது பெரிய பள்ளிக்கூடத்தைப் பார்த்தேன். தனலட்சுமியின் நினைப்புதான் வந்தது. நல்ல விஷயங்களுக்காக உதவியிருந்த தனலட்சுமி ஒரு அழிவுக் காரியத்திலும் சம்பந்தப்பட்டிருக்கிறாள் என்பதை நினைத்தபோது வருத்தமாக இருந்தது.

எங்கள் பெரிய பள்ளிக்கூடத்தைச் சுற்றி வேலிகள் கிடையாது. பதிலாக, மெயின்ரோட்டையொட்டி வேலி மாதிரி கள்ளிச்செடிகள் ஒண்ணரையாள் மட்டத்துக்குப் பள்ளிக்கூட எல்லை வரைக்கும் நீண்டு செழித்து வளர்ந்திருந்தது. பள்ளிக்கூடத்தைக் கட்டிக் கொடுத்த அரசாங்கம் ஏனோ சிறுநீர் கழிக்க மறைவுக்கு இடம் ஏற்படுத்திக் கொடுக்கவில்லை. கள்ளிச்செடி மறைவை ஆண் பிள்ளைகள் பயன் படுத்திக்கொண்டார்கள். பள்ளிக்கூடத்தின் பின்புறத்தில் இடிந்துகிடந்த பெருமாள் கோவிலின் சுவரையொட்டிய புதர் பெண்களுக்கு ஒதுக்கப்பட்டது.

கள்ளிச்செடியை நெருங்கிப் போனால் கண்ணை எடுக்க மனம் வராது. ஊரில் நடக்கிற அத்தனை அக்கிரமங்களோடு படிக்கிற படிப்பு பெயர் இவையெல்லாம் எழுதப்பட்டிக்கும். எப்போதும்

எழுதுகிறமாதிரி பையன்கள் தனலட்சுமியின் பெயரைத் தனக்குப் பிடிக்காதவர்களின் பெயரோடு எழுதி வைத்துவிடுவார்கள். இதை யாரும் பெரிதுபடுத்திக் கொள்ளவில்லை. கொஞ்ச நாளில் முக்கால் வாசிப் பையன்களின் பெயரோடு தனலட்சுமியின் பெயர் அடிபட்டது. இவையெல்லாமே தன்னுடைய பெயரைத் தனலட்சுமியின் பெயரோடு எழுதி வைத்துவிட்டு என்னைக் கூப்பிட்டுக் காட்டி கோபப்பட்டு நடித்ததுண்டு.

தனலட்சுமிக்கும், வகுப்பு மாணவன் ஒருத்தனுக்கும் ஏற்பட்ட வாய்ச்சண்டையில் அவன் கள்ளிக்கட்டையில் இருக்கிற பெயர்களை எல்லாம் பட்டியல் போட்டு வாத்தியாரிடம் தனலட்சுமியை அவமானப்படுத்திவிட்டான். அழுதுகொண்டே வீட்டுக்கு ஓடிய தனலட்சுமி ஒரு வாரத்துக்குப் பள்ளிக்கூடத்துக்கு வரவில்லை.

தலைமையாசிரியரே விஷயம் கேள்விப்பட்டு கள்ளிச்செடியைச் சோதனை போட்டார். பொறிக்கப்பட்டிருந்த பெயர்கள் கணக்கெடுக்கப்பட்டு அதற்கேற்றபடி பூசை கொடுக்கப்பட்டது. அன்றைக்கே கூலியாள் வைத்து அத்தனை கள்ளிச்செடியையும் காலியாக்கிவிட்டார்கள். இன்றைக்கு அந்த இடம் வெறுமையாகக் காட்சி அளிக்கிறது.

ஒருமுறை கோடை விடுமுறையில் முந்திரித் தோப்பில் இருந்தபோது எப்போதும் வருகிற மாதிரி தனலட்சுமி தண்ணீர் கேட்டு வந்தாள். நானும் அம்மாவும்தான் இருந்தோம்.

அம்மாவிடம் என்னவெல்லாமோ பேசினாள். எல்லாமே என்னைப் பற்றிப் பெருமைப்படுவதாகவே இருந்தது. நான் எதுவும் பேசவில்லை. தூங்குற சாக்கில் சருகில் படுத்துக்கொண்டு எல்லாவற்றையும் கேட்டுக்கொண்டே இருந்தேன். பிறகு உண்மையில் தூங்கிப்போனேன். கண் விழித்தபோது தனலட்சுமியின் செருப்புகள் மட்டும் என் பக்கத்தில் கிடந்தன. பிறகு தனலட்சுமி செருப்பைத் தேடி வந்து கேட்கவும் இல்லை. என்னவோ அந்த நேரத்தில் என் புத்திக்கு அவளிடம் கொடுத்துவிடத் தோணவில்லை. கொஞ்ச நாள் கழித்து முந்திரித் தோப்பில் மறைத்து வைத்திருந்த செருப்பை வீட்டுக்குள் கொண்டு வந்து மறைத்துக் கொண்டேன். ஞாபகம் வரும்போதெல்லாம் அந்தப் பாதங்களை எடுத்துப் பார்த்துக் கொள்வதுண்டு.

தனலட்சுமிக்குப் பாட்டி கட்டுப்பாட்டை மிகுதிப்படுத்தினாள். பள்ளிக்கூடம் போய் வருவதைத் தவிர வெளியில் போக விடவில்லை. ஊரார் நினைக்கிற நினைப்புப்படி அவள் இல்லை. எப்போதும் போல் சாதாரணமாகவே எல்லாரையும் பார்த்தாள். நேசித்தாள். எனக்குள் மட்டுமே அவளை நேசித்தேன்.

தங்கர் பச்சான் | 103

ஒருநாள் சாயங்காலம் நாலு மணி இருக்கும். பூகோளம் நடத்திக் கொண்டிருந்த சோஷியல் வாத்தியார் டேனியல் பாடம் சொல்லிக் கொடுப்பதிலேயே கவனமாக இருந்தாலும் நாலே கால் பஸ் ஹாரனுக்காகக் காதைத் தீட்டி வைத்துக் கொண்டிருந்தார். என் எதிர் வரிசையில் தான் தனலட்சுமியுடைய சாய்மேசை. தனலட்சுமி பக்கத்தில் இருந்தவள் மேல் சாய்ந்துகொண்டாள். இன்னொருத்தி எழுந்து வாத்தியாரிடம் என்னவோ சொல்லப் போனாள். டேனியல் வாத்தியார் காது கொடுக்கத் தயாராக இல்லை. கையைக் காட்டி உட்காரச் சொன்னார். பொறுமையிழந்த தனலட்சுமியின் தோழிகள் என்னவோ குசுகுசுத்தார்கள். வெளியில் வகுப்பையொட்டி நடந்து போய்க் கொண்டிருந்த ஜெயலட்சுமி டீச்சரைப் பார்த்ததும் ஒருத்தி எழுந்து வெளியே ஓடிவிட்டாள். எங்களுக்கு எதுவும் புரியவில்லை. ஜெயலட்சுமி டீச்சர் வந்து டேனியல் வாத்தியாரிடம் என்னவோ சொன்னாள். பிறகு தனலட்சுமியை இரண்டு பேர் கூட்டிக்கொண்டு அவள் புத்தகத்தையும் எடுத்துக்கொண்டு போனார்கள்.

பள்ளிக்கூடம் முடிந்தவுடன் அங்கிருந்து கம்பு அறுக்கிற கொல்லைக்கு வண்டியை ஓட்டிவரப் போய் விட்டேன். கொல்லை வேலை முடிந்து வீட்டுக்குப் போனபோது அம்மா கையில் வெத்திலைப்பாக்கு, சக்கரை, மிட்டாய், இரண்டு வாழைப்பழம் இவைகளோடு வீட்டுக்குள் நுழைந்தாள். என்னவென்று கேட்டதும் தனலட்சுமி வயசுக்கு வந்திருக்கிற செய்தியைச் சொல்லிக் கையில் மிட்டாயைக் கொடுத்தாள். எனக்கு அதை வாங்கப் பிடிக்கவில்லை. தெருவுக்கு ஓடிவந்து விட்டேன். தெருவில் கும்பல் கும்பலாகப் பெண்கள் தனலட்சுமி வீட்டுக்குப் போய்க்கொண்டும் திரும்பிக் கொண்டும் இருந்தார்கள்.

அடுத்த நாளிலிருந்து வகுப்பே வெறிச்சோடிக் கிடந்தது. வாத்தி யாருக்குக்கூட வகுப்புக்கு வர விருப்பமில்லாதது மாதிரி தெரிந்தது. வகுப்புப் பையன்கள் தனலட்சுமி உட்கார்ந்திருந்த இடத்தைக் காண்பித்தும், பக்கத்தில் போய் குனிந்து பார்த்தும் என்னவோ விமர்சித்தார்கள். எனக்கு எதுவும் விளங்கவில்லை.

கல்யாண வயசிலிருந்த கணக்கு வாத்திக்கு எப்போதும் தனலட்சுமி மேல் கோபம். அவன் மூஞ்சியைக் கூட தனலட்சுமி பார்க்க மாட்டாள். வேண்டுமென்றே எத்தனையோ முறை கழியால் அடித்திருக்கிறான். இப்பவும் மூஞ்சியை உர்ரென்று வைத்துக்கொண்டுதான் போர்டில் திருநெல்வேலித் தமிழில் என்னவோ கிறுக்கி தமிழில் கத்திக்கொண்டிருந்தான். மத்தியான நேரத்தில் எரிச்சலோடு தூக்கமும் வந்து அழுத்தியது. பாதிப்பேர் முக்கால்வாசித் தூக்கத்தில் இருந்தார்கள்.

திடீரென்று எப்பவுமில்லாத ஒரு வாசம் வகுப்பைக் கவ்வியது. என்னவென்று தெரியாத ஒரு மாறுதல். சுற்றிலும் பார்த்தேன். கணக்கு வாத்தியார் மட்டும் வெளியில் வாசலைப் பார்த்து முறைத்துக் கொண்டிருந்தான். ஒரு நிமிஷம் வரைக்கும் வாசனை கலையவில்லை. "வா, வா" என்று வெறுப்போடு கணக்கு வாத்தி வாயிலிருந்து வார்த்தை வெளிவந்ததும் தனலட்சுமி தலை குனிந்தபடி புத்தகங்களை மார்போடு அணைத்துக்கொண்டு உள்ளே நுழைந்தாள். வகுப்பில் எப்போதும் இல்லாத நிசப்தம். கொலுசுகளின் அரவம் மட்டும் விட்டு விட்டு வந்தது. எனக்கு எழுந்து மரியாதை செலுத்த வேண்டும் போல் இருந்தது. அவள் யாரையும் பார்க்கவில்லை. என் எதிரிலிருந்த அவள் இருக்கையில் வந்து அமர்ந்தாள். எல்லாரும் தூக்கம் கலைந்து ஒருவரை ஒருவர் பார்த்துக்கொண்டார்கள். கணக்கு வாத்தியிடம் மட்டும் எந்த மாறுதலும் இல்லை. அவனுடைய அதே மூஞ்சியும், கையும் வேலையில் ஈடுபட்டிருந்தன.

தனலட்சுமி வயசுக்கு வந்தபின் வகுப்பில் இருந்தவர்கள் மட்டு மல்லாமல் மற்ற வகுப்பு மாணவர்கள், ஆசிரியர்கள் எல்லாருக்குமே நடை மாறியது. முன் மாதிரி தனலட்சுமி இப்போது யாரிடமும் பேசவில்லை. என்னிடம் மட்டும் பாடம் சம்பந்தமாக ஏதாவது கேட்பாள். சின்னப் பையன்தானே என்று நினைத்தாலோ என்னவோ! எல்லாரும் என்னைப் பொறாமையோடு பார்த்தார்கள்.

தனலட்சுமி வயசுக்கு வந்து சில மாதங்கள்தான் பள்ளிக்கு வந்தாள். முழுப் பரீட்சையில் ஒன்பதாம் வகுப்பில் பெயிலாக்கி விட்டார்கள். கணக்கு வாத்திதான் வேண்டுமென்றே செய்திருப்பான் என்று எனக்கு மட்டுல்ல, எல்லாருக்கும் சந்தேகம்.

தனலட்சுமி வராமல் எனக்குப் பள்ளிக்கூடம் போக பிடிக்கவில்லை. கொஞ்ச நாள்தான் அப்படி இருந்தது. எங்கள் கொல்லை, தோப்பைச் சுற்றிதான் அவள் பாட்டியின் நிலங்களும் இருந்ததால் மாசத்துக்கொரு தடவை சாயங்கால நேரத்தில் தூரத்திலிருந்து கொண்டு பார்ப்பேன். அவளும் பார்த்துச் சிரிப்பாள்.

பதினொறாம் வகுப்பு முடிந்தது. என்னை வெளியில் துரத்த வீட்டில் திட்டமிட்டிருந்தார்கள். நல்லாப் படிக்கிறேன். நல்லாப் படிக்கிறேன் என்று சொல்லியே என்னைப் படிக்க வைக்க கோயம் புத்தூருக்கு அனுப்பி வைத்துவிட்டார்கள். கல்லூரிப் படிப்பு நிறைய விவரங்களைப் புரியவைத்தது. திரும்பவும் தனலட்சுமியைப் பார்க்க மனசுக்குள் ஆசை. ஊருக்கு விடுமுறையில் போயிருந்த போது இவற்றையெல்லாம் கேள்விப்பட்டேன்.

தனலட்சுமியைப் பார்க்க முடியவில்லை.

திரும்பவும் ஒரு வருடம் கழித்து ஊருக்குப் போயிருந்தேன். தனலட்சுமியை அவளின் அம்மாவுடைய தம்பிக்குக் கல்யாணம் செய்து கொடுத்துவிட்டதாக அம்மா சொன்னாள். இன்னும் நிறைய விவரங்களை அம்மா சொன்னபோது யாருக்கும் தெரியாதபடிக்கு அழுதேன். மாமனுக்கு வயசு முப்பத்தஞ்சிக்குமேல் இருக்குமாம். புத்தி சுவாதீனம் இல்லாதவனாம். படிக்காதவனாம். இப்படி என்னன்னவோ கேள்விப்பட்டேன்.

இவ்வளவு நாள் தனலட்சுமியைக் கரித்துக் கொட்டிய பெண் களெல்லாம் அவளுக்காகக் கண் கலங்கினார்கள். பாவி வேண்டாம் என்று சொல்லியிருக்கலாம் என்பதுதான் அவர்களின் ஆதங்கம். 'பச்சைக் கிளியை வளர்த்துப் பூனை கையில் கொடுத்து விட்ட' உதாரணம் தனலட்சுமியின் வாழ்க்கைக்கு உதாரணமாக்கப் பட்டது.

மேலும் ஒரு வருஷம் போயிருக்கும். என் வீட்டுத் தெருப்பக்கத் திண்ணையில் உட்கார்ந்துகொண்டு விடுமுறை முடிந்து கல்லூரிக்குப் போக கிளம்பிக்கொண்டிருந்தேன். தெருவில் கட்டைவண்டிச் சத்தம் கேட்டு திரும்பிப் பார்த்தபோது எனக்கு அதிர்ச்சியாகவும், துக்கமாகவும் இருந்தது. கட்டை வண்டியை தனலட்சுமியின் மாமா ஓட்டிக் கொண்டிருக்கிறார். தனலட்சுமி மூட்டைகள் அடுக்கிய வண்டியின் மேல் வேர்வை சொட்டச் சொட்ட முளைக் கழியை பிடித்துக்கொண்டு உட்கார்ந்திருந்தாள். என் வீட்டுப் பக்ககத்தில் வண்டி வரும்போது என்னைத்தான் தேடினாளோ என்னவோ இரண்டு நொடிகள் முழுசாகப் பார்த்துக்கொண்டோம். அவள் மாமா என்னைப் பார்க்கவில்லை. வண்டி கடந்துவிட்டது.

என்னுடைய வாழ்க்கைப் போராட்டத்தில் தனலட்சுமியின் நினைவு ஏறக்குறைய மறைந்துவிட்டது என்றுதான் சொல்ல வேண்டும். இடைப்பட்ட நாட்களில் அவளுக்குத் திருமண வாழ்க் கையில் பிடிப்பு இல்லை என்று மட்டும் கேள்விப்பட்டேன். ஆனால், ஆண் குழந்தை ஒன்று இருப்பதாகச் சொன்னார்கள்.

வருஷா வருஷம் வருகிற மாதிரி மாரியம்மன் கோயில் திருவிழாவுக்கு அந்த வருஷமும் வந்தேன். சின்ன வயசு ஞாபகமெல்லாம் துளைத்தெடுத்தது. தீவட்டி என்னை மாதிரி இன்னொருவன் கையில் மாட்டிக் கொண்டிருந்தது. கடவுள் நம்பிக்கை இருக்கிறதா? இல்லையா? என்று கேட்டால் இரண்டுமில்லை என்றுதான் சொல்வேன். ஒரு மாலைப் பொழுதை என் ஊர் மக்களோடு கழிக்கிறேனே என்பதில் சந்தோஷம். கோயிலுக்குள் அர்ச்சனை செய்கிற இடத்தில் நின்று கொண்டேன். கொஞ்சம் கொஞ்சமாக வரத்துவங்கிய கூட்டம் அளவு கடந்து முட்டி

மோதிக் கொண்டது. வெளியில் போக நினைத்தாலும் என்னால் இன்னும் ஒரு மணி நேரத்திற்கு வெளியேற முடியாது. யார் யாரோ அர்ச்சனைத் தட்டைக் கையில் கொடுத்தார்கள். செய்ததையே நானும் திருப்பித் திருப்பிச் செய்து அர்ச்சனையை முடித்துக் கொடுத்தேன். மங்கிய மஞ்சள் அகல் வெளிச்சத்தில் தெரிந்தவர்களின் முகமும் தெரியாதவர்களின் முகமும் மாறி மாறித் தெரிந்தன.

இந்தப் பேரிரைச்சலுக்கு நடுவில் என்னை ஈர்க்கும் ஏதோ ஒரு குரல் சப்தமில்லாமல் கேட்டது. நிமிர்ந்து பார்த்தால் தனலட்சுமி கையில் குழந்தையுடன், புருஷன் பக்கத்தில் நின்று கொண்டிருந்தாள். என் கையில் இருப்பது அவள் கொடுத்த அர்ச்சனைத் தட்டுதான். எவ்வளவு நேரம் இருவரும் பார்த்துக்கொள்ள முடியும்? இருவரும் சமாளித்துக்கொண்டோம்.

யார் யார் எங்களைக் கவனிக்கிறார்கள் என்பது எனக்குத் தெரியவில்லை. தனலட்சுமியின் பையன் அவள் மாதிரியே குண்டு விழிகளோடு கன்னங்குழி விழ அம்மாவைப் பார்த்துச் சிரித்தான். என்ன செய்தேன் என்று எனக்கு நினைவில்லை. பூசை முடிந்து அர்ச்சனைத் தட்டைக் கொடுத்தேன். அவள் புருஷனே முன் வந்து வாங்கிக் கொண்டார். பையன் இரண்டு கைகளையும் சேர்த்து சாமி கும்பிட இருட்டில் சாமியைத் தேடிக் கொண்டிருந்தான்.

புருஷன் கிளம்பத் தயாரானார். தனலட்சுமியிடம் ஏதோ தயக்கம் தெரிந்தது. கண்கலங்கி வழியப் போகிறதைக் கவனித்தேன். புரிந்து கொண்டேன்.

கூட்டம் நெரித்துத் தள்ளிக்கொண்டேயிருந்தது. கைகளை நீட்டி னேன். குழந்தையைக் கொடுத்தாள். அவனும் வந்தான். முத்தங்களை மாறி மாறிப் பொழிந்தேன். தனலட்சுமியின் மாமா கவனித்துக்கொண்டு இருந்தார். நாங்கள் ரெண்டு பேருமே பொருட்படுத்தவில்லை. குழந்தையைத் திருப்பிக் கொடுத்தேன்.

கை நீட்டி வாங்கிக் கொண்டாள். அப்போது யாருக்கும் தெரியாமல் என் முழங்கையில் அவளுடைய ஐந்து விரல்களும் அழுத்திப் பிடித்தது. அந்த அணைப்பில் என்னத்தையெல்லாம் சொல்லாமல் இவ்வளவு காலம் மறைத்து வைத்திருந்தாளோ அவ்வளவும் புரிந்து விட்டது.

இந்த நிகழ்ச்சிக்குப் பிறகு தனலட்சுமியை நான் பார்க்கச் சந்தர்ப்பம் கிடைக்கவில்லை. என் திருமணத்துக்கு வரப்போவதாகவும், நானே நேரில் வந்து கூப்பிட வேண்டுமென்றும் தனலட்சுமி சொன்னதாக அந்த ஊரிலேயே திருமணம் செய்து கொண்டிருக்கும் என் ஒன்று விட்ட தங்கை சொன்னாள்.

தமிழகத்தை விட்டு வட இந்தியாவுக்குத் தொழில் சம்பந்தமான படிப்புக்காகப் போய் இரண்டு வருடம் இருந்துவிட்டு ஊருக்குத் திரும்பியபோது பேச்சுவாக்கில்தான் அதை நான் தெரிந்து கொண்டேன்.

தனலட்சுமி செத்து விட்டாள். போனவள் குழந்தைக்கும் விஷம் கொடுத்துவிட்டுக் கிணற்றில் விழுந்து விட்டாளாம். மாமியாருக்கும் அவளுக்கும் நடந்த சண்டையில் இது நடந்துவிட்டது என்று சொன்னார்கள். என் மனசில் வாழ்ந்து கொண்டிருக்கும் என் தனலட்சுமி என் கண்களுக்குக் கிடைக்கவுமில்லை. இன்றுவரைக்கும் அவளைப் பற்றிய செய்தி என் காதுக்கு எட்டவும் இல்லை.

வருஷத்துக்கொரு முறை பார்க்கிற, கேள்விப்படுகிற என் தனலட்சுமியின் நினைப்பு அடிக்கடி வருகிறது. அப்படி வரும் போதெல்லாம் மறைத்து வைத்திருக்கும் அவள் பாதங்களையும் (செருப்புகளையும்) ஐந்தாம் வகுப்பு படிக்கும்போது எடுத்து பிரேம் பண்ணி வைத்திருக்கும் போட்டோவையும் எடுத்துப் பார்த்துக்கொள்வேன்.

●

பிணைப்பு

பூபதியும், பக்கிரியும் ஒரே வகுப்பில்தான் படித்தார்கள். பூபதிக்கு மனுஷங்கள் பேரிலும், பறவைகள், கோழிகள், நாய்கள், மாடுகள், ஊருக்கு மேற்கே வருஷம் பன்னிரெண்டு மாசமும் தரையை நனைத்துக் கொண்டிருக்கும் தேவநதி என்று பெயரிட்டிருக்கும் ஓடையும்தான் நெருக்கமான நண்பர்கள். பள்ளிக்கூடம் விட்டால் ராத்திரி படுக்கையில் அவனையறியாமல் கிடக்கிற நேரந் தவிர இதுகளில் ஏதாவது ஒன்றிடம் உட்கார்ந்து பேசிக்கொண்டிருப்பான். பள்ளிக்கூடப் படிப்பில் அவ்வளவு சுவாரஸ்யம் இல்லாவிட்டாலும் வாத்தியார் கத்திவிட்டுப் போவதைக் கேட்டிருந்து விட்டுப் பரீட்சையில் தெரிந்ததை எழுதி வைப்பான். இருந்தாலும் இவன் தான் இப்பொழுது படிக்கிற நான்காம் வகுப்பிலும் முதல் மாணவன்.

பக்கிரி அப்படியே பூபதிக்கு எல்லாவற்றிலும் எதிர்ப்பதம். தூங்கின நேரந் தவிர அடுத்தவனை வம்புக்கு இழுப்பது, கண்ணில் ஏதாவது ஒரு பொருள் பட்டுவிட்டால், அது அவனுக்குப் பிடித்ததாகத்தான் இருக்கவேண்டும் என்கிற அவசியமில்லை. அந்த நிமிஷத்தில் அது அவனுக்குச் சொந்தமாகிவிடும். ஊரில் யார் மரத்து மாங்காய் இனிக்கும் எந்தப் பலாக்காயில் சுளை அதிகமாய் இருக்கும். யார் கோழி எந்தந்த இடத்தில் எத்தனை மணிக்கு முட்டையிடும், இது போக பச்சைக்கிளி, ராமணாத்தி, மரங்கொத்தி, மைனா இவையெல்லாம் எந்த மரத்துப் பொந்தில் இருக்கிறது என்பதெல்லாம் அவனுக்கு அத்துப்படியானவை. மற்ற பையன்கள் வருஷத்துக்கொரு வகுப்புதான் படிப்பார்கள். என்றாலும் பக்கிரிக்கு மட்டும் இரண்டிரண்டு

வருஷம். வாத்தியாரும் சலித்துப்போய் இவன் போய் ஒழியட்டும் என்று கருணை காட்டியதால் நாலாவது வகுப்புக்கு வந்திருந்தான். பதிமூணு வயசு ஆகியிருந்ததால் பூபதியைக் காட்டிலும் கொஞ்சம் துடியாகவும் இருந்தான்.

ரெண்டு பேருக்குள்ளும் ஏதோ ஒரு ஒட்டுதல். இருள் கவியும் நேரத்தில்தான் இவர்களுடைய வேட்டையே தொடரும். அப்போதுதான் இரைக்குப் போன பறவை கூட்டுக்குத் திரும்பி வந்து உட்கார்ந்திருக்கும். பூபதியை மரத்தின் கீழேயே இருக்கச் சொல்லிவிட்டு பக்கிரி மேலே ஏறிப்போய்ப் போட்டிருக்கிற சட்டையைக் கழட்டிப் பொந்துக்குள் விட்டு ஒரே அமுக்கில் கிடைக்கிறதைப் பிடித்துக் கொள்வான். நிறைய நாளில் கிடைப்பது மணிப்புறாவும், ராமணாத்தியும்தான். இவர்கள் அவற்றையெல்லாம் வைத்துப் பராமரிப்பது நடக்காத காரியம். அதுகளை எடுத்துக் கொண்டு வீட்டுப்படி ஏறினால் எந்தப் பக்கம் வீங்கும் என்று தெரியாது.

பக்கிரிக்கு இவற்றை வளர்த்து அழகு பார்க்கிற ஆசையெல்லாம் கிடையாது. மணிப்புறா கிடைக்கவேண்டுமென்று முருகனை வேண்டிக் கொண்டுதான் பொந்துக்குள் கைவிடுவான். நினைத்த மாதிரி நடந்து விட்டால் அன்றைக்கு ராத்திரிக்கு அதை வீட்டுக்குக் கொண்டுபோய் வேலை பார்த்து விடுவான். மணிப்புறா கிடைக்காவிட்டாலும் முட்டையாவது கிடைக்கும். இதனாலேயே பூபதி, பக்கிரி மரத்தில் ஏறும் போதெல்லாம் மணிப்புறா மட்டும் கிடைக்கக்கூடாது என்று முருகனை வேண்டிக் கொள்வான். ராமணாத்தியைக் கொண்டு போகச் சொல்லிப் பக்கிரி , பூபதியின் கையில் கொடுக்கும்போது சந்தோஷம் பிடிபடாது. வீட்டுக்குப் போகவும் முடியாது. இரவு ஒம்பது மணி வரைக்கும் கையிலேயே தூக்கிக் கொண்டு அங்கேயும் இங்கேயுமாய் நடந்து கொண்டே கொஞ்சுவான். வீட்டுக்குப் பக்கத்தில் இருக்கும் கொன்றை மரம் வந்ததும் ஒரு முத்தம் கொடுத்து மனசில்லாமல் ராமணாத்தியை விடுவிப்பான். மறுபிறவி எடுத்த பூரிப்பில் ராமணாத்திக்கு மட்டும் பேசும் திறன் இருந்தால் பூபதியை வாழ்த்தி விட்டுத்தான் போகும்.

இப்படிப் பறவைகளைப் பிடித்துக் கொடுப்பதாலேயே பூபதிக்குப் பக்கிரியைப் பிரிய மனசு வராது. பூபதி இப்படி பறவைகளை ரசிக்கிற பக்குவம் தனக்கு இல்லையே என்று நினைக்கிறபோது பக்கிரிக்கு வருத்தமாக இருக்கும்.

ரெண்டு பேரும் ஒருநாள் தப்புமுந்திரிக்கொட்டை பொறுக்க முந்திரித் தோப்புக்குப் போனபோது இரண்டு முட்டை பூபதி கையில் கிடைத்தது. பக்கிரிக்கு இன்னும் முட்டை கிடைக்குமென்று

ஆசை. சருகை கிளறிக் கிளறிப் பார்த்தான். கோழி முட்டை மாதிரி வெள்ளையாக இருந்தது. அதில் கால் பங்குதான் இருக்கும். கவுதாரி முட்டை ஆம்லெட் தின்று ரொம்ப நாளாகியதை நினைத்ததும் பக்கிரிக்கு அடக்க முடியாமல் எச்சில் சுரந்தது. முட்டையைத் தனித்தனியாக ரெண்டு முடிச்சுகளாக சட்டையில் முடிந்துகொண்டு பூபதி வீட்டுக்குக் கொண்டு வந்தான். முட்டை இருக்கிற விஷயம் வீட்டில் யாருக்காவது தெரிந்துவிட்டால் பக்கிரி கையில் கிடைத்ததும் முட்டைக்கு என்னகதி கிடைக்குமோ அதோ கதிதான் இங்கும் கிடைக்கும் என்பது பூபதிக்குத் தெரியும்.

வெள்ளிக்கிழமை தான் அடைகாப்பு வைக்க நல்லநாள் என்று சொல்லி நேற்றுதான் பூபதியின் அம்மா மணல் வாரிக்கொண்டு வரச்சொல்லி அவன் கையாலேயே லாபம் என்று சொல்லிப் பதினெட்டு முட்டைகளை கூடைக்குள் வைத்திருந்தாள். அடைகாப்பு விஷயம் பூபதிக்குத் தெம்பூட்டியது. முட்டைகளை எடுத்துக்கொண்டு மாட்டுக் கொட்டகைக்கு ஓடிப் பார்த்தான். கோழி ஆரம்ப கட்டம்தான் என்பதால் மேய்ச்சலுக்குப் போயிருந்தது. முட்டைகளை விலக்கி இரண்டு கவுதாரி முட்டைகளையும் எடுத்து நடுவில் யாருக்கும் தெரியாமல் மறைத்து வைத்துவிட்டு வந்துவிட்டான்.

கோழிக்குத் தன் முட்டை, பிறத்தியார் முட்டை என்பது தெரியாமல் இல்லை. பூபதி வந்து பார்க்கும்போது ஒவ்வொரு தடவையும் கவுதாரி முட்டை மாத்திரம் ஓரத்துக்கு வந்துவிடும். திரும்பவும் நடுவில் எடுத்து வைத்து விட்டுப் போய்விடுவான். கவுதாரி முட்டை விஷயத்தைக் காப்பாற்றுவது பூபதிக்கு சாதாரண விஷயமாகப் படவில்லை. சந்தோஷம் பிறக்கும் போதெல்லாம் முட்டை பற்றி வார்த்தை வெளியே வந்துவிடும். சமாளித்துக் கொண்டு பேசாமல் அடக்கிக்கொண்டு வந்துவிடுவான். அதுவரைக்கும் அவன் காப்பாற்றிய முதல் ரகசியமும் இதுதான்.

அம்மாவின் தமிழ் மாதக் கணக்குப்படி இன்றோடு பதினெட்டு நாளாகிறது. இருவத்தியொரு நாளுக்குள் எல்லா முட்டையும் பொரிந்துவிடும். இன்றிலிருந்தே பிரசவம் தொடங்கிவிடும். முட்டையின் பக்கத்தில் கையைக் கொண்டு போகும்போதே அனல் பறந்தது. ராத்திரி பகல் பார்க்காமல் முட்டையிலேயே உட்கார்ந்திருந்தால் பசிக்குமே என்று கம்பு ஒரு பிடியும் கேழ்வரகு ஒரு பிடியும் கொண்டு வந்திருந்தாள். கோழியைத் தூக்கிப் பார்த்தாள். இருந்த எடையில் கால்வாசி தான் இருக்கும் போலிருந்தது. தொண்டையைத் தொட்டுப் பார்த்தாள். இரப்பை காலியாக இருந்த இடம் தெரியாமல் இருந்தது. குஞ்சு பொரிக்கும் வரைக்கும் தானியத்தை எடுக்காது என்று தெரிந்ததும் தானியத்தைப்

போட்டு விட்டு வந்துவிட்டாள். கவுதாரி முட்டை வேலை பூபதியினுடையதாகத்தான் இருக்கும் என்று அம்மாவுக்குத் தெரியும். அடைகாக்க வைத்த நாளிலிருந்து நடையாய் நடந்ததன் அக்கறை இப்போதுதான் புரிந்தது.

பூபதி சாயங்காலம் பள்ளிக்கூடத்திலிருந்து வந்ததும் ஓடிக் கூடையைப் பார்த்தான். பக்கத்தில் போகிற போதே 'கீஸ், கீஸ்' என்று தொண்டை வலிக்காமல் குழந்தைகளின் குரல். பூபதியின் பேரில் கோழிக்கும் ஒட்டுதல் இருந்ததால் அவன் இடைஞ்சலுக்குத் தடை ஏதும் சொல்லவில்லை. மூன்று முட்டைகள் உடைந்து தோல் கிடந்தது. ஒரு குஞ்சு அப்போதுதான் வெளியே வந்து உலகத்தைப் பார்த்து துடித்தது. மற்ற இரண்டும் அம்மாவின் காலுக்கடியிலேயே ஓடி ஓடி புகுந்து கொண்டது. கவுதாரி முட்டையை கோழி தொட்டுப் பார்க்கக்கூட இல்லை. நாலைந்து முட்டைகளைக் கொத்திக் கொத்தி கீறல் விழுந்திருந்தது. மூன்று குஞ்சுகளையும் மீறி இன்னும் நிறையக் குஞ்சுகளின் சத்தம். காதைத் தீட்டி பக்கத்தில் கொண்டு போனான். முட்டைக்குள்ளிருந்தும் சத்தம்போட ஆரம்பித்துவிட்டார்கள். தன் முட்டையை எடுத்துக் காதுக்குப் பக்கத்தில் வைத்துப் பார்த்தான். எந்த சத்தமும் இல்லை. நாளைக்குள் முடிவு தெரியாவிட்டால் நடப்பதே வேறு என்கிற சங்கதியில் கோழியின் மேல் கோபித்துக் கொண்டு விர்ரென்று வெளிவந்து விட்டான்.

ராத்திரிப் படுக்கையில் தூக்கம் பறந்து விட்டது. ஒரு முடிவு தெரியும்வரைக்கும் மூச்சுக்கூட சரியாக விடாத மாதிரியும், வேகமாக விடுவது மாதிரியும் தெரிந்தது. பக்கிரியைக் காலையில் பார்த்து விவரத்தைச் சொல்லவேண்டும். வீட்டில் யாருக்கும் கோழிக்குஞ்சுகள் வரவு ஒரு பொருட்டாக இல்லை.

அம்மா வாசலில் சாணி தெளித்துக் கொண்டிருக்கும்போதே பக்கிரியிடம் ஓடினான். இரண்டு பேருமே விளக்கைப் பொருத்திக் கொண்டு மாட்டுக் கொட்டாய்க்குப் போனார்கள். பக்கிரி கோழியைத் தூக்கப்போனான். சீறியது. பின்வாங்கிக் கொண்டான். பூபதியே தூக்கினான். கணக்குப்பண்ண முடியவில்லை. வசவசவென்று முட்டைக் குள் பாதி உடலும், திருப்பிக் கொண்டும், ஒன்றின் மேல் ஒன்று ஏறிக்கொண்டும் நிறைய குஞ்சுகள். மஞ்சள் நிறத்தில் தலையும் றெக்கைகளும் மட்டும் ஒரு குஞ்சு. அதை பூபதி கையில் அடக்கிக் கொண்டு தேடினான். இன்னும் நாலு கோழி முட்டைகளும், தன் ரெண்டு முட்டைகளும்தான் பாக்கி. பக்கிரிக்கு பூபதியின் பேரில் கோபம் வந்தது. அடைகாப்பு வைத்த புதுசில் சொல்லியிருந்தால் குண்டு விளையாடக் காசு கிடைத்திருக்கும். கவுதாரி முட்டையை எடுத்துப் பக்கிரி கையில் கொடுத்தான். "ஏதுடா இது கவுதாரி

முட்ட?" பக்கிரி முந்திரித் தோப்பில் முட்டை கிடைத்த விஷயத்தை மறந்திருந்ததால் இப்படிக் கேட்டு விட்டான். பின்புதான் அது ஞாபகத்துக்கு வந்தது. இவன் என்னவும் செய்வான் என்கிற பாணியில் தலையை ஆட்டினான். முட்டையைப் பக்கிரி ஆட்டிப் பார்க்க கையைத் தூக்கி அசைக்கப் போகிற போதே முட்டையினுள் ஆட்டம் புலப்பட்டது. நிறுத்திக் கொண்டு முட்டையை அப்படியே கூடையில் வைத்துவிட்டு "இன்னைக்குள் குஞ்சு பொரித்துவிடும்" என்று டாக்டர் மாதிரி பதில் சொன்னான்.

மனசு பூராவும் முட்டையில் இருந்ததால் வாத்தியாரிடம் அடியும் கிடைத்தது. மத்தியான சாப்பாட்டு வேளையில் பக்கிரியிடம் சாப்பாட்டுத் தட்டைக் கொடுத்துவிட்டு இடம் போடச் சொல்லி விட்டு வீட்டுக்கு ஓடிவந்தான்.

முட்டை இருந்த சைசைவிட இரண்டு பங்கு அளவுக்கு இரண்டு கவுதாரிக்குஞ்சுகள் வளர்ப்பு அம்மாவிடம் கொஞ்சிக் கொண்டிருப்பதைப் பார்த்ததும் சந்தோஷத்தில் கத்திக் கொண்டே அம்மாவிடம் ஓடினான்.

அம்மா "கவுதாரிக்குஞ்சைக் கோழியுடன் விடாதே. கோழியே கொத்தித் தின்னுடும். தனியாகப் பிடித்து கூண்டில் போடு" என்று சொன்னாள். வீட்டுக்குள் ஓடி வந்து தீனி தயார் செய்தான். கேழ்வரகை அம்மா நுணுக்கிப் போடச் சொன்னாள். பள்ளிக்கூடத்திலிருந்து வந்ததும்தான் மீதி வேலையைச் செய்யவேண்டும். 'சே, இந்தப் பள்ளிக்கூடமும், வாத்தியார் மூஞ்சியும். கவுதாரிக்குஞ்சு கூடவே இருந்தால் எவ்வளவு சந்தோஷமாக இருக்கும். முதலில் கூண்டு செய்யவேண்டும்.' பூபத்திக்கு அந்தக் குஞ்சுகளின் நினைவாகவே இருந்தது.

பக்கிரிக்கு கவுதாரிக்குஞ்சு விஷயம் எந்த மாற்றத்தையும் கொடுக்கவில்லை. 'நான் சொன்ன மாதிரியே நடந்துட்டுது பாத்தியா' என்று மட்டும் பெருமைப்பட்டுக் கொண்டான். அன்றைய சாயங்காலத்துக்குள் எல்லா பசங்களுக்கும் விஷயம் சேர வேண்டிய விதத்தில் சேர்ந்து விட்டது. பூபதிக்குப் பூமியில் கால்படவில்லை.

இப்படி பூபதி நாள் பூராவும் கவுதாரிக்குஞ்சோடவே சுற்றுவதால் படிப்புக் கவனம் கெட்டுவிடுமோ என்று வீட்டில் பயந்தார்கள். கழிக்குச்சி ஒன்றைக் கையில் வைத்துக்கொண்டு பள்ளிக்குப் போகிற நேரம் தவிர மீதி நேரம் கோழிகூடவே அலைந்தான். ஆரம்பத்தில் கோழி தன் குஞ்சுகள் இல்லை என்று தெரிந்து கொண்டு பிரித்துவிட எவ்வளவோ முயற்சி செய்து பார்த்தது. கடைசியில் தன் குழந்தையுடன் அணைத்துக் கொண்டது.

கோழிக்குஞ்சுகளுக்குக் குழிபறித்து விளையாட்டுச் சொல்லிக் கொடுக்கும்போது இது ரெண்டும்தான் கோழியின் மேல் நிற்கும். மற்றதெல்லாம் கீழேயே சுற்றிக்கொண்டு வருவது தான் வேலை. கொர், கொர்.... என இரையைக் கண்டுபிடித்துக் குரல் கொடுக்கும் போதெல்லாம் முந்திக் கொள்பவர்கள் பூபதியின் ஆட்கள்தான். மனிதர்கள் மாதிரி அவைகளுக்குள்ளும் வஞ்சம் வளர்ந்து கொண்டேயிருந்தது.

பூபதி பள்ளிக்கூடத்தில் இருக்கும் வேளையில் ஒரு நாள் மத்தியானத்தில் இந்த நேரத்தில்தான் எல்லாரும் வீட்டுக்குள் இருப்பார்கள் என்பதைத் தெரிந்து கொண்டுதான் பருந்து ஒன்று வந்ததோ என்னவோ, ரொம்ப நாளாகக் கவுதாரிக்குஞ்சுகளின் மேல் கண் வைத்திருக்க வேண்டும். அம்மாக்கோழி நிழலில் குழந்தைகளுடன் விளையாடிக் கொண்டிருந்தது. இது ரெண்டுக்கு மட்டும் விளையாட்டெல்லாம் சலித்துப் போய் ஏதாவது வீரசாகசச் செயல்கள் செய்யலாமென்று வெளியில் மாடு தின்று மீதி கிடந்த முந்திரிப்பழம் ஒன்றைத் திருப்பித் திருப்பி போட்டுக் கொத்திக் கொண்டிருந்தன. சாறெல்லாம் கீழே கொட்டி நார் நாராய்ப் போகும் வரைக்கும் போர் நடந்து கொண்டிருந்தது. இடையிடையே தலையை வானத்துக்குத் திருப்பி இளைப்பாறுதலுக்கு ஜூஸ் குடித்துக் கொண்டிருந்தார்கள். பருந்து சுற்றிக் கொண்டிருக்கிற செய்தியை அம்மா நிழலில் இருந்தாலும் எச்சரித்துக் கொண்டுதான் இருந்தது. சடாரென்று ஒரே பாய்ச்சலில் ஒரு கவுதாரிக்குஞ்சு மட்டும் பருந்து காலுடன் போய்விட்டது. இன்னொன்று ஓடிப்போய் பக்கத்தில் கிடந்த விறகு கும்பலில் புகுந்து கொண்டது.

அப்போதுதான் வாசல்படியில் தலைவைத்து சித்த கண்ணசராலாமென்று படுத்திருந்த அம்மா ஓடிவந்து பார்த்தாள். ஒரே கூட்டமாக கோழிகளை ஓட்டி எண்ணிப் பார்த்தாள். பதினெட்டும் இருந்தது. தானியத்தைக் கொண்டு வந்து போட்டதும் இன்னொரு கவுதாரிக்குஞ்சு மட்டும் விறகு கும்பலிலிருந்து ஓடிவந்தது. பூபதியிடம் விஷயத்தைச் சொன்னதும் விழுந்து விழுந்து அழுதான்.

இன்னொன்றையும் பிரிந்துவிடக் கூடாது என்று முடிவு செய்தான்.

தம்பியைப் பிரிந்த வெசனத்தில் இரையெடுக்காமல் இளைத்துப் போய் எப்போதும் தனியாகவே நின்று கொண்டு அண்ணன் கவுதாரிக் குஞ்சு மட்டும் கத்திக் கொண்டே இருந்தது.

கவுதாரியைத் தனியாக கூண்டில் வைத்து வளர்க்க வேண்டும் என்று அம்மா ராத்திரி படுக்கையில் கிடக்கும்போது பூபதியிடம் பரணையில் ஒரு கூண்டு கிடக்கிற விஷயத்தை ஞாபகப்படுத்தினாள்.

அது தாத்தாவின் காலத்தில் பயன்படுத்தியது. அதில் பூபதியின் தாத்தா முயல் வளர்த்தாராம்.

காலையில் எழுந்ததும் பக்கிரியைக் கூப்பிட்டுப் பரணையில் ஏறிக் கூண்டைத் தேடிப் பிடித்துச் சுத்தப்படுத்தினான். ஈச்சங்கழியால் செய்திருந்ததால் உளுத்துப் போகாமல் உறுதியாக இருந்தது. ஆனால் அடியில் போட்டிருந்த தகரம் மட்டும் துருப்பிடித்துப் போய் ஓட்டை விழுந்திருந்தது.

பக்கிரிக்குப் பணம் கொடுத்தால்தான் வேலை நடக்கும் என்று கறாராகச் சொல்லிவிட்டான். இல்லாவிட்டால் ஒரு சினிமாப் படம் காட்டினால் போதும் என்று ஒப்பந்தம் செய்துகொண்டார்கள். தகர டின் ஒன்றைத் தேடி வெட்டி எடுத்து அடிபோட்டார்கள். கூண்டைத் தூக்கிக் கொண்டு போக வசதியாக ஒரு கொக்கியைக் கம்பி மாதிரி வளைத்துக் கட்டினார்கள். அஞ்சு முந்திரிக்கொட்டையைக் கடையில் கொடுத்து காலி கற்பூர டப்பா ஒன்றை வாங்கித் தண்ணீர் ஊற்றி வைக்க வசதியாகக் கூண்டினுள் வைத்துக் கம்பியால் கட்டினார்கள்.

இப்போது பூபதி கவுதாரிக்கூண்டும் கையுமாக அலைந்தான். வீட்டில் அண்ணனுக்குக்கூட பூபதியைப் பார்க்க பொறாமையாக இருந்தது. பள்ளிக்கூடம் போகிற நேரந்தவிர மீதி நேரத்தில் மட்டும் கூண்டு, வீட்டுக்கு முன்புறத்தில் திண்ணை மேலுள்ள வாரையில் தொங்கும். ஊருக்கே பூபதி கவுதாரி வளர்க்கிற விஷயம் தெரிந்தது. பள்ளிக்கூடம் விட்டதும் முதல் வேலையாக ஊர்ப்பசங்களெல்லாம் கவுதாரிக் கூண்டை நோட்டம் விட்டுத்தான் போவார்கள். பூபதிக்குக் கிடைக்கிற மரியாதையில் கால்வாசிக் கூட பக்கிரிக்குக் கிடைக்க வில்லை.

அன்றைக்கு ரெண்டு கொட்டாயிலுமே படம் மாற்றியிருந்தார்கள். பக்கிரிக்கு எங்கிருந்து பணம் கிடைத்ததோ தெரியவில்லை. 'நாலு ரூவாய் வைத்திருக்கிறேன் துணைக்கு வாடா' என்று பூபதியைக் கூப்பிட்டதால் இவனும் போனான். சின்னக்கால்கள் நடந்தால் வலிக்கும்தான். மூணு கிலோ மீட்டர் தூரம் நடந்து வந்து படம் பார்க்கிறபோது சினிமாவில் இருக்கிற ஆர்வத்தால் வலியெல்லாம் தெரியவில்லை.

டவுனை வாய்க்கால் ஒன்று ரெண்டாகப் பிரித்தது. நாளும் வருஷமும் தேயத் தேய வாய்க்கால் பள்ளத்தாக்காக மாறியது. வாய்க்காலுக்கு இந்தப் பக்கம் இருக்கிற கொட்டாயை இந்தாண்ட கொட்டா என்றும் அந்தப் பக்கம் இருக்கிற கொட்டகையை அந்தாண்ட கொட்டா என்றும் சொன்னால்தான் புரியும்.

கொட்டகையின் பேரெல்லாம் கொட்டாயின் உச்சியில் கீற்றை மடித்து கீற்றிலேயே அரங்கின் பெயரை அமைத்து அதன் மேல் நீலக்கல் பெயிண்டில் எழுதியிருப்பதோடு சரி.

இந்தாண்டக் கொட்டாயைத் தாண்டித்தான் அடுத்ததுக்குப் போகவேணும். ஒவ்வொருத்தராய்ச் சேர்ந்து கொண்டிருந்தார்கள். ரிக்கார்டு மட்டும் போட்டுக் கொண்டிருந்தான். போஸ்டரில் இருந்த பெண் முடியைக் கிராப் வெட்டி பேண்ட் சட்டை போட்டு மோட்டார் சைக்கிளில் இருந்தபடியே ஒருத்தனை உதைவிடுகிறாள். அவளே கூலிங்கிளாஸ் போட்டுக்கொண்டு ஒரு காலை மேலே தூக்கித் துப்பாக்கி பிடித்த கையைக் காலுக்கு நடுவில் விட்டுக் கண்ணைச் சுருக்கிக் குறி வைக்கிறாள். பூபதிக்கு இன்றைக்குச் சரியான படம் மாட்டிக் கொண்டதாகத் தோணியது.

இரண்டு பேரும் வேலிக்கு வெளியே நின்று கொண்டு தான் போஸ்டரை ரசித்துக்கொண்டிருந்தார்கள். பக்கிரி இதில்கூட திருப்தியடையவில்லை. எதுக்கும் பக்கத்திலிருக்கும் பையனிடம் கேட்டான். அந்தாண்ட கொட்டாயில் ஆறு சண்டையாம். இதில் நாலுதான் என்று அவனுக்கு செய்தி கிடைத்ததாக அவன் சொன்னதும், பக்கிரி அந்தாண்ட கொட்டாய்க்குத்தான் போகவேண்டுமென்று உறுதியாய்ச் சொல்லிவிட்டான். காசு போடுகிறவன் அவன்தான் என்பதால் பூபதியும் பதில் பேசாமல் போனான்.

தூரத்திலிருந்து பார்க்கிறபோது தெளிவாகச் சண்டை போடுகிற பெரிய போஸ்டர் கண்ணில் பட்டவுடனேயே 'நான் அப்பயே சொன்னல்ல. இதான் நல்ல படம்'னு பக்கிரி சந்தோஷத்தோடு சொன்னான். கூட்டம் உள்ளே வேகமாய்ப் போய்க் கொண்டிருந்தது. வழக்கமாகப் படம் ஆரம்பிக்கறதுக்கு முன் போடப்படும் இசையைப் போட்டுவிட்டார்கள். பக்கிரியே டிக்கெட் எடுத்தான். அவனுக்குத்தான் டிக்கெட் கவுண்டர் எட்டும்.

பூபதியிடம் இருக்கிற அதே மாதிரியான கூண்டுதான். இது கொஞ்ச பெரிய சைஸில் இருந்தது. குறவன் ஒருவன் பூபதியைப் பார்த்து எட்டி நடந்து வந்தான். கூண்டுக்குள் பத்து குஞ்சுகளுக்கு மேல் இருக்கும். எல்லாமே கவுதாரி மாதிரியே தான் இருந்தது. கூடப் பெரிய சைஸில் அப்பா கவுதாரி ஒன்றும் இருந்தது. பூபதி அவனைப் பார்த்ததும் நின்றுவிட்டான். பார்ட்டி கிடைத்துவிட்ட சந்தோஷத்தில் 'வேணாம்' என்று பூபதி எவ்வளவுதான் சொன்னாலும் குறவன் விடுவதாக இல்லை. பக்கிரிக்கு குறவனைப் பார்த்ததும் எரிச்சலாக வந்தது. எங்கே படத்தில் முதல் சண்டை போய்விடுமோ என்று பயந்தான்.

இன்றைக்குக் கையில் காசு இருக்கிறது. இதை நாமும் வாங்கி பூபதி மாதிரி வளர்த்தால் என்ன என பக்கிரிக்குத் திடீரென்று ஒரு ஆசை தோணியது.

“எவ்வளவு?” என்று கேட்டதும்,

குறவன் “குடுக்கிறத குடு சாமீ, எத்தினி வேணும்” என்றான்.

“ஒண்ணுதான்” என்று பக்கிரி சொல்லி நகரப் போனதும், குறவன் அவனைத் தடுத்து நிறுத்தி, “ஒண்ணு வாங்கிக்குனு ஒரு டிக்கெட்டு வாங்கி குடுத்திடு சாமீ” என்றதும் டிக்கெட் ஒன்றை வாங்கிப் பக்கிரி கொடுத்தான்.

குறவனுக்குச் சந்தோஷம். அவனுக்கும் முதல் சண்டையைத் தவற விடக்கூடாது என்பதில் குறி. அவசர அவசரமாகக் கூண்டைத் திறந்து அள்ளினான். நாலைந்து தொங்கிக்கொண்டு வந்தது. எல்லாக் குஞ்சுகளும் ஒரே சைஸில் எதை எடுப்பது என்று புரியவில்லை. ஏதோ ஒன்றைக் கண்ணை மூடிக்கொண்டு எடுத்தான். பின்பு இதை வீட்டுக்குப் போகிறவரைக்கும் எங்கே வைப்பது என்று யோசித்தான். குறவனிடம் வேண்டாம் என்று சொன்னதற்கு “ஓங்களோடதான சாமீ இருக்கேன். போறப்ப கையில குடுத்துடறேன்” என்று கெஞ்சினான். பக்கிரிக்கும் பூபதிக்கும் சரிதான் என்று பட்டது. மூன்று பேரும் ஒன்றாகத்தான் ஒரே இடத்தில் உட்கார்ந்து படம் பார்த்தார்கள். குறவன் சண்டைக்காட்சி வரும்போது எழுந்து உட்கார்ந்து பார்த்தான். மற்ற நேரத்திலெல்லாம் மணலைக் கூட்டி அதில் தலை வைத்துப் படுத்துக் கொண்டேதான் பார்த்தான்.

படம் பிரமாதமாய் இருந்தது. படம் சவுண்டு இல்லாமல் ஓடும் நேரத்திலெல்லாம் கவுதாரிக் குஞ்சுகள் கீச், கீச் என முனகிக் கொண்டே இருந்தன. எப்படியாவது இன்னொரு குஞ்சியைத் தனக்கு வாங்கினால் தேவலை என்று பூபதி கணக்குப் போட்டான்.

படம் ஆரம்பித்தால்தான் முறுக்குக்காரன் தொழிலைத் தொடங்குவான். ‘சூடா முறுக்கு, சூடா டீ’ என்று சொல்லி ஆறிப்போன முறுக்கையும், டீயையும் கொடுத்துக் காசு பண்ணினான். இதைப் பார்த்துக்கொண்டு பக்கிரியால் ரொம்ப நேரம் தாக்குப் பிடிக்க முடியவில்லை. திரையின் முன்னால் நடந்து கொண்டிருந்தவனைக் கூப்பிட்டு ‘ஆளுக்கு நாலு முறுக்கு, ரெண்டு டீ’ என்று பக்கிரி சொன்னதுதான் தாமதம், படுத்துக் கிடந்த குறவன் எழுந்து உட்கார்ந்து கொண்டு “இன்னா சாமி நம்மள மறந்திட்டியா” என்று கூடப்பிறந்தவன் மாதிரி கெஞ்சினான். பக்கிரியால் தட்ட முடியவில்லை. குறவனுக்கும் சேர்த்தே முறுக்கும் டீயும் வந்தது.

பூபதி கணக்கைப் போட்டுக் கொண்டே படத்தைப் பார்த்தான். ஒரு டிக்கெட்டு முப்பது பைசா, ஒரு முறுக்கு அஞ்சு பைசான்னா, நாலஞ்சு இருவது பைசா. மொத்தம் அம்பது. அப்புறம் ஒரு டீ எட்டணாவும் பதினஞ்சி பைசாவும் அறுவத்தஞ்சி பைசா. எப்படியும் படம் முடிஞ்சதும் இன்னும் ஒரு குஞ்சி வாங்கிடனும்.

படம் முடிந்து "வினாயகனே வினை தீர்ப்பவனே" பாட்டு போட்டாயிற்று. குறவன் சாவகாசமாகவே எழுந்து ஏதோ ஒன்றைப் பிடித்துக் கையில் கொடுத்தான். பூபதி தான் வாங்கினான். "இது கவுதாரி குஞ்சு மாதிரி இல்லை."

'ஐயோ அதக் குடுசாமீ, அது காடக்குஞ்சு" என்று குறவன் திருப்பி வாங்கினபோது பூபதிக்கு தைரியமாகவே வார்த்தை வந்தது.

'முறுக்கு, டீ வாங்கிக் குடுத்தோமில்லை. அதுக்கு இந்தக் காடையைக் குடுத்துடு. அப்புறம் டிக்கெட்டுக்கு கவுதாரிக்குஞ்சு கணக்கு சரிதானே?'

குறவனிடமிருந்து 'மூச்' என்றுகூடச் சத்தமில்லை. சட்டையைக் கழட்டி அதிலேயே காடையையும், கவுதாரியையும் லேசாக முடிந்து கொண்டு நடந்தார்கள். பக்கிரிப் படத்தில் பார்த்த சண்டையைப் பற்றியே பேசிக்கொண்டு வந்தான். பூபதிக்கு மனசு பூராவும் காடை விவகாரத்திலேயே இருந்தது. எப்படி விஷயத்தை அவிழ்ப்பது என்று தெரியாமல் முழித்துக்கொண்டு வந்தவனுக்கு வீட்டுக்குப் போய்ச் சேர்வதற்குள் கேட்டுவிடுவது எனத் தோன்றியதால் கேட்டான்.

"நான்தாண்டா கொறவங்கிட்ட காடையைக் குடுன்னு கேட்டு வாங்கனேன்" ... என்று ஆரம்பிக்கும்போதே "அதை நீயே வச்சிக்கடா அப்பா" என்று பக்கிரி நண்பனுக்கு விட்டுக் கொடுத்தான்.

"தனக்குத் தனக்குன்னா அதுவும் களை வெட்டுமாம்" அதுமாதிரி தனக்குக் கூண்டு தேவை என்றவுடனேயே காலையில் எழுந்ததும் பக்கிரி கத்தியை எடுத்துக்கொண்டு போய் மூங்கிலைப் பிளந்து கூண்டு செய்தான். பூபதி கூண்டு மாதிரியே அடியில் தகரத்தை வைத்து, கவுதாரிக்குத் தண்ணி வைக்க கற்பூர டப்பாவையும் ஏற்பாடு செய்தான். இவனுடைய டப்பா தகரத்தில் இருந்ததால் ரொம்ப நாளைக்கு வைத்திருக்கலாம் என்பது கணக்கு.

ரெண்டு பேருமே சதா கூண்டுங்கையுமாகவே அலைந்தார்கள். காலையில் கண்விழித்ததும் கூண்டை மட்டும் கையில் பிடித்துக் கொண்டு இரண்டு கவுதாரியையும் கீழே விட்டுவிடுவார்கள். இவர்கள் விசிலடித்துக்கொண்டே ஓடிக்கொண்டிருக்கும்போது இது ரெண்டுக்கும் சந்தோஷம் தாங்க முடியாமல் பின்னாலேயே ஓடும். காடை இவற்றையெல்லாம் உள்ளே இருந்து பார்த்துக்

கொண்டுதானிருக்கும். தன்னை இப்படிச் சுதந்திரமாகப் பாவிகள் விடமாட்டார்களா என்று நினைக்குமோ என்னவோ.

'காடை கலம் போட்டாலும் காட்டுக்குத்தான் போவும்' என்று கேள்விப்பட்டிருந்ததால் பூபதி அதன் விஷயத்தில் மிகவும் ஜாக்கிரதையாக இருந்தான்.

காலையில் கவுதாரியைக் கொல்லைப்பக்கம் கூட்டிக்கொண்டு போனால் மக்கிப் போய்க்கிடக்கும் கம்பு, கேழ்வரகு கூளங்களில் மேல்வாக்கில் மண்ணால் மூடியபடி கரையான்கள் கூண்டு கட்டியிருக்கும். சூரிய வெளிச்சம் அதிகம் படாமல் இருப்பதால் கூண்டு ஈரங்காயாமல் இருக்கும். கவுதாரிக் கூண்டைத் திறந்துவிட்டு கரையான்பிடிப்பைக் கிளறிவிட்டால் போதும், நிமிஷத்துக்குள் அத்தனையையும் கவுதாரிகள் காலியாக்கிவிடும்.

காடை எப்பொழும் பொறுமைதான். மெதுவாக வெளிவரும். மெதுவாகவே நடக்கும். அப்படியே சாப்பிடும். இந்த கூண்டுக்குள் இருக்கும் கரையான்களுக்கு கவுதாரிகளிடம் நல்ல கிராக்கி. ஏனென்றால் இதில்தான் இளம் கரையான்களாகப் பால் மாதிரி இருக்கும். தின்னும்போது காலையும் மூக்கையும் கடித்து இடைஞ்சல் பண்ணாமல் செத்துப்போகும். இப்படியே ஒவ்வொரு கொல்லையாக அலைய ஏழரை மணி ஆகிவிடும். அப்புறம் மத்தியான சாப்பாட்டுக்குப் புற்று தேடுவார்கள்.

புற்று என்றால் பெரிய புற்றெல்லாம் கிடையாது. புற்றுக்கு உண்டான லேசான மேடு இருக்கும். கொஞ்ச காலத்தில் அதாவது பத்து நாளுக்குள் கட்டியதாகப் பார்க்கும்போதே தெரியும். பக்கிரி காலால் அதை உதை விடுவான். மூடி உடைத்துக்கொண்டு 'டங்' என்று தண்ணி இல்லாத கிணற்றுக்குள் கல்லைப் போடுகிற மாதிரி சத்தம் கேட்கும். பக்கிரி உடைத்துக்கொண்டே போவான். பூபதி புற்றுக்குள் கையை விட்டு அடையடையாக இருக்கும் கரையான் கூண்டுகளைத் தேனடை எடுக்கிற மாதிரி எடுத்து உடைத்து கவுதாரிகளுக்கும் காடைகளுக்கும் போடுவான். மீதியைக் கூண்டு கொள்ளும் வரைக்கும் அடுக்கிக்கொண்டே போவான். கூண்டுக்குள் இருக்கும் கதகதப்புக்காகவே திருப்பித் திருப்பிக் கையை விடுவது என்றால் பூபதிக்குப் பிடிக்கும்.

எப்போது இது கிடைக்கும் என்று குறிதீட்டி வைத்துக் கொண்டிருந்த கவுதாரிகள் போட்டி போட்டுக் கொண்டு பாயும். காடைகூட இந்தக் கட்டத்தில் கொஞ்சம் சுறுசுறுப்பாகிவிடும். தின்கிற அவசரத்தில் கரையான் அடைக்குவியலுக்குள் புகுந்து விடும் போது எந்தப் பக்கமும் போக முடியால் காலிலும், மூக்கிலும் கரையான்கள் நொடியில் ஏறிக் கவ்விக்கொள்ளும். எஜமானுக்கு அபாயக்குரல்

தங்கர் பச்சான் | 119

கொடுத்துக்கொண்டே வேலையையும் நடத்திக்கொள்ளும். பிறகு போய் பூபதியும் பக்கிரியும் ஆளுக்கொன்றாய் பிடித்து உடம்பில் கடித்துக் கொண்டிருக்கிற ஒவ்வொரு கரையான்களாக எடுத்துக் கீழே போடுவார்கள். சின்ன கரையான்களாக இருப்பதால் இழுவைக்கு வராது. தினமும் இப்படி எத்தனை தடவைதான் இவைகளை கரையான்கள் பிடியிலிருந்து காப்பாற்றி விட்டாலும் நடக்கிறது நடந்துகொண்டேதான் இருக்கும். பக்கிரிக்கு சில நாளில் இது கோபத்தை உண்டாக்கிவிடும். பொறுக்க முடியாமல் அவன் கவுதாரியை அடித்துவிடுவான். அதுவும் கீஸ், கீஸ் என்று அடியை வாங்கிக் கொள்ளும்.

ராப்பகலாகக் கூண்டிலேயே அடைந்து கிடந்த பூபதியின் கவுதாரியும் காடையும் அவை கொடுத்த நம்பிக்கையின் பேரில் தடையின்றி ஊர் சுற்றி வர அனுமதிக்கப்பட்டது. ஆரம்ப கட்டத்தில் வீட்டைச் சுற்றியே மேய்ந்துகொண்டிருந்தவை பிறகு வேலியைத் தாண்டி தெருவைத் தாண்டி மேய்கிற அளவுக்கு விவரம் தெரிந்தது. கலம் போட்டாலும் காடை காட்டுக்குத்தான் போகும் என்றவர்கள், பூபதியைப் போல் தாங்களும் வளர்த்தால் இப்படி நம்மிடம் இருக்குமா என்று உள்ளுக்குள் நினைத்துக்கொண்டார்கள்.

பக்கிரி, பூபதி போலவே வெளியில் விட்டுப் பார்த்தான். அவனைப் போலவே அதுவும் அவனுக்கு அடங்குவதாக இல்லை. சத்தம் போடும்போதெல்லாம் நாக்கைக் கடித்துக்கொண்டு கையைத் தூக்கியபடியே 'சத்தம் போட்டால் அடிப்பேன்' என்று கவுதாரியிடம் கத்துவான். அது அப்படியே வாயை மூடிக்கொள்ளும். வழக்கப்படி காலை நடைப்பயணம் இப்போதும் விட்டுப் போகாமல் நடந்து கொண்டிருந்தது.

ஒரு நாள் காலை பூபதியும், பக்கிரியும் இரண்டு கவுதாரிகளையும் கீழே விட்டுவிட்டு விசிலடித்துக் கூப்பிட்டார்கள். போட்டி போட்டுக் கொண்டு ஒரு பர்லாங் தூரத்துக்கு ஓடியது. வளைவில் ஒன்றில் இருவரும் பதுங்கிக் கொண்டார்கள். எஜமானரைத் தேடி கத்த ஆரம்பித்ததும் பக்கிரிக்கு ஆசை பொங்கியது. கவுதாரியைத் தூக்கி இரண்டு கன்னத்திலும் முத்தம் கொடுத்தான். ஆசை அதிகமாகி விட்டால் பூபதியும் இப்படித்தான் செய்வான். முத்தம் கொடுப்பது மில்லாமல் உடம்பைப் பிடித்து கொண்டு கவுதாரி தலையைத் தன் வாயில் வைத்துக்கொண்டு எச்சிலை நிரப்பி விட்டதும் மடக் மடக் என்று தலையை உயர்த்திக் குடிக்கும். இது மாதிரி எச்சிலைக் கொடுத்தால் தலைவீங்கி செத்துவிடும் என்று எல்லாரும் சொன்னாலும் அதையெல்லாம் பூபதி கேட்பதாக இல்லை.

பக்கிரி இப்போது ஆசையாய் பூபதியைப் போலவே எச்சிலைக் கொடுத்து மீண்டும் ஓடவிட்டான். குஷி அதிகமாகி பக்கிரியை விடாமல் துரத்தியது. இன்னொரு வளைவு ஒன்றில் வளைவதற்காக வேகத்தைக் கட்டுப்படுத்திக்கொண்டு கவுதாரி வந்து விட்டதா என்று திரும்பிப் பார்க்கும்போது சீக்கிரம் வேகமாக அவன் பின்னாலேயே ஓடி வந்திருந்ததால் பக்கிரியின் காலில் மாட்டிக் கொண்டு அதே இடத்தில் குடல் பிதுங்கி வெளியே வந்து மூச்சு பேச்சில்லாமல் கிடந்தது. பூபதி கவுதாரியைத் தூக்கிப் பார்த்தான். உயிரில்லை. பக்கிரியைச் சமாதானப்படுத்த முடியவில்லை. அவன் அன்றைக்குத் தான் முதன் முறையாக அழுததை பூபதி பார்த்தான். பூபதி எவ்வளவோ சொல்லி 'என் கவுதாரியை எடுத்துக்கடா' என்று சொல்லியும் அவன் கேட்கவில்லை.

நாள் ஆக ஆக கவுதாரியும் வளர்ந்து காடையும் வளர்ந்துகொண்டே இருந்தது. பருவம் வந்ததும் காலில் நகம் வளர்ந்தது. பெரிய கூரான நகம். தவிர, குதிகாலுக்கு மேல் தடிப்பாக ஒன்றும் முளைத்திருந்தது. ஆண் கவுதாரி என்றவுடன் ஏகப்பட்ட கிராக்கி. குறவன் ஒருநாள் வந்து விலைக்குக் கேட்டுவிட்டுப் போனதாக அம்மா சொன்னாள். அவன் காலில் கத்தி கட்டிவிட்டுப் பணம் சம்பாதிக்க கேட்டிருக்கிறான். ஆண்பிள்ளை மாதிரியே அதன் நடையும் இருந்தது.

காடை வளர்ச்சியில் கொஞ்சம்தான் கூடியிருந்தது. அதுக்கு வளர்ச்சியெல்லாம் இவ்வளவுதானாம். ஆணா, பெண்ணா என கண்டுபிடிக்க முடியவில்லை.

பூபதி கவுதாரிக்குச் சண்டை கற்றுக் கொடுக்க ஆசைப்பட்டான். கோழிக்குஞ்சு ஒன்றைக் கூண்டுக்குள் விட்டு மூடிவிட்டான். அதுவும் வாலிபத்தைத் தொட்டுக் கொண்டிருந்த பருவம்தான். கவுதாரி கழுத்தைத் தூக்கிக்கொண்டு கூண்டைச் சுற்றிச் சுற்றி வந்து கோழியைக் கொத்தியது. இந்தப் பயிற்சி நடந்து கொண்டிருக்கும்போதே குரலும் மாறியது.

முதல் தடவையாக அன்றைக்குத்தான் பூபதி அதைக் கேட்டான். சாயங்காலம் பள்ளிக்கூடம் விட்டு வீட்டுக்கு வந்ததும் கவுதாரியைத் தேடி குரல் கொடுத்தால் விசிலடித்தால் போதும், பதிலுக்கு அதுவும் குரல் கொடுக்கும். பூபதி விசில் கொடுத்தது தான், ஒரு பெரிய கவுதாரியின் குரல் மாதிரி அடுக்குத்தொடர் கிக்கிலிக்கோ, கிக்கிலிக்கோ, என சத்தம் வந்தது. மீண்டும் சந்தேகத்தில் விசிலடித்ததும் குப்பையிலிருந்து கத்திக்கொண்டே பறந்து வந்தது. பூபதிக்கு பூரிப்பு தாங்க முடியவில்லை. அன்றிலிருந்து வீட்டில்

காலையில் எல்லாரையும் எழுப்பி விடுவது கிக்கிலிக்கோ சத்தம்தான். பெண் கவுதாரி என்றால் 'கீக்கோ' என்றுதான் கத்தும்.

பூபதியின் வாத்தியார் ஒரு தடவை அவருடைய குழந்தைக்குக் கவுதாரியைக் காட்டவேண்டும் என்று சொன்னதால் கூண்டில் போட்டு எடுத்துக்கொண்டு போய் இரண்டையும் காட்டினான். அன்றிலிருந்து தமிழ் வாத்தியார் பூபதியிடம் தனி அக்கறை எடுத்துக் கொண்டார்.

விளக்கு வைத்ததும் எங்கிருந்தாலும் வந்துவிடக் கூடிய காடை அன்றைக்கு எட்டு மணியாகியும் வீட்டுக்கு வரவில்லை கவுதாரி மட்டும் கூண்டில் ஏறிக்கொண்டது. ராத்திரியில் எங்குப் போய்த் தேடமுடியும். விசிலடித்துப் பார்த்தும் பதிலில்லை. விடிந்து கூட தேடினான். கிடைக்கவில்லை. இரண்டு நாள் கழித்து பக்கத்து வீட்டு வைக்கோல்போரில் வேலைக்காரப் பையன் வைக்கோல் பிடுங்கும்போது போருக்குக் கீழே தலையில்லாமல் றெக்கையும், குடலும் கிடந்ததாகச் சொன்னான். மேய்ச்சலுக்கும் போருக்கும் நெல் பொறுக்கப் போனபோது கீரிப்பிள்ளை சமயம் பார்த்துத் தீர்த்து விட்டது.

ஒன்றரை வருஷத்தில் ஒரு சேவல் கோழியில் பாதி அளவுக்கு கவுதாரி வளர்ந்துவிட்டது. அதன் ராஜ்யத்துக்கு கீழ்தான் மற்ற பறவைகள் எல்லாம் அந்த ஊரில். பருந்து எல்லாம் பக்கத்தில் கூட வரமுடியாது. சதா பெண் துணைக்கு ஏங்கிக் கத்திக்கொண்டே இருக்கும்.

கவுதாரி வளர்க்கவென்று அதற்காக பூபதி இப்போது தனியாக நேரம் எடுத்துக்கொள்ளவில்லை. அந்த நேரத்தையெல்லாம் இப்போது குண்டு விளையாடுவதில் செலுத்த ஆரம்பித்திருந்தான்.

அன்றைக்கு என்னவோ ஒவ்வொரு ஆட்டத்திலும் அவனே ஜெயித்துக் கொண்டிருந்தான். பக்கிரி அவனுடைய காசை எல்லாம் எடுத்து வைக்கிற ஆள். இட்லி கடைக்கு இட்லி வாங்கப் போய்க் கொண்டிருந்த பையன் பூபதியைக் கூப்பிட்டு "சீக்கிரம் போடா. ஓங்கவுதாரிய எல்லாரும் தொரத்துறாங்க. கண்டவனெல்லாம் கல்லாலும், கட்டியாலும் அடிக்கிறானுவோ" என்று சொன்னதுதான், குண்டையெல்லாம் போட்டுவிட்டு ஓடி வந்தபோது கவுதாரி பெரிய புளியமரத்தின்மீது உட்கார்ந்திருந்தது. மரத்தைச் சுற்றி ஏகப்பட்ட கூட்டம். எல்லாரும் பூபதியைப் பார்த்தார்கள். யாரையும் விசாரிக்கவில்லை. எல்லோருடைய கையிலும் கல்லும், கட்டையும் இருந்தது.

வீட்டுக்கு ஓடினான். அம்மா மட்டும் பாத்திரம் தேய்த்துக் கொண்டிருந்தாள். விவரத்தைக் கேட்டு அவளும் ஓடிவந்தாள்.

இவர்கள் வருவதற்குள் சொரட்டோடு போட்ட வீடு ஒன்றின் மேல் பறந்து போய் உட்கார்ந்தது. குழந்தைகளும் வேலைக்காரர்களும் வழியில் போய்க் கொண்டிருந்தவர்களும் கத்திக்கொண்டே துரத்தி னார்கள். பூபதி கூண்டைத் தூக்கிக்கொண்டு வீட்டுக்குப் பக்கத்தில் போய் விசிலடித்தான். பதிலில்லை. மிரண்டுபோய் எந்தப் பக்கத்தில் போவது என்று தெரியாமல் விழித்தது. அம்மா எல்லாரையும் கலைந்து போகும்படி சொன்னாள். கவுதாரி ஒரு வழுக்கு வழுக்கி விட்டுச் சரிவாக கீழ்நோக்கிச் சரிந்தது. இந்த நேரம் பார்த்துக் கையில் கருங்கல்லை வைத்திருந்த பக்கத்து வீட்டு வேலைக்காரப் பையன் ஒரே இறுக்கமாக இறுக்கிவிட்டான். கவுதாரி கரணம் போட்டு ரத்தத்தோடு மடிந்து விழுந்தது. பூபதி கதறிய கதறலில் அடித்த வேலைக்காரப் பையன் ஓட்டமாக ஓடி மறைந்து போனான்.

'அவனைப் பிடித்தால் போன கவுதாரி திரும்பி வந்துடவாப் போவுது. நடந்தது நடந்து போச்சி. மேற்கொண்டு நடக்க வேண்டியதைப் போய்ப்பாரு' என்று மற்றது ஒவ்வொண்ணுக்கும் ஏதாவது சொல்லற மாதிரியே இதற்கும் வியாக்கியானம் சொன்னார்கள்.

இட்லியைக் காக்காயிடம் பறிகொடுத்துவிட்டுப் பக்கத்தில் கவுதாரி நின்றிருந்ததைப் பார்த்ததும் கவுதாரிதான் இட்லியைத் தூக்கிக் கொண்டு ஓடியது என்று சொன்ன குழந்தை இன்னமும் இட்லித் தட்டைத் தலையிலிருந்து எடுக்காமல் கவுதாரி செத்துக் கிடப்பதையே பார்த்துக்கொண்டிருந்தது.

பூபதியால் அழுகையை அடக்கமுடியவில்லை. பக்கிரி விஷயம் கேள்விப்பட்டு ஓடிவந்தான். பூபதிக்கு அவனால் எதுவும் சொல்ல முடியாது என்று தெரியும். "அவன எஞ்ஞா செய்யிறம் பாரு" என வேலைக்காரப் பையனைத் தேடி ஓடினான்.

கவுதாரியைக் கூண்டில் வைத்துப் பார்த்தான். குழந்தை மாதிரி தூங்கிக் கிடந்தது. "கொறவங்கிட்ட அன்னைக்கே குடுத்தியிருந்தியினா நூறு ரூவா குடுத்திருப்பான் இல்ல" என்று பூபதியின் அண்ணன் குடும்ப அக்கறையோடு சொன்னான்.

பள்ளிக்கூடத்தில் பூபதியால் உட்கார முடியவில்லை. எல்லாருமே துக்கம் விசாரித்தார்கள். காணாமல்போன அன்றைக்கே போயிருந்தாலும் காட்டில் உயிரோடு வாழ்ந்திருக்கும். இப்படி அநியாயமாகச் செத்துவிட்டதே என்று அழுதான்.

பக்கிரிதான் சொன்னான். 'நம்ம கவுதாரிய வச்சி எத்தினி கவுதாரி புடிக்கிறம்பாரு. கூண்டுல நம்ம கவுதாரிய வச்சிட்டு நாமப் போயி விசிலடிச்சா கத்தும். இந்த சத்தத்தைக் கேட்டு நெறைய கவுதாரி வரும். நாம அப்படியே கண்ணி போட்டு புடிச்சிடலாண்டா'

என்று யோசனை சொன்னதும் தெரியாமல் பக்கிரி கூண்டுக்குள் கையை விட்டுக் கவுதாரியை எடுத்துத் தூக்கிப் பறக்கவிட்டு மிரட்டி விட்டான். அவன் விளையாட்டுக்காகத்தான் செய்தான். எங்கே போய்விடும் நம் கவுதாரி பூபதியைக் கொஞ்சம் பயம் காட்டலாமே என்றுதான் அப்படி செய்தான். கவுதாரி மிரண்டுபோய் முந்திரித் தோப்புக்குள் போனது. வரவேயில்லை. இருட்டுகிற வரைக்கும் கூண்டைக் கையில் வைத்துக்கொண்டு விசிலடித்துப் பார்த்துவிட்டு வீட்டுக்கு பூபதி திரும்பிவிட்டான்.

இரண்டு நாள் கழித்து அந்தப் பக்கம் போனபோது கவுதாரியின் நினைப்புக்காக சும்மா விசிலடித்து 'கிக்கிலிக்கோ கிக்கிலிக்கோ' என்றதுதான் தாமதம். எங்கிருந்ததோ தெரியவில்லை. உடனே பறந்து வந்து தலையில் உட்கார்ந்துகொண்டது.

வாசல்படியில் கால்வைத்த உடனே கூண்டுதான் கண்ணில் பட்டது. உள்ளே காய்ந்து உடைந்த கரையான் அடைகள் கொஞ்சம் கிடந்தன. கவுதாரி இல்லாததால் காற்றில் கூண்டு சுற்றிக் கொண்டிருந்தது. வீட்டில் நுழைந்தவுடன் அண்ணன் தட்டில் எதையோ வைத்துத் தின்று கொண்டிருந்தான். பூபதியைப் பார்த்ததும் "இந்தாடா ஓம் பங்கு."

பூபதி அவனையே முறைத்துப் பார்த்தான்.

"பங்கு கம்மியா இருக்குன்னாப் பாக்குற. மொதல்ல ஐயாவுக்கு ஒண்ணு, அம்மாவுக்கு ஒண்ணு, எனக்கு ஒண்ணுன்னு பிரிச்சேன். அம்மாவுக்கு வேணாமாம். அதால அதையும் பிரிச்சிப் போட்டு மூணு பங்காக்கிட்டேன்." பூபதியின் அண்ணன் ரசித்துச் சாப்பிட்டான். தட்டைக் கையில் வாங்கிப் பார்த்தான். ஒரு காலும் தலையும், கண்ணில் பட்டது. அழுகையை அடக்க முடியவில்லை. கறியைத் தூக்கி வெளியே வீசியெறிந்து விட்டுக் கூண்டை எடுத்துக்கொண்டு பரணைமேல் ஏறினான். கூண்டு முதலில் எங்கே கிடந்ததோ அங்கேயே போய் விழுந்தது. தாத்தாவுக்கும் இப்படி நடந்திருக்க வேண்டும். அதனால்தான் கூண்டை இங்கே போட்டுவிட்டாரோ!? தெரியவில்லை.

பூபதி பரணையிலிருந்து இறங்கிச் சமையலறைக்குள் நுழையப் போனான். அம்மா வாசல்படியில் உட்கார்ந்துகொண்டு இதையெல்லாம் கவனித்துக் கொண்டுதான் இருந்தாள். அம்மாவைப் பார்த்ததும் இன்னும் துக்கம் அதிகமாகியது. மடியில் விழுந்து இன்னும் வேகமாக வாய்விட்டு அழுதவனின் தலையை அம்மா நிரடிக்கொடுத்துக் கொண்டே இருந்ததும் பூபதி தூங்கிப்போனான்.

●

குடி முந்திரி

விவசாயியின் உழைப்பால் வயிற்றைக் கழுவுகிற எல்லாரும் விவசாயிகளின் தலையில் மிளகாய் அரைத்துக் கொண்டு தான் வருகிறார்கள். இதனால் அழியப் போவது விவசாயிகள்தான் என்று நினைத்துக் கொண்டிருக்கிறார்கள்! பாவம். பிற்காலத்தில் சோத்துக்கு நாயாக அலையப் போகிறார்கள் என்பது இவர்களுக்கு இப்போது தெரிய வாய்ப்பில்லை.

இன்றைக்கு நான், சென்னை குடிபெயர்ந்து அரசாங்கம் கொடுத்த ஒரு சான்றிதழை வைத்துக் கொண்டு, குடும்பத்தில் ஐந்து பேர்களோடு சுகமாக டி.வி. பிரிட்ஜ் என்று சகல வசதிகளோடும், உல்லாசமாக வாழ்ந்து கொண்டிருக்கிறேன். என் குழந்தை எல்.கே.ஜி. படிக்க ஷூ கேட்டால் முதல் தர கம்பெனியாகத் தேடிப் போய் ஒரே சமயத்தில் இரண்டு ஜோடி ஷூக்களை, ஜோடி ஒன்றுக்கு 400 ரூபாய் கொடுத்து வாங்கித் தர முடிகிறது.

சாதாரணமாக ஆயிரம் ரூபாய் கொடுத்து நானும் அதே போல் ஒரே சமயத்தில் இரண்டு ஜோடி ஷூக்களை வாங்கிக் கொள்கிறேன். இந்தப் பள்ளிக்கூட வாத்தியார் வேலை மட்டும் கிடைக்காதிருந்தால் நானும் என் அண்ணன்கள் மாதிரி ஊரில் விவசாயம் செய்துகொண்டு அரசாங்கத்திற்கு லோன் பாக்கி கட்டமுடியாமல் கள்ளச்சாராயம் காய்ச்சுபவன் மாதிரி, எப்போ ஊருக்குள் ஜீப் நுழைந்தாலும் ஓடி ஒளிந்து குலை நடுங்கி செத்துக் கொண்டிருப்பேன்.

வருஷத்து நாலைந்து தடவையாது எனக்கும் என் மனைவிக்கும் இதே மாதிரி சண்டை நடக்கும். எப்பவும் ரெண்டு மூணு நிமிஷத்தில் அடங்கிப் போகிற சண்டை இன்றைக்கு, ஒரு முடிவுக்கு வரும் போல்

தெரிகிறது. கல்யாணமாகி இந்த ஆறு வருஷத்தில்நாலு வீடு மாறி, இன்னும் இரண்டு நாளில் வாத்தியார் வேலையில் சம்பாதித்த பணத்தில் சொந்தமாக வாங்கியிருக்கும் பிளாட்டுக்குப் போகப் போகிறோம். சொந்த வீட்டில் எந்த இடத்தில் எந்த பொருள் வைக்க வேண்டும் என முடிவாயிற்று. இந்தப் பழைய ஷூ மேல் மட்டும் அவளுக்கு என்ன வெறுப்போ, "இந்த சனியன் எங்கே போனாலும் தொரத்திக்கிட்டு வருது. பிளாட்ல செப்பல் சேண்ட் ஒண்ணுதான் இருக்கு. இதப் போடவும் மாட்றீங்க. தூக்கி எறியவும் மாட்றீங்க. ஒங்களுக்குப் புடிக்கலனா என் தம்பிக்குத் தூக்கிக் குடுத்திடுங்க. ஒண்ணும் குடிமொழுவிடாது..." என்று மூச்சுவிடாமல் கத்தினாள்.

அவளைப் பொருத்த வரைக்கும் அது ஒரு பழைய ஷூ. அவளுடைய வீட்டை எல்லோரும் பார்த்து "ரொம்ப அழகா இருக்கு! என்று சொல்ல வேண்டும். அதறகாகத்தான் பழையதை எல்லாம் தூக்கியெறிந்து கொண்டிருக்கிறாள்.

இன்றைக்கு என் மகள், மூணு வயசில் பள்ளிக்கூடத்திற்கு ஷூ இல்லாமல் போக மாட்டேன் என்கிறாள். அவளைச் சொல்லியும் குற்றமில்லை. நிலைமை அப்படி மாறிவிட்டது. நானும் ஒரு நாள் இவளை மாதிரியே என் அய்யாவிடம் 'ஷூ வேணும்' என்று கேட்டுவிட்டேன். கேட்ட பாவத்துக்கு இன்னும் தண்டனையை அனுபவித்துக்கொண்டிருக்கிறேன்.

எப்பவும் மாதிரி நானே அந்த வருஷம் எஸ்.எஸ்.எல்.சியில் என் பள்ளியிலேயே முதல் மார்க் வாங்கி பாஸானேன். பெரிய அண்ணன் சென்னையில் வேலை பார்த்ததால், அங்கேயே என்னையும் கல்லூரியில் சேர்க்க வேண்டும், பெரிய படிப்பெல்லாம் படித்து வேலை வாங்க வேண்டுமென அம்மா சொல்லிவிட்டாள். "எல்லோரும் படிக்கிறாமாதிரி இங்கிருக்கிற கடலூர்க் காலேஜ்ல படிக்காம மெட்ராசுக்குப் போயி, பெஷலா ஒண்ணும் படிச்சி கிழிக்கவேணாம். படிச்சி வேலை வாங்கித்தான் எங்களுக்குக் கஞ்சி ஊத்தணும்னு ஒண்ணும் இல்ல. முடியலைன்னா வந்து நெலத்தைப் பாரு..." என அய்யா, தன் விவசாய நிலப்பிரபுத்துவ கௌரவத்தை விட்டுக் கொடுக்காமல் பேசினார்.

எப்போதும் மாதிரி அம்மாவின் கையே மேலோங்கியதால் பெரிய அண்ணன் என்னைக் கொண்டுவந்து, சென்னையில் கூத்தடிக்கப் பேர் போன அந்தப் பொறுக்கிக் கல்லூரியில் சேர்த்தார்.

கல்லூரிக்குள் நுழைந்ததும் நடை, உடை, பாவனை, பேச்சு எல்லாத்தையுமே மாற்றிக்கொள்ள வேண்டியதாயிற்று. என்னைத் தவிர எல்லாரும் உல்லாசமாய், கல்லூரி மாணவர்களுக்கு

இலக்கணமான அனைத்து செய்கைகளிலும் ஈடுபட்டு சுகமாய் நாட்களைக் கழித்தார்கள். என்னை மாதிரி ஒருத்தனும் எனக்குக் கிடைக்கவில்லை. எப்படா இந்த சனியனை விட்டு ஊருக்குப் போவோம் என்றிருந்தது.

முதல் வேலையாக பண்ருட்டி கல்யாணத்தில் தேங்காய், பழம் போட்டுக் கொடுத்த மஞ்சள் பையைத் தூக்கியெறிந்துவிட்டு, புத்தகத்தை ஸ்டைலாக கையிலேயே கொண்டு போனது. இவ்வளவு நாள் முடி வெட்டிக்கொண்ட ஊர் பறியாறி பெருமாளிடம் முடி வெட்டிக்கொள்ளாமல் நாற்காலியில் உட்கார்ந்து முடிவெட்டிக் கொண்டது, அப்பொழுது தான் புதுசாக தைத்துக் கொடுத்த பேண்ட்டில் பெல்ஸின் அளவு எங்கள் கூட்டத்திலேயே கம்மியாக இருப்பதாக கிண்டல் செய்ததால் ராத்திரியோடு ராத்திரியாக துணி எடுத்து யானைக்கால் மாதிரி முப்பத்தியாறு இன்ச் வைத்து பேண்ட்டின் கீழே 'ஸிப்' வைத்து தைத்து பேண்ட்டின் ஆயுட் காலத்தை நீடிக்க செய்துகொண்டது என கொஞ்சம் கொஞ்சமாக நானும், அந்தக் கல்லூரிக்குத் தகுந்த மாணவனாகக் கூடிய பெருமைகளையெல்லாம் ஏற்படுத்திக்கொண்டாலும், வகுப்பு ஆரம்பித்து ஆறு மாசமாகியும் கூட ஒரு எழவும் புரியவில்லை. ஊர் பள்ளிக் கூடத்தில் இங்கிலீஷையே படிக்க முடியாமல் தப்பித்தால் போதும் தம்பிரான் புண்ணியம் என்று பிழைத்து வந்தால், இங்கு வந்து நான் எல்லாப் பாடத்தையும் இங்கிலீஸில் படித்து எனது அறிவை வளர்த்துக் கொள்ள வேண்டும் என்பதற்காக, என்னை என் அண்ணன் பாழும் கிணற்றில் கொண்டு வந்து தள்ளியதை நினைத்து நினைத்துக் குமுறினேன். தமிழ் வகுப்பு வந்தால் மட்டும் எனக்கு உயிர் வரும். வழக்கம் மாதிரி அன்றைக்கு இயற்பியல் வகுப்பில் அந்த குண்டு வாத்தி கதிரேசன் (சாவுங்காலத்தும் இந்த பெயரும், உருவமும் மட்டும் மறக்காது!) ஒரு பாவமும் அறியாத என்னையே எதற்கெடுத்தாலும் கேள்விக் கேட்டார். எனக்கு துக்கம் தொண்டையை அடைத் தது. எனக்குக் கேட்கிற கேள்விக்குப் பதில் தெரியாமல் கூடப் போனால் பரவாயில்லை. ஆனால், என்ன கேட்கிறார் என்றுகூடப் புரியவில்லை. 'தெரியாது' என்று சொல்லவும் பயமாக இருந்தது. நான் வாயே திறக்காததால் பொறுமையை இழந்து ஏதோ திட்டி "சிட்டவுன்" என்று ஆங்கிலத்தில் சொன்னதும் உட்கார்ந்துவிட்டேன். அவர் கேட்ட கேள்வி மறந்துவிட்டது. ஆனால் அவர் என்னையேப் பார்த்து பத்து முறைக்கு மேல் சொன்ன "டூ யூ அண்டர்ஸ்டேண்ட்" என்கிற வார்த்தை மட்டும், ஞாபகத்தில் இருக்கிறது. பக்கத்தில் இருந்த நண்பனிடம் 'அந்த வார்த்தைக்கு என்ன அர்த்தம் என்று விசாரித்தேன். அவன் அதிர்ச்சியில் தலையிலடித்துக் கொண்டான்.

பிறகு ஒரு வழியாய் ஏளனமாக "உனக்குப் புரிகிறதா என்று தான் உன்னை அந்த வார்த்தை சொல்லிக் கேட்டார். என்று அவன் சொன்னதும் எனக்கு அழுகையே வந்தது. "நான் படிக்கத் தகுதியானவனே இல்லை" என்று என் நண்பனிடம் கூறி அழுதேன். "புரிந்து மட்டும் ஒன்றும் ஆகப் போவதில்லை. நீயும் எல்லாரை மாதிரி அதே மார்க்கைத்தான் வாங்கப் போகிறாய்ப் பார்" என்று என்னைத் தேற்றினான்.

ஊரில் வருஷா வருஷம் நடக்கும் கன்னிக் கோயில் திருவிழாவுக்கு நண்பனும், என்னோடு வந்தான். அவனுக்கு மட்டுமல்ல. தமிழ்நாட்டில் தொண்ணூறு சதவீதம் பேருக்குக் கிடைக்காத ஆனந்தமும், அனுபவமும் அவனுக்குக் கிடைத்தது. எங்கள் ஊர்க் கன்னிப் பெண்களுக்கும், இளம் பெண்களுக்கும் அவன் கதாநாயகனானான்.

நாளைய மறுநாள் சென்னைக்குக் கிளம்ப வேண்டும் என்பதால் நண்பன் வீட்டுக்குப் பலாக்காய் கொண்டுபோகச் சொல்லி அய்யா, என்னை மரத்தின் மேலேறி காயை வெட்டி தாம்புக் கயிற்றைப் போட்டுக் கட்டி அடிபடாமல் கீழே இறக்கும்படி சொன்னார். பலாக்காயை அடிபடாமல் மரத்திலிருந்து இறக்குகிற வேலையில், எவ்வளவு தொழில்நுட்பம் அடங்கி இருக்கிறது என்பதையெல்லாம் கவனித்துக்கொண்டிருந்த என் நண்பனிடம், அய்யா பேச்சுக் கொடுத்துக்கொண்டேயிருந்தார்.

அவருடைய பேச்சு முழுவதும், என் உருவத்தில் ஏற்பட்டிருந்த நாகரிக மாற்றத்தைப் பற்றிய பெருமையாகவே இருந்தது. கொஞ்ச காலமாய் எனக்கிருந்த மனக்குறையை தனியாக இருந்த அய்யாவிடம் சொன்னேன். நண்பன் உடன் இருப்பதால் வார்த்தையை தட்ட மாட்டார் என்கிற நம்பிக்கை இருந்தால், அப்படி ஷூ ஒன்று வாங்கித்தரும்படி கேட்டுவிட்டேன். "எவ்வளவு பணமாகும்" என்று கேட்டார். "ஆறு மாசத்துக்கு முன் வாங்கியபோது நூத்தி பதினாறு ரூபாய்" என்று நண்பன் சொன்னான்.

பிறகு நாங்கள், அய்யாவின் தலையில் சும்மாடு கோலி, பலாக்காயை தூக்கி வைத்து அனுப்பிவிட்டு கத்தியை எடுத்துக் கொண்டு, மேற்கு வெளி ஓடைக்குப் போய் பனஞ்சோறு சாப்பிட கிளம்பிவிட்டோம்.

பனஞ்சோறு சாப்பிட்டு ஓடையில் குளித்து விட்டு நாங்கள் வீடு வந்து சேரும் போது, சின்னப் பள்ளிக் கூடத்து பிள்ளைகள் சாப்பாட்டுக்கு வந்துவிட்டார்கள். வீட்டில் அண்ணி ஏதோ முனகிக் கொண்டிருந்தாள். விஷயம் இல்லாமல் இவள் இப்படி

செய்ய மாட்டாள். நான் என்ன விஷயம் என்று கேட்பதற்குள் சின்ன திண்ணையில் உட்கார்ந்திருந்த பிள்ளை இல்லாதவரும் தாளக்காரரும் மரம் வெட்டற ஆளுங்களுக்கு சாப்பாடு எடுத்துக் கொண்டு போக வந்திருப்பதாக சொன்னார்கள். "எந்த ஆளு? எந்த மரம்?" என்று கேட்டேன். "அதான், நம்ம படையாச்சியின் சீனந்தோப்பு 'குடி முந்திரி'..." என்று சாவகாமாக சொன்னதும் எனக்குத் தூக்கி வாரிப் போட்டது.

சைக்கிளை எடுத்துக்கொண்டு நானும் என் நண்பனும் வேர்க்க விறுவிறுக்க நாலுமைல், உச்சிவெயிலில் சீனந்தோப்புக்குப் போனோம். தோப்பின் எல்லையைத் தொடும்போதே மனித ஆரவாரம் இல்லாமல் கொடுவாள், பச்சை மரத்தை பதம் பார்க்கிற சத்தம், முந்திரிக்காடு முழுக்க எதிரொலி இல்லாமல் ஒலித்தது. எப்படியாவது கொஞ்சத்தையாவது காப்பாற்றி விடலாம் என்கிற நப்பாசையில், இன்னும் சக்தி கொடுத்து மிதித்தேன். சைக்கிள் போய் நின்றது. மூச்சிறைக்க வேர்த்து வழிந்த முகத்தோடு வந்த என்னை நிழலில் உட்கார்ந்து கொண்டிருந்த அய்யா பார்த்தார்.

அவருக்கு நாங்கள் இவ்வளவு அவசரத்தோடு வந்த காரணம் புரியவில்லை. என் கண்ணிலிருந்து அடக்க முடியாமல் கண்ணீர் வழிந்தது. இப்படி ஒரு காட்சியை நான் கற்பனை செய்துகூட பார்த்ததில்லை. இமயமலை சரிந்து விழுந்தால் எப்படியிருக்கும்.

அப்படியே குடிமுந்திரி குற்றுயிரும் கொலை உயிருமாய் கிடக்கிறமாதிரி அதனுடைய கை, கால், தலை எல்லாம் வெட்டி வீழ்த்தப்பட்டு அடிக்கட்டை மட்டும் முதல் முறையாக வெளிச்சம் முழுவதையும் வாங்கிக் கொண்டு நின்றிருந்தது.

இலைகளிலிருந்து பச்சைகூட இன்னும் வாடவில்லை. பருவமில்லாத சமயத்தில் கம்பு ஈட்டு முந்திரிப் பிஞ்சு மட்டும் ஒன்றிரண்டு சின்னச் சின்ன மூக்குத்திப் பூக்களுடன் வாடி வதங்கிப் போய் தொங்கியது. இரண்டே இரண்டு கிளைகள் மட்டும் நிலத்தில் வேரூன்றி உயிர் பிழைத்துக் கொண்டதால், அதை மட்டும் விட்டு விட்டார்கள். மரத்தை வெட்டிக் கொண்டிருந்த எல்லாருமே, என் கண்ணுக்கு புராணப்படங்களில் நரகத்தில் காட்டுகின்ற அரக்கர்கள் மாதிரி, கொடுவாளோடு வேர்வையில் முழுசாய் நனைந்து வெட்டிக் கொண்டிருந்தார்கள்.

உச்சிகிளை விழுந்து மண்ணை கவ்விக் கொண்டு மூணாள் மட்டத்துக்குக் கிடந்தது. எதையும் என்னால் பேச முடியாத படி துக்கம் தொண்டையை அடைத்தது. ஏதோ ஒரு முந்திரி என்றால் விட்டு விடலாம். மறந்து விடலாம். எங்கள் ஊரிலேயே இவ்வளவு

உயரத்திற்கு பெரிய முந்திரி எங்கும் இல்லை. இருந்திருந்தால் ஊர்ப்பிள்ளைகளுக்குத் தெரிந்திருக்கும். இங்கே வந்து என்னிடத்தில் தவம் கிடந்திருக்க மாட்டார்கள்.

ஊர்க்குழந்தைகள் மத்தியில் இந்த மரம் மிகவும் பிரபலம். இதன் உச்சிக்கிளையில் நின்று இரண்டு கைகளாலும் இலையை விலக்கி கைத்தாங்கலாக பிடித்துக் கொண்டு தலையைத் தூக்கிப் பார்த்தால், லட்சக்கணக்கான முந்திரி மரங்களைத் தாண்டி தென்மேற்கு திசையில் வானத்தை கீழே எல்லையை ஒட்டி, மூன்று குழாய்களும் சதா வருஷம் 365 நாளும் புகையை கக்கிக் கொண்டேயிருக்கும். அதுதான் நெய்வேலி தெர்மல் ஸ்டேஷன். இங்கிருந்து இருவத்தியாறு கிலோ மீட்டர் தூரத்தில் இருக்கிறது.

எனக்கும் அண்ணன்களுக்கும், அடிக்கடி ஏறிப் பழக்கப் பட்டிருந்தால் நாங்கள் ஏறிப் பார்த்தவுடனேயே கண்ணுக்குத் தெரிந்துவிடும். ஒரு முறை ஏறி ஐந்து நிமிஷம் பார்க்க ஆளுக்கு, பத்து முந்திரிக் கொட்டை கொடுத்துவிட வேண்டும். கட்டணத்தை வசூலித்து நானும் நடு அண்ணனும் பிரித்துக் கொள்வோம். அதே நாளில் ரெண்டு முறைக்குமேல் மூன்றாவது முறையோ அதற்கு மேலோ வந்தால் ஐந்து முந்திரிக் கொட்டைக் கொடுத்தால் போதும் என்று சிறப்புச் சலுகைத்திட்டத்தையும் ஏற்படுத்தியிருந்தோம். சில நேரங்களில் பத்து கொட்டைகளைக் கொடுத்து விட்டு மேலே ஏறியவன், வடக்கு தெற்கு தெரியாமல் தடுமாறிப் போவான். காற்று அடிக்கிற வேகத்தில் கிளை ரெண்டும் விரிந்து, எங்கே கால் தனித்தனியாக கிழித்துக் கொண்டு போய்விடுமோ என்று பயமாக இருக்கும். திசையைச் சொல்லிக் கிளை நுனியைப் பிடித்துக் கொண்டு கால் வைக்க வசதியும் சொல்லிக் கொடுத்த பின்பும் சில பேர், புகை போக்கியை பதற்றத்தில் கண்டுபிடிக்கமுடியாமல் எரிச்சலால்... “இங்கே ஒரு மசுரும் தெரில்ல, நெய்வேலி வேணாம், கிய்வேலியும் வேணாம். ஒழுங்கா மரியாதையா எங்கொட்டையைக் குடுத்துடு” என்று கத்திக்கிட்டே கிடுகிடுவென்று இறங்கிவிடுவார்கள். அப்படிப்பட்டவர்களைப் பார்த்தால் எனக்குக் கோவம் வந்து அடிக்கப் போய்விடுவேன். இது மாதிரி சமயங்களில் நடு அண்ணன் எங்கள் பெருமையை விட்டுக் கொடுக்காமல் பாதி மரத்திலிருந்த அவனை மறுபடியும் கூட்டிக்கொண்டுபோய் இருவரும் சாமர்த்தியமாக கிளை நுனியைப் பிடித்துத் தொற்றிக்கொண்டு ஒவ்வொன்றையும் சொல்லி புகை போக்கியைக் காட்டுவார். முதல் தடவைப் புகைப் போக்கியைப் பார்க்கிறவன் முகத்தைப் பார்க்க வேண்டுமே, “ஆள. நெசமாலுமேத்தாண்டா தெரியுது. நானும் எஞ்ஞமோ புளுவறானு வோன்னுதான் நெனச்சேன். அய்யய்யோ

பொக குப்புண்ணுப் போவுதுடா...” என்று சந்தோஷத்தில் குதிப்பான். அவன் வயசுக்கும் பார்க்காத சந்தோஷத்தைக் கொடுத்த மரம் அது.

குடி முந்திரி என்பதால் இன்னும் விசேஷம். பொழுதில் பாதி நேரத்தை இந்த மரத்தில் தான் கழிப்போம். முந்திரிக்காய்ப் பொறுக்கி ஒவ்வொரு தட்டு நிறைந்தவுடன், அதன் அடிக்கட்டையைப் பக்கத்தில் கொண்டு வந்து கொட்டுவோம். சாப்பாட்டு வேலையும் இதன் நிழலில் தான். கம்பும், கேழ்வரகும் கலந்து ஆக்கிய கூழை தயிர் ஊற்றி அம்மா கரைத்துக் கொடுக்கும் போது கருவாட்டுக் குழம்பிலோ, சாம்பாரிலோ போட்ட கொட்டை மாங்காயை கடித்துக் கொண்டு சாப்பிடும் போது மாங்காயில் யாருடைய பல் அதிக எண்ணிக்கையில் பதிந்திருக்கிறது என்று எண்ணிக் கொண்டே சாப்பிட்டதையும், எவ்வளவு குடித்தாலும் “இதாடா ஒரு ஆளு சாப்படற சாப்பாடு” என்று அக்கறைக் கண்டிப்போடு ஊற்றி ஊற்றிக் கொடுத்ததை மறக்க முடியுமா?”

நாள் முழுக்க முந்திரிக் கொட்டைப் பொறுக்கி விட்டு தலையில் முந்திரிப் பழத்தட்டை சுமந்ததால் சாறு வழிந்த சிக்குபிடித்த தலையோடு சட்டைக்கூட போடாமல், சாப்பிடாமல், காலில் செருப்பில்லாமல் நாலு கிலோ மீட்டர் தூரம் தார் போடாத கிராவல் கல்லின் மேல் நடந்தோடி இரண்டாவது ஆட்டத்தையும் பார்த்துவிட்டு அலுப்போடு அடுத்த நாள் மத்தியான சாப்பாட்டு வேலையில் அம்மாவின் உத்தரவோடு இந்த மரத்தின் கீழேயே தூங்கிய, இனிமேல் கிடைக்காத நிம்மதியான தூக்கத்தை இழந்ததைச் சொல்லவா!

தப்புக் கொட்டை பொறுக்கும் போது மணிக்கணக்கில் அலைந்தும் ஒரு கொட்டைக் கூட கிடைக்காமல் ஏமாற்றத்தோடு வந்து இதன் கீழே உட்கார்ந்து மேலே பார்த்தால் ‘இங்கே மறைந்திருக்கிறேன் பார்’ என்று இலைமறைவிலிருந்து கொண்டு மறைந்து பார்க்குமே எத்தனையோ பழங்கள், எவ்வளவு காய்கள் பொறுக்கினாலும் சலிக்காமல் அமுத சுரபியாய் வழங்கிக் கொண்டிருக்குமே அந்த மரம், இனி கிடைக்குமா?

இளம் மஞ்சள் நிறத்தில் பெருசு பெருசாகக் கிழித்தால் பலாப் பழம் மாதிரி இரண்டாகப் பிளந்து கொண்டு வருமே அந்தப் பழம் இனி கிடைக்குமா?

அக்கா வீட்டுக்கும், தாத்தா, ஆயி. திவசத்துக்கும் முந்திரிப் பருப்பு வேண்டுமென்றால் “ஓடிப்போய் சீனந்தோப்பு குடிமுந்திரியில் இரு நூறு பச்சைக் கொட்டை பறித்துக்கொண்டு வா” என்று சொன்னதும் குச்சியால் கொட்டையின் மூக்கில் ஒரு குத்து குத்தி

விரலால் உதட்டைக் கிழித்தால் பாளமாக பிளந்து கொண்டு வெள்ளைப் புறா மாதிரி பருப்பு வெளியில் வந்து விழுமே, பால் கறையே படியாத அந்தக் கொட்டை இனி எப்படிக் கிடைக்கும்?

தனது வாரிசாக ஒரு கன்றைக்கூட விட்டு விட்டு போக வில்லையே.

நெய்வேலி மரத்தைப்பற்றி யாருக்கும் கவலையில்லை. கூலி கிடைத்தால் போதுமென்று அரக்கர்கள் வெட்டிக் குவித்துவிட்டார்கள்.

முழுசாக மூன்று வண்டிகளுக்குக் கட்டை அடுக்க இடமிருந்தது. சின்னச் சின்ன சிம்புகளையும் வேறு வழியில்லாமல் வீட்டு அடுப்பு செலவுக்காகவும், அடிக்கட்டையை ஈரமில்லாததால் உடனே பறித்து எடுக்க முடியாது என்பதாலும் அவைகளை மட்டும் விட்டு, விட்டு வண்டியை பாளையத்துக்கு ஓட்டிக் கொண்டு போனார்கள்.

துலுக்கன் கொல்லைக்கு மரவள்ளிக் களை எடுக்கப்போன அம்மாவுக்கு வீட்டுக்கு வந்ததும் தான் தகவல் கிடைத்தது. பேய் பிடித்தவள் மாதிரி ஆடிக் கொண்டிருந்தாள். "இந்த மனுஷனுக்கு எஞ்ஞா கொள்ளையா பூட்டுது. அது ஒண்ணு மட்டுமே ஒரு மூட்ட காய்க்கிமே. சொசைட்டி கடனுக்கு யார் பதில் சொல்றது. வந்து கதவ கயிட்டற அன்னைக்கில்ல தெரியும். பெரியவன் கல்யாணக் கடனுக்கு சிங்கார மொதிலிநடையா நடக்கறான். கொல்லி வேல செய்யறதுண்ணா அவ்வளவு எளக்காரமாப் போச்சி. எனக்குப் பொறந்ததுவோ சீமான் ஊட்டுப் புள்ளையாட்டம் வெள்ளையும் சொள்ளையுமா அலையிதுவோ. இத வெட்டறதுக்கு எஞ்ஞா அவசியம் வந்தது. வரட்டும், வரட்டும்..." என்று வாசலுக்கு வராமலேயே ஒரு வேலையும் ஓடாமல் அலைந்து கொண்டிருந்தாள். ராத்திரி ஒன்பது மணியிருக்கும். "சோறு போடாயி" என்று வண்ணார் ஆறுமுகம் சோத்துக் குண்டானை திண்ணையில் வைத்துவிட்டு பெரிய தூணை இரண்டு கைகளாலும் அணைத்துக் கட்டியவாறு வாசல்படிக்கு மேலே மாட்டியிருந்த பெரிய அண்ணனின் கல்யாணத்துக்குக் கொடுத்த எம்.ஜி.ஆர்., சரோஜாதேவி, அண்ணாதுரை, நெடுஞ்செழியன், கருணாநிதி இவர்கள் சிரித்துக் கொண்டிருக்கும் வாழ்த்து மடல் போட்டோக்களை எத்தனையோ முறை பார்த்திருந்தாலும் புதுசாக இப்போது தான் பார்க்கிற மாதிரி சோறு போடுகிற வரைக்கும் ஒவ்வொன்றாகப் பார்த்துக் கொண்டேயிருந்தார்.

இழந்த இழப்பு, மனசை உறுத்திக் கொண்டிருந்த போது வெள்ளை மாட்டின், பெரிய சலங்கை சத்தம் கேட்டதும் எப்படியும் இன்றைக்கு

ஒரு போர் மூளப் போகிறது என்று சொல்லிக் கொண்டே நானும் நண்பனும் தோட்டத்து வாசலுக்கு ஓடினோம்.

அய்யா வண்டியிலிருந்து மாட்டைக் கொண்டு வந்து கட்டிவிட்டு உள்ளே வந்து தவிட்டையும், சோறு வடித்த கஞ்சியையும் எடுத்து கலந்து மாட்டுக்கு வைப்பதற்குள் அம்மா ஒரு ஆட்டம் ஆடி முடித்துவிட்டாள்.

கடைசியில் தோற்றுப் போனாலும், பொதுவாகவே வார்த்தைக்கு வார்த்தை பதில் பேசும் அய்யாவிடமிருந்து எந்த பதிலும் வரவேயில்லை. இப்படி எதுவும் பதில் பேசாதது அம்மாவுக்கு மட்டுமல்ல எல்லோருக்குமே ஆச்சர்யம்.

வண்ணார் ஆறுமுகத்துக்கு நம்பிக்கை இல்லை. சாதாரண நாளிலேயே சோறு தயாராக இருந்தாலும் "அடுப்புல வெந்துகிட்டு இருக்கு. இன்னும் வடிக்கல. போயிட்டு வா" என்று சொல்பவர்களிடம் இன்றைக்கு இந்தச் சூழ்நிலையில் சோறு வராது என்று முடிவு செய்து கொண்டு சொல்லாமல் கொள்ளாமல் போய் விட்டார்.

எல்லோரும் சாப்பாட்டுத் தட்டுக்கு முன் உட்கார்ந்தோம். ஒரே அமைதி. யார் முதலில் பேசுவதென்று தெரியவில்லை. அம்மாவும் அய்யாவும் எலியும் பூனையுமாக நின்றிருந்தார்கள். சாப்பாட்டில் கை வைக்கப் போன அய்யா எதையோ நினைத்துக் கொண்டு எழுந்தார். நாங்கள் எல்லோரும் பயந்துட்டோம் அம்மா உள்பட.

வாசல் பக்கம் போனவர் கையில் துணிப்பையோடு ஒரு கட்டு ஆலைக்கரும்பையும் கொண்டு வந்து உள்ளே போட்டார். கரும்புக்கட்டு விழுந்தச் சத்தம் எல்லோருக்கும் ஏதோ ஒரு செய்தியைச் சொன்னது. மறுபடியும் அய்யா சாப்பாட்டுத் தட்டில் வந்து உட்காரப் போனார். அவர் எப்போது எங்கே உட்காரப் போனாலும், உட்காருவதற்கு முன் தரையை சுத்தமாக இருந்தாலும் இல்லாவிட்டாலும் நாய்க்குட்டி மாதிரி இரண்டு காலாலும் கீய்ச்சி விட்டுத்தான் உட்காருவார். அப்படி இப்போது உட்காரப் போனவருக்கு குமுறலிலிருந்த அம்மாவிடமிருந்து செமத்தியான திட்டு விழுந்தது. "ஏம் மனுஷா சீய்க்கற. சீய்ச்சி, சீய்ச்சி இப்பிடி எங்கள பரங்கொலைச்சது போதா துண்ணா இஞ்ஞும் சீய்க்கற..." என்கிற வார்த்தைகளை அய்யா காதில் வாங்கிக்கொண்டதாகத் தெரியவில்லை. துணிப்பையினுள் கையைவிட்டு பிடியாக ரூபாய் நோட்டையும் கொஞ்சம் சில்லறைகளையும் நாலைந்து, காராசேவ் பொட்டலங்களையும் என்னிடம் கொடுத்தார். அம்மாவுக்கு இதில் என் பங்கு ஏதோ இருக்கிறது என்பது புரிந்துவிட்டது.

நான் மௌனமாகவே இருந்தேன். "இதுல நூத்தி முப்பது ரூவா இருக்கு. ஒஞ்ஞோட இஷ்டப்படி 'கூடிஸ்' ஷு வாங்கிக்க. மீதிய செலவுக்கு வச்சிக்க..." என்று சொன்னதும் அம்மாவுக்கு முழு விஷயமும் புரிந்துவிட்டது. இப்போது அம்மாவுக்கு பாதி சமாதானமாகிவிட்டது. என்னுடைய ஆசைக்குத்தான் அய்யா இவ்வளவு பாடுபட்டிருக்கிறார் என்பதை நினைத்து கொஞ்சம் பெருமை. அந்த இழுப்பில் கூட அவள் முகத்தில் அதை கவனிக்க முடிந்தது.

நானும், நண்பனும் சென்னைக்குக் கிளம்பிக்கொண்டிருந்த போது அய்யா வந்தார். 'இப்படி மரத்தை அதுவும் குடி முந்திரியை வெட்டுவீர்கள் எனத் தெரிந்திருந்தால் நான் கேட்டே இருக்கமாட்டேன். இந்தப் பணத்தில் ஷூ வாங்கி அதை மனமார என் காலில் போட்டுக்கொள்ள முடியாது என்று பணம் வாங்க மறுத்துவிட்டேன்.

பலாக்காயை தோளில் சுமந்திருந்த அய்யாவுக்கு என் மனசு புரிந்துவிட்டது. "தேய், நீ ஏதோ ஆசையில கேட்டுட்ட. நீ கேக்கறதும் வாஸ்தவந்தான். அண்ணுவோ எவனுக்கும் கூட நான் கூடிஸ் வாங்கிக்குடுக்கல. அவனுவோ போட்டும் பாத்ததில்ல. அதாலதான் யாருக்கிட்டேயும் சொல்லாம ஆளுவுள கூட்டுக்குனுப் பூட்டேன். நீ திடீர்னு வந்து நூத்தி இருவது குடுன்னா எங்க போவேன். சம்சாரி குடும்பத்துல எவன் நூறு ரூபா கைல வச்சிக்கினு இருக்கான். என்னமோ நெலம் தோப்பு இருக்கு. இல்லன்னு, சொல்றாங்களேன்னு நெனப்பீங்க. வெளையுது. எல்லாம் போவுது. கடன உடன வாங்கி மாசூல் பண்றோம். கடங்காரனுக்கு வட்டிக்கு வட்டி போட்டு குடுத்துட்டு காரியத்தைப் பண்ணிட்டு மறுபடியும் அவங்கால்லியே ஓடி உழறது தான் பொழப்பாப் போச்சி. சும்மா வீம்புக்கு உட்டுக் குடுக்காம படிப்பும் வேணாம், ஒண்ணும் வேணாம் வந்து நெலத்தைப் பாருன்னு சொல்லுவன தவிர நெலத்த வெச்சி ஒரு மசுரும் புடுங்க முடியாது. நாம் பார்த்து வெச்ச மரம். வெட்டுவேன் போடுவேன். எங்கயாவது ஒரு வேலைய வாங்கி பொழச்சிக்கப்பாரு. இந்த நாறப்பொழப்பு எங்களோடப் போவட்டும். புத்திசாலித்தனமா படிச்சி வந்தா ஊட்டு மனையைக் கூட வித்துத்தரேண்டா. நீ ஒண்ணும் மனசுல வச்சிக்காத போ" என்று கண் கலங்கச் சொல்லி விட்டு, துண்டால் முகத்தைத் துடைக்கிற மாதிரி யாருக்கும் தெரியாமல் கண்களைத் துடைத்துக்கொண்டார்.

சென்னைக்குப் போனதும் நண்பன் எத்தனையோமுறை "ஷூ எடுக்க மவுண்ட் ரோட்டுக்குப் போவலாம் வா" எனக் கூப்பிட்டான். சரி போகலாம் என்று சமாதானம் செய்துகொண்டு பணத்தை

எடுக்கப் போனால் நெய்வேலி மரம் தான் வானுயரத்திற்கு கண்முன் நிற்கிறது. பணத்தை எடுத்து வேறு செலவுக்கும் பயன்படுத்த முடியவில்லை.

ஒரு நாள் முதல் முறையாக அய்யா சென்னைக்கு வந்தார். வந்தவுடன் கேட்ட முதல் கேள்வி, "கூடிஸ் எங்கடா? கொண்டாடா பாக்கலாம்..! இனிமேலும் காலந்தாழ்த்த முடியவில்லை. அன்றைக்கே அய்யாவை அழைத்துக் கொண்டு மவுண்ட் ரோட்டுக்குப் போனேன். ஷூ வாங்கிய மாதிரியும் இருக்கும், அப்பாவை ஊர் சுற்றிக் காட்டின மாதிரியும் இருக்கும் என்பதால்.

அய்யாவுக்கு ஆச்சரியமும் கோபமும் வந்தது. செருப்புக்காகப் போய் இவ்வளவு பெரிய கடையா? ஆயிரத்து அறுநூறு ரூபாய் வரைக்கும் ஷூ விற்பதைப் பார்த்ததும் 'ஒரு ஏக்கரு முந்திரி வெட்டிகினு வந்தாலும் ஒம்மாள ஓழி இவனுவுளுக்கு பத்தாது போல்ருக்குடா' என்று ஆதங்கப்பட்டார். இதெல்லாம் போட்டுக் கிறவன் யாராடா இருக்கும் என்று கேட்டார்.

எப்படியும் விலை ஏறியிருக்கும். என யூகித்து 140 கொண்டு போயிருந்ததால் பிழைத்தேன். நூத்தி முப்பத்தி ஒம்பது ரூபாய் தொண்ணூற்றி அய்ந்து பைசா என்று ஒரு ரசீது கொடுத்தான். "ரசீதை நீயே வச்சிக்க. . ." என்று அய்யா கடைக்காரனிடம் மூஞ் சிலடித்த மாதிரி சொல்லிவிட்டார். அவன் எங்கே சண்டைக்கு வந்துவிடுவானோ எனப் பயந்தேன்.

அய்யாவை சமாதானப் படுத்த முடியவில்லை. கடைக்கு வெளியி லேயே நின்று புலம்ப ஆரம்பித்துவிட்டார். "நூத்தி நாப்பது ரூவான்னு போட்டா அவன் முட்டாளா ஆயிடுவானாம். ஒம்மாள ஓழி அஞ்சி பைசா மட்டும் திருப்பி நம்ம கையிலே குடுத்துட்டு அடக்க வெலையமட்டும் அவுரு ஞாயமா எடுத்துக்கினு போறாராம். இதுமேரி இருக்கிறவனுக்குத்தாண்டா காலம். இவனுவோ விக்கிற பொருளுக்கு மட்டும் அதுல ஒட்டி நொட்டியிருக்கானுவுளாம். அத அப்படியே வேற குடுக்கணும். நம்ம பொருளுண்ணா அவனுவோ கேக்கிற வெலக்கிக் குடுத்திடனும். அவங்குடுக்கிற ஓரம், பூச்சி மருந்து, வெரை, கலப்ப, மம்மட்டிண்ணு அவங்களுக்கு கேக்கறப் பணத்தக் குடுக்கணும். நாம கமிட்டிக்கி விக்கிறதுக்கு எடுத்துக்கினு போனா நாளு கணக்குல அங்கியே ஒக்காரவெச்சி, பண்டத்தை மேலியும், கீழியும் எறைச்சி ஒண்ணுக்குப் பாதியா கணக்குப் போட்டு, பணத்த ஒடனே குடுக்காம இன்னிக்கு வா நாளைக்கு வான்னு சொல்லி நாய்மேரி அலையவுட்டு நிமிஷத்துக்கு ஒரு வெலையப் போட்டு தூக்கிவெச்சிடுவான். காய்கறிய பண்டத்த எடுத்துக்கினு போனா இன்னும் கேவலம். ஊட்டுக்குப் போவறதுக்குள்ளியே சீலையைத்

தவர (கோவணம்) எல்லாத்தையும் கடன்காரன் புடிங்கிக்கினு உட்டுடுவான். ஊட்டுக்குப் போறப்ப புள்ளையோளுக்கு ஒரு பொட்டலம், முட்டாய்க்கூட வாங்கிக்கினு போவ ஒண்ணும் இருக் காது. அதே கூழையும், பழையதையும் முடிச்சிட்டு கவுந்தடிச்சிட்டுப் படுத்துக்கணும்.

அய்யா இன்று மாதிரி யாரையும் இப்படித் திட்டிப் பேசியதில்லை. அவருக்கு ஆத்திரத்தில் முகமெல்லாம் வியர்த்துவிட்டது. அவருள் அடங்கிக் கிடக்கிற உணர்வுகளை, இப்படி சொல்ல முடியாமல் தினமும் செத்து மடிகிற விவசாயிகள் மனசிலிருந்து வந்தவைகளாக நினைத்துக்கொண்டேன். அய்யா மவுண்ட ரோட்டில் போய் வந்து கொண்டிருக்கிற மனிதர்களையும் வாகனங்களையும் கூர்ந்து பார்த்துக் கொண்டேயிருந்தார். இவருக்கு இன்னும் ஆத்திரம் அடங்கவில்லை. “நம்பள மாரி சம்சாரி வவுறு எரியறதாலதான் இவனுவோ நாயவிடக் கேவலமா அலயரானுவோ? அதுக்குத் தகுந்த மாதிரி தான் எல்லாம் மசுரப் புடுங்கிக்கினுப் போவுது. என்று என் முகத்தைப் பார்க்காமல் சொல்லிக்கொண்டேயிருந்தார். நாங்கள் நின்றிருந்த ஒரு நிமிஷத்துக்குள், நடைபாதையில் மக்கள் நடக்கிற இடத்தில் பேனா வைத்து விற்றுக் கொண்டிருந்தவனுக்கு வியாபாரத்திற்கு இடைஞ்சலாக இருந்திருக்கிறது. “பேனா.. வேனும்னா வாங்குங்க இல்லாட்டி அங்குட்டுப் போங்க என்று மதுரைத் தமிழில் அவன் கோபப்பட்டான்.

செருப்புக் கடையின் மேலே அவன் நிமிர்ந்து பார்த்தான். எழுவத் தைந்தாண்டு நிறைவு விழாக் கொண்டாடும் வகையில் கிழிந்த செருப்புகளுக்கு பத்து சதவீதம் தள்ளுபடி விலையில் விற்கிறோம் என்று கொட்டை எழுத்தில் எழுதியிருந்த அதை வாங்கப் பேயாக அலைகிற கூட்டத்தைப் பார்த்துக்கொண்டே அங்கிருந்து கிளம்பி னோம்.

நெய்வேலி மரம் ஒரு பொட்டலமாகி, இப்போது கையில் தொங்கிக் கொண்டு கூடவே வந்தது.

பஸ்ஸில் ஏறி திரும்பி வீட்டுக்குப் போகும வழியில் பேசாமலிருந்த அய்யாவுடன் பேச்சுக் கொடுத்தேன். மூணு அடி அளவில் நடை பாதையில் கடை வைத்திருந்த பேனாக் கடைக்காரனுக்கு நாளொன்றுக்கு குறைந்தது ஐம்பது ரூபாய் என்றாலும் வருஷத்துக்குப் பதினெட்டாயிரம் ரூபாய் லாபம் மட்டும் கிடைக்கும் என்று கணக்குச் சொன்னேன்.

என்னிடம் பணம் இல்லை. அவர் கையில் இருந்த பணத்தை எடுத்து கையில் வைத்துக் கொண்டு டிக்கெட் வாங்காமல் ஏதோ யோசனையிலேயே இருந்தார்.

“ரெண்டு மாடு வண்டி, ரெண்டு வேலைக்காரன் நீங்க ஊட்டுல ஏழுபேரு எல்லாமே சேந்து எட்டு ஏக்கரு முந்திரி, நாலு ஏக்கரு நெலம் எல்லாத்தையும் வச்சி ராவும் பவலுமா ஓழைச்சி வருஷத்துக்கு எவ்வளவோ லாபம் பாத்தீங்க என்றேன்.

அய்யா நிதானமாகவே பதில் சொன்னார். “இவ்ளோ நாள் ஏமாந்துப் போயித்தாண்டா ஊமைத்தாடியா இருந்துட்டோம்“. இந்த ஏபிசீடிய கத்துக்குனுதான இத்தினி வசதியையும் காலங்காலமா அனுபவிச்சவுனுவளே அனுபவிக்கிறானுவோ. நாம மட்டும் கல்லா? காலம் பூரா இந்த மண்ணுலயே ஓழச்சி கால் வயித்துக் கஞ்சி கூட குடிக்காம செத்துப் போறோம். இதுவரைக்கும் ஏமாந்ததெல்லாம் போதும். நீயாவுது படிச்சி முடிச்சி வவுறாற சாப்புடு. நமக்கு மட்டும் எஞ்ஞாவேர்த்து ஓழுவுது. ஏறு புடிக்கிறவன் வந்து புடிச்சிக்கட்டும். வெவசாயம் பண்ணிக்கட்டும் என்று கண் கலங்கச் சொன்னார்.

நான் கிராமத்துக்குப் போகும்போது மட்டும் ரெண்டுமுறை அய்யா “ஷூ எங்கே?” என்று கேட்பார் என்பதால் போட்டுக்கொண்டேன். ஊருக்குப் போகும்போதெல்லாம் சீனந்தோப்புக்கு போகலாம் என்று தோன்றும். நெய்வேலி மரம் இல்லாத தோப்பைப் பார்க்கிறதுக்குப் பதிலாக, பார்க்காமலேயே இருந்துவிடலாம் என திரும்பி வந்துவிட்டேன். அய்யா இறந்ததும் அந்த ஷூவைப் போடுவதையே நிறுத்திவிட்டேன். பத்து வருஷமாகியும் இன்னும் ஒவ்வொரு வீட்டுக்கும் தூக்கிக்கொண்டு அலைகிறேன்.

போட்டுக்கொள்ளவும் முடியவில்லை.

தூக்கி எறியவும் முடியவில்லை.

மனைவியின் தம்பிக்குக் கொடுத்தாலாவது இந்தப் பிரச்சனைக்கு ஒரு தீர்வு கிடைக்குமா என யோசித்துக்கொண்டிருக்கிறேன்.

●

பெரு வழியில் ஒரு கூத்து மேடை

இடுப்பிலிருந்த தீப்பெட்டியை எடுக்க முடிந்ததே தவிரப் பற்றவைக்க முடியவில்லை. ஒரு கை பலாமரத்தின் கிளையை வளைத்துப் பிடித்ததோடு தீப்பந்தத்தையும் விரல்களால் கெட்டியாகப் பிடித்திருந்தது. ஒரே கையாலேயே குச்சியை வெளியில் எடுத்து மரத்தில் சாய்ந்து பெட்டியில் குச்சியை உரசினான். பதமாய் இருந்த தீப்பந்தத்தில் நொடிக்குள் ஒட்டிக் கொண்டது. அனலின் உணர்வைத் தெரிந்து கொண்ட தேனீக்களின் சுறுசுறுப்பு இன்னும் அதிகமானது. தலைப் பாய்க்குமேல் முக்காடு போட்டிருந்த கந்தல் சாக்கை சரி செய்து கொண்டே, தேன் கூட்டுக்குப் பக்கத்தில் தீயைக் கொண்டு போனான். தேனீக்கள் சுருண்டு மடிந்து கொண்டே இருந்தன. முகத்தில் வந்து அடிப்பவைகளை ஒரு கையால் துடைத்துக் கொண்டே, வேலையை நடத்திக் கொண்டிருந்தான். அமாவசை வருவதைத் தெரிந்து கொண்டு நாள் குறித்து தேனெடுக்கிற ரகசியத்தை உணராதவனில்லை. எப்படியும் ஆறிலிருந்து எட்டு கிலோ வரைக்கும் தேரும். அஞ்சா புலிக்கு இனியும் பொறுமையில்லை. கீழே உட்கார்ந்த படிக்கு மேலேயே பார்த்துக்கொண்டிருந்ததால் கழுத்து வலித்தது. அடையைப் பத்திரமாகக் கொண்டு சேர்ப்பதற்கான எல்லா ஆலோசனைகளையும் அவ்வப்போது சொல்லிக்கொண்டே இருந்தார்.

வாழ்க்கையில் எத்தனையோ கஷ்டங்களில் இருந்து மீண்டுவிட்ட ராசாங்கத்துக்கு. இந்த அடையை எடுப்பது ஒன்றும் கஷ்டமாகத் தெரியவில்லை. ஒரு கையில் சூரிக்கத்தியை வைத்துக்கொண்டு தீப்பந்தத்தை விட்டெறிந்துவிட்டு, இன்னொரு கையால், இடுப்பில் சொருகியிருந்த பாலிதீன் பையைத் தூக்கிப் பிடித்து

கிளைக்கு இணையாக அதனோடு சேர்த்துச் சூரிக்கத்தியால் அறுத்துக்கொண்டே போனான். இறுதியாக ஒட்டி இருந்த கொஞ்ச நஞ்ச ஈக்களோடு அடை பைக்குள் விழுந்தது. அதை மெதுவாகத் தாங்கிப் பிடித்துப் பாதிமரம் வரை இறங்கி வந்து, கீழே காத்துக்கிடந்த அஞ்சாபுலியிடம் கொடுத்தான்.

இன்னும் ஒரு வேலை பாக்கி. அதையும் முடித்துவிட்டால் இங்கிருந்து கிளம்பலாம். அஞ்சாபுலி கயிற்றைத் தூக்கிப் போட்டார். ஒரு முனையை எடுத்து பலாக்காயின் காம்பைச் சுற்றி சுறுக்குப் போட்டு பலாக்காயின் உடம்பை இரண்டு சுற்று சுற்றி கயிற்றைக் கிளைக்கு மேல் பக்கமாகவிட்டு, மீதிக் கயிற்றை கீழே நிற்கிற அஞ்சாபுலியிடம் போட்டார். காம்பு வெட்டப்பட்டு காய் கீழே இறங்கியதால் அஞ்சாபுலிக்குத்தான் முழுச் சுமையும். கொஞ்சம் கொஞ்சமாக கயிற்றைத் தாழ்த்தினார். பலாக்காய் தரையில் வந்து தலைகவிழ்ந்துப் படுத்தது.

உடம்பு முழுக்க சாம்பல் பூசி சாக்குப் போர்த்தியும் கூட, ராசாங்கத்தின் உடம்பில் நிறைய இடங்களில் கடி விழுந்திருந்தது. கொடுக்கைப் பிடுங்கிப் போட்டுக் கொண்டிருக்கும் போதே அஞ் சாபுலி, தலைப்பாயை அவிழ்த்துச் செய்தித்தாளில் சுற்றி வைத்திருந்த முழுப்பணத்தையும் கத்தையாகக் கொடுத்தார். அழுக்குக்கை எனக்கூடப் பார்க்காமல் அவனையும் அறியாமல் கை வாங்கிக் கொண்டது.

இனி தனக்கும் இந்த நிலத்துக்கும், இந்த மரத்துக்கும் உறவே இல்லை என்பதை அஞ்சாபுலியின் வார்த்தைகளிலிருந்து தெரிந்து கொள்ள முடிந்தது.

“ஒரு வழியா பைசல் பண்ணிட்டேன். ஏதாச்சும் பெலாக்கா வேணும்னா ஏங்கிட்டக் கேளு. போவும் போது எல்லாத்தையும் தலையிலியா தூக்கிக்கினுப் போவப் போறோம். நீ ஒடனேப் போ. ஊட்டுக்குப் போயி சேர்றதுக்குள்ள காரு வர்ற மாரி ஏற்பாடு பண்ணிட்டுத்தான் வந்தேன். போயிட்டு நல்லபடியா வந்துசேரு.” என்று எல்லா மனிதர்களும் இந்தச் சந்தர்ப்பத்தில் பேசுவது மாதிரியே அஞ்சாபுலி பேசினார். இறுதியாக ஒரு முறை தன் நிலத்தையும், நின்றிருந்த மூன்று பலாமரத்தையும், வெட்டிப் பாலொழுகிக் கொண்டிருந்த பலாக்காயையும் பார்த்துவிட்டு ராசாங்கம் வீடுநோக்கி நடந்தான்.

விசாலத்துக்குக் கொஞ்ச நாளாகக் காரில் உட்காருகிற முறை பழக்கமாகி இருந்ததால், காருக்குள் பின் சீட்டில் உட்கார்ந்தாள். அம்மாவுக்குத் தேவையான துணியைப் பெரிய பொண்ணும் நடுப்

பொண்ணும் கொண்டு வந்து கொடுத்தார்கள். ஈரத்தலையைக் கோதியபடியே ராசாங்கம் வந்து காரினுள் உட்கார்ந்தான். தன் அருமை மகள்களின் கைகளைத் தடவிவிட்டு "எல்லாரும் நல்ல படியா இருங்க. நான் வந்துடறேன் என்று விசாலம் சொல்லும் போதே இருவரும் அழுகையைக் கட்டுப்படுத்த முடியாமல் அழுதார்கள். கார் கிளம்பியது. வழியில் கடைக்குட்டி வாழை மட்டையில் எவனையோ உட்கார வைத்து இழுத்து வந்து கொண்டிருந்தான். அழுக்குச் சட்டையோடு அவனையும் கூப்பிட்டு உள்ளே உட்கார வைத்துக்கொண்டார்கள்.

ரோடு குண்டுங் குழியுமா இருந்ததால் தூக்கித் தூக்கிப் போட்டது. விசாலம் ஒவ்வொரு அதிர்விலிருந்தும் மீளக் கஷ்டப்பட்டாள். ராசாங்கம், "கார் முடிந்தவரை மெதுவாகப் போனாலே போதும்" என எச்சரித்தான்.

விசாலம் புருஷனின் மடியில் படுத்துக் கிடந்தாள். அவன் வேட்டிக்குள் அணிந்திருந்த கால் சட்டைப் பைக்குள் வைத்திருந்த பணமுடிப்பைத் தொட்டுப் பார்த்தாள். அவள் கேட்கிற கேள்விக்கு அவனால் பதில் சொல்ல முடியவில்லை. மறுபடியும் பேசினாள். "போதுமா?. இருந்தது அது ஒண்ணு தான் அதுவும் போச்சே. அவளுக்கு ஆறுதலளிக்கிறமாதிரி தான் இவனும் பேசினான். "எனக்கு நீ தான் வேணும்". எது போனாலும் பரவாயில்ல. பேசாம இரு" என அவளைச் சமாதானம் செய்தான். அவளின் கண்களிலிருந்து ஒன்பது மாதமாக வழிந்துகொண்டிருந்த சூடான கண்ணீர் இப்போதும் வழிந்தது. கடைக்குட்டி வேடிக்கைப் பார்த்த படிக்கே, டிரைவரின் பக்கத்தில் உறங்கிப் போனான்.

எவ்வளவுக்கு எவ்வளவு பணம் புடுங்குகிறானோ அதற்குத் தகுந்த மரியாதையை உருவாக்கிக் கொண்டு ஒரு அரசாங்கமே நடத்திக் கொண்டிருக்கிற மூன்று ஆஸ்பத்திரிகளில் ஒன்றில் தான் ஈட்டிய பொருள் அத்தனையும் துறந்து உயிர் பெற்று நீண்ட நாள் வாழ முடியும். ராசாங்கம் இந்தச் சதிவலையை தெரியாதவனில்லை. விசாலாட்சியை எப்படியாவது காப்பாற்றியாகணும். உயிருக்கு பயப்படாத மனிதன் இருக்கிறானா? அதற்கு பயந்துதான் ஒரு மாதத்திற்கு முன் ஒரு லட்சத்தி அம்பத்தி அஞ்சாயிரம் ரூபாயைக் கொடுத்து இதயமாற்று வால்வு பொருத்திக் கொண்டு போனான். விசாலாட்சி மட்டும் ஒத்துக் கொள்ளவேயில்லை.

"எப்படியும் எனக்கு நேரம் வந்துட்டுது. தலைக்கொசந்த பொம்பிள பிள்ள ரெண்ட வேற வெச்சிக்கினு மீதி இருக்கிற ரெண்டையும் எப்பிடித்தான் கரையேத்துவ. குந்தியிருந்த குடிசையைத் தவிர மண்ணு ஒண்ணுதான் எல்லாருக்கும் கண்ண உறுத்துது.

வாயக்கட்டி, வயித்தக்கட்டி சேத்து வெச்சதாச்சே. எனக்கென்னமோ நாம் பொழைக்கமாட்டேன்னு தோணுது. போனதுதாம் போச்சி மீதிப் பணத்தையாவது வெச்சி எம்புள்ளைங்களுக்குக் கஞ்சி ஊத்தப்பாரேன்" காரிலிருந்து இறங்குவதற்கு முன் மறுபடியும் விசாலாட்சி தன் மனக்குமுறலைக் கொட்டி னாள். இருநூத்தி இருவது கிலோ மீட்டர் பயணம் செய்த களைப்பைக் கூடப் பொருட்படுத்தாமல் அவள் சொன்னாள்.

சென்னை தனக்கேற்ற பாணியில் மனிதர்களை மாற்றிக் கொண்டு படைத்த புதிய உலகத்தைக் கடைக்குட்டி இளங்கோ கவனித்துக் கொண்டே வந்தான்.

ஒண்ணரை லட்சத்தை இழந்து கற்றுக் கொண்ட பாடமும், அனுபவமும் இந்த முறை ராசாங்கத்துக்கு உதவியது. யாரையும் நாடிப் பிச்சைக் கேட்காதக் குறையாக விவரம் கேட்டுத் தெரிந்து கொள்ள வேண்டிய அவசியம் இல்லாமலிருந்தது.

மறுபடியும் ராசாங்கம் மாதிரியான விவசாயிகள், ஏழைகள் தெரிவிக்கிற வணக்கம், கற்றுத் தெளிந்த டாக்டர்களுக்குச் சங்கடத்தை ஏற்படுத்தியது. ராசாங்கம் தன் மனைவிக்கு யார் யாரெல்லாம் முன்பு மருத்துவம் பார்த்தார்களோ அவர்களையெல்லாம் தெய்வமாகவே நினைத்து வணக்கம் தெரிவித்து, நம்பிக்கையோடு காத்துக் கிடந்தான். அவர்களில் பாதிபேர் இவனை மறந்திருந்தார்கள்.

விசாலாட்சியை மறுபடியும் தீவிர சிகிச்சைக் கண்காணிப்புப் பிரிவிலேயே சேர்த்தார்கள். முன்னைவிட ராசாங்கத்துக்கு இப்போது தான் பயம் அதிகமானது. உயிர் பெற்று விசாலாட்சி வர வேண்டுமே என்கிற கவலையும் வந்தது. விசாலாட்சியைப் பார்த்து பத்து மணிக்கு மேல் ஆகியிருந்தது. இளங்கோவை அழைத்துக் கொண்டு போய் கழிவறையில் நிறுத்திக் கைகால் கழுவிவிட்டுத் தனது துண்டினால் முகம் துடைத்துவிட்டான். "அம்மா பொழச்சிக்குவாங்களா" என மட்டும் இளங்கோ அடிக்கடி கேட்டான்.

மூன்றாவது முறையாக, மருந்துச்சீட்டைக் கொடுத்தார்கள். அப்பன் அஞ்சாவது மாடியிலிருந்து கீழ்த்தளத்துக்கு மருந்துக் கடைக்குப் போகும்போதெல்லாம் தூக்கத்தோடவே இளங்கோவும் நடந்து போனான். இந்த முறை மருந்து கொடுக்கிற சாக்கில் உள்ளே நுழைந்தபோது, பையனை வெளியே நிறுத்திவிட்டார்கள். ராசாங்கம் மட்டுமே தயங்கித் தயங்கிப் போனான். மருந்து ஏறிக் கொண்டிருக்கிற மனித உடல்களுக்கு நடுவே தன் மனைவியும் படுத்திருப்பது இன்னும் பீதியை உண்டு பண்ணியது. நர்சிடம் மருந்துகளைக் கொடுத்து விட்டு பக்கத்தில் போகாமல்

தள்ளி தெரியாதபடிக்கே பார்த்தான். விசாலாட்சியின் முகமே கொஞ்சம்கூடத் தெரியாதபடிக்கு மறைத்து, என்னென்னமோ குழாய்களை வாயிலும் மூக்கிலும் சொருகி வைத்திருந்தார்கள். ராசாங்கம் வெளியே திரும்பி வந்துவிட்டான்.

இரவு முழுக்கத் தூக்கமே இல்லை. தன் அம்மாவின் புடவை விரித்த குளிர்ந்த தரையில் இளங்கோ, நிம்மதியாகத் தூங்கிக்கொண்டிருந்தான். ஏறக்குறைய ராசாங்கமும் இன்னும் இரண்டு பேரையும் தவிர எல்லோரும் தூங்கியிருந்தார்கள். காலம் முழுக்கச் சண்டைப் போட்டுப் பேசாமல் வாழ்ந்துவிட்ட ஆஸ்பத்திரிக்குள் அப்பனைச் சேர்த்த பிறகு, இப்பொழுது பேசி வாழ ஆசைப்படும் மகனின் புலம்பல், இவனுக்கு இம்சையாய் இருந்தது. விலகிப் போன ராசாங்கத்திடமே அந்த முப்பது வயசு நகரவாசி மாதிரியிருந்த இளைஞன் வந்து முறையிட்டான். இவன் யாரிடம் தன் குறையை இப்போது சொல்ல முடியும். கொஞ்ச நேரத்திலும் அவனும் தூங்கிப் போனான். ஒருசில நர்சுகள் மட்டும், தரையில் படுத்திருந்த இவர்களைத் தாண்டி குறுக்கே நடந்து போய்க் கொண்டிருந்தார்கள். இவனுக்கும் தூக்கம் கண்ணைத் கொக்கிப் போட்டு இழுத்தது.

நாக்கு வறண்டு உலர்ந்திருந்ததால் இரண்டு உதடுகளும் ஒட்டாமல் ஒன்று சேர மறுத்தன. வேர்வையில் நனைந்திருந்த முழு உடம்பில் புழுதி படிந்து மேலும் மேலும் ஆட்டத்தை உக்கிர நிலைக்கே கொண்டு சென்றது. அக்னி சட்டிக்காரனும், கரகக்காரனும் பம்பையின் லயத்திற்கேற்ப காலை மாற்றி மாற்றித் தரையோடு தரையாக தேய்த்துக் கூடவே வட்டமடித்தார்கள். மூன்று கன்னிமார்கள் மலையேறி தங்களின் ஆட்டத்தை முடித்துக்கொண்டார்கள்.

வெகு நேரமாகியும் நான்கு கன்னிகள் மட்டும், தலையைக் கவிழ்த்து முடிகளைத் தொங்கப் போட்டு உடல் தளர்த்தி நாவறண்டு காலையிலிருந்து சலிக்காமல் ஆடிக் கொண்டிருந்தார்கள். சாட்டையடி விழுந்து ஒவ்வொருவராக மலையேறுகிற காட்சியைக் காண பலூன் காரனும், கரும்பு விற்பவனும், பொறி உருண்டைக்காரனும் விவசாயக் குடிகளும் உச்சி வெயிலைக் கூடப் பொருட்படுத்தாமல் அடுத்த கன்னியின் மலையேற்றத்துக்காகக் காத்துக்கிடந்தார்கள்.

மேகம் மறைந்து கண்ணை மறைக்கிற இருண்ட சூழலில் வெடித்துப் பிரிகிற மின்னல் வெள்ளிக் கோடுகளைப் போல சாட்டையின் நுனி, இரண்டு கைகளையும் கூப்பித் தூக்கி ஆடிக் கொண்டிருந்த கன்னியின் இடுப்பைச் சுற்றி வளைத்து மீண்டும் உடலைவிடுவித்து அடுத்த அடியைக் கொடுத்தது. ஒவ்வொரு அடிக்கும் தலை குலுங்கி முடிகள் முகத்தை மறைத்ததால் உடம்பில் சாட்டையடி விழும்போது கன்னியின் உணர்ச்சிகளைக் காண முடியவில்லை.

துள்ளி குதித்து குதித்து வலுவேற்றிச் சாட்டை வீசினான். சிதறிய சாட்டையின் நுனி சுற்றி நின்றிருந்தவர்களின் முகத்தில் பட்டுக் கன்னியின் உடம்பில் விழுந்தது. எத்தனை முறையோ? சாட்டை அடியை எண்ணுவது தவறு என நினைத்தும் அடிவிழுகிற ஒவ்வொரு முறையும் அதுவாகவே மனசு எண்ணியது. எண்ணக்கூடாது எனத்தெரிந்தும் எண்ணியதால் தான் இந்த தண்டனை என அடிவிழுந்தவர்கள் அந்த இடத்தைத் துடைத்துக்கொண்டு கூட்டத்துக்குள் ஒளிந்துகொண்டார்கள். இந்தக் கன்னிக்கு சாட்டையடி குறைவாகவே விழுந்தது. கடைசி இரண்டு அடி மட்டும் வலுவாக விழுந்தது. பம்பை ஒலியின், தவிலின் சத்தத்தையும் மீறி 'படீர்' 'படீர்' எனச் சாட்டை ஒலி வானத்துக்குத் தாவியது. இந்தக் கன்னி மலையேறி ஆட்டத்தை முடித்துக் கொண்டு கீழே விழுந்தது. விழுந்த கையோடு ஆட்டத்தைத் தளர்த்தாமல் திடீரென கூட்டத்துக்குள் பாய்ந்து, வேடிக்கைப் பார்த்துக் கொண்டிருந்த விசாலாட்சியை இழுத்துக் கொண்டு வந்தது. பதறிப் போன விசாலம் பம்பை ஒலிக்கும், தவில் ஒலிக்கும் ஈடு கொடுத்துத் தன் நிலையை மாற்றிக்கொள்ள வேண்டியதாயிருந்தது. தனக்கு இந்த ஆண்டு கல்யாணம் நடப்பதால், மாற்றுக் கன்னியைத் தயார் செய்து கூட்டத்து நடுவில் விட்டுவிட்டு, அந்த மலையேறிய கன்னி ஓடிப்போய் சலசலத்து ஓடிக்கொண்டிருந்த தேவநதி ஓடையின் சூடான நீர்ப்பரப்பில் விழுந்தது.

சாட்டைக்காரன் ராசாங்கத்துக்குக் கண் மறைத்த நிலையிலும் விசாலம் தெரிந்தாள். ராசாங்கத்தை நினைக்க நினைக்க விசாலத்துக்குப் படபடப்பு ஏறியது. கூடியவரை உடனுக்குடன் தன் நிலையை கன்னியர்களின் ஆட்டத்தோடு இணைத்துக்கொண்டாள். மாற்றுக் கன்னி யார் என்கிற ஆர்வத்தில் முட்டி மோதிக் கொண்டதில் சுற்றியிருந்த மக்கள் வளையம் வடிவம் மாறி, பின் ஒன்று சேர்ந்தது. இதைக் காரணம் வைத்துத் தன்னை வெளுத்துக்கட்டப் போகிறான். என்பதை நினைக்கும் போதே விசாலத்துக்குப் பகீரென்றது. தன்னை முரடன் என நினைத்து கல்யாணம் செய்து கொள்ள மறுத்த இவளை என்ன செய்யலாம், என ராசாங்கத்தின் குறுக்கு மனசும் திட்டம் போட்டுக்கொண்டிருந்தது. கன்னியரைச் சுற்றி சுற்றி புழுதியைக் கிளப்பி ஓடிக்கொண்டிருந்தது. அக்கினிச் சட்டிக்காரனும் கரகக்காரனும் களைத்துப் போயிருந்தார்கள். அவர்களும் ராசாங்கத்தின் பின்னால் ஓடிக் கொண்டிருந்தார்கள்.

கன்னியின் ஆட்டம் மறுபடியும் உக்கிரத்துக்குத் தாவியது. இன்னும் ஒரே ஒரு கன்னிதான் மலையேறுகிற நிலையில், விசாலம் துணிந்து கண்களை மூடிக்கொண்ட நிலையில் நின்ற இடத்திலேயே ஆடினாள். சாட்டையின் வீச்சு விசாலத்தின் உடம்பை வளைத்தது.

முதல் அடிப்பட்டு குலுங்கிய உடம்பில் பக்தியின் வீரியம் இன்னும் அதிகரித்த மாதிரி இருந்தது. மறுபடியும் விழுந்தது. ராசாங்கம் துள்ளித்துள்ளி அடித்தான். என்னைப் பிடிக்கவில்லை எனச் சொன்ன உன்னை என்ன செய்கிறேன் பார் என்கிற கோபத்திலேயே ஒவ்வொரு அடியும் விழுந்தது. விசாலாட்சியின் முகத்தை முழுசாகப் பார்க்கவும் முடியவில்லை. பாதிக் கண்ணைத் திறந்தபடியே பார்த்ததில் அவள் பயந்து நடுங்கி முகத்தை முழுசாகப் பார்க்க முடியாத மாதிரி ஆடிக்கொண்டிருந்தாள். அவள் அவனைத் திருமணம் செய்ய மறுத்தும்கூட ராசாங்கத்தின் மனசு முழுவதும் அவளிடமே இருந்த தால், இப்போது சாட்டையின் வேகம் தணிந்திருந்தது. ஒன்பது அடி போதும் என முடிவு செய்துகொண்டான். அந்தக் கடைசி அடியோடு விசாலாட்சி மலையேறினாள். அக்கினிச் சட்டி, கரகம், இரண்டு கன்னிகள் இவர்களுடன் ராசாங்கம் ஆடிக்கொண்டே போய்த் தண்ணீரில் விழுந்தான். எழுந்திருக்க எழுந்திருக்க பம்பையும் தவிலும் உச்சத்தை அடைந்து அவையும் முடித்துக் கொண்டன. விசாலம் தண்ணீருக்குள்ளிருந்து எழுந்து பார்த்தபோது ராசாங்கம், எதிரில் இரண்டடி தூரத்திலே தான் இருந்தான். ராசாங்கம் இப்போது அடக்கம் நிறைந்த ஆண் மகனாக அவளுக்குத் தெரிந்தான். இவனும், அவளிடமிருந்து பார்வையைத் திருப்பவேயில்லை.

பத்து நிமிஷம் இவனை மறந்திருந்தான். காவலாளி "யாரது விசாலாட்சி சீக்கிரம் வர்றீங்களா" என்றதும் வேட்டியைச் சுருட்டிக் கொண்டு ராசாங்கம் ஓடினான். உள்ளே இருந்த நர்சு சொல்லாமலேயே விசாலாட்சி தன்னை விட்டுப் பிரிந்ததை உணர முடிந்தது. நர்சு இவனைப் பார்க்கவே சங்கடப்பட்டாள். இது மாதிரி ஒரு நாளைக்கு எத்தனை சங்கடத்தை இவள் எதிர் கொண்டாக வேண்டும்.

நின்ற மேனிக்கே சுவரில் சாய்ந்தான். கலங்கிய கண்ணீர் பார்வையை மறைத்தது. சத்தம் போட்டு அழப்போனவனை "அழாம, பக்கத்துல போயி வேணும்ணாப் பாருங்க" என இவன் நிலை புரிந்த நர்சு சொல்லியபடியே உயிர் போய்க் கொண்டிருக்கிற இன்னொரு உடலை நோக்கிப் போனாள். விசாலாட்சியைக் கட்டிப்பிடித்து உடலை அழ வேண்டும் போலிருந்தது. எது இவனைத்தடுத்ததோ தெரியவில்லை. அங்கேயே சுவற்றில் சாய்ந்தபடியே வாயில் துண்டை அழுத்திக் குமுறலை அடக்கிக் கொண்டிருந்தான். இரண்டு டாக்டர்கள் ஏதோ சைகை செய்த படியே முக மூடியோடு நடந்து போனார்கள். விசாலாட்சியின் முகத்திலிருந்த குழாய்களை, நர்சுகள் வந்து அப்புறப்படுத்தினார்கள்.

நடை அறையின் ஓரத்திற்கு நடந்து வந்து, சன்னலைத் திறந்து வெளியே பார்த்தான். குளிர்ச்சியான காற்று முகத்தில் படிந்து கண்ணீரைக் காயவைத்தது. ஐந்தாவது மாடியில் தனியாய் நிற்கிற துயரமான உணர்வும், மொத்த இருட்டுப் பகுதியில் யாரோ ஒருத்தர் பைக்கில், வந்தபோது இவனின் காதைத் திறந்து சமநிலைக்கு இவனைத் திருப்பியது.

இப்போது சிந்தனையெல்லாம் விசாலாட்சியை எப்படித் தன் மண்ணுக்குக் கொண்டு போவது என்பதிலேயே சுழன்றது. கொஞ்ச நேரத்துக்கு துக்கத்தைத் தள்ளிப் போட்டான்.

நெருங்கிப் போய் செய்தியைத் தெரிவித்த அதே நர்சிடம், மணி கேட்டான். இரவு மூணே முக்கால் ஆகியிருந்தது. சவக்கிடங்கிலிருந்து பிணத்தைக் கொடுக்க எட்டு மணி ஆகுமாம். அதற்குள் ஆக வேண்டிய வேலைகள் என்னென்ன என்பதைக் கேட்டுத் தெரிந்துகொண்டு துரிதமாகச் செயல்பட ஆரம்பித்தான். ஆனால், ஒன்றும் தெளிவாகச் செய்வதறியாமல் புலம்பியபடியே கீழே ஓடினான்.

ஆள் இல்லாத லிப்டில் ஏறித் திறக்கச் செய்து பயணம் செய்வது தனக்குச் சாத்தியமானது இல்லை என உணர்ந்து நடந்தே, கீழ் மாடிக்கு இறங்கினான். ஒவ்வொரு முறை கால் வைக்கும் போதும் ஏற்படுகிற எதிரொலிச்சத்தம், இன்னும் ஒரு வகையான அன்னியச் சூழலயும், பயத்தையும் உண்டு பண்ணியது.

விசாலாட்சி இல்லாமல் போய்விட்டதும், இனி வாழ்ந்தாக வேண்டிய கட்டாயம் என்னென்ன என இவன் மனசு ஒவ்வொன்றாக அலச ஆரம்பித்தது. மேலே ஏறி வந்த போது இளங்கோ கண்ணைக் கசக்கிக் கொண்டு பாதி தூக்கத்தில் உட்கார்ந்து கொண்டிருந்தான். மகனைப் பார்த்ததும் பகீரென்றது. இனித் தாயில்லாத குழந்தை. “டீ குடிக்கிறியா” எனக் கேட்டான்.

இவன் ரசீதுகளை வாங்கிக்கொண்டு பணம் கட்டப் போகும் போது பட்டியல் போட்டுப் பணம் வாங்கக் காத்திருந்தார்கள். கால் சட்டையைத் தொட்டுப் பார்த்தான். கட்டியது போக மீதிக் கொஞ்சம்தான் இருந்தது. ஊர்போய் சேருகிற வரைக்கும் தாங்கும். எல்லாமும் கரைந்திருந்தது.

இளங்கோவுக்கு இன்னும் விவரம் தெரியவில்லை... “அம்மாவப் பாக்கலாம். அம்மா எப்பிடி இருக்காங்க” என்று நாலைந்து முறை கேட்டுவிட்டான். ரசீது வாங்கிய கையோடு ஆறு கட்டடம் தாண்டி, விசாரித்து வந்து சேர்ந்தான். இவனை மாதிரிப் பத்துப் பேருக்கு மேல் வரிசையில் காத்திருந்தார்கள். ஒரு நாளைக்கு இவ்வளவு பேர் இங்கு சாகிறார்களா?

இப்படி ஒவ்வொரு இடமாய்ப் போய்க் காத்துக்கிடந்து, இறப்புச் சான்றிதழ் வாங்க நிற்பதை நினைத்து விரக்தியடைந்தான். எல்லாமும் போனபிறகு, இந்த சட்டமும் சம்பிரதாயமம் எவனுக்கு வேணும். மனசு எதை நினைத்தாலும் கேட்கிறவனின் கேள்விக்கு பதில் சொல்லத்தான் வேண்டி இருக்கிறது.

வேலை முடிந்து விட்டது இனி ஆம்புலன்ஸ் வர வேண்டியது தான் பாக்கி. கொண்டு வந்திருந்த விசாலாட்சியின் துணிப்பையுடன், அப்பாவும் மகனும் ஆஸ்பத்திரியில் காத்துக்கிடந்தார்கள்.

ஆம்புலன்ஸ் ஒரு வட்டமடித்து வந்து நின்றது. நிச்சயம் தனக்காகத்தான் இருக்கும். இரண்டு பேரும் எழுந்து பக்கத்தில் போவதற்குள் பணம் வாங்கி ஏற்பாடு செய்த அதே ஆள் அங்கு வந்தார். டிரைவரிடம் கொஞ்சம் பணம் கொடுத்து இவர்களை ஏற்றிக்கொள்ளச் சொல்லிவிட்டுத் தன்கடமை முடிந்த கையோடு, அங்கிருந்து வெட்டிக் கொண்டார்.

ஆம்புலன்ஸ்காரனுக்கு பழக்கமானது இடம் மட்டுமில்லை, ரோடும் தான். பழக்கப்பட்ட மாடு, வண்டியை இழுத்துக் கொண்டு போவது மாதிரி எங்கேயெல்லாமோ நுழைந்து, ஆஸ்பத்திரியின் ஓரத்திற்கு வந்து சேர்ந்தது.

ஆம்புலன்ஸ் நின்ற பிறகு கூட, ராசாங்கத்தால் கீழே இறங்க முடியவில்லை. அழுகுரல்களின் ஓலம் மேலும் இவனை நிலை குலையச் செய்தது. இளங்கோ அப்பாவின் கையை இறுக்கிப் பிடித்துக் கொண்டான். காவலாளி கிழிந்த அட்டைப் பெட்டி ஒன்றின் மேல் உட்கார்ந்து சுவற்றில் சாய்ந்திருந்தான்.

ராசாங்கத்தின் அவசரம் அவனுக்குப் புரியாமலிருந்தது. சட்டைப் பையிலிருந்து சீட்டை எடுத்து ஆம்புலன்ஸைக் காட்டினான். சீட்டை வாங்கிய அந்த ஆள் திருப்பித் திருப்பிப் பார்த்துக் கொண்டிருக்கும் போது இரும்புக்கதவைத் திறந்து கொண்டு உள்ளேயிருந்து தளர்ந்த நிலையிலிருந்த காக்கி உடை உடுத்திய இன்னொரு காவலாளி வந்தான். சீட்டு அவன் கைக்கு மாறியது.

ராசாங்கம், வயசான காவலாளியோடு கதவைத்திறந்து கொண்டு உள்ளே போனான். இளங்கோவும் உடன் வருவது இப்போதுதான் அவனுக்குத் தெரிந்தது. வெளியிலேயே ஆம்புலன்ஸ் பக்கத்தில் அவனைப் போகச் சொல்லிவிட்டு கண்களை விரித்தான். கிழவன் வெளிச்சத்தைப் போட்டு விட்டு வெளியில் போய் நின்று கொண்டான்.

ராசாங்கத்திற்கு திகில் பரவியது. அறைக்குள் முடங்கியிருந்த அத்தனை சவமும் பனிக்குளிருக்குள் விரைத்திருந்தன. எரிந்து

எரிந்து மஞ்சள் நிலையை அடைந்திருந்த மின்சார பல்பைச் சுற்றி ஆவிப்புகை அசைந்து கொண்டிருக்கிறது. எந்தப்பக்கம் போய்ப் பார்க்க வேண்டும் எனத் தெரியவில்லை. அடுக்கடுக்காக அலமாரியில் அடைத்து வைத்திருந்தாலும் கெட்டுப்போன மனித தசைகளின் துர்நாற்றம் குமட்டலை வரவழைத்தது. ராசாங்கம் காவலாளியைக் கூப்பிட்டான். சீட்டைப் படித்து, எண்ணைப் பார்த்து எடுத்துக் கொடுக்கிற விவரமும், தெளிவும் கிழவனிடத்தில் இல்லை. போதையில் ஏதோ உளறிக்கொண்டே நடந்து உள்ளே வந்தான். "எதுன்னு நீயே காட்டுப்பா" புதுச்சா, பழச்சா" என்றதும் ராசாங்கத்தால் விவரத்தைச் சொல்ல வாய்வரவில்லை. விசாலம் இங்கு ஏதோ ஒரு மூலையில் படுத்துக் கொண்டிருப்பது அவனைப் பொறுத்தவரை கற்பனையாகவே இருந்தது. துர்நாற்றத்தின் ஆவி மூக்குக்குள் ஏறியது. கிழவன் ஏதோ ஒரு வளையத்தைப் பிடித்து இழுத்தான். குப்பென்று பனி ஆவியோடு முகம் கூட தெரியாதபடிக் கருப்பாக ஒரு உடம்பு. செத்து ஆறு மாசம் கூட ஆகியிருக்கலாம். 'இது இல்லை' என்று தலையசைத்தான். அதன் மேல் பகுதி கிழவனுக்கு எட்டவில்லை. கொக்கியைப் பிடித்துக் கொண்டு ஏணி மேல் ஏறினான்.

கைகள் வளைத்துக் கட்டப்பட்டு ஒரு பக்கதாடை இல்லாமல் சிதறிக்கிடந்த முகத்தைப் பார்த்த போதே, அங்கிருந்து வெளியே வரவேண்டும் போலிருந்தது. கிழவன் துணிக்கடையில் துணி காண்பிக்கிறமாதிரி காட்டிக் கொண்டிருந்தான். மனசு திக்கென்று அடித்துக் கொண்டது. அவளைப் பார்க்க ஆர்வமாக இருந்தது.

பெண்ணின் அப்பாவே அழைத்து வந்து பெண்ணைக் காண்பிக்கிறதை யாராலாவது நம்ப முடியுமா? சொன்னாலும் இவர் கேட்பதாக இல்லை. ராத்திரி வீட்டிலேயே பார்த்துக் கொள்ளலாம் எனச் சொன்னாலும் கேட்கவில்லை. மூன்று மைல் முந்திரி காட்டுக்குள் நடந்து வந்த அலுப்பேத் தெரியவில்லை. காலில் கிளாமுள் ஏறியது. குத்திய வேகத்தில் ராசாங்கம் முள்ளைப் பிடுங்கி எடுக்கப் போவதற்குமுன் "நீல்லாம் ஒரு மாப்பளயா" செருப்பு போடாத மாப்பளதான் எனக்கு மாப்பளயா வரனும்ன்னு இருக்கு. இருக்கட்டும் எனச் சொல்லி ராசாங்கத்தின் மாமனார், முள்ளைப் பிடுங்கினார். ஆட்டுக் குட்டிகளின் குரல் மட்டும் கேட்டதே தவிர ஆள் அரவமில்லை.

முந்திரியின் கொழுந்து இலையைப் பார்க்க பரவசமாயிருந்தது. அவளைத்தான் பார்க்கமுடியவில்லை. ராசாங்கம் அவரைப் பின் தொடர்ந்தாலும், இந்தப் பழங்களையெல்லாம் விட்டுவிட்டு எங்கே போய்த் "தேடமுடியும்"என்பதால் குனிந்துப் பொறுக்கிக் கொண்டே

கைநிறைய நிறைத்துக் கொண்டான். நாவல் பழம் அவனின் முகத்தை பற்களை மாற்றியிருந்தது. அவருக்கும் கொடுத்தான். அவர் வாங்கிக் கொள்ளவில்லை. அவர் கையிலும் நாவல் பழங்கள். எங்கேயும் காணவில்லை. "தே விசாலம் எங்கிருக்க" ராசாங்கத்தின் கண்கள் அலைபாய்ந்தது. அவர் கூப்பிட்டுக் கூட பதில் குரலில்லை. தலைக்கு மேலிருந்த காய்ந்த விறகுக் கிளை ஒன்று விழுந்தது. ஐயோ எனச் சொல்லி மேலே நிமிர்ந்தான். மடியில் நாவல் பழங்களோடு விசாலாட்சி நின்றிருந்தாள். இன்னொரு கிளையில் அவள் சினேகிதி. அவளும் இவனைப் பார்த்து முறைத்தாள். இருவருக்கும் சிரிப்பு வந்தது. ராசாங்கத்திற்கு அவமானம் தாங்கவில்லை. கையில் இவ்வளவு நேரம் பொறுக்கி வைத்திருந்த நாவல் பழம் கீழே சிதறிக் கிடந்தது.

"ஒனக்கு அறுவு இறுக்கா? ஒன்ன எங்கெல்லாம் தேடறது, மொதல்ல எறங்கு". அப்பாவின் கத்தலுக்குப் பயந்து மடித்துக் கட்டிய பாவாடையை இறக்கி விட்டு அடக்கம் ஒடுக்கமாக விசாலம் கிளையிலிருந்து அடிமரத்துக்கு இறங்கினாள். தன்னை இந்த நிலையில் பார்த்த ராசாங்கத்தை மறுமுறைப் பார்க்க அவளுக்குத் துணிவில்லை. 'பாத்துக்க, ஒண்ணும் வெக்கப்படாத. எல்லாம் என்னோட சிஷ்யந்தான். கூத்துல வில்லாதி வில்லன். ராத்திரி பாத்துருப்பியே? அதே சித்திர புத்திரன்தான். நீனும் ஏண்டா மூஞ்ச முறுக்கற. ஏய்தனம் எப்பிடி. நீயுந்தான் சொல்லன் பாப்பம், என்றதும் இதெல்லாம் எங்க நடக்கும். இந்த ஆளுக்கு வெவஸ்தையே இல்லியே. என சினேகிதி தனம் தலையில் அடித்துக் கொண்டாள். ராசாங்கம் அந்த சந்தர்ப்பத்தை நழுவவிட விரும்பவில்லை. மரத்தைப் பிடித்து அணைத்திருக்கிற அந்தக் கைகளையும் கொலுசணிந்த அந்தக் கால்களையும் தான் ராசாங்கத்தால் பார்க்க முடிந்தது.

"இதானா நெல்லாப் பாத்துக்கய்யா" கிழவனின் குரல் இவனை எங்கிருந்தோ மீட்டது. 'இதில்லை' இவள் யாருக்காகவோ காத்திருக் கிறாள். கல்யாணமாவதற்குள் உடம்பு கூறுபோட்டு பார்த்துவிட்டார்கள்."இதும் இல்லியா. அப்ப இதாத்தான் இருக்கணும். செத்த நேரத்துக்கு மின்னாதான் வந்தது. பாருப்பா" எனச் சொல்லி உடம்பைப் போர்த்தியிருந்த வெள்ளைத்துணியின் முகத்துப் பகுதியை திறந்து காண்பித்தான். விசாலம் சிரித்த முகத்தோடு கண் மூடி இருந்தாள். அங்கிருந்து எங்குமே கால்களை நகர்த்த முடியாத மாதிரி இருந்தது. அடங்கிப்போயிருந்த அழுகையை மீட்டெடுத்து அழுதப்பின்பு அடங்கிப் போகவெல்லாம் இப்போதைக்கு நேரமில்லை. இவனும் இரண்டு கைகளையும் கொடுத்து விசாலத்தை வண்டியில் கிடத்தினான். கிழவன் முன் பகுதியில் நின்று இழுத்துக் கொண்டே போனான். ராசாங்கமும் கூடவே நடந்தான். பிணவாடை கூடிக் கொண்டேயிருந்தது. இந்த

இழு வண்டியின் சக்கரங்கள் எழுப்பிய கீச்சொலி ஒருவித பயத்தை ஏற்படுத்தியது. ராசாங்கம் வெளியே வரும்முன் மறுபடியும் ஒருமுறை திரும்பிப் பிணவறையைப் பார்த்துக் கொண்டான். பனிப்புகை மண்டலங்கள் உருவாவதும் அழிவதுமாக இருந்தன.

இளங்கோ முன்னமே பயந்திருந்ததால் உடலைப் பார்த்ததும், அவனே யூகித்துக்கொண்டு அழுதான். அவன் அழுதபோது ராசாங்கமும் அழுதான். மரத்தடியில் அழுது கொண்டிருந்தவர்களின் குரல், விசாலத்தின் உடல் வெளியிலிருந்து வருவதைப் பார்த்தும, கொஞ்சம் குறைந்தது. ராசாங்கம் இளங்கோவை ஆம்புலன்ஸ்க்குள் ஏறச் சொன்னான். பீடி பிடித்தபடி ராத்திரியெல்லாம் தூங்காமலிருந்த டிரைவர் ஏறிவிட்டார்களா, இல்லையா என்பதைக் கவனித்துக் கொண்டே, அவனுடைய வேலையில் இருந்தான். 'உன்னுடைய வேலை முடிந்து விட்டது. உனக்காகத்தான் காத்திருக்கிறேன். என்பதை செயற்கையான செருமல் மூலம் கிழவன் தன்னை நினைவுப்படுத்தினான். இப்போது அவனுடைய கண்கள் முன்பை விட பெரியதாக வெளியே பிதுங்கி இருந்த மாதிரி தெரிந்தன. நரைத்தத் தலைமுடிகளைப் போதை தெளிவதற்காகவோ என்னவோ, ஒரு முறை சிலுப்பிக்கொண்டான். ராசாங்கத்தால் இந்த நிலையில் கூட கிழவனை மறக்க முடியவில்லை. ஐம்பது ரூபாயை எடுத்து கிழவனிடம் நீட்டினான். "காலைல என்னாயா சில்ர இல்லியா" என்றதும் "பரவால்ல வச்சிக்க" என்றான் ராசாங்கம். சொல்லிக் கொள்ள முடியாமல், சொல்லாமல் ராசாங்கம் பிரிந்தான்.

வழியில் நுழைவாயிலில் சோதனை செய்து எல்லா விவரமடங்கிய காகிதங்களைப் பார்த்த பிறகு நேர்ரோட்டில் ஆம்புலன்ஸ் வண்டி ஓடியது. தலைமாட்டில் உட்கார்ந்து இளங்கோ அம்மாவை ஆடாமல் பிடித்துக்கொண்டிருந்தான். கால்மாட்டில் ராசாங்கம் உட்கார்ந் திருந்தான். வாகனங்களைக் கடந்து கடந்து ஆம்புலன்ஸ் போய்க் கொண்டிருந்தது. இழுத்து மூடிக்கட்டிய வெள்ளைத்துணிக்குள் விசாலம், தன்மண்ணுக்குப் பயணமாகிக் கொண்டிருந்தாள்.

டிரைவர் ஆம்புலன்ஸை கடைகள் நிறைந்த ஒரு பகுதியை ஒட்டி ரோட்டின் ஓரத்தில் நிறுத்தினான்.

"ஒனக்கு எதும் வேணாவா",

ராசாங்கத்துக்குச் சாப்பிட மனசில்லை. வேண்டாம் என சொல்லி விட்டான்.

"பையனுக்கு..."

"தம்பி, தம்பி எழுந்துருடா" என்றதும் இளங்கோ கண் விழித்தான். அவனுக்குப் பசித்தது. எதுவும் சொல்லாமல் டிரைவரோடு போனான்.

எமன் கேட்கிற ஒவ்வொரு கேள்விக்கும் கணக்குப் பார்த்துப் பார்த்து சரிதானா என, ராசாங்கம் ஏட்டைப் புரட்டினான். ஒவ்வொருத்தனுடைய கணக்குக்கும் இதே செய்கைதான் அவனிடமிருந்து வந்தது.

"இவன் பதினாறு பேரைக் கொலை செய்திக்கிறான். அதுவும் பட்டசாராயம் கொடுத்து"

எமன் வேஷம் போட்ட கலியபெருமாள் வேண்டுமென்றே அதட்டினான். ஒவ்வொரு குற்றவாளியாகத் தண்டனை அனுபவிக்க நரகத்துக்குப் போய்க் கொண்டே இருந்தார்கள்.

முக்கால் வாசித் தூக்கத்திலிந்த ஒருத்தனைப் பிடித்து இழுத்து வந்து நிறுத்தி, "இவன் என்ன செய்தான் தெரியுமா?" என்றான் எமன். "இருக்கிற திண்பண்டங்களையெல்லாம் ஒன்று விடாமல் தின்று விட்டு விருந்துக்கு வந்த மக்களையெல்லாம் பட்டினி போட்ட சமையல்காரன்" என்று சொல்லிக்கொண்டிருக்கும்போதே சித்திர புத்தன் ராசாங்கம், கணக்குப் புத்தகத்தை எல்லாம் கீழே போட்டுவிட்டு "அவனுக்கு தண்டனையாடக் குடுக்கச் சொல்ற" மொதல்ல ஒனக்குக் குடுக்கறண்டா எனச் சொல்லி எமன் மேல் பாய்ந்தான். களியபெருமாளுக்கு ஒன்றும் புரியவில்லை. அவன் இடுப்பில் சொருகி வைத்திருந்த கத்தியை எடுத்து ஒரு சீவு சீவினான். எமனின் காது கிழிந்து ரத்தம் பீச்சியது. தண்டனை பெற வந்திருந்த குற்றவாளி இதுதான் சமயம் என நினைத்து எதிரில் உட்கார்ந்திருந்த சனங்களின் மீது ஓடிப் பாய்ந்து தப்பித்துக் கொண்டான். எமனைக் காப்பாற்ற ஆர்மோனியக்காரரும், தாளக்காரரும், தபேலாக்காரரும் படாதபாடுபட வேண்டியதாயிருந்தது.

"மயிரு கணக்காடாப் பாக்கச் சொல்ற, இந்தக் கறியெல்லாம் பொருக்கித் திண்ணுட்டு, எங்களுக்கெல்லாம் எலும்புத் துண்டப் போட்டுட்டு வீரப்பா மாரி வசனமாடாப் பேசற. நானும் பொறுத்துப் பொறுத்துப் பாக்கறேன். இதோட மூணுதடவாயிப்போச்சி. அன்னைக்கே ஒன்ன காட்டுப் பாளயத்திலேயே தீத்திருக்கணும். இப்ப மாட்டிக்கின ஒன்ன என்ன செய்யிறம் பாரு" எனச் சொல்லி மறுபடியும் கட்டைக் கத்தியோடு ராசாங்கம் எமன் மேல் பாய்ந்தான். தலைக்குப் போன கத்தி கூட்டத்தில் கூத்துப் பார்த்துக் கொண்டிருந்த விசாலம் மேல் விழுந்தது. அவள் ரெண்டு நாளைக்கி முன் தான் வாங்கிப் போட்டிருந்த கண்ணாடி வளையல்களை உடைத்தது. விசாலம் பதறிப் போய் எழுந்து கத்தினாள். எமனை ஆஸ்பத்திரிக்குத் தூக்கிக் கொண்டு ஓடினார்கள். ராசாங்கம், செய்வதறியாமல் பதற்றத்திலிருந்த விசாலத்தையே பார்த்துக் கொண்டிருந்தான். அவளின் கண்கள், கோபக்கார ராசாங்கத்தையே உற்றுப் பார்த்துக் கொண்டிருந்தன. சிரிக்கவும் முடியாமல், அழவும் முடியாமல்,

மேலும் அழுகை வந்தது. அடக்க முடியாமல் கண்ணீர் வெளி வந்து அவனின் கண்களை மறைத்தது. மூக்கிலிருந்து பயணத்தின் குலுக்கலினால் ரத்தம் வெளியே வடிந்திருந்ததை, அவனால் இனியும் பார்த்துக்கொண்டிருக்க முடியவில்லை. விசாலத்தின் முகத்தை மூடிக்கட்டி முடிச்சுப் போட்டான்.

இளங்கோவன் முகத்தில் இப்போது, கொஞ்சம் தெம்பு பிறந்திருந்தது, 'அம்மா செத்துவிட்டாள்' என்பது மட்டும் தெரிந்தது. எதிர் காலம் பற்றிய சிந்தனையெல்லாம் அவனுக்கு இல்லை. இந்நேரம் பெரிய பொண்ணு ஆடு மேய்க்கப் போயிருப்பாள். சின்னவள் மட்டும் வீட்டில் இருப்பாள். அவளை அனுப்பித்தான் தகவல் சொல்லணும். பாடை எடுக்க ராத்திரி ஆகிவிடும். அதற்குமேல் சிந்தனையை வளர்க்க அவனுக்கு விருப்பமில்லை.

பண்ருட்டிக்குள் நுழைந்து, நுழைவாயில் வழியாக ஆம்புலன்ஸ் போய்க்கொண்டிருந்தது. திரும்பிய திசையெல்லாம் சாலையோரத்தில் குவித்து வைக்கப்பட்டிருந்த பலாப்பழங்களின் வாசம் எங்கும் விரவிக்கிடந்தது. "இங்க பழம் என்னா வெலக்கி போவும்?"

டிரைவரின் கேள்விக்குப் பதில் சொல்ல ஆள் இல்லை. இதைக் கேட்டபின் தான் அவனே அதை உணர்ந்தான்.

இன்னும் இருவது நிமிஷத்தில் ஊர் போய்ச் சேர்ந்துவிடலாம். இருநூறு கிலோமீட்டர் தாண்டியிருப்பது டிரைவருக்கு ஞாபகம் வந்தது.

"இன்னும் எவ்வளவு தூரம்பா? நீ சொன்ன தூரம் வந்துடிச்சி கணக்குப் போட்டு அப்பால செட்டில் பண்ணிடு, என்னா?" டிரைவரின் வேலை முடியப் போகிறது. நினைவுப்படுத்துகிறார். மீதிக் கொஞ்ச பணமிருந்த கால்சட்டை பையை ராசாங்கம் தொட்டுப் பார்த்துக்கொண்டான்.

டிரைவரின் மனசு முந்திரிப் பழத்துக்குத் தாவியது. வேகமாய்ப் போய்க்கொண்டிருந்த வண்டி வேகம் குறைந்து ஓரமாக நின்றது. டிரைவர் எதற்கு வண்டியை நிறுத்தினான். என்பது ராசாங்கத்துக்குப் புரியவில்லை. இறங்கியவன், முந்திரிப்பக்கம் ஏர் உழுத நிலத்தில் சமமாகக் கால் வைத்து நடக்க முடியாமல் தடுமாறித் தடுமாறி நடந்து போனான்.

டிரைவர் கீழே உட்கார்ந்து ஒண்ணுக்குப் போய்க் கொண்டிருந்தான். அவனுடைய கண்களெல்லாம் கொத்துக் கொத்தாய்த் தொங்கிய பிஞ்சுகளையும், முந்திரிப் பழங்களையுமே கூர்மையாய்ப் பார்த்துக் கொண்டிருந்தன. அவன் பார்த்துக் கொண்டிருந்த அந்தச் சிவப்புப்

பழக்குலையைச் சுற்றி, சிறு தேனீக்கள் வட்டம் போட்டுக் கொண்டிருந்த காட்சி இன்னும் ஆர்வத்தைத் தூண்டியது.

முந்திரியை விட்டு வரும் முன் ஒரு முறை பழத்தைத் தொட ஆசை. கிளைக்குள் கால் வைத்து எட்டிப் பழக்குலையை விரல்களால் தடவிக் கைகொண்ட வரைக்கும் அழுத்திப் பிடித்துப் பார்த்தான். பறிக்கத்தான் மனமில்லை.

இளங்கோவும் டயருக்குப் பக்கத்தில் நின்றபடியே சிறுநீர் கழித்தான். அவனிடமிருந்து கொஞ்ச தூரம் தள்ளிப் போய் ராசாங்கமும் உட்கார்ந்தான்.

"போவலாம், போவலாம் ஒக்காருங்க" உட்காரப்போன டிரைவர், "இந்தப் பழத்தப் பறிச்சா யாராச்சும் கேப்பாங்களா. இன்னாப்பா இவ்ளோ அழகா இருக்கு. எப்பிடி நல்லா இருக்குமா? இத அப்பிடியே மரத்தோட பாக்கச்சொல்ல இன்னாமா இருக்குப் பாத்தியா" எனச் சொல்லிக்கொண்டிருக்கும் போதே ராசாங்கம் கீழே இறங்கினான்.

அவன் தொட்டுப் பார்த்த அதே மரத்துக்குப் போய் அந்த பழங்களையும், பக்கத்து மரத்திலிருந்த மஞ்சள் நிறப் பழங்களையும் பறித்துத் தோளில் கிடந்த துண்டை விரித்து அதில் போட்டுக் கொண்டான். அதோடு முந்திரிக்குள் புகுந்து கனிந்து விழுந்துக் கிடந்த நல்ல பழங்களையும் பொறுக்கித் துண்டில் போட்டு மூட்டைக் கட்டி முடிச்சிப் போட்டுக் கொண்டு வந்தான். ராசாங்கம் இவ்வளவுப் பழங்களைத் தருவான் என டிரைவர் நினைக்கவில்லை.

டிரைவருக்கு அளவில்லாத மகிழ்ச்சியாயிருந்தது. விசாலம், நழுவி பெஞ்சின் ஓரத்துக்கு வந்து கொண்டிருந்தாள்.

பழத்தின் ருசி அவனுக்குப் பிடித்திருந்தது. என்னன்னமோ தேவையில்லாமல் பேசினான்.

"நான் எல்லார்க்கிட்டியும் சொல்லறதுதான். ஒன் நெலம எனக்குத் தெரியுது. போனதும் நீங்கல்லாம் அழுவப்பூடுவீங்க. அப்புறம் தேமேன்னு நான் ராத்திரி வரிக்கும் நிண்ணுங்கெடக்க வேண்டியது தான். எறங்கன ஒடனே எனக்குப் பைசல் பண்ணிடு."

டிரைவர் ராசாங்கத்தின் முகத்தைப் பார்த்தே கேட்டான். அவனால் சரியென்று உடனே தலையசைக்க முடியவில்லை.

விசாலத்தின் முகத்தைச் சுற்றிச் சுற்றி வந்துகொண்டிருந்த ஈயை ஓட்டிக்கொண்டே, வண்டிக்கு பைசல் பண்ண வேண்டிய தொகையைக் கணக்குப் போட்டான்.

●

வளர்க தமிழ்!

'என் அண்ணன்' சினிமாப் படத்தில் வருகிற 'அண்ணாந்து பார்க்கிற மாளிகை கட்டி அதன் அருகினில் ஓலைக் குடிசை கட்டி' என்கிற பாடல் பரமசிவத்துக்கு அடிக்கடி நினைவுக்கு வந்து, அவனுடைய நிலையை உணர்த்திக்கொண்டே இருக்கும்.

பரமசிவம் வருஷத்துக்கு ஒரு முறையோ இரண்டு முறையோ தன் ஊருக்குப் போகும்போது, சிரமமில்லாமல் தான் வேலை பார்க்கிற இடத்தைக் குறிப்பிட வசதியாக இருந்தது... அந்த ஐந்து நட்சத்திர ஹோட்டல்!

அவன் வேலைப் பார்க்கிற டீக்கடையையும் அந்த ஹோட்டலையும் குறுக்கே, ஓரேயொரு ரோடுதான் பிரித்தது. டீ போட்டுக் கொண்டே சிலசமயம், ரூமில் இருக்கிற அரைகுறை உடை அணிந்த பெண்களையும் ஆண்களையும் பார்க்கலாம்.

அண்ணாந்து பார்க்கிற அந்த மாளிகை ஹோட்டலின் எதிரிலிருந்த இந்த டீக்கடையின் பெயர் பைவ் ஸ்டார் டீ சென்டர். பரமசிவத்தின் முதலாளிக்கு, அப்படியொரு பெயர் வைத்துவிட்டதில் ஏகப்பட்ட பெருமை. டீக்கடையின் பெயரைப் படித்து விட்டு கிண்டலாக டீ கேட்டால், அவரிடமிருந்து தன்னம்பிக்கையோடும், பெருமையோடும் இன்னொரு பதில் வரும்.

"என்ன, அப்படி கிண்டலா பாக்கிறீங்க. அந்த ஹோட்டலும் ஒரு நாள் எங்க கடை மாதிரி இருந்ததுதான். ஏங்கடையும் அதே மாதிரி ஒரு நாளைக்கி பைவ் ஸ்டார் ஓட்டலாகுங்கிறதுக்காகத் தான் இப்படி பேரு வச்சேன்" என்று சொல்வார்.

அவர் எப்போ வேண்டுமானாலும் அதே மாதிரி பைவ் ஸ்டார் ஹோட்டல் கட்டலாம். அதனால் பரமசிவத்துக்கு என்ன பிரயோசனம். இவன் டீக்கடையில் வேலைக்கு வந்து சேர்ந்தபோது நாற்பது பைசாவுக்கு விற்ற டீ, இப்போது ஒண்ணே கால் ரூபாய்க்கு விற்கிறது. ஆனால் இவனுக்குத்தான் ஒரு விமோசனமும் இல்லை. நாளொன்றுக்கு முப்பது ரூபாய் தருகிறார்கள். பரமசிவத்தின் டீக்கு அடிமைப்பட்ட ரசிகர்கள் இருப்பதால் இந்த ஊதிய உயர்வு கூட. இது மாதிரியுள்ள கடைகளில் டீ மாஸ்டருக்கு நாற்பது ரூபாய்தான். ஆனால் உனக்கு மட்டுமே அறுபது ரூபாய்" என்று இவனுடைய முதலாளி சொல்வார். 'இந்த சலுகையுடன் இன்னொரு பெரிய விஷயம் மலயாளிகள் டீக்கடையில் நூறு சதம் மலையாளி. 'டீ' மாஸ்டர்தான் இருப்பார்கள். போனால் போகிறதென்று தான் மலையாளியாக இருந்தும், ஒரு தமிழனை டீ மாஸ்டர் அந்தஸ்த்தில் வைத்துள்ளதாக முதலாளி சொல்லும்போதெல்லாம் பரமசிவம் நெகிழ்ந்து போவான்.

வாரத்துக்கு ஒரு நாளைக்கிக்கூட சினிமாவுக்கோ, மற்ற சொந்த விஷயங்களுக்கோ நேரம் ஒதுக்கிக் கொள்ள முடியவில்லை. காலை அஞ்சு மணிக்கு வந்து கடை திறந்து, பத்துப் பாத்திரங்களைத் தேய்த்து அடுப்புப் பற்ற வைத்து பாலை ஊற்றிக் காய்ச்ச ஆரம்பித்தால் ராத்திரி எட்டு மணி வரைக்கும் மணிக்கொரு தரம் குறைகிற அளவுக்குப் பாலும் ஊற்றி, சூடேற்றிக்கொண்டே இருக்க வேண்டும். டீ கொடுக்கிற பையனாவது அங்கேயும், இங்கேயும் கொடுத்து விட்டு வருவதால் காலார நடந்து அசதியைத் தீர்த்துக் கொள்கிறான். இவனுடையப் பொழப்பு கேவலத்துக்கும் கேவலம். ஆணி அடித்த மாதிரி அந்தப் பொந்துக்குள் காலை வைத்துக் கொண்டு, ரயில் எஞ்சின் டிரைவர் மாதிரி அப்பப்போ கரி அள்ளிப் போட்டுக் கொண்டு அந்த அனலில் வெந்து மடிய வேண்டும்.

கடையில் வேலைப் பார்க்கிறவர்களுடன் பேசிப் பேசி பரம சிவத்துக்கு மலையாள வாடை வந்துவிட்டது.

மலையாளத்தானாக இருந்தாலும் கூட ரகு ஒரு நாள், பரமசிவத் தின் பேரில் கோபப்பட்டுக் கொண்டான். "நீ செய்யிறது கொஞ்சமும் சரியில்லடா. எப்ப நம்மள புரிஞ்சிக்காம பணந்தான் பெரிசுன்னு ஒன்ன அடிமையா வெச்சிருக்கானோ, எகிறி விட வேண்டியதுதானே?" ரகு சொல்வதும் நியாயம் தான். ஆனால் இந்த வேலை கெடைச்சதே பெருமாள் புண்ணியம். நாம் போனால் இந்த இடத்துக்கு வர, ஏற்கெனவே கேரளாவிலிருந்து டிக்கெட் எடுத்துவிட்டவர்கள் எத்தனையோ பேர் இருக்கிறார்கள்.

ரகு சென்னைக்கு வந்து, ரெண்டு வருஷம் தான் ஆகிறது. எதிரிலிருந்த பைவ் ஸ்டார் ஹோட்டலில் தான் ரூம்பாயாக வேலைப் பார்க்கிறான். நடுராத்திரியில் தூக்கத்தில் எழுப்பி 'சாப்பு டடா' என்று சொல்லுவான். எப்படியும் விலை கொடுத்து வாங்கினால் குறைந்தது இருநூறு ரூபாய் வரும். ஒவ்வொரு நாளும் ஒவ்வொரு புது அயிட்டமாக அறிமுகப்படுத்துவான். இத்தனைக் காலம் சாப்பிட்டும், இன்னும் ஏதாவதொன்று அறிமுகமாகிக் கொண்டேதான் இருக்கிறது.

எவனோ சாப்பிட்டு மீதி வைத்தது தான் என்றாலும், அந்த நேரத்துக்கு அது தெரிவதில்லை. நாலணா மட்டும் கொடுக்கத் தகுதியான டீக்கு ஒண்ணேகால் ரூபாய் கொடுத்துவிட்டுப் போகிற ஆளுகளையும், பணத்தைக் குவிக்கிற தன் முதலாளியையும் விட்டு விட்டு, இந்த ஹோட்டலில் வந்து இருந்து கொண்டால், சகல வசதிகளையும் அனுபவிக்கலாம். தனக்கும் ஒரு நாள் விமோசனம் கிடைக்கும் என்று அவனுக்கு நம்பிக்கை இருந்தது.

ரகுவை காலையிலிருந்தே அன்றைக்குக் காணவில்லை. எப்போ மணி பதினொன்று ஆகும் என்று தவமிருந்தான் பரமசிவம். வேர்வை நாத்தத்தைச் சரிசெய்து கொண்டு முகத்தைக் கழுவிக்கொண்டு ஹோட்டலுக்குப் போனான்.

தனக்குக் கூட என்றைக்கும் வராத காய்ச்சல், ரகுவுக்கு அளவு கடந்து கொதித்தது. வாந்தி மட்டும் நாலைந்து முறை எடுத்து விட்டதாகச் சொன்னான். ஆஸ்பத்திரிக்குக் கூப்பிட்டும் வரவில்லை. 'எல்லாம் காலைக்குச் சரியாயிடும் என்று ஜோசிக்காரன் மாதிரி ரகு சொன்னான்.

காலை எட்டு மணி வரைக்கும் அவனுக்காக சூப்பர்வைசரின் உதவியோடு வேலை செய்தான். அந்த யூனிஃபார்மை போடும்போது "மேலிடத்துக்குத் தெரிந்தால் கறியை உரித்து விடுவார்களே" என்று பயமாகத்தான் இருந்தது. சூப்பர்வைசர் கொடுத்தத் தெம்பில் வேலை பார்க்கத் தொடங்கினான். அந்த நாத்தம் புடிச்சச் சட்டையும், நைந்துபோன லுங்கியும் தன் பிறப்பை, தன்னை இவ்வளவு நாள் எவ்வளவு தூரத்திற்கு கேவலப்படுத்தியிருந்திருக்கிறது என்பது, இந்த நீலக்கலர் யூனிஃபார்மை போட்டப் பின்புதான் தெரிந்தது.

விடிந்ததும், வழக்கம் போல் டீயடிக்கப் போக வேண்டுமே. உடைகளைக் கழற்றப் போனவனைக் கூப்பிட்டு ராத்திரி காலி செய்த அந்த இரண்டு ரூமுக்கும் படுக்கை விரிப்பும் தலையணை களையும் மாற்றிப் போடும் படி சூப்பர்வைசர் உத்தரவிட்டார். தனக்கு அந்தச் சோதனை நிகழ்ந்தது வாழ்க்கையில் மிகப்பெரிய

மாற்றமாக இருக்கப் போகிறது என்பது அப்போதைக்குத் தெரிய வில்லை.

படுக்கைக்குக் கீழேயிருந்த அந்த அறுபத்தைந்து ஆயிரம் ரூபாய் களடங்கிய தோல் பையை சூப்பர்வைசரிடம்தான் ஒப்படைத்தான். பணம் உரிய இடத்துக்குப் போக எல்லா நடவடிக்கைகளும் நடந்தது.

ஒரு மாசம் கடந்திருக்கும். அந்தப் பணத்துக்கு சொந்தக்காரர், பரமசிவத்தின் டீக்கடைக்கே வந்துவிட்டார். இவன் போட்டுக் கொடுத்த டீயைக் குடித்துவிட்டு அப்புறம்தான், தன்னை அறிமுகப்படுத்திக்கொண்டார். வேலை முடிந்து ராத்திரி வந்து வாடிக்கையாக அவர் தூங்கும் ராசியான அந்த ரூமுக்கு வந்து, தன்னைப் பார்க்குமாறு சொல்லிவிட்டுப் போனார்.

போனவனுக்கு, இப்படி ஒரு அதிர்ச்சி காத்துக் கொண்டிருக்கும் என்று தெரியவில்லை. பத்தாயிரத்தைத் தூக்கி இவன் கையில் வைத்து அழுத்தினார். எவ்வளவோ சொல்லி வேண்டாம் என்று அதனை மறுத்துவிட்டான். இறுதியில் பரமசிவம்தான் ஜெயித்தான். ஆதிமூலம் பெரிய செல்வந்தராம். மலேசியாவில் இருந்து மாசத்துக்கு ஒரு தரம் தொழில் சம்மந்தமாக, சென்னைக்கு வருபவர். வரும் போதெல்லாம் இந்த ஹோட்டலில் தான், இதே அறையில் தான் தங்குவார். அதிராமபட்டினத்திலிருந்து மலேசியாவுக்கு முப்பத்தியாறு வருஷத்துக்கு முன்பு, அவருடைய பதினைந்தாவது வயசில் போனவர். இப்போது மலேசியத் தமிழராகி விட்டார்.

மலேசியத் தொழிலதிபர் ஆதிமூலம் இந்த நிகழ்ச்சிக்குப் பின் எப்போது சென்னை வந்தாலும், பரமசிவத்தை சத்திக்காமல் போக மாட்டார். மாம்பழம், பலாப்பழம் எல்லாம் வாங்கி விமான நிலையத்துக்குப் போய் வழியனுப்பி வைக்கிற வரைக்கும், எல்லா வேலைகளிலும் பரமசிவம் உடனிருப்பான்.

ஆதிமூலத்தின் தொடர்பு ஒரு நாளைக்கு, பரமசிவத்தை தன்னிடமிருந்து பிரிக்காமல் போகாது என்று டீக்கடை முதலாளி கணித் திருந்தார்.

டீயடித்துக்கொண்டிருந்த பரமசிவத்துக்கு அன்றைக்கு, என்றைக்கு மில்லாதபடி ஆதி மூலத்திடமிருந்து 'ஒரு அரை மணி நேரம் வந்துவிட்டுப் போகும்படி' அவசர அழைப்பு வந்தது. இவனுக்குப் போய்ச் சேரும் வரைக்கும் கைகால் ஓடவில்லை. 'பகல் பொழுதில் இப்படி என்றைக்கும் கூப்பிட்டதில்லையே' என முதலாளியிடம் உத்தரவு வாங்கி, சட்டையைப் போட்டுக் கொண்டு போனான்.

அறையில் நிறைய பேர் இருந்தார்கள். பரமசிவத்தின் கையில் ஐம்பது ரூபாய் கொடுத்து 'உடனே ஒரு பாஸ்போர்ட் போட்டோவோடு

வந்து சேரும்படி கட்டளையிட்டார். பரமசிவத்துக்கு ஏன் எதற்கு என்று புரியவில்லை. ஒருவேளை நம்மையும் மலேசியாவுக்கு கூப்பிட்டுக்கொண்டு போக முடிவு செய்திருப்பாரோ. இதுவரைக்கும் கேமிராவையே பார்த்திருக்காத பரமசிவத்தின் முகம் கேமராவைப் பார்த்ததும் முகம் கோணியது. உதடு துடித்தது. மயக்கம் வருகிற மாதிரி இருந்தது. சிரித்த மாதிரி முகத்தைக் கொண்டுவர, ரொம்ப சிரமப்பட வேண்டியிருந்தது. 'ஏன் போட்டோ எடுக்கும் போது சிரிக்கச் சொல்கிறார்கள். இந்த தத்துவத்தை ஒரு நாளைக்கு யாரிட மாவது தீர்த்துக்கொள்ள வேண்டுமே'.

போட்டோ கையோடவே வந்தது. எந்தக் கதியிலும் சேர்த்துக் கொள்ள முடியாத முகபாவம். இதன் பெயர் சிரிப்பா? தூக்குப் போட்டுக்கொள்ளலாம் எனத் தோன்றியது. தனக்குத்தான் அப்படித் தோன்றியதோ என்னவோ ஆதிமூலம், அதையெல்லாம் கண்டு கொண்டவராகத் தெரியவில்லை. போட்டோவை ஏதோ ஒரு பேப்பரில் ஒட்டி பக்கத்தில் கையெழுத்தை போடச் சொன்னவருக்கு, "நீ என்ன படிச்சிருக்கே" என்று கேட்கத் தோன்றியது.

"ஒம்பதாவது" என்று சொன்னதும் "எதுக்கும் இந்த நியூஸ் பேப்பர்ல ஒரு தடவை எழுதிக் காட்டு" என்று எழுதிக்காட்டச் சொன்னார். கையெழுத்து இவன் ஒன்பதாவது படிக்கவில்லை என்று சொல்லும் அளவுக்கு இருந்தது. "சத்தியமா சார்" ஒம்பதாவது தான் சார்" என்று சொன்னதும் அறையிலிருந்தவர்கள் சிரித்தார்கள். திருத்தமாக எப்படிக் கையெழுத்துப் போட வேண்டும் என்று சொல்லி இப்போது போடச் சொன்னார்.

எதுக்கு இதெல்லாம் என்று அவரிடம் கேட்க ஆசைத் துடித்தது. பரமசிவத்தின் பதற்றத்தைப் புரிந்து கொண்டு "ஒண்ணும் இல்லப்பா நாள மறுநாள் ராத்திரி பத்து மணிக்குப் பொறப்பட வேண்டியிருக்கும். ஒரு அஞ்சு நாள்தான் தஞ்சாவூர் போயிட்டு வந்துடலாம். ஒனக்கு ஒண்ணும் பிரச்சினை இல்லயே. நானே ஓங்க மொதலாளிக்கிட்டே சொல்லிடறேன் என்று ஒரு அய்நூறு ரூபாய் கொடுத்து புதுத் துணி வாங்கிப் போட்டுக்கச் சொன்னார். ஆதிமூலம் எது செய்தாலும் தனக்கு நல்லதுக்குத்தான் செய்வார் என்பதில் சந்தேகம் இல்லை. ஆனால் இது எந்த மாதிரி நல்லது என்பதைப் புரிந்து கொள்ள முடியவில்லை. என பரமசிவம் குழப்பத்திலிருந்தான்.

பரமசிவம் எட்டு மணிக்கே முதலாளியிடம் சொல்லிவிட்டுக் கிளம்பினான். 'டேய் பரமசிவம் ஒனக்கு ஏதோ நேரம் சரியில்லடா அதான் அந்த ஆதிமூலம் ஒன்ன ஆட்டிப்படைக்கிறாரு, என்று கருவிக்கொண்டேதான் மனசில்லாமல் அனுப்பினார். பரமசிவம்

தயாராக ரொம்ப நேரம் பிடிக்கவில்லை. ரகுவிடம் நேற்றே கடனாக வாங்கிய சூட்கேஸில் துணிகளை எடுத்து வைத்துக் கொண்டு புதுப் பேண்டையும் சட்டையையும் போட்டுக்கொண்டு ஹோட்டல் வந்து சேர்ந்தான். இன்னமும் ரூமில் ஆட்கள் குறைந்தபாடில்லை. ஆதிமூலம் ஏதோ முக்கியமான வேலையில் இருப்பதைத் தெரிந்து கொண்டு அவருடைய உடைமைகளை எடுத்து வைத்து இவனே உதவி செய்தான். அங்கிருந்த எல்லோருக்கும் ஒரு அட்டையைக் கொடுத்து சட்டையில் குத்திக் கொள்ளச் சொன்னார். பரமசிவம் வாங்கிப் பார்த்தான். அதில் பரமசிவம் 'தமிழறிஞர்' என்று அச்சாகியிருந்தது. இவனுக்கு மேற்கொண்டு எதுவும் விளங்கவில்லை. அட்டையிலேயே ஊக்கு தொங்கிக்கொண்டிருந்தது. குத்திக் கொண்டான். புது பேண்ட், புது சட்டை, அதோடு இந்த புது அட்டை வேறு பாக்கெட்டுக்கு நேரே தொங்கி, இன்னும் கவர்ச்சியாக அவனைப் பாதி அறிஞனாக்கியது.

எல்லோருடைய உடைமைகளையும் எடுத்துக் கொண்டு, கீழே இறங்கி வந்தார்கள். பஸ் ஒன்று வழிக்கு நேராகக் காத்துக் கொண்டிருந்தது. டிரைவர் கதவைத் திறந்து வைத்துக் கொண்டே நின்றிருந்தார். எல்லோரும் ஏறி ஆளாளுக்கு இடம் பிடித்தார்கள். பரமசிவம் நினைத்தால் முதல் வரிசையிலேயே உட்காரலாம். ஆனால் அவனுக்கு அங்கே உட்கார பயமும் வெட்கமாகவும் இருந்தது. கடைசி வரைக்கும் போய் யாருக்கும் தொந்தரவில்லாமல் உட்காந்து கொண்டான்.

பஸ், கிளம்பி ஹோட்டலுக்கு வெளியே வந்தது. பரமசிவம் ஜன்னல் கண்ணாடி வழியாக எட்டிப் பார்த்தான். டீக்கடையில் யாரோ ஒரு பிச்சைக்காரக் கிழவன் டீயை உறிஞ்சிக் குடித்துக் கொண்டிருந்தான். முதலாளியைக் காணவில்லை. டீ சப்ளை செய்யும் பையன் பாத்திரங்களை ரோட்டில் போட்டுக் கழுவிக் கொண்டிருந்தான். இடம் மாற்றம் பரமசிவத்திற்கு இனம் புரியாத வேதனையாகவும், மகிழ்ச்சியாகவும் இருந்தது. சரி, ஏதோ தனக்குத் தேவையில்லாத இடத்தில் மாட்டிக்கொண்டுவிட்டோம் என்ற பயம் மட்டும் அதிக மானது. பஸ்ஸில் இருந்த எல்லாரும் உற்சாகத்தோடு இருந்தார்கள். பஸ் எப்போது கிளம்பியது? போய்க் கொண்டிருக்கிறதா, நிற்கிறா என்பதைப் புரிந்துகொள்ளக்கூட கஷ்டமாக இருந்தது.

ஏரோப்ளேனில் பயணம் செய்தால் இப்படித்தான் தூக்கிப் போடாமல் போகுமா, வெளியில் இருக்கிற கடைகளும், கட்டடங்களும் வாகனங்களும், மனிதர்களும் ஓடுவதைப் பார்த்துத்தான் பஸ் ஓடிக் கொண்டிருக்கிறது என்பதை யூகிக்க முடிந்தது. குளிர்

இப்போதே தாங்க முடியவில்லை. ஏ.சி.யின் அளவு அதிகமாக இருந்தது. இப்போதே இந்த கதி என்றால், எப்படிப் போய்ச் சேரப் போகிறோமோ? இப்படி ஆகும் என்று தெரிந்திருந்தால் போர்வையைக் கொண்டு வந்திருக்கலாம்!

எல்லாரும் என்னென்னமோ பேசிக் கொண்டு வந்தார்கள். இவன் மாதிரியான கேஸ்தான் என்று நினைத்து பேச்சுக் கொடுத்தான். அப்படியே அவரும் பேசிவிட்டதால் கொஞ்சம் சந்தோஷம். ஏதோ மலேசியாவில் கடை வைத்துக் கொண்டிருந்தவரை அறிஞராக மாற்றிவிட்டார்கள். "ஒரு வாரத்துக்கு வியாபாரம் நின்னுப் போச்சே" என்று புலம்பினார். அவருடைய பாதிப்பேச்சு கோடம் பாக்கத்து சினிமாவையும் கவர்ச்சியான நடிகைகளையும் நினைவுப் படுத்தும் ஷூட்டிங் சம்பந்தமானவைகளாக மட்டுமே இருந்தது. அவர் ஒரேயொரு வேண்டுகோளை பரமசிவத்துக்கு வைத்தார். அது முக்கியமானது. எப்படியாவது தஞ்சாவூரிலிருந்து திரும்பி வந்ததும் மலேசியாவுக்குப் போறதுக்குள் ஒரு ஷூட்டிங்கையாவது ஸ்டூடியோவுக்குக் கூட்டிப் போய்க் காட்டிவிட வேண்டுமாம். பரமசிவமும் "ஆமாம், எனக்கு ஸ்டூடியோவில் ஆள் இருக்கிறார்கள்" என்று பொய் சொல்லிவிட்டான். அந்த ஆள் வைத்திருக்கிற நம்பிக்கையையும் ஆர்வத்தையும் பார்த்தால், இவனை உயிராக விட மாட்டான் போலிருந்தது.

பஸ், ஏதோ ஒரு இடத்தில் நின்றது. எல்லாரும் இறங்கினார்கள். இவனும் இறங்கினான். கொஞ்சம் பெரிய ஓட்டலாகத்தான் இருந்தது. அறிஞர்களுக்குத் தகுந்த ஓட்டல்தான். பரமசிவம் ஒதுங்கியே எல்லா வற்றிலும் கடைசி ஆளாக இருந்தான். இதைக் கவனித்த ஆதிமூலத்துக்குக் கோபம் வந்தது. பரமசிவத்தை தனியாகக் கூட்டிக்கொண்டு போனார். 'இது மாதிரி வெட்கப்பட்டுத் தனித்தனியாக நிற்கக் கூடாது. அதிகாரத்தோடு அறிஞர்கள் மாதிரி செயல்பட வேண்டும். என்றும் அதோடு அவருடைய மானத்தைக் காப்பாற்றிக் தரும்படியும் கேட்டுக்கொண்டார். "மலேசியாவிலிருந்து சொல்லி ஏற்பாடு செய்திருந்த மாதிரி ஒரு ஆள் வராததால் தான், உன்னை மலேசியாத் தமிழனாக்கியிருக்கிறேன். இது மாதிரி அனுபவமெல்லாம் காசு கொடுத்தாலும் கிடைக்குமா. கிடைக்கிறப்போ அனுபவித்துக் கொள்" என்று ரசனையோடு சொன்னார்.

சாப்பிட்டுவிட்டு, பஸ்ஸில் மீண்டும் ஏறி அமர்ந்தார்கள். ஆதிமூலம் சொன்னமாதிரி சும்மா குழம்பிக்கொண்டிருந்தால் ஒண்ணுக்கும் ஆகாது. கிடைக்கிறதை அனுபவித்துவிட வேண்டும் என்று அவனைத் தைரியப்படுத்திக்கொண்டான். பஸ்ஸில் அமைதி மாறி, சினிமாப் பாட்டு ஒலித்தது. தமிழனின் இன்றைய சொத்தான

ஒன்றுமே புரியாத பாட்டைத்தான் கைதட்டி ரசித்துக்கொண்டு வந்தார்கள். கொஞ்சம் தலையைத் தூக்கி எட்டிப் பார்த்தான். ஒரு வாரத்துக்கு முன்பு வெளியான படம் தான் டி.வி.யில் ஓடிக் கொண்டிருந்தது. திருட்டு வீடியோவை மலேசிய அறிஞர்கள் எல்லாரும் உள்வாங்கிக் கொண்டிருந்தார்கள். ஆட்டக்காரன் பம்பரம் மாதிரி துள்ளித் துள்ளி குதித்தான். கதாநாயகியும் அரைகுறை ஆடையோடு செழுமையான மார்பைத் தூக்கி தூக்கி அவன் மூஞ்சியிலேயே அடித்தாள். கதாநாயகன் மயக்கம் போட்டு விழுந்து மீண்டும் எழுந்து பாடினான். இவ்வளவு நேரம் இதைப் பார்க்காமல் இருந்து விட்டோமே. இப்படி தெரிந்திருந்தால் முன் சீட்டிலேயே இடம் பிடித்திருக்கலாமே? பரமசிவத்துக்கு கவலையாக இருந்தது. ரகு அடிக்கடி தமிழ் சினிமாப் படங்களை கிண்டல் செய்தது நினைவுக்கு வந்தது. அவன் இப்போது இருந்திருந்தால் "பாருடா நாயே! எங்கள் தமிழறிஞர்கள் எப்படி ரசிக்கிறார்கள். இதைத்தானடா நாங்களும் ரசிக்கிறோம். இனிமேலாவது எங்கள் ரசனையைக் குறை சொல்லாதே. உன் ரசனை எல்லாம் உன் நாட்டோடு இருக்கட்டும்" என்று ஒரு போடு போட்டிருக்கலாம். எப்போது தூங்கினான் எனத் தெரியவில்லை.

பரமசிவமும் கையில் பெட்டியை எடுத்துக்கொண்டு கீழே எல்லோரோடும் இறங்கினான். ஒவ்வொருத்தருக்கும் தனித்தனி காட்டேஜ் ஏற்பாடாகி இருந்தது. ஆதிமூலத்தின் அறை பக்கத்திலேயே இவனுடைய அறையும் இருந்தது. தனக்கு பதிலாக வராமல் போன மலேசியாக்காரன் பெரிய ஆளு போலிருக்கிறது. அதனால் தான் தலைவர் அறைப் பக்கத்திலேயே அறை கிடைத்திருக்கிறது. 'அதிர்ஷ்டக் காரன் தான்' அனுபவித்துவிட வேண்டியதுதான் என்று உள்ளே நுழையும் முன் ஆதிமூலம் அறைப்பக்கம் பார்வையை விட்டான். அவர் இவனைப் பார்த்து 'அனுபவிச்சிக்கோ' என்கிற மாதிரி கண்ணடித்துவிட்டு உள்ளே போய்விட்டார்.

மின்சார மணி அடித்தது. பரமசிவம் திடுக்கிட்டு எழுந்தான். ஹோட்டலில் ரகுவுக்குப் பதிலாக வேலை செய்யும்போது கேட்கிற அதே மணி. பிறகுதான் புரிந்தது. எழுந்து போய் கதவைத் திறந்தான். ஹார்லிக்ஸ், போர்ன்விட்டா, விவா, காபி, டீ, பால் எது வேண்டுமென்று கேட்டு பணிசெய்ய வெள்ளை உடை அணிந்த இவன் வயதையொத்த ஒருவர் தயாராக நின்றிருந்தார். பல யோசனைக்குப் பின் எதை யெதையோ யோசித்துமுடித்து கடைசியாக இவன் புத்தி எதுக்கு வம்பு என்று, டீக்கே தாவியது. அவனை அனுப்பி அறையை மூடி நோட்டமிட்டான். இப்படியொரு வசதியான ரூமிலா, இந்தப் படுக்கையிலா ராத்திரி படுத்திருந்தோம்? பரமசிவத்துக்குப் பெருமை யாக இருந்தது.

குளித்துத் தயாராகும்படி ஆதிமூலத்தின் அறையிலிருந்து அழைப்பு வந்தது. குளித்துவிட்டு வெளியே வந்தான். நிறையப் பேப்பர்களும், கேள்விப்படாத புத்தகங்களும் மேசையின் மேல் கிடந்தன. தமிழனின் அடையாளமான தினத்தந்தியை மட்டும் எடுத்துத் தலைப்பை பார்த்தான். இன்று மாலை ஜனாதிபதி உலகத் தமிழ் மாநாட்டைத் தொடங்கி வைப்பதாகவும் இன்னும் தமிழுக்குப் பெருமை சேர்க்கக் கூடிய செய்திகளும் இருந்தன. இதுக்கு மேல் படிக்க இதில் என்ன இருக்கிறது என்று இவன் பார்வை, சினிமாச் செய்தியைத் தேடியது. முதலில் குருவியார் செய்தியைப் படித்ததும் பேப்பர் படித்தத் திருப்திக் கிடைத்தது.

ஆதிமூலத்திடம் வெளிப்படையாகவே தனியாகக் கூப்பிட்டு பரமசிவம் சொல்லிவிட்டான். "என்னை யாரிடத்திலும் அறிமுகப் படுத்தி வைக்க வேண்டாம். நானும் உங்களுடன் வரமாட்டேன். தனியாகவே நின்று எல்லாவற்றையும் பார்த்து ரசித்துக் கொள்கிறேன்" அவன் கோரிக்கையும் அவருக்கு நியாயமாகத்தான் பட்டது.

பரமசிவம் கூட்டத்தைப் பார்த்துப் பார்த்து மலைத்துப் போனான். கூட்டத்தில் பாதிபேர் போலீஸ்காரர்களாய் இருந்ததால் உள்ளுக்குள், இவனுக்குத் தான் எங்கே பிடிபட்டு விடுவோமோ என்கிற பயம். பஸ்ஸில் அறிமுகமான தன்னையொத்த அந்த வியாபாரத் தமிழறிஞ ரோடவே அலைந்தான். அந்த ஆள் பணத்தைச் செலவழிக்க எவ்வளவோ ஆசைப்பட்டார். 'கடைசி வரைக்கும் தன்னால் நூறு ரூபாய்கூட செலவழிக்க முடியவில்லையே' என பரமசிவத்திடம் போகுமிடமெல்லாம் புலம்பியபடியே இருந்தார்.

தமிழகக் கலைகளைத் தெரிந்துகொள்ள இப்படி ஒரு சந்தர்ப்பம் கிடைத்ததை எண்ணி பூரித்துப் போனான். வேளைக்கொருத்தராக ஒவ்வொரு அமைச்சரும் போட்டி போட்டுக்கொண்டு விருந்து வைத்தார்கள். வாழ்நாள் பூராவுக்குமான வகைவகையான அசைவ உணவுகளும், பலகாரங்கள் இந்த ஐந்து நாட்களிலேயே கிடைத்து விடும் என உணர்ந்தான். வெளிநாட்டு அறிஞர்களுக்கேற்றபடி அவர்கள் உடம்பு கெடாதபடி வெளிநாட்டு சரக்கு கொடுத்தார்கள். ஆதிமூலம் அவ்வப் போது பரமசிவத்தைத் தனியாக கவனித்தார்.

இப்படிப்பட்ட சூழ்நிலைகளெல்லாம் வரும் என்று தெரிந்திருந் தால் பரமசிவம் வந்திருக்க மாட்டான். எழுந்து போனால் எங்கே தமிழைக் கேவலப்படுத்திவிட்டதாக சொல்லி விடுவார்களோ என முடிந்த வரைக்கும் பொறுமையோடு இருந்தான். யார் மூஞ்சிலும் அருள் இல்லை. கடமைக்குத்தான் எல்லாரும் ஒருவர் கைத்தட்டினால் கூடச் சேர்ந்து கைத்தட்டினார்கள். சங்கத் தமிழை ஒப்பிட்டு மேடையிலிருக்கிற ஒரு தலைவரைப் பாராட்டும் போதெல்லாம்,

கரவொலி வானைப் பிளந்தது. இதற்காக இப்படிப்பட்ட சந்தர்ப்பங்களில் கைத்தட்டவே ஏற்பாடு செய்திருந்த மாதிரி அந்தக் கூட்டம் பரமசிவத்தின் கண்களுக்குத் தெரிந்தது.

இனியும் பரமசிவத்திடம் பொறுமையில்லை. எந்தப் பாடத்துக்காகப் பயந்து பள்ளிக்கூடத்தை விட்டு நின்றானோ அந்தப் பாடலையே தான் திருப்பித் திருப்பிப் பாடி ஒரு அறிஞர் கத்திக் கொண்டிருந்தார். ஆதிமூலத்துக்காகத்தான் இவ்வளவு நேரம் மரியாதைக் கொடுத்து உட்கார்ந்திருந்தான். இன்னைக்கே மெட்ராசுக்கு அனுப்பினாலும் பரவாயில்லை. பாவிகள் பாழும் கிணற்றில் பிடித்துத் தள்ளி விட்டார் களே என்று வெளியே ஓடி விட்டான். இவனுடைய செய்கை ஆதிமூலத்துக்கு கோபமாக வந்தது. தான் அழைத்து வந்த அறிஞன் இப்படி அகநானூற்றைக் கேவலப்படுத்திவிட்டானே என்று முதல் முறையாக பரமசிவத்தின் மேல் கோபப்பட்டு 'போய் இவனைக் கவனித்துக்கொள்கிறேன்' என சமாதானம் செய்து கொண்டார்.

பரமசிவத்துக்கு இப்போதுதான் மூச்சு வந்தது. தன் சூழ்நிலைக் கேற்ற மாதிரி ஓர் இடம் கிடைத்தது. விசாலமாகவே இடம் நிறைய இருந்தது. பாக்கெட்டின் மேல் குத்தியிருந்த 'மலேசியத் தமிழறிஞர்' என்ற அட்டையை எடுத்து பேண்ட் பாக்கெட்டில் மறைத்துக் கொண்டு சுற்றும் முற்றும் பார்த்துவிட்டு காலையும் கையையும் பரப்பிக் குட்டித் தூக்கம் போட்டான்.

நிம்மதியான தூக்கத்திலிருந்த பரமசிவத்தை ஒரு பேரிரைச்சல் வந்து எழுப்பிவிட்டது. எழுந்து உட்கார்ந்து பார்த்தான். கூட்டம் முண்டியடித்தபடி. யாரையோ ஆர்வத்தோடு பார்க்கிறது. துள்ளி, எம்பி, எம்பிப் பார்த்தார்கள். பரமசிவமும் நடந்து பக்கத்தில் போய் கூட்டத்தை விலக்கிப் பார்த்தான். அந்தப் புத்தகக் கண்காட்சிக்கு சம்மந்தமில்லாத உருவம், தற்போது கொஞ்சம் பரவலாகத் தெரிந்திருக்கக்கூடிய தமிழ் சினிமா வில்லன், புத்தகத்தை ஒவ்வொன்றாக எடுத்துப் பார்த்துக்கொண்டிருந்தார். அவருக்கு இந்த மக்கள் இப்படி நடந்துகொள்வதில் ஏகப்பட்ட எரிச்சல். தன்னைத் தவிர புத்தகக் கண்காட்சியில் வேறு ஆள் இல்லாததைக் கவனித்துவிட்டு, ஏதோ அந்தக் கடைக்காரனிடம் வில்லன் நடிகர் கேட்டார். 'கரண்ட் பில்லுக்குக்கூட புத்தகம் விற்பனையாகவில்லை. புத்தகங்களைத் திருடிக்கொண்டு போய்விடுகிறார்கள். இவற்றைப் பாதுகாப்பதற்கே நேரம் சரியாக இருக்கிறது' என்று கடைக்காரர் சொன்னதும் அவருக்கு என்னவோ போல் ஆகிவிட்டது. சரி இனிமேலும் இங்கே நிற்கக் கூடாது. என்ற பரமசிவம் அட்டையை

மறுபடியும் குத்திக் கொண்டு அந்த சாப்பாட்டு வேளை நெருங்கிவிட்டதை நினைத்துக் கொண்டு நடந்தான்.

ஒவ்வொரு வேளைக்கும் சாப்பாட்டுக்கு அலைந்தவன். இப்போது மறுபடியும் சாப்பாட்டு வேலை வந்துவிடுமோ என்று பயந்தான். சாப்பிடும் போது ஆதிமூலம் பரமசிவத்தைக் கண்டுகொள்ளவில்லை. முடிந்து ரூமுக்குப் போனதும் பரமசிவத்துக்கு அவரே ஆள் அனுப்பி வைத்தார். பரமசிவம் தன் தவறுக்கு மன்னிப்புக் கேட்க தயாராகி விட்டான். கதவை மூடச் சொன்னார் "தன் மானம் தஞ்சாவூர் வந்துப் போகவேண்டுமா? அடக் கடவுளே காப்பாற்றிவிடப்பா" என்று கலங்கினான். ரூமில் புதுசாகப் பார்க்காத முகங்களாக மூன்று பேர் கோட்டு சூட்டோடு இருந்தார்கள்.

"நீ செய்ஞ்சது கொஞ்சமாவது நியாயமா" என்று ஒரு பேச்சுதான் கேட்டார். "சார் என்னை மன்னிச்சிடுங்க. செருப்பால அடிச்சாலும் வாங்கிக்கிறேன். அது மட்டும் என்னால முடியல. நானும் எவ்வளவோ படிக்கனும்னுதான் நெனச்சேன். மொதல்ல இங்கிலீஷ்ல கத்துக்கிறது தான் கஷ்டமின்னு நெனச்சேன். எட்டாவது வந்ததும் தான் தெரிஞ்சது நம்மைக் காப்பாற்ற யாரும் இல்லேன்னு, நானும் எப்படி எப்படி எல்லாம் இந்த செய்யுள எல்லாம் மனப்பாடம் செய்ஞ்சிடலாம்னு மா, மரத்திலேயும் பலா மரத்திலேயும் ஏறி உட்கார்ந்து பார்த்தேன். அப்ப மட்டும் சொல்ல முடியுது. வாத்தியாரு வந்து சொல்லச் சொன்ன ஒரு வரிகூட வரமாட்டேங்கது. கோனார் நோட்ஸ் எல் லாம் வாங்கிப் படிச்சிப் பாத்துட்டேன். சத்தியமா என்னால தமிழ் மட்டும் பாஸ் பண்ண முடியாதுன்னு தெரிஞ்சிப் போச்சி. அதே மாதிரி நான் பத்தாவுதுல தமிழ்லதான் பெயில் ஆனேன். ஏழு கழுத வயசாயி இப்போ அதெல்லாம் படிக்கணும் போலத்தான் இருக்கு. ஆனா அப்ப எடுத்த பயமும், சடசடப்பும் இன்னும் நிக்கல. அதாலத்தான் ஓடியாந்துட்டேன். என்ன மன்னிச்சிடுங்க" என்று சொல்லி பரமசிவம் கலங்கியதும், ஆதிமூலத்திற்கு ஏண்டா இவனைக் கேட்டோம் என்றாகிவிட்டது. ஆதிமூலத்தின் பக்கத்தில் கோட்டு போட்டு உட்கார்ந்துகொண்டிருந்தவர்களும் ஒருத்தரை ஒருத்தர் பார்த்துக் கொண்டார்கள். அந்த மூன்று பேரில் ஒருத்தர் ரொம்ப அறிவுள்ளவர் மாதிரியும், படித்தவர் மாதிரியும் தெரிந்தார். அவர் என்னவோ குறிப்பேட்டில் எழுதிக் கொண்டார்.

பரமசிவத்துக்கு இப்போதுதான் மனசு சுமையில்லாமல் இருந்தது. கட்டிலுக்கு அடியில் கைவிட்டு ஒவ்வொன்றாக எடுத்தான். இதுவரைக்கும் மூன்று நாளாக முயற்சி செய்து பத்து பிஸ்லரித் தண்ணீர் பாட்டில்கள். அறிஞர்களுக்கு உடம்பு கெடக்

கூடாது என்றுதானே அரசாங்கம் இதைக் கொடுக்கிறது. தான் அறிஞன் இல்லாதபோது தனக்கு மட்டும் இது எதற்கு. பாத்ரூமில் இருந்த தண்ணீரைத்தான் குடித்து வந்தான். இனிமேல் இதை வைத்திருக்கக் கூடாது. வேலை பார்த்துவிட வேண்டியதுதான் என்று சூட்கேஸிலிருந்த துணிகளைக் கொட்டிவிட்டு அதில் பாட்டில்களை அடுக்கினான். அது மாதிரி பாட்டில்கள் வைத்து விற்கிற கடையை ஏற்கெனவே பார்த்திருந்ததால், கஷ்டப்பட்டு தேடிப்பிடிக்காமல் உடனே போய்ச் சேர்ந்தான்.

ராத்திரி பதினொரு மணி ஆகியிருந்ததால் கடையில் வேறு ஆட்கள் இல்லை என்பதைப் புரிந்துகொண்டு சூட்கேஸைத் திறந்து பாட்டில்களை எடுத்து பெஞ்சின் மேல் அடுக்கினான். கடைக்காரனுக்கு இந்தக் காட்சியில் புரியாமலிருக்க ஏதுமில்லை. பரமசிவம் மாதிரி எத்தனையோ ரெடிமேட் அறிஞர்களை இப்படி இவன் பார்த்து விட்டான் இவனும் 'இவ்வளவு கொடுங்கள், என்று கேட்கவில்லை. கடைக்காரனும், இவ்வளவுதான் கொடுப்பேன் என்று சொல்லவுமில்லை. அப்போதைய மார்க்கெட்டுக்கேற்றபடிக்கு பொருள்வரத்துக்குத் தக்கபடிக்கும் பாதிவிலை போட்டு, அறுபது ரூபாய் கிடைத்தது. மறுபேச்சுக்கு இடமில்லாமல் பரமசிவம் வாங்கிக்கொண்டு படுக்கைக்குத் திரும்பினான்.

அறை முழுவதும் பேப்பர் மயமாக இருந்தது. 'இதை விற்றால் குறைந்தது ரெண்டு கிலோ காசாவது தேறும். சூழ்நிலை சரியில்லாத தால் மாட்டிக்கொள்வாய் என மனசு எச்சரித்தால் பரமசிவம் நஷ்டத்தை வேறு வழியில்லாமல் ஏற்றுக் கொண்டான். பரமசிவத்துக்கு ஏகப்பட்ட திருப்தி. சாப்பாட்டுக்கு சாப்பாடு, உல்லாசத்துக்கு உல்லாசம். கை செலவுக்குப் பணம். இப்படி ஒரு திருவிழாவைப் பார்க்க தனக்கு கொடுத்து வைத்ததற்கு ஆதிமூலத்துக்கு நன்றியைத் தெரிவித்துக்கொண்டான்.

நேற்று நடந்த விஷயத்தை நினைத்தால் ஒரு பக்கம் பயமாகவும், ஒரு பக்கம் சிரிப்பாகவும் வந்தது. ஆதிமூலம் தன்னையொத்த பிற அறிஞர் குழுவோடு விழாவுக்குப் போய்க் கொண்டிருந்தபோது வழிவிடாமல் நின்றிருந்த அந்த வேட்டி கட்டி கதர் சட்டை போட்ட அந்த ஆளிடம் சண்டை போடப் பார்த்தான். அவரே தவறை ஒப்புக்கொண்டு வழிவிட்டதால், மன்னித்து விட்டுப் போய் விட்டான். விழாவில் கருத்தரங்கம் நடைபெறும் போது அதே ஆள் மேடைக்கு வந்து பயபக்தியோடு மைக்கைப் பிடித்தபோதுதான் தெரிந்தது. அவர் ஒரு முக்கியமான அமைச்சர் என்பது. தமிழ்ப்பால் குடித்து வளர்ந்த தைரியத்தை நினைத்து சிரித்துக் கொண்டான்.

ரகுவிடம் பேச நிறைய செய்திகள் சேர்ந்திருப்பதை ஒவ்வொன்றாக, அப்போது ஞாபகப்படுத்திக்கொண்டான்.

மாநாடு முடிந்துவிட்டதாகச் சொல்லி, ஒரு சூட்கேஸ் கொடுத்தார்கள். அதோடு விழா மலரொன்றும், எழுதாத தாளைக் கொண்ட நோட்டு ஒன்றும் கொடுத்தார்கள். சூட்கேஸ் பளபளப்பாக இருந்தது. வாழ்க்கையில் பெரிய குறை தீர்ந்துவிட்டது. ஆதிமூலத்துக்கு எத்தனை முறை நன்றி சொல்வது. இந்த நோட்டு தனக்கு எதுக்கு உதவப் போகிறது. தன் முதலாளியிடம் கொடுத்தால் அவர் டீக்கடை கணக்கு எழுத உதவுமே. புத்தி சரியாகத்தான் வேலை செய்வதாக நினைத்துக் கொண்டான்.

தன்னுடைய இன்னொரு பெரிய குறையும் நீங்கப் போகிறது. ஆதிமூலம் இந்த ஒன்றுக்கும் ஒத்துழைப்பு கொடுத்தால் காரியத்தைக் கச்சிதமாக முடித்துக் கொள்ளலாம். ஆதிமூலத்தின் அறைக்கு ஓடினான். அவர் குளியலறையில் இருந்தார். இனி மேலும் பொறுமை யில்லை. சீக்கிரம் போனால் நல்லது எனக் கேட்டு விட்டான். “சார் உங்க புது சூட்கேஸை கொடுத்திங்கண்ணா மெட்ராசுக்குப் போயிக் குடுத்துடறேன். எடுத்துட்டுப் போவட்டுமா?”

“என்ன பரமசிவம், இதெல்லாம் கேட்டுகிட்டு! எடுத்துக்கிட்டுப்போ” என்று அன்போடு ஆதிமூலம் உத்தரவு வழங்கினார்.

இரண்டு சூட்கேஸையும் எடுத்துக் கொண்டு ஓடினான். தண்ணீர் பாட்டில் விற்ற கடையின் பக்கத்தில்தான், இவனுக்குத் தேவையான இடம் இருந்தது. ஒரு சூட்கேஸை கடையிலேயே வைத்துவிட்டு இன்னொன்றை மட்டும் எடுத்துக் கொண்டு போனான்.

ஓரளவுக்குக் கூட்டம் இருந்தது. சூட்கேஸை ஒரு இடத்தில் வைத்துவிட்டு, நாலு நாலு பொட்டலங்களாக வாங்கி பெட்டியில் போட்டுவிட்டுப் போனான். கூட்டம் கலைகிற மாதிரி இருந்தாலும், எங்கே இல்லையென்று சொல்லிவிடுவார்களோ என்று கொஞ்சம் பயமாகவே இருந்தது. ஒருவழியாக அங்கேயும் இங்கேயும் ஓடி முப்பது பொட்டலங்களைத் தேற்றி விட்டான். முப்பதும் பெட்டிக்கு அளவாக இருந்தன. அடுக்கிப் பார்த்து சந்தோஷப்பட்டுக் கொண்டான். கடைக்காரப் பையன் இவனது செய்கைகளையெல்லாம் பார்த்துக் கொண்டுதான் இருந்தான். பெட்டியுடன் தானமாகக் கொடுத்த பூட்டை எடுத்து பூட்ட வந்தவனை ஒரு குரல் அதிர வைத்தது. நடுங்கிப் போனான். ஒரு போலீஸ்காரர் ஆரம்பத்திலிருந்து இதெல்லாம் பார்த்துக் கொண்டிருக்கிறார். இங்கே என்று அழைத்தவரின் பக்கத்தில் போனான். கூப்பிட்ட போலீஸ்காரர் எட்டி சட்டையைப் பிடித்தார். பரமசிவத்திற்கு மயக்கம் வந்தது.

சட்டையைப் பிடித்தவர் 'மலேசியத் தமிழறிஞர்' என்ற அட்டையை உருவினார். அவன் முகத்தையும் அட்டையும் மாறி மாறிப் பார்த்தார். எதுவும் சொல்லவில்லை. அந்த அட்டையை அவனுடைய பேண்ட் பாக்கெட்டில் போட்டுவிட்டு 'சூட்கேஸை பூட்ட வேணாம். நானே பாத்துக்கறேன். சீக்கிரம் தீந்திடும். இன்னொன்னையும் எடுத்துக்கிட்டு ஓடு" என்று சொல்லி புன்னகை செய்தார். பரமசிவத்திற்கு மறுபிறவி எடுத்தது மாதிரி இருந்தது. அவருடைய கைகளை எடுத்து முகத்தில் ஒற்றிக்கொண் டான். கண்களிலிருந்து வழியக் காத்திருந்த கண்ணீரை நன்றிக் காணிக்கையாய்ச் செலுத்திவிட்டு காலி சூட்கேஸை எடுத்துக்கொண்டு எதிர்திசையிலிருந்த இது வரைக்கும் போகாத புது இடத்துக்கு, சோத்து பொட்டலங்கள் வாங்க ஓடினான்.

இப்போது பத்து ரூபாய் கொடுத்து, பத்துப் பொட்டலங்களாக வாங்கி சூட்கேஸை நிரப்பினான். பிஸ்லரி தண்ணீர் விற்ற காசு அறுபது பொட்டலத்துக்கும் சரியாகி, இப்போது சென்னைக்குப் பயணமாக சோற்றுப் பொட்டலங்கள் பெட்டியில் கிடந்தன. ரெண்டு பெட்டியையும் எடுத்துக் கொண்டு போலீஸ்காரருக்கு நன்றியை உணர்ச்சியால் தெரிவித்தவனை அவன் "எந்த ஊர்" என்று கேட்டார். "மெட்ராஸீங்க சார்" என்று பதில் சொன்னார். பதில் சொன்னவனை இடைமறித்து "டேய், மெட்ராஸுக்காரன் மூஞ்சியப் பாத்தா எனக்குத் தெரியாதா? பொறந்ததச் சொல்லு?" என்று கேட்டார். "சேலத்துப் பக்கத்துல சின்ன கிராமம்" என்று சொன்னான். "சரி, சரி ஒழுங்காப் போய்ச் சேரு" என்று சொல்லி எச்சரித்து சிகரெட் ஒன்றை எடுத்துப் பற்ற வைத்துக்கொண்டு ஏதோ சிந்தனையில் ஆழ்ந்தார்.

எல்லா பொருட்களையும் எடுத்து வைத்துக்கொண்டான். ஆனால் இந்த ஐந்து பிஸ்லரி பாட்டில்களை மட்டும் வைக்க இடமில்லை. எப்படியோ போராடி சாப்பாட்டு பொட்டலத்தை ஒதுக்கி, பாட்டில் களை உள்ளே வைத்து பெட்டியை மூடினான். இப்போதுதான் நிம்மதியாக இருந்தது. வந்த நாளிலிருந்து அவன் மனசு பட்ட வேதனைகளையும், கஷ்டத்தையும் யாரிடமாவது பகிர்ந்துகொள்ள முடியவில்லை. ஒரு ரூபாய்க்கு சாப்பாடு போட்டும் நம்மால் அனுபவிக்க முடியவில்லை. இதை மட்டும் மெட்ராஸில் போட்டால், அதம் பண்ணிவிடலாமே என்று மனசுக்குள் குமைந்து கொண்டிருந்தான். இப்போது எல்லா கோபமும் தீர்ந்து விட்டது. காலையில் முதல் ஆளாகக் கிளம்ப தீர்மானித்து படுக்கையில் விழுந்தான்.

பஸ் போய்க்கொண்டிருந்தது. இப்போது பரமசிவம் கடைசிச் சீட்டுக்குப் போகவில்லை. தைரியம் வந்திருந்ததால், நடுவிலேயே

இடம் பிடித்திருந்தான். டிரைவர் சொன்ன மாதிரி பார்த்தால் இன்னும் ரெண்டு மணி நேரத்தில் வீட்டில் இருக்கலாம். இப்போது பஸ் திண்டிவனத்தைத் தாண்டிப் போய்க் கொண்டிருந்தது.

காலையிலேயே கண் முழித்திருந்ததால் கொஞ்சம் அயர்வாக இருந்தது. கொஞ்சம் கண்ணசந்தான்.

எவ்வளவு நேரமாக இப்படி நிற்கிறது. எனத் தெரியவில்லை. எல்லாருமே தூங்கிக் கொண்டிருந்தார்கள். பரமசிவத்திற்கு 'பகீர்' என்றது. 'மோசம் போய் விட்டோமே.' ஜன்னல் கண்ணாடியைத் திறந்து வெளியில் பார்த்தான். பஸ்ஸீக்கு முன்னேலேயும், பின்னாலேயும் கண்ணுக்கெட்டிய தூரம் வரைக்கும் வாகனங்கள். இறங்கிப் போய் என்ன நடந்தது, எதனால் நிற்கிறது என்று பார்க்க ஆசைதான். ஆனால் அதிகப் பிரசங்கத்தனமாகத் தோன்றுமே. எழுந்து நின்று பார்த்தான். ஒரு புலனும் கிடைக்கவில்லை. மீண்டும் ஜன்னலைத் திறந்து வெளியே தலையை நீட்டினான். பஸ்ஸீக்குள் இருந்த குளிருக்கு இதமாக, சூரியக் கற்றை கன்னத்தில் அறைந்தது கூட சுகமாக இருந்தது. வெளியில் போய்க்கொண்டிருந்த ஒரு பையனைக் கேட்டான். டீசல் லாரி கவிழ்ந்துவிட்டதாகவும், அதில் இருந்த கிளீனரும், டிரைவரும் செத்து விட்டதாகவும், பிணத்தை வெளியே எடுக்க முயற்சி நடப்பதாகவும் இன்னும் அரைமணி நேரத்தில் பாதை சரியாகிவிடும் என்று சொன்னான்.

பக்கத்தில் உட்கார்ந்திருந்தவர்களின் கடிகாரத்தைப் பார்த்தான். மணி பத்தைத் தாண்டியிருந்தது. 'இந்நேரம் வீட்டில் இருந்திருக்கலாம். சாப்பாட்டுப் பொட்டலத்தைப் பார்த்தால் அம்மா எவ்வளவு சந்தோஷப்படுவாள். தன்னுடைய சந்தோஷமெல்லாம் எங்கே பறிபோய் விடுமோ, சோத்துப் பொட்டலம் ஊசிப் போய்விடுமோ' எனப் பயந்தான். வயிறு பசியால் எரிந்தது. கையில் சோத்தை வைத்துக் கொண்டு பசியில் தவிக்கிற கௌரவப் பிரச்சினையை என்னவென்று சொல்வது, சிந்தனையெல்லாம், தனது சோத்துப் பிரச்சினை வந்ததும் மறைந்து போனது.

ஒரு வழியாக பையன் சொன்ன மாதிரி சரியாகி பஸ் புறப்பட்டது. 'இனி தன் கையில் எதுவுமில்லை. விதிவசப்படி நடக்கட்டும். என்று கிடைத்திருக்கிற வசதியை, இறங்கப் போகிறவரைக்கும் அனுபவித்துக் கொள்ளலாம் என்று கைகால்களை நீட்டி வசதியாக உட்கார்ந்தான்.

ஏறக்குறைய பாதி மத்தியானம் ஆகியிருந்தது. விமான நிலையத்தைத் தாண்டி பஸ் போய்க்கொண்டிருந்தது. பரமசிவம் உள்ளுக்குள் நினைத்துக்கொண்டான். யார் கண்டது அடுத்த

மாநாட்டுக்கு நாமே பிளேனில் போகலாம். ஆதி மூலம் மாதிரியானவர்கள் மனசு வைத்தால் நடக்காததா'.

பஸ் தன் வீட்டுக்குப் பக்கத்தில் இன்னும் ரெண்டு நிமிஷத்தில் வந்துவிடும். சொல்லிவிடலாம் என்று எழுந்து ஆதி மூலம் பக்கத்தில் போனான். அவர் ஒரு வழியாக தன்னுடைய கடமையை முடித்து விட்ட பூரிப்பில் ஏதோ சிந்தனையில் இருந்தார். இந்த சிக்னலில் இறங்கிக்கொண்டால் வீட்டுக்குப் பக்கம் என்பதையும் ஹோட்டல் போனால் தனக்கிருந்த பிரச்சினைகளையும் சொன்னவுடனேயே "போ போ சீக்கிரம் சாயங்காலம் வந்து பாரு" என்றார். ஓடிப் போய் இரண்டு சூட்கேசையும் கைத்தாங்கலாகப் பிடித்துக்கொண்டு பஸ்ஸின் முன்னோக்கி நகர்ந்தார். பஸ் சரியாக சிக்னலில் நின்றது. அவசரமாக தப்பித்தோம் பிழைத்தோம் என்று பஸ்ஸிலிருந்து கீழே குதித்தான். இப்போதுதான் பரமசிவம் தன் பழைய நிலைக்கு வந்திருப்பதை உணர்ந்தான். கதவு தானாகவே மூடிக் கொண்டது. சூட்கேஸ்களை சிரமப்பட்டு தூக்கிக் கொண்டு எதிரிலிருக்கிற தன் காலனிக்கு நடந்தான்.

பஸ் சிக்னலிலிருந்து கிளம்பி, ஹோட்டல் நோக்கிப் போனது. ஆதி மூலத்துக்கு பரமசிவத்தின் செயல் புரியாததாகவே இருந்தது.

அப்படி என்னதான் அந்த சூட்கேஸில் வைத்திருப்பான். அவர் புத்திக்கு கடைசி வரை எதுவும் பிடிபடவில்லை.

சூட்கேஸின் கனம் கைவிரலை அழுத்தியதால் அவனுக்கு வலி யெடுத்தது. டீக்கடையின் முன்னால் வைத்துவிட்டு, டீ ஒன்று போடச் சொல்லி ஆர்டர் கொடுத்தான். ஒரு டீ மாஸ்டர் இன்னொரு டீ மாஸ்டரிடம் டீ போடச் சொன்னால் அந்த டீ எப்படிப்பட்டதாக இருக்கும் என்று தெரியாதா?

தண்ணீர் பாட்டில் ஞாகபத்துக்கு வந்தது. சூட்கேஸைத் திறந்து பாட்டிலை எடுத்து வைத்தான். "என்னப்பா இதெல்லாம் எப்படி?" என்று கடைக்காரர் பரமசிவத்திடம் கேட்டார். கடைக்காரன் பழக்கப்பட்டவன் என்பதால் சொல்லிக்கொள்வதில், பரமசிவத்திற்கு பெருமையாகவே இருந்தது.

"தஞ்சாவூரு மாநாட்டுக்குப் போயிருந்தேன். அங்க கெடைச்சதுதான் இதெல்லாம்" என்று சொன்னவுடனே. இன்னொன்றும் ஞாபகத்துக்கு வந்தது. குனிந்து நாலைந்து பொட்டலங்களை எடுத்து "இந்தா சாப்பிடுங்க" என்று சொல்லிக் கொடுத்தான். கடைக்காரனுக்கு ஒரு மாதிரி ஆகிவிட்டது. "வாங்கிக்க நாயர். என்ன பாக்கற" என்று சொல்லி, வாங்கத் தயங்கிய கடைக்காரனின் கையில் வைத்து அழுத்தினான்.

தண்ணீர் பாட்டிலுக்கு மாநாட்டில் கிடைத்ததைவிட அதிகமாகவே பணம் கிடைத்தது. டீக்கடையின் உள்ளே போய்த் தொட்டியில் கிடந்த பழைய தண்ணீரில் ஒரு டம்ளரைப் போட்டு தண்ணீர் எடுத்து வாயைக் கழுவித் துப்பிவிட்டு, ரெண்டு கிளாஸ் தண்ணியை மறுபடியும் உறிஞ்சினான். தன் டீக்கு எந்த விதத்திலும் குறைவில்லை என்று தோன்றியதால் கண்களாலேயே மாஸ்டருக்கு பாராட்டைத் தெரிவித்தான். பேண்ட் பாக்கெட்டுக்குள் கைவிட்டு டீக்குக் கொடுக்க வேண்டிய பணத்தை எடுத்துக் கொடுக்கப் போகும் போது பிச்சைக் காரன் ஒருவன் இடைமறித்து கையை நீட்டினான். பரமசிவம் கையை நீட்டியவனின் முகத்தைப் பார்த்தான். எவ்வளவு சாப்பிட்டாலும், சோத்தைக் காணாத மாதிரியான முகம். மறுபடியும் சூட்கேஸைத் திறந்து, ரெண்டு பொட்டலத்தை எடுத்துப் பொட்டலத்தை வாங்கிக் கண்களில் ஒற்றிக்கொண்டு நகர்ந்தான்.

இவற்றையெல்லாம் வெகு நேரமாக கவனித்தபடி டீ குடித்துக் கொண்டிருந்த படித்த மாதிரியான ஒரு இளைஞனுக்கு கோபம் வந்து, "இதையெல்லாத்தையும் யாரு ஊட்டுப் பணத்துல பண்றாங் களாம். ஒரு ரூவாய்க்கா சோறு போடுறீங்க. எல்லாருக்கும் வச்சிருக்கேன்" எனச் சொன்னதும், நாயருக்கு அடங்காத கோபம் வந்தது.

"ஒனக்கு ஏம்பா வயிறு எரியுது. நாங்களும் இது மாதிரி செய்யச் சொல்லி மலையாளத்த வளக்கறதுக்கு மாநாடு போடச் சொல்லணும்".

மாநாட்டில் ஏகப்பட்ட விஷயங்கள் இருப்பது மாதிரி பரமசிவத் துக்குத் தெரிந்தது.

சூட்கேஸை தூக்கிக்கொண்டு வீடு நோக்கி அவசரமாக நடையை எட்டிப் போட்டவனுக்கு, ஒன்று மட்டும் தெரியாமலிருந்தது. பாக் கெட்டுக்குள் இருக்கிற சோறு ஊசிப் போன சோறாக இருக்குமா? ஊசாத சோறாக இருக்குமா? ஊசாத சோறாக மட்டும் இருந்து விட்டால் பரமசிவத்திக்கு மட்டுமில்லை. பரமசிவம் மாதிரியான அனைத்துத் தமிழனுக்கும் அதிர்ஷ்டம்தான்.

●

"உவாவ், கொடலப்புடுங்குதே"

"சும்மா இர்ரா மைறான். அப்பியே சொன்னல்ல. அப்ப மட்டும் சரி சாமி, சரி சாமிண்ணுட்டு. நாமப் பொறந்த பொறவிய தித்தித்தான் ஆவணும்".

"பசி வேற வவுத்தப் பொறட்டுதே. பச்சத் தண்ணியைக் கூடக் குடிக்க வழியில்லாமப் போச்சே. அவனுவோ அப்படி சொல்றப்ப கேக்காம செய்ய முடியாதுண்ணா, சாவற வரிக்கும் கரிச்சிக் கொட்டு வானுவளே. இவனுவோகிட்டத் தானே சீவனத்த ஓட்டியாவணும். அதனாலதான் ஒத்துக்கனேன். ஏதோ ஊட்டுக் காரியமுண்ணாக் கூட தபாய்க்கலாம். கொயிலு காரியமாச்சே, பொய் சொன்னா போசமனத்துப் பூடுவமே, அதனாலதான்".

"ஆமா, சாமியாம் பெரிய சாமி, எம்மசுரு சாமி. இத்தினி வருஷமா சீனம் பறையன் காலத்துலேயிருந்து தாத்தனுக்குத் தாத்தனா இந்த உசுரு ஒண்ணத்தவிர எல்லாத்தையும் கொடுத்து ஒழைக்கிறமே, இந்த சாமி என்னடா செய்ஞ்சிது. ஆயிரம் அய்நூரையும் குடுத்திட்டு இப்பிடி நம்மள எல்லாத்தையும் கொத்தடிமையா வச்சிருக்கானுவுளே இவனுள, இந்த மாரியாத்தா கேட்டா என்னா. இந்த அனலுல வவ்வா மூத்தர நாத்தத்துல கண்ணு எங்குருக்கு, காலு எங்குருக் குண்ணுத் தெரியாம நின்னு கல்லையும், முள்ளையும், சேத்தையும் வாரிங்கெடக்கறமே" என மலையான் சொல்லிக்கொண்டிருக்கும் போதே, இவ்வளவு நேரம் உயிரைக் கையில் பிடித்துக் கொண்டு ஒளிந்து கிடந்த வவ்வால் ஒன்று பொந்திலிருந்து கிளம்பி கிணத்தின் மேல் பகுதிக்குப் போய்த் தப்பித்துக் கொள்ளும்

அவசரத்தில் சிவக்கொழுந்தின் கீழ்த் தாடையில் 'படார்' என ஒரு அடி கொடுத்து கிளம்பிய இடத்திலேயே விழுந்தது.

'அய்யய்யோ உசுரு போவுதே, இந்த ஒக்காள ஓழிமவன் வவ்வாலு எங்கையில மட்டும் கெடைச்சிது, கூழாக்கிக் குடிச்சிப் பூடுவன்.' சிவக்கொழுந்து கன்னத்தைத் தடவிக்கொண்டே இருட்டில் கால் முட்டி வரைக்கும் பதிந்திருந்த சேற்றில், நாலா திசையிலும் கைகளை அலையவிட்டு அந்த வவ்வாலைத் தேடினான்.

மலையானால் சிரிப்பை அடக்க முடியவில்லை. இந்தப் பதினொரு மணி பசியிலும் "செவக்கொழுந்து எந்த ஊரு சமாடா" எனக் கேட்டான்.

"மொதல்ல பத்தரக்கோட்ட ராசவேலு சமாவுக்குத்தான் பாக்கு வச்சாங்க. சொன்னத் தேதியில ஒழுங்கா திருநாவ நடத்தணுமில்ல. பாக்கி இருக்கற கொறக் கொயிலு வேலையையும் முடிக்கணும். இப்ப செய்யறம இந்தத் தூறையும் வாரனாத்தான். இன்னும் பத்து நாள்ள தண்ணி சொரந்து புடிச்சி வச்சிக்கும், சொன்ன தேதிய உட்டுட்டு இப்பப் போயிக் கேட்டா ராசவேலு வருவாரா. அவுரு எஞ்ஞா சும்மா மோட்டுவளய பாத்துங் கெடக்குற ஆளா? இப்ப ஆனத்தூர் சீனிவாசன் சமாத்தான் வருதாம்."

வெளியிலிருந்த ஆட்களின் கால்களும் முகமும் சோர்ந்து போயிருந்தன. வடத்தை இழுத்து இழுத்து உள்ளங்கைகள் சிவப்பதற்குப் பதிலாகத் தோல் பிய்ந்து வெளுத்திருந்தன.

மூன்று வண்டிகளுக்கு மேல் தூர் இருக்கும். கருத்த வர்ணம் பூசிய கூழ் மாதிரியான மண்ணும், மூங்கில், சூரை, கிளா முள்ளும், பாலிதீன் பைகளும், பூச்சி மருந்து அடித்த என்ட்ரின் டப்பாக்களும், புதைந்த நிலையில் மேலே கிணற்றோரமாகக் குவித்து வைக்கப் பட்டிருந்தன.

ராயரின் தலையில் தண்ணிக்கலையத்தையும் பித்தளை வாளியையும் பார்த்தப்பிறகு எல்லோருடைய கைகளும் வடத்திலிருந்து தானாகவே விலகிக் கொண்டன. சிவக்கொழுந்து காலால் தடவிப் பார்த்தான். இருட்டில் இப்போது கிணறு சமதரையில் இருக்கிற மாதிரி தெரிந்தது. இளஞ்சூட்டுஊற்று நீரில், கால்கள் கொஞ்சம் கொஞ்சமாக நனைய ஆரம்பித்தன.

சர்ரென்று முட்டிக் காலில் தெறித்த தண்ணீர் என்னவென்பதை சிவக்கொழுந்து புரிந்து கொண்டான்.

"யோவ், எஞ்ஞா வேலய்யா செய்யிற. சாமிக் கெணத்துல மூத்தரம் உடுறிய. இது நாம செய்யிற வேலையா" எனக் கேட்டுக்

கொண்டிருக்கும்போதே நிறுத்தமில்லாமல் சிறுநீர் சூட்டோடு சிவக்கொழுந்துவின் காலில் பட்டுத் தெறித்தது. “செவக் கொழுந்து, இதாண்டா நாம செய்யிற வேல. இந்த தூருவார்ற வேலையை இவனுவே செய்ய மாட்டானுவளாம். காலங்காலமா நாமத்தான் செய்யணுமின்னு என்ன எழுதியா வெச்சிருக்கு. சனாதிபதியாவே நம்ம ஆளு வந்தாச்சி. நம்மளப் புடிச்ச சனியன் உடவே மாட்டேங்குதே. தீர்த்தத்தோட தீர்த்தமாக சேத்துக் குடிக்கட்டும்”.

மேலே இருப்பவர்களுக்குக் கேள்விப்படாமல் சிவக்கொழுந்து மலையானின் வாயை மூடினான்.

கோதாக்கிழவியின் வெண்ணப்புட்டுக்காக பம்பைக்காரரும் எல்லப்பன் பேட்டையிலிருந்த வெடிவாங்கிக் கொண்டு கோயிலுக்கு போகாமல் காத்திருந்த தொந்தாளியும் பணத்தைத் தயாராக வைத்துக் கொண்டு காத்திருந்தார்கள். பனைமர நிழல் என்பதால் அடிக்கடி நகர்ந்து கொண்டே இருக்க வேண்டியிருந்தது.

சீவிப்போட்ட தேங்காய்த் துண்டும், முந்திரிப் பருப்பும், ஏலக்காயும் சேர்ந்த மணம் கடன் வாங்கி இப்பொழுது தான் போட்ட வெத்தலையைத் துப்ப வைத்தது. வெண்ணப்புட்டை எடுத்து ராயர் முகர்ந்துகொண்டார். ராயருக்குக் கொடுத்தது போக மலையானும் சிவக்கொழுந்தும் பங்குப் பிரித்துக்கொண்டார்கள்.

சூரியன் உச்சிக்குப் போனதால் பம்பைக்காரருக்கும், தொந்தாளிக்கும் நிற்கக்கூட நிழலில்லை. கோதா கிழவி இப்படி ஏமாற்றுவாள் என நினைக்கவில்லை. வாயில் ஊறியிருந்த எச்சில் தொண்டையை நனைத்துக் கொள்ள உதவியது. “பெரிய புட்டு சுடராளாம் புட்டு. ச்சீ, இப்பிடி மானங்கெட்டப் பொழப்பாப்பூடும்ண்ணு தெரியாமப் போச்சே” பம்பைக்காரர் ஓடைக்குப் போகும் வழியில் கொண்டை ஊசியை உருவித் தலை முடியை சரிசெய்து ஒருமுறை சிக்கு எடுத்துக்கொண்டார். தொந்தாளிக்கும் இப்பவே வாண வேடிக்கைக் கொளுத்திவிட வேண்டும் போலிருந்தது.

எதிர்ப்பட்ட சிவக்கொழுந்து “திங்கிறீயா சாமி” நால்லாம் குடுத்தா தீம்பீங்களா? புதுப்பாளையம் வரிக்கும் ஒரு எழவுக்குப் போயி வந்துடறேன். செத்தநாழியில வந்துடுவேன். அதுவரிக்கும் ராயர் படையாச்சியும். மலையானும் பாத்துக்குவாங்க. நீ ஒண்ணும் மொரைக்காத, திருட்டு மாட்டுக்குல்லாம் குனியல் போட்டுத் தான் உட்ருக்கேன். ஓடை ஏறனாத்தான ஓங்கொல்லிக்கு வரும். அதால ஏறவே முடியாது.

எந்த சொல்லும் தொந்தாளியின் காதுக்குப் போகவில்லை. அவன் கவனமெல்லாம், தனக்குக் கிடைக்காமல் போன வெண்ணப் புட்டு மேலேயே இருந்தது.

மலையான் ஆடுகளைக் குத்துப்பள்ளத்து ஓடையில் பத்தி விட்டு வெண்ணப்புட்டு சாப்பிட பூரிப்போடு பையன்களோடு சேர்ந்து கொண்டு கரணம் போட்டுக் கொண்டிருந்தான்.

தாழம்பூ ராயரை இம்சை செய்தது. செடியிலிருந்து வெட்டி எடுக்கிற வழி தெரியாமல், செடியைச் சுற்றிச்சுற்றி வந்தார். தாழம்பூவின் வாசத்தில் கிறங்கி, வெண்ணப்புட்டுவை மறந்திருந்தார்.

தொந்தாளியிடம் நிச்சயம் சூரிக்கத்தி இருக்கும். "தொந்தாளி அந்தச் சூரிக்கத்தியை தூக்கிப் போடாண்டா. நானும் எப்பிடியாவது எடுத்தும் போவலாண்ணுப் பாக்கறேன்." ராயரின் நம்பிக்கை பொய்க்கவில்லை.

பலா இலைக்குள் மடித்து வைக்கப்பட்டு ஈரத்துண்டில் சுற்றியிருந்த வெண்ணப்புட்டு வெளியில் நீட்டியிருப்பதைப் பார்த்தபடியே சூரிக் கத்தியைக் கால் சட்டையைத் தூக்கி இடுப்புக்கயிற்றிலிருந்து எடுத்துக் கொடுத்தான்.

கத்தி வந்ததும் முதலில் 'ஒரு பூ போதும்' என்றிருந்த ராயர் இரண்டையுமே வெட்டும் முயற்சியில் இருந்தார்.

"சின்னய்யா, ஒனக்குல்லாம் ஏன் இந்த வேல. ஓம் புள்ளையாக் குட்டியா இதவச்சிக்கினு சிங்காரிச்சிக்கப் போவுது. ஒனக்குத்தான் கஞ்சிக்காச்சிப் போட ஆளுல்லிய. வெண்ணப் புட்டு வாங்கனுளமா தின்னமாண்ணு இல்லாம, தாழம்பூ பறிக்கிறாராம் தாழம்பூ."

"சங்கதி தெரியுமா" வெண்ணப்புட்டுவைக் குதப்பி கொண்டே தொந்தாளி பேசினான். "சீனுவாசன் சமாத்தானம். இந்த மொற ஒனக்கு ஒன்வேஷம் கெடைக்குமா? எனக்கேட்டு முடிப்பதற்குள்ளாகவே, "ஏண்டா! வம்பாடா வளத்தப் பாக்கற. இத்தோட பதினாறு வருஷம் ஆவப்போவுது. நான் வேஷங்கட்டி. ஒரு தாட்டியாச்சும் எவனாவது என்ன மறிச்சானா? அப்படியாப்பட்ட ராசவேலோடவே ஆறுமொற ஆடிட்டன். இவனுவோ யாரு. அந்தக் கெழவன் கூத்து முடியிறதுக்குள்ளியே செத்தாலும் செத்துடுவான். மீதி யாரு இருக்கான். எல்லாம் கோழிக்கறிக்கி அலையற நாயிங்கதான. பாரு இந்த வருஷம் வச்சிருக்கேன்.

தில்லை கோவிந்தராயரின் திடகாத்திரமானப் பேச்சு, பம்பைக் காரரையும் கவனிக்கச் செய்தது.

ஏதோ நந்தவனத்துக்குள் மிதந்து போகிற பிரமை. ராயர் இன்னும் மிதந்தபடியே முன்னேறினார். உயிர் போகும் வலி வெடுக்கென எழுந்தார். தாழம்பூவைக் கடித்த ஆடு, பூவை ஒட்டியிருந்த தலை முடியையும் கடித்துவிட்டது.

திடுக்கிட்டு எழுந்த ராயர் பதறிப் போனார். திரும்பி காலால் வயிற்றில் ஒரு உதை விட்டார். பின்னால் நின்றுகொண்டிருந்த இரண்டு ஆடுகளும், அதோடு சேர்ந்து போய் விழுந்தன. ஆடு கனைத்த சத்தத்தில் தூக்கம் கலைந்து போனது.

நேராக பூமியில் இறங்கிய வெய்யில் மரங்களுக்குள் சாய்ந்திருந்தது. நாலுமணிக்கு மேல்தான் இருக்கும். 'எப்பாடா" எனச் சோம்பல் முறித்துக்கொண்டே கழுத்திலும் அக்குளிலும் வழிந்த வேர்வையைத் துடைத்தார்.

துலுக்கன் கொல்லை ஓடையில் ஒரு ஆடுமாடும் இல்லை. எல்லாமும் பத்திரவளி மாந்தோப்பில் ஏறியிருக்கும். மலையான் ராயரைப் பத்திக் கவலைப்படவில்லை. வந்து சேர்ந்து கொள்வார் என்பதால் இடத்தை மாற்றியிருந்தான்.

தாழம்பூ வாடவாடத் தான் வாசம். ராயர் எடுத்து எடுத்து அடிக்கடி வாசனையை நுகர்ந்து கொண்டார். நினைத்தது போலவே அடுத்த கரையில் மாந்தோப்பில், பையன்கள் கிட்டிப்புள் ஆடிக்கொண்டிருந்தார்கள். மாடுகள், அதனதன் வேலையில் இறங்கியிருந்தன. 'ஓடையில் ஒரு குளியல் போட்டுவிட்டு அங்கே போய்ச் சேரலாம்' என ராயர் எழுந்து போனார்.

தனியாக அலைந்து கொண்டிருந்த மீன் கொத்திப்பறவை இப்போது அதன் துணையோடு சேர்ந்துகொண்டு கத்தியதால், ஓடையின் பள்ளத்தாக்கே அதிர்ந்தது. வண்ணாந்துறையில் ஆட்கள் இல்லாததால், தண்ணீரின் சத்தம் மட்டும் ஓடை முழுக்க விரவியிருந்தது.

தலைப் பாகையை அவிழ்த்து குளிக்கத் தயாராகும் போதே மாட்டின் கதறல் ஒலி கேட்டது. சந்தேகமேயில்லை. தன் சிவப்பு மாட்டின் சத்தம்தான். வைத்தியத்துக்கும் தன் தேவைக்கும் பால் கிடைக்குமே என்பதால் தான் சிவப்பு, மாட்டை வாங்கினார்.

வேர்க்க விறுவிறுக்க ஓடை ஏறி ஓடிவந்தார். கதறல் இன்னும் அதிகமாகக் கேட்டது. மூங்கில் தோப்புப் பக்கம் தான் கேட்டது. காலில் செருப்பு இல்லாததால் நிதானமாகத்தான் போக வேண்டியிருந்தது. காய்ந்து உதிர்ந்து கிடந்த மூங்கில் முள் ஒவ்வொன்றும் யானைத் தந்தம் மாதிரி வானத்தை பார்த்துக் கிடந்தன. வெட்டப்பட்ட மூங்கிலின் பக்கவாட்டில் புதுசாக கிளம்பிய போத்துக்குள் குதிரைக் காதுகள் மாதிரி, குறுத்து மடல்களோடு இந்தக் காய்ச்சலிலும் வளமையோடு வாழ்வைத் துவங்கியிருந்தன. யாரோ மாட்டைத் திருடிக்கொண்டு போகிறவன் தான், மாடு வர மறுப்பதால் அடிக்கிறான் என நினைத்தார். யாருமே இருக்கிற

அறிகுறி அங்கில்லை. ஒத்தையடிப் பாதையைப் பிடித்து, அடர்ந்த மூங்கில் தோப்புக்குள் நுழைந்தார்.

இப்போது தான் மனசு சமாதானமானது. தாழ்ந்து கிடந்த சின்னச் சின்ன இலைகளைத் தின்பதற்காக வந்த மாடு, குனியல் போட்ட இடது முன்னங்காலை கழுத்தோடு சேர்த்துக் கட்டியிருந்ததால், வெட்டப்பட்ட மூங்கிலின் அடிக்கட்டையில் சிக்கியிருக்கிறது. அவசரத்தில் பயந்துபோய் தலையைச் சிலுப்பியதால் இன்னும் ஒரு சிக்கு விழுந்து, தலையும் மாட்டிக்கொண்டது. ராயர் அருகில் போய் மாட்டைப் பார்த்தார். கண்கள் விரிந்து வெள்ளை முழி அதிகமாகத் தெரிந்ததால் அது பயந்து போயிருப்பதை அவரால் உணர முடிந்தது. எப்போதுமே தன் பேச்சுக்குக் கத்தலுக்குக் கட்டுக்கடங்காமல் மேய்கிற மாடு என்பதாலும், தலைச்சன் கன்று கூட ஈனாத மாடு என்பதாலும், காளை மாடு மாதிரி கொஞ்சம் திமிலோடவே இருந்தது. திமிலில் கை வைத்தார். பயத்தில் மயிர்க்கூச்செரிந்து திமில் ஆடிக்கொண்டே இருந்தது. தொடை நடுக்கம் கூடக்குறையவில்லை.

ராயரைப் பார்த்ததும், சத்தத்தை அறவே குறைத்து விட்டது. மூங்கில் மரங்கள் உராய்ந்தால் அது எழுப்புகிற கீச்சொலியும், ஏதோ காய்ந்த மட்டை ஒன்று, அசைகிற மூங்கில் கழியில் தேய்வதால் ‘டர்ர்ர், டட்டட்டட், டர், டட்டட்டட்’ என எழுப்புகிற வாலாட்டுக் குருவி மாதிரியான சத்தத்தைத் தவிர, ஆள் நடமாட்டமே இல்லை.

ராயர் நான்கு திசைகளையும் கூர்ந்து கவனித்தார். நிச்சயம் இது யாருக்கும் தெரிய வாய்ப்பில்லை. மாடு கத்தினாலும் யாருக்கும் கேட்காது. இந்தச் சமயத்தை நழுவ விடத் தயாராக இல்லை. மாடு நகராதபடித் தோளில் இருந்த துண்டை எடுத்துக் காலை கட்டினார். முன்னங்காலும் முகமும் மூங்கில் அடிக்கட்டையில் மாட்டியிருப்பதால் இனி நகரவே முடியாது.

சிவப்புமாடு முன்னைவிடவும் கண்களை விரித்து வாய் நுரைகளைக் கக்கியது. அசையவே இல்லை. சத்தம் எழுப்பவில்லை. உடல் நடுக்கமில்லாமல் பயமற்றுப் போன மாதிரி இருந்தது. ராயர் தான் எங்கிருக்கிறோம் என்பதை மறந்திருந்தார். இரண்டு கைகளும் மாட்டின் பின் தொடைப் பகுதியின் மேல் பகுதியை இறுகப் பற்றியிருந்தன.

வளைந்து தன்னை நோக்கி வருகின்ற ஒற்றையடிப் பாதையிலிருந்து எழும் மூங்கில் சருகுச்சத்தத்தைக் கூட, ராயரின் காதுகள் ஏற்கத் தயாராக இல்லை. நேரடி சூரிய ஒளிக் கற்றைகள் மூங்கில் இலைகளில் விழுந்து வடிகட்டிய ஒளியிலிருந்து உருவான ஒளிப்

பிம்பங்கள், இருண்டத் தோப்புப்பகுதியில் ஒளியூட்டியிருந்தன. நாளைக்கு ஒருத்தரோ, வாரத்துக்கு ஒருத்தரோ நடந்து போகக் கூடிய ஒற்றையடிப் பாதை என்பதால், மரங்கள் தன் இஷ்டப்படி வளர்வதற்கு அதிகச் சலுகைகள் எடுத்துக் கொண்டதால், நடந்து போகிறவர்கள் தான் வளைந்து குனிந்து போகவேண்டியிருக்கும். அதன்படியே தான் சிவக்கொழுந்தும் புதுப்பாளையத்திலிருந்து அவசர அவசரமாக ஆடுமாடுகள் வீட்டுக்கு கிளம்புவதற்கு முன் போய்ச் சேர வேண்டும் என்பதற்காகத் தவழ்ந்து கிடந்த மூங்கில் முனையைத் தூக்கி நிமிர்ந்த போது கொஞ்சம் அதிர்ந்து போனான். தன்னை யாரோ பார்த்துக் கொண்டிருப்பதைக் கவனித்த பிறகுதான் ராயரும் தனது செய்கையை நிறுத்தினார். அவருக்கு இரத்தம் உறைந்து போயிற்று. காலை ஒரு அடிகூட முன்னோ பின்னோ நகர்த்த முடியவில்லை. சிவப்பு மாடு, இருவரையும் மாறிமாறிப் பார்த்தது.

சிவக்கொழுந்து எதையும் கவனிக்காதவன் போல் நடக்க வேண்டியதாயிற்று. அவன் எங்கே போய்க் கொண்டிருக்கிறான் என்பதைக் கவனிக்க ராயருக்குத் தைரியமில்லை.

இன்னமும் மாடு விடுவிக்கப்படாதது இப்போது தான் நினைவுக்கு வந்தது. பின்னங்கால்களை அவிழ்த்துத் துண்டை எடுத்து அப்படியே தோளில் போட்டார். மாடு நடக்க முடியாமல் மெதுவாகவே நடந்தது. தோப்பைத் தாண்டிப் போக முயற்சி செய்து கொண்டிருக்கிறது.

கொஞ்சம் ஏமாந்தாலும் சரளைக் கற்கள் கால் நகத்தைப் பதம் பார்த்து விடும். நிதானதாக கவனித்து போகிற மனநிலை இல்லை. இருள் சூழ்ந்த அமைதி இன்னும் தைரியத்தை இழக்கச் செய்தது. களங்கமில்லாமல் ஓடிக்கொண்டிருக்கின்ற ஓடைத் தண்ணீர் சத்தமும், இந்த நிலையில் வாசனையை அளவுக்கதிகமாக வீசிக்கொண்டிருக்கிற தாழம்பூ வாசனையும் யாருக்கு வேண்டும். மாட்டுச் சத்தம் கேட்டபோது தவறவிட்டுப் போன தாழம்பூ நினைவு ராயருக்கு இப்போது தான் வந்தது.

தன்னுடைய குஞ்சுகளைப் பார்க்கவும் துணையைப் பார்க்கவும் உறக்கத்துக்காகவும் எங்கோ இருக்கிற கூடுகளை நோக்கிப் பறவைகள் திரும்பிக்கொண்டிருந்தன.

மாடுகள் தண்ணிக்குத் தவியாய்த் தவித்தன. தொட்டியில் ஒட்டிக் கொண்டிருந்த தவிட்டுப் பொடியைச் சிவப்பு மாடு நக்கிக் கொண்டிருந்தது. மாடுகள் உருட்டிய உருட்டலில் ஆர்வத்தில் இருந்த நாலு குடங்களும் தண்ணீரோடு உடைந்து நொறுங்கிக் கிடந்தன.

மாடுகளைப் பிடித்து கட்டக்கூட வீட்டில் ஆட்கள் இல்லாததால், ராயரின் மாடுகள் வெறும் வாயை மென்றபடி அங்கும் இங்கும நடந்துகொண்டிருந்தன.

இரவு பதினொரு மணிக்கு மேல்தான் இருக்கும். முந்திரித்தோப்பில் அலைந்த அலுப்பில் ஊர் பத்து மணிக்கு முன்னாலேயே படுக்கையில் சுருண்டு கொண்டது. ராயருக்கு வீட்டுக்குள் போகவும் மனமில்லை. திண்ணையிலேயே உட்கார்ந்தார். இது சரியாக மனசுக்குப் படவில்லை. விளக்கேற்றக் கூட முடியவில்லை. நிம்மதியின்றி தவித்தார்.

இரண்டு நாளில் நடக்கப்போகும் செடல் திருவிழாவிற்காக முத்தாலம்மன் கோவில் தயாராகிக் கொண்டிருந்தது. நாள் முழுக்க வேலை செய்த களைப்பில், முன் மண்டப வேலையில் ஈடுபட்டிருந்த கொத்தனார்களும் பம்பையை சுவரோரமாகச் சாய்த்து வைத்த நிலையில், அதன் ஓரமாக ஆழ்ந்த நித்திரையில் விசியில் படுத்துக் கிடந்த பம்பைக்காரரும் ராயரின் கண்ணில் பட்டார்கள். அவனை மட்டும் இங்குக் காணவில்லை. வழக்கமாக இங்குதான் படுப்பது வழக்கம்.

வில்வமரத்தின் கீழ் குவிந்திருந்த மணலில் கால் சொருகிக் கொண்டு மூன்று பேர் படுத்திருந்தார்கள். சிவக்கொழுந்தேதான். நீலநிறக் காசித்துண்டால் முகத்தை மூடியிருந்தான். குறட்டையும் அவனுடையதுதான்.

‘எப்படி எழுப்புவது? என்ன சொல்லி எழுப்புவது? எழுப்பி அவனிடம் என்ன பேசுவது? தான் இவ்வளவு காலம் வாழ்ந்த வாழ்க்கைக்கு அர்த்தமில்லாமல் போய்விடுமோ? இனி எந்த வழக்குக்கும் முன்னால் நின்று ‘நீ இப்படிப் போ. இதைத்தான் செய்ய வேண்டும். நான் சொல்வதைக் கேளு’ என எப்படிப் பல்மேல் நாக்கைப் போட்டுப் பேசமுடியும். சூரியன் வெளிவரும் போது நாம் உயிருடன் தான் இருக்க வேண்டுமா?

இனி ஒவ்வொரு கணமும் தன்னுடைய வாழ்க்கை எப்படி ஆகப்போகிறதோ என்பதை நினைக்கும் போதே துக்கம் குமுறிக் கொண்டு வந்தது.

தான் நடந்து கொண்ட ஈனச் செயலுக்காக சாவதைத் தவிர வேறெதும் தோன்றவில்லை. அழுகையை அடக்க அடக்க மீறிக் கொண்டு வந்தது. கேவிக்கேவி அழுதார். வில்வமர இலையைச் சமுத்திரக்காற்று ஆடவிட்டு வேடிக்கைப் பார்த்தது. பக்கத்தில் படுத்திருப்பவன் புரண்டு புரண்டு படுத்தான். அவனும் சிவக் கொழுந்தின் கூட்டாளிதான். இந்நேரம் யார்

யாரிடம் சொன்னானோ? சிவக்கொழுந்து அப்படிச் சொல்கிற ஆளில்லைதான்.

தன் மேல் இதுவரை அவன் வைத்திருந்த மரியாதை சுக்கு நூறாக போனதே! ஒரு வேளை சொல்லாமல் இருந்தால் கையில் காலில் விழுந்தாவது மரியாதையைக் காப்பாற்றியாகணும் என நினைக்கும் போதே சொல்லாமலும் இருப்பானா' எனவும் மனசு குடைந்தெடுத்தது.

உருக்குலைந்த மனதைத் தேற்றிக் கொண்டு, சிவக்கொழுந்துவின் அடிப்பாதத்தை பிடித்து அசைத்தார். அவன் எழுந்திருப்பதாக இல்லை. நேரம் வளர்த்த வளர்த்த ஆபத்து தான். யார் கொடுத்த தைரியமோ கை அவன் முகத்தையே பிடித்து அசைத்துவிட்டது. சிவக்கொழுந்து எழுந்து உட்கார்ந்து கொண்டான். அவனுக்குத் தான் எங்கேயிருக்கிறோம் என்பது புரியவில்லை. காதின் ஓரத்தில் உருவெடுத்த வியர்வைத்துளி எழுந்து உட்கார்ந்ததால் வாய்க்குள் ஓடி வந்து நாக்கைத் தொட்டுப் பார்த்தது. உப்புக்கரிப்பை 'த்தூ' எனச் சொல்லி, கண்களைக் கசக்கி உடலைக் குலுக்கிப் பார்த்தான். தன் முன்னே உட்கார்ந்திருப்பது ராயர் தான்.

நீடித்த மௌனம் சிவக்கொழுந்துவை இன்னும் கூர்மைப்படுத்தியது. சிவக்கொழுந்து வாயைத் திறந்து பேசும் முன் ராயர் உடல் குலுங்க துக்கம் தாளாமல் வாயில் துண்டை வைத்த போது அதை மீறிய அழுகை சிவக்கொழுந்துவைப் பேசவைத்தது.

'ஏஞ்சாமி நீ இப்படியெல்லாம் பண்ற. ச்சே, எனக்கே என்னமோ மாதிரி இருக்கு. நான் யார்க்கிட்டேயும் சொல்ல மாட்டேன். அவ்ளோ கேவலமானவனா நானு. தனக்கு ஆறுதலாகத்தான் ஏதோ சொல்கிறான் என்பது மட்டும் தெரிந்தது. தனக்குக் காது மந்தமாக இருப்பதை நினைத்து, இதுமாதிரி வேளைகளில் தான் கோபம் வந்தது. காது மட்டும் சரியாக இருந்தால் என்னசொல்கிறான் என்பது தெளிவாக விளங்கும். மற்ற நேரங்களில் புரியாத போது கேட்பது மாதிரி 'என்ன சொன்னாய்?' என இப்போது கேட்க முடியுமா?

"ஊர்ல ஒலகத்துல யாரும் பண்ணாததையா நீ பண்ணிட்ட நாஞ் சொல்றதக் கேளு சாமி. நான் யார்கிட்டேயும் இந்தப் பேச்சையே எடுக்க மாட்டன்.

எல்லாம் ஏங்கெட்ட நேரண்டா, ஏங்கெட்ட நேரண்டா என இரண்டு கைகளாலும் தலையிலேயே அடித்துக்கொண்டார்.

தான் அதைப் பார்த்துத் தொலைத்ததால் தானே அவருக்கு இந்த மன உளைச்சல். சிவக்கொழுந்துவுக்கு அவருடைய அழுகையை

நிறுத்த வேறு வழிதெரியவில்லை. முன்னே குவிந்து கிடந்த மணலை இரண்டு கைகளாலும் அள்ளி "அந்த மாரியாத்தாவுக்கும் பொதுவாக நாஞ் சொல்றேன். இனிமேட்டு ஏங்கிட்ட இதக் கேக்கக்கூடாது. நான் யார்க்கிட்டேயும் சொல்ல மாட்டேன். இது எங்க அம்மா மேல சத்தியம். இதுக்கும் மேல நீ எதுமேல சத்தியம் சொன்னாலும் பண்றேன். நீ போய் தூங்கு. என்ன உடு. படுக்கப் போனவனின் கைகைப் பிடித்து, "இல்லடா செவக்கொழுந்து நீயெல்லாம் இப்ப சொல்லுவ. தூக்கத்துல பேசுற. என்னைக்காவது ஒரு வார்த்தை யார்க்கிட்டேயாவது சொல்லிட்டின்னா. நான் ஏண்டா இந்தக் கறியை வெச்சிக்கினு உசுரோடக் கெடக்கணும்."

"என்ன என்னாத்த செய்யச் சொல்ற சாமி. ஓம் மேல சத்தியம் பண்ணாப் போதுமா."

மணலிலிருந்து எழுந்து உட்கார்ந்திருந்த ராயரின் தலையிலடித்தான்.

அவன் முகத்தைக் கூட பார்க்காமல் ராயர் எழுந்தார். வீட்டை நோக்கிக் கால்கள் போனது.

நின்றபடி கொஞ்ச நேரம் அவரையே பார்த்துக் கொண்டிருந்தவன். "இது என்னடா தும்பமாப் போச்சி" எனச் சொல்லியபடியே தலையைச் சொரிந்து கொண்டு மறுபடியும் காசித் துண்டால் முகத்தை மூடிக் கொண்டான்.

மலையான் தோட்டத்துக் கதவை இடித்தான். "நீ பண்ற அநியாயம் தாங்க முடில. இப்ப எழுந்திருக்கப் போறியா இல்லியா.

அவன் அவிழ்த்துவிட்ட மாடுகள் அவசர அவசரமாக மேய்ச்சலுக்காக மாடுகளோடு மாடுகளாகக் கலந்துவிட்டன. ராயரின் முகத்தில் முதலில் தென் பட்டது சிவப்பு மாடுதான். ராயரையே முறைத்துப் பார்த்தது. கதவுக்கு வெளியே தலையை நீட்டிப் பார்த்தார். வேறெந்த மாடும் இல்லை. யாரோ எழுப்பிய மாதிரி இருந்தது. யாரையும் காணவில்லை. முகத்தைக் கழுவக் கூட தோட்டத்தில் ஒரு சொட்டுத் தண்ணீர் இல்லை. கல்யாணமே செய்து கொள்ளாத ராயர் தன் மனசுக்குள் இருந்த வெறுமையை வீட்டைச் சுற்றிலும் உணர்ந்தார். உஷ்ணம் வீட்டுக்குள்ளும் பரவ ஆரம்பித்தது.

"ஏஞ்சாமி பேசறதுல்லாம் நல்லாப் பேசற. நீ என்னத்தக் குடும்பம் பண்ற" வைக்கோல் போருக்கடியிலிருந்து மலையான் எழுந்து வந்தான். கைகளில் ஏழெட்டுக் கோழி முட்டைகள், கொஞ்சம் விட்டிருந்தாலும் பாம்போ கீரிப்பிள்ளையோ குடித்திருக்கும்.

மலையானுக்குத் தெரிந்திருக்காது. தெரிந்தால் இப்படி பேச மாட்டான். ஒரு வாரமாகவே நிதானம் தவறியிருக்கிறேனா?

எப்போதும் இவ்வளவு அலட்சியமாக இருந்ததில்லை.

"இப்பப்போயி தூங்குறிய. இந்தா ஊட்ல வச்சிட்டு வா. நா ரெண்டை எடுத்துக்கறேன். ஐசு வாங்கிக்கலாம்.

மலையானின் எந்தப் பேச்சுக்குமே பதிலில்லை. "தூக்கக் கலக்கத் துலக்கிறியா! மாடு பூடிச்சி. சரி இஞ்ஞும் கஞ்சி குடிக்கல. இவுங்கள அங்கத் தோப்புல வெச்சி வேல பாத்துடலாம். சீக்கிரம் ஊட்டப் பூட்டிக்கினு வா."

மலையானின் அவசரத்துக்கு மனம் ஈடு கொடுத்து வேலை செய்ய மறுத்தது. வீட்டிலேயும் இருந்து என்னத்த செய்ய? சிவக் கொழுந்துவின் முகத்தில் எப்படி விழிப்பது? அவன் வந்து எழுப்பாமல் இவன் ஏன் வந்து எழுப்புகிறான். இன்னும் மனசில் வைத்துக் கொண்டு தான் அப்படிச் செய்தானா? வயிறு அக்கினி சுவாலையாக தீப்பற்றி எறிந்தது. பார்வையில் கூர்மை குறையிற மாதிரி இருந்தது. தண்ணீர் குடிக்கலாம்தான். கிடைக்குமா? அறுவடை முடிந்து ஒவ்வொரு முந்திரியும் லட்சணமில்லாமல் கிளைகளை கலைத்து, உள்ளே கிடந்த சறுககளெல்லாம் காற்றில் பறந்து கொண்டு, கனிக் கொத்துகளை இழந்த மொட்டை மொட்டைக் காம்புகளோடு நின்றிருந்ததுகூட, ராயரைப் பலமிழக்கச் செய்தது. என்ன சமாதானம் மனசுக்குள் சொல்லிக் கொண்டாலும் இனி இந்த பூமிக்குப் பாரம் தான்.

முந்திரி இலைகளைத் தவிர, காட்டில் எதுவும் பச்சை காணாமல் ஆடுமாடுகள் கிடந்து தடுமாறின. ஒரு மணியைத் தாண்டி இருக்கும். பெட்டி அநேகமாக காலி மாதிரி தெரிந்தது. அழுத்தமில்லாமல் கல் போட்ட ரோட்டில் ஆடிக் கொண்டே இருந்தது. கொடுக்கன் பாளையம் சந்திரன் காற்றில்லாத ஆளில்லாத ரோட்டில் எப்போதும் போல் ஐஸ் பெட்டியை வைத்து சைக்கிளில் மிதித்துக் கொண்டு வந்தார்.

ராயரைப் பார்த்ததும் மூச்சு வாங்க வேர்க்க விறுவிறுக்க சைக்கிளை நிறுத்திவிட்டு தலைப்பாகையை அவிழ்த்து முகத்தில் விசிறிக் கொண்டு "என்னா தனியா ஒக்காந்துருக்க? பசங்கல்லாம் இருப்பானுவோண்ணு தான் வந்தேன். நாளைக்கி ராத்திரி திருநாவுக்குச் சரக்கு கொண்டாரணும். பாலூருக்குப் போய் சொல்லி வைக்கணும்" ஒண்ணும் தேராது போல்ருக்கு.

இவரின் பேச்சுக்கு ராயரால் என்ன பதில் சொல்ல முடியும். முந்திரியைச் சடசடவென அடித்துக்கொண்டு மலையானும், காட்டுப் பாளையத்துப் பையன்கள் இரண்டு பேரும் மூச்சிறைக்க ஓடி

வந்து ஐஸ் பெட்டியைப் பிடித்துக் கொண்டார்கள். உடனடியாக அவர்களால் எதுவும் பேசமுடியவில்லை. ஐஸ்காரன் சந்திரன் முதலில் எடுத்த சேமியா ஐஸை அவரின் வாய்க்குள் வைத்துக் கொண்டு வலது கையால் ஐசை அள்ளி காட்டுப்பாளயத்துப் பையன் கொண்டுவந்திருந்த ஈயப்பாத்திரத்துக்குள் போட்டார்.

ராயருக்கு ஐஸ், ஆசையை உண்டுபண்ணியது. மலையான் கால்சட்டைக்குள் உள் பக்கமாக வைத்திருந்த கள்ளப் பாக்கெட்டிலிருந்து பணம் எடுத்துக் கொண்டான். ராயருக்கு சேமியா ஐஸ் கிடைத்தது. ஆரம்பத்தில் ஐஸ் சாப்பிட மனமில்லைதான்.

இன்னொரு ஐசை வாங்கி இருக்கலாம். கையில் வெகுநேரமாக வெறும் குச்சியை மட்டும் வைத்தபடி தரையில் கோடு கிழித்துக் கொண்டே இருந்தார். இனிப்பான உதடுகள் இரண்டும் பிரிய மறுத்தன.

எவ்வளவுதான் சிந்தனையைத் தள்ளிப் போட்டாலும், நேற்று நடந்த நிகழ்ச்சி மண்டையைச் சுற்றிச் சுற்றியே வந்தது. அதே மாதிரியான ஓலம் தான். ராயர் நினைத்த மாதிரியே தான் இருந்தது.

காட்டுப் பாளையத்து பையனின் கைகள் உதறலெடுத்தன. ராயரின் கைகளைப் பிடித்துக் கொண்டு கெஞ்சினான். "இப்ப ஒன்ன உட்டா ஏங்கருஞ்செவலைய யாராலியும் காபந்து பண்ண முடியாது. செத்த சீக்கிரம் வா சாமி. ஒனக்கு புண்ணியமா இருக்கும்.

கன்றுகுட்டியின் பின்னங்கால்கள் இரண்டும் வெளி வந்திருந்தன. கண்கள் சொருகிப் போய் ஓரிடத்தில் நிலைகுத்தி விட்டது. இதற்கு மேலும் கருஞ் செவலையால் முக்கத் தெம்பில்லை. கதறல் மட்டும் ஓயவில்லை. மலையான் காசான் இலையைத் துண்டு நிறைய பறித்து வந்து உள்ளங்கையில் போட்டுக் கசக்கி கசக்கி மாட்டின் மூக்கில் வைத்து அழுத்தி சுவாசத்தையூட்டினான். முதுகிலிருந்து கன்றுகுட்டி வயிற்றின் பகுதிக்கு வருமாறு இரண்டு கைகளையும் கொண்டு தட்டிக் கொடுத்தான். மாடு பெரிய சிக்கலில் மாட்டிக் கொண்டதை ராயரால் கவனிக்க முடிந்தது.

"படையாச்சி... ஒன்ன உட்டா யாராலியும் ஒண்ணும் பண்ண முடியாது. அய்யய்யோ... அவன் கதறி அழுவதுப் பிடிக்காமல் அமைதிப்படுத்தினார். வவுறு இவ்ளோ பெரிச்சி இருக்கறப்பவே நான் நெனச்சேன். எனக்கு ஒண்ணும் இத" என சிவக்கொழுந்து சொல்லும்போதே மாட்டின் தலையைப் பிடித்துக் கொண்டிருந்த மாட்டுக்காரன் இரண்டு கைகளாலும் தலையிலேயே அடித்துக் கொண்டு செம்மண்ணில் விழுந்து புரண்டான்.

“தேய்... எல்லோரும் வாயை மூடுங்க” ராயரின் அதட்டலால் எல்லாரும் ஒரு நிலைக்கு வந்தார்கள். மாட்டின் பின்னங்கால் பகுதியில் உட்கார்ந்தார். கன்றுகுட்டியின் கால்கள் இன்னும் அதே நிலையில் தான் இருந்தன. காலைப் பிடித்துக் கிள்ளிப் பார்த்தார். உயிர்த்துடிப்பு இருந்தது. கால்கள் இரண்டையும் பிடித்து இழுத்தால் இரண்டு உயிருக்கும் ஆபத்து என்பதால் கால்களை மடக்கி வந்த வழியாகவே உள்ளே செலுத்தினார். எப்படியும் ராயர் மாட்டைக் காப்பாற்றிவிடுவார் என எல்லோருக்கும் நம்பிக்கை பிறந்தது. மாட்டின் வயிறு வீங்கிக்கொண்டே வந்தது. ராயர் செயலற்று உட்கார்ந்திருந்தார். மாடு மூச்சுவிடமுடியாமல் மூக்கிலிருந்து சளியாய்க் கக்கியது.

“ஒண்ணும் ஓசன பண்ணாத படையாச்சி. அண்ணெக்கி எம்மாட்ட கையை உட்டு காப்பாத்தனமாரி இதயும் பண்ணு” சிவக்கொழுந்து இவருடைய பிரச்சினையைப் புரிந்துகொண்டுதான் சொல்கிறான்.

ராயர் இந்தப் பக்குவத்தையெல்லாம் கடந்துவிட்டார். துண்டை தோளில் போட்டுக்கொண்டு விறுவிறு என அங்கிருந்து நடையைக் கட்டினார். கருஞ்செவலையின் கதறல், கடைசிக் கதறலாக இருந்தது. ராயர் திரும்பிப் பார்க்கவில்லை.

சிவப்புமாடு கண் சிமிட்டாமல் நடப்பைவகளை எல்லாம் கவனித் துக்கொண்டுதான் இருந்திருக்கிறது. முந்திரிக் கிளையைத் தூக்கி நிமிர்ந்தவரின் கண், சிவப்பு மாட்டின் மேல் விழுந்தது. மற்ற மாடு களெல்லாம் எதையும் கண்டு கொள்ளாமல் மேய்ச்சலில் இருந்தன.

டிராக்டர் போட்டு ஏர் உழுதிருந்ததால், எல்லை வரப்புகள் காணாமல் போயிருந்தன. எங்கிருக்கிறோம் என்பது வசனாக்குப்பம் பிள்ளை பெத்த நாவல் மரத்தைப் பார்த்தபிறகு தான், அடையாளம் தெரிந்தது. ஊரிலிருந்து ஏழெட்டு மைல் தூரம் இருக்கும். சிவப்பு மாட்டை இன்னும் வலதுகை கெட்டியாகவே பிடித்திருக்கிறது. இதற்கு மேலும் ஊருக்குத் திரும்பி வர வாய்ப்பில்லை. சீதாமரக் கிளை ஒடித்ததும், வாகுவாக கைக்கு வந்தது. நடுமுதுகில் விழுந்த அடி முதுகின் இரண்டு பகுதியையும் பதம் பார்த்தது. ‘ஏன் இந்த மனுஷன் நம்மை அடிக்கிறான் என நினைத்ததோ என்னவோ” கண்களின் ஓரத்தில் நீர் கசிந்தது.

ஒரு மானிட அரவமும் இல்லாத காடு. ராயரின் உள் வேதனை களை வாங்கிக்கொண்டது.

“இனி இந்தப் பக்கம் தலகாட்டுவியா. என் நிம்மதிய ஓழிச்சியே. எங்கியாவது போ. ஏங்கண்ணுல காணாத.”

ராயரின் கையிலிருந்து விடுபட்ட சிவப்பு மாடு, ஏர் உழுத மண்ணில் ஓட முடியாமல் ஓடியது. ஓடி மறைய இடமில்லை எனத் தெரிந்ததும், அடிக்குப் பயந்து முந்திரிக்கிளைக்குள் ஓடித் தலையை விட்டு உடலால் கிழித்துக் கொண்டு மறுமுனைக்குப் போய் மறைந்தது.

காட்டுப் பாளையத்துப் பையன் கருஞ்செவலையைப் பறிக் கொடுத்ததால் இன்றைக்கு வரவில்லை. வேறுயாரோ ஒரு நடுத்தர வயது ஆள் அவனின் மாடுகளுக்காக வந்திருந்தார். அவர்தான் உடும்புத் தோலை உரித்துக்கொண்டிருந்தார்.

“செத்த உடும்புக் கூடத் துடிக்குதுண்ணா, உயிரா இருக்கும்போது, இவரு என்னன்ன வேல காட்டுவாரு” மலையானுக்கு நாக்கில் எச்சில் ஊறியது. மிளகாய்த்தூள், எண்ணெய் சீசா, வத்திப்பெட்டி யோடும், மூளியான உடைந்த ஒரு சட்டியோடும் சிவக்கொழுந்து தூரத்தில் வந்துகொண்டிருந்தான். ராயர் இவற்றில் கலந்து கொள்ள வில்லை. பட்டிக்குப்பத்தான் ஓடைத் தண்ணீரில் சொட்டு சொட்டாக தண்ணீர் பாய்ச்சி, உதிரத்தைக் கொடுத்து கரும்பு பயிரிட்டிருக்கிறான். இருக்கிற எழுபது மாடும், ஆடும் உள்ளே நுழைந்தால் களமாகிவிடும். ராயர் தான் கையில் கழியை வைத்துக்கொண்டு அங்கேயும் இங்கேயும் ஓடிக்கொண்டிருந்தார். இன்றைக்குச் சிவப்பு மாடு இல்லாததால் மனசு ஒரு நிலையில் இருந்தது. மூளிச்சட்டியை வெயிலுக்கு ஒத்தாசை யாக தலையில் கவிழ்த்துக்கொண்டு வந்த சிவக்கொழுந்து, ராயரின் வாயைக் கிளறினான்.

“ஏம் படையாச்சி, ஒன்ன அந்த மாடு என்னதாம் பண்ணிச்சி? என்னமோ நீ நிம்மதியா இருந்தியினா சரி. அனியாயத்தக்கு ரெண்டு உசுரக் கொண்ணுட்டியே. காட்டு பாளையத்தான் இன்னிக்கி வரவேயில்ல. அதுவோ என்ன பாவம் பண்ணிச்சோ. நீ நெனச்சியிருந்தியினா! நெனச்சாத்தான...”

“யாருகிட்டியும் நீ சொல்லல இல்லடா.” நம்பிகையில்லாத ராயரால், இந்தக் கேள்வியைக் கேட்காமல் இருக்க முடியவில்லை.

“நான் எதப்பண்ணியும் நீ நம்ப மாட்ட. அது எதுக்கு இன்னும் போட்டு உருட்டிக்கிற. நான் இதப்போயிக் குடுத்திட்டு வந்துடறேன். கறி ரெடியாவறதுக்குள்ள, ஆட்டு மாட்டுக்கு தண்ணி காட்டிக்கினு ஓடைக்குப்போய்க் குளிச்சிட்டு வந்துடலாம்.

சிவக்கொழுந்து கள்ளங்கபடமில்லாதவன். சொன்ன சொல்லை காப்பாற்றுவான். ராயர் அவன் மேலிக்கிற நம்பிக்கையை இழக்காமல் வலுவூட்டிக் கொண்டார்.

இத்தனை ஊர் மக்களும் நாலுமைல் கடந்து பூச்சி பொட்டு எதுவும் பார்க்காமல் முந்திரித் தோப்புக்குள் இந்த திருவிணி ஆலமரத்தின் அடியில் கூடி இருக்கிறார்கள். இன்னும் ஐயாயிரம் பேர் வந்தாலும், இடம் கொடுக்கும் ஆலமரம். எந்தப் புண்ணியவான் வைத்துவிட்டுப் போனதோ. கும்பலுக்கொரு தீப்பந்தத்தோடும், கொளுத்திய சைக்கிள் டயரோடும் காட்டுக்குள் சேர்ந்து கொண்டிருந்தார்கள். தாளக்கட்டுப் பிடித்து கூட்டம் கூடி எல்லோரும இருக்கை யைத் தேடி அமர்ந்து சமாக்கள் திரைபிடித்து கடவுள் வாழ்த்தும் பாடி முடிக்கப் போகிறார்கள். சிற்றரசர்களும், இளவரசர்களும் கொஞ்ச நேரத்துக்கு முன் சாப்பிட்ட ஆட்டுக்கறி வயிற்றை நெருக்காத மாதிரி பிடியைத் தளர்த்திக் கட்டி, வாளோடு தயாராகி விட்டார்கள்.

சிகரெட், கலிகை, கன்னப்பூ, காதுக்கட்டை, முத்துச்சரம், நெத்திப் பட்டம், கால்பட்டை, கைப்பட்டை, திண்டு, தாள்கத்தை, வாகு வளையம், பாவாடை, புதுசாக கல்லூரிக்குப் போனவர்களிடமிருந்து கடனாக வாங்கி வந்த பழைய பேண்ட், பேரரசன் முடி இவைகளெல்லாமே தயாராக இருக்கிறது. சிங்காரம் மட்டும் இவற்றையெல்லாம் உடுத்திக் கொள்ளத் தயாராக இல்லை.

இரணியன் இல்லாமல் இன்றையப் பொழுது எப்படி அரங்கேறும்? இன்னும் இரண்டு வேஷம் முடிந்தால் இரணியனின் அறிமுகம். பக்கத்தில் போனாலே நாற்றம் குடலைப் பிடுங்குகிறது. கெடுபிடியாக இரண்டு மூன்று பேர் பிடித்து வாயில் தயிர் ஊற்றி, தலையில் தண்ணீர் ஊற்றி போதையை இறக்கப் பார்த்தாலும் கொஞ்ச நேரத்தில் வாய்க்குள் கைவிட்டு சிங்காரம் தயிரை வெளியில் எடுத்து விடுகிறான்.

சமாத்தலைவர் சீனுவாசனை யாராலும் சமாதானப்படுத்த முடியவில்லை. இது வேலைக்கு ஆள் எடுக்கிற விஷயமா, யாரையாவது பிடித்து வேலை கொடுக்க. எல்லோரின் ஆலோசனையின் படி எமன் வேஷம் போட்ட சக்கரபாணியைப் பிடித்து இரணியனாக்கினார்கள். சக்கரபாணிக்கு ஒழுங்காகப் பாட்டுப்பாடி பாத்திரத்தை முடிப்பது பற்றியெல்லாம் இப்போதைக்குக் கவலையில்லை. பல்லில் மாட்டி இருக்கும் கறியை எடுக்க ஒரு மணி நேரமாக எவ்வளவோ பாடுபடுகிறார். இருட்டுக்குள் நுழைந்து துடைப்பத்திலிருந்த குச்சியைத் தேடிக் குத்துகிறார். பந்தலிலிருந்து காய்ந்து போன கீற்றை உருவி குச்சி எடுத்து குத்துகிறார். கறி மட்டும் வரவேயில்லை.

நல்லவேளை ராயர் சாராயம் குடிக்கவில்லை. கொஞ்சம் மனசு மாறியிருந்தால் அவருக்கும் சிங்காரத்தின் கதி தான். ஒரே வேஷத்தை திருப்பித்திருப்பி போடுவதாலும் சித்திர குப்தனுக்கு ஒன்றும் பெரிசாக ஒப்பனை எதுவும் தேவையில்லை என்பதாலும்

வெறும் கைப்பட்டை கால்பட்டை, நெத்திப்பட்டம், முத்துச்சரம் இவைகளை மட்டும் வைத்துக் கட்டி முகத்தையும் அவரே எழுதிக் கொண்டார். இவைகளையெல்லாம் தயார்செய்து அரிதாரத்துக்குப் போகும்முன் மனசு மாறுகிற மாதிரி ராயர் கொஞ்சம் அச்சப் பட்டார். நம்மால் முழுசாக இன்று நடிக்க முடியுமா? நழுவி விடலாமோ?

ஒரு வழியாக தற்சமயத்தும் வில்லாதிவில்லன் சிங்காரத்தை எமனாக உருவெடுக்கத் தயார் செய்தார்கள். இரணியன் போடுகிற அடவு அதிர்வில் பலாப் பலகைகள் கீறல் விட்டன. பலகைக்கு சொந்தக்காரர் எழுந்து வந்து, அடிக்கடி உடைந்து விட்டதா இல்லையா என்பதை உறுதி செய்துகொண்டதோடு அப்படி இரணியன் குதிக்கும் சமயத்தில் கையைப் பிடித்து நிறுத்தி "தோ பாரு ஒன் இதுக்கு எஞ்ஞா, நீ மட்டும் ஆடிட்டுப் பூடுவ. இத வச்சித்தான் நான் வண்டி செய்யணும். பாத்து ஆடு. புரியதா" என எச்சரித்து விட்டுப் போனார்.

"ஒக்காள ஓழியுளா இன்னக்கி ரெண்டுல ஒன்னுப் பாத்துடறம்பாரு. என்னியாடா கிண்டல் பண்றீங்க. எரணியன் வேஷத்த அவுரு போயி ஆடிட்டார்ண்ணா நான் சும்மாப் பூடுவேன்னு பாத்தீங்களா. அவ்ளோ எளக்காரமா என்னப் பாத்தா ஓங்குளுக்கு."

சிங்காரம் இன்னும் போதை இறங்காமல், எதையாவது பேசிக் கொண்டே இருந்தான். அவனுக்கு முகம் எழுதி புள்ளி வைப்பதற்குள் பெரும்பாடாகிவிட்டது.

"இது இல்லன்னா, எமன் இல்லன்னு என்ன சொல்லிடுவானுவுளா" எனக் கோபமாக கட்டப்போன புஜகீர்த்தியை எடுத்துத் தரையில் அடித்தான். இவ்வளவு அட்டகாசம் செய்பவனோடு எப்படி முழு இரவையும் முடிக்கப் போகிறோம் என ராயருக்கு சிங்காரத்தைப் பார்க்க பயமாக இருந்தது அவன் உண்மையான எமன் மாதிரியே அடிக்கடி பல்லை நரநர எனக் கடித்து ஐந்து விரலையும் கொடுத்து அடிக்கடி மீசையைப் பிடித்து இழுத்து முறுக்கிக்கொண்டான்.

இங்கிலியம், சபேதா, மஞ்சள், பச்சை எல்லாமும் சேர்த்து முகமெழுதி ராயரை சித்திரகுப்தன் என்கிற மனநிலைக்குக் கொண்டு வந்தார்கள்.

திரையைச் சுருட்டியதும் உரலில் உட்கார வேண்டிய எமன், மூன்று வட்டமடித்துக் காலால் நாலு உதை மேடையை உதைத்து உட்கார்ந்தான். சிங்காரம் இப்படி செய்யும் போது கூட்டத்தில் சிரிப்பொலி எழுந்தது.

தங்கர் பச்சான் | 185

“தோய் இங்க வா” சிங்காரம் வரம்பு மீறி, ராயரை விளித்தான். அவன் முறைத்த முறைப்பிலேயே பயந்து நடுங்கி, சித்திரகுப்தன் அருகில் வந்தான். கூட்டத்தில் இன்னும் சிரிப்பொலி பரவியது. சித்திரகுப்தன் ஒருமுறை மேடையின் எதிரிலிருக்கிற மக்கள் கூட்டத்தைப் பார்த்துக்கொண்டார். இன்னும் சிரிப்பலை அடங்கவில்லை. முதல்வரிசையிலேயே மலையானும், சிவக்கொழுந்தும் அவனுடைய சிநேகிதர்களும் உட்கார்ந்திருக்கும் போதே ராயருக்குப் பகீரென்றது. எல்லாவற்றையும் அடக்கிக் கொண்டு “எமதர்ம ராசா, உங்களின் வாகனம் தயாராக இருக்கிறது. நமது திட்டப்படி நாம் இன்று பூலோகத்திற்குச் சென்று நிறைய கணக்குளை முடிக்க வேண்டியிருக் கிறது. செல்வோமா? இதோ உங்கள் பாசக்கயிறு. என எப்போதும் போல் ராயர் ஆரம்பித்தார். “அடப்போயா கூமுட்ட” என்னும் போதே, மக்களின் ஆரவாரத்தை அடக்கமுடியவில்லை. எமன் என்ன சொன்னான் என்று காதில் விழவில்லை. முதலிலே மந்தமாக இருந்த காது, இன்னும் மந்தமாக இருந்தது. ஒருவேளை சிவக்கொழுந்து தன்னைப் பற்றி எல்லோரிடமும் சொல்லிவிட்டானோ. அதனால் தான் எல்லோரும் சிரிக்கிறார்களா. இவனும் அதைப்பற்றித்தான் பேசுகிறானா! ராயருக்கு கைகால் உதறியது. ராயர் பாசக்கயிற்றை மறுபடியும் எமனிடம் நீட்டிப் பக்கத்தில் நின்றவனைப் பிடித்து இழுத்து “இந்தாருங்கள். உங்கள் வாகனம் புறப்படுங்கள், ஏறுங்கள்” என்கிறார். சிங்காரத்துக்குச் சித்திரகுப்தன் இப்படிச் செய்தது பெருங்கோபத்தைக் கிளப்பியது. “தேய் என்ன யாருடாண்ணு நெனச்ச. எரும மாடா எனக்குக் குடுக்குற. அது ஒனக்குத்தான் சரியா இருக்கும் நீயே ஏறிக்க.”

இப்படிச் சொல்லும் போதே இப்படியெல்லாம் நடக்கும் என்பதை எதிர்ப்பார்க்காத கூட்டம், எழுந்து எழுந்து சிரித்தது. போனமுறை ராயர் வசனத்தை நழுவ விட்டார். இந்த முறை சிங்காரம் பேசிய கடைசி வார்த்தையை மட்டும் தெளிவாகக் கேட்டது. அது தன்னைத்தான் நேரடியாகக் குறிப்பதாக நினைத்து மேலும் தடுமாறினார். கூட்டம் சிரிக்க சிரிக்க எமன் எழுந்து நின்றான். தன்னை ஏமாற்றி இரணியன் வேஷம் கொடுக்காமல் போனதோடு இப்படி எருமை மாட்டின் மேல் ஏறச் சொல்வதும் எவன் கொழுப்போ. பாசக்கயிற்றைப் பிடுங்கி ராயர் கழுத்தில் போட்டு “மொவன ஒனக்குதாண்டா இந்தப் பாசக்கயிறு” என்றதும் எதிர்வரிசையிலிருந்த ராயரைக் கைகாட்டி சிரித்தார்கள். சிவக்கொழுந்தும் கைதட்டி ரசித்தான். மலையான் பலூன் மாலையைக் கொண்டு வந்து ராயருக்குப் போட்டான்.

“நான் எமதர்மராசாண்ணு ஓங்கிட்டச் சொன்னனா. நீ ஏட்ட எடுத்துக்கினு வந்துட்டியீனா, நான் ஓங்கூட வரணுமா” சிங்காரம்

ராயரைப் பார்த்து கைநீட்டியே பேசினான். வசன முறைப்படித்தான் இந்த முறை யார் யார் உயிரை போக்க வேண்டும் என எமதர்மன் கேட்கிறார். என நினைத்து அடக்கத்தோடு புத்தகத்தை புரட்டி "ஒருவன் நாலைந்து முறையாகப் பதவியில் இருந்து கொண்டு வேறு யாரையும் ஆட்சிக்கு வரவிடாமல் அட்டகாசம் செய்கிறான். இன்னொருவன் தெலுங்கனாக இருந்து கொண்டு தன் பாவனையில் தமிழன் தமிழன் என்று குதித்துக் கொண்டிருக்கிறான். மூன்றாமவன் சாதிப் பேரைச் சொல்லி ஓட்டு வாங்கிவிட்டு அவர்களுக்கு ஒன்றும் செய்யாமல் ஏமாற்றுகிறான் என மனப்பாடம் செய்து வைத்தவைகளை சொல்லிக்கொண்டிருக்கும்போதே சிங்காரம் குறுக்கிட்டு "யோவ் அதுக்கு நான் என்னய்யா செய்யிறது? எலக்ஷன் வந்தா அவன் அவன் மண்ண கவ்விக்கறான்" எனச் சொன்னதுமே பாதிப் பேருக்கு மேல் எழுந்து நின்று ஆரவாரம் செய்தார்கள். நாம் நினைத்தது சரிதான். ஒருவனுக்குத் தெரிந்தது எல்லோருக்குமாகத் தெரிந்து விட்டது.

'இனி எப்படி நடித்தாலும் எடுபடாது' என ராயர் உறுதி செய்து கொண்டார். எமன் சொன்ன எதுவும் ராயரின் காதுக்குள் ஏறவில்லை. என்ன நினைத்தோமோ அது நடந்துவிட்டது. கடைசியாக ஒருமுறை கூட்டத்தைப் பார்த்தார். சீழ்க்கையொலி தொடர்சியாக வந்து கொண்டே இருந்தது. அவரையும் அறியாமல் பார்வை சிவக்கொழுந்துவைத் தேடியது. அவன் மலையானோடும், அவனது நண்பர்களோடும் விழுந்து விழுந்து சிரித்தபடியிருந்தான்.

தட்டுத்தடுமாறி ஒருவழியாக மீதி உரையாடலும் முடிந்தது. திரையும் விழுந்தது. இரணியன் வேஷம் கட்டிய சக்கரப் பாணியைச் சிங்காரம் பிடித்துச் சக்கையாக அடித்துக் கொண்டிருந்தான். கூட்டத்தினர் விலகிக் கொண்டிருந்தார்கள்.

தூர்வாரிய கிணற்றுப்பக்கம் வந்தார். தூரத்தில் மக்களின் தலைகள் கியாஸ்லைட் வெளிச்சத்தில் மின்னி மின்னி மறைந்தது. தொண்டை வற்றியிருந்தது. தண்ணீர் கொஞ்சம் குடித்தால் பரவாயில்லை. கயிற்றோடு கிடந்த வாளியில் அடிப்பகுதியில் கொஞ்சம் தண்ணீர் இருப்பது, கை வைத்துத் தடவிப் பார்த்தபோது தெரிந்தது. தண்ணீர் இரைத்துக் குடிக்கிற மனநிலையில் இல்லை. இருக்கிறதை எடுத்து வாளியோடவே குடித்தார். அழுகையாய் வந்தது. எப்படி வாழ்ந்த வாழ்க்கை இப்படியாகிவிட்டது. நாப்பத்தியாறு ஆண்டுகளாக எடுத்த பேர் புகழ் எல்லாமும் சின்னாபின்னமாக விட்டதே. இனி வாழ்ந்து எதைச் சாதிக்கப் போகிறோம். யாருக்காக வாழப் போகிறோம். எந்த ஊரிலும் இனித் தலைகாட்ட முடியாதபடி ஆகிவிட்டதே.

இப்போது சிங்காரம் சமாதானமாகி இருந்தான். போதை தெளிந்திருந்தது. சிகரெக் கிரீடத்தை அழுத்திப் பிடித்திருந்தான். தான் மீண்டும் இரணியனாகி விட்டதால், எப்போது கீசகனின் குடலைப் பிடுங்குகிற காட்சி வரும் என எதிர் பார்த்துக் காத்திருந்தான். சக்கரபாணியின் உடம்பில் எமதர்மன் ஒப்பனைகள் மாறியது. வெகுநேரம் வரை திரைபிடித்து சித்திர குப்தனுக்குக்காகக் காத்திருந்தார்கள். கடைசி வரை அவன் வரவேயில்லை.

தாகம் நாக்கை வாட்டியது. இந்தப்புலியூர் ஆட்கள் செய்கிற அநியாயத்துக்கு அளவேயில்லை. முந்திரித் தோப்பில் கால் வைத்தால் கூட, ஏதாவது சாக்குப் போக்கு சொல்லி பட்டியில் அடைத்து விடுகிறார்கள். ஏறக்குறைய கால்வாசி மாட்டுவிலையை ஒவ்வொரு தடவையும் கொடுத்துதான் மீட்டுவரணும். மலையானும் அவன் சேக்காளி அண்ணாமலையும் சோர்ந்து போயிருந்தார்கள். பட்டியிலும் மாடு இல்லை. சுத்துப்பட்டு எல்லா ஊர்களிலும் தேடியும் கிடைக்க வில்லை. புதுசாக வாங்கிய வாளியும், கயிறும் அநாதையான நடுக்காட்டில் வெயிலில் ராட்டினத்தில் தொங்கியது. சட்டையை நனைத்து தலையில் போட்டுக் கொண்டு ஒரு மிடறு தண்ணீர் குடித்தால் வீடு போய்ச் சேரலாம். அண்ணாமலை வாளியைக் கிணற்றில் விட்டான். தண்ணீரைத் தட்டியவுடனேயே வாளி நிரம்பிய சத்தம் வெளிவந்தது. இரண்டு பேருமே பாதி சக்தியைக் கொடுத்து கயிற்றை இழுத்தார்கள். ஒரு வாரமாகவே இந்தப் பக்கம் யாருக்கும் வேலையில்லை. ஆலமர வேரிலும், காசான் செடி, ஆவாரஞ்செடியின் அடியிலும் கூத்துப் பார்க்க வந்தக் கூட்டம் திட்டு திட்டாக சிறுநீர் கழித்த பகுதியிலிருந்து இன்னும் நெடி அடங்கிய பாடில்லை.

"பொம்பளைங்க எந்தப் பக்கத்தலடா ஒண்ணுக்குப் போயிருப்பாங்க" என அண்ணாமலைக் கேட்கும் போதே வாளித் தண்ணீரிலிருந்து குபீரென்று நாற்றம் அடித்தது.

இரண்டு பேருக்குமே குமட்டல் அதிகமாகி வாளியை விட்டு விட்டு ஓடிவிட்டார்கள். வாளியும் கயிறும் அலைபாய்ந்து சுவற்றில் மோதி 'பொதீர்' எனத் தண்ணீரில் விழுந்தது. இது சாதாரண நாற்றமில்லை. இருவரும் உட்கார்ந்த இடத்திலிருந்து இன்னும் எழுந்திருக்கவில்லை. வாளி கலங்கியதால் வாடை வெளியிலும் வீசத் தொடங்கியது. அந்த இடத்தில் இருந்து தப்பித்தால் போதும் என மலையான் ஓட ஆரம்பித்தான். அண்ணாமலையும் பின்னாலேயே ஓடினான்.

அழுகிப் போன பிணத்தை எடுப்பதற்கு கிணற்றில் இறங்க, ஊரில் யாரும் முன் வரவில்லை. கடலூரிலிருந்து தீயணைப்புப்

படையினர் வந்துதான் தூக்கினார்கள். வேஷம் கலையாத ராயரின் முகம், வீங்கிப் போய் பார்க்க முடியாதபடிக்குச் சிதைந்திருந்தது. வெளியில் இறக்கி வைக்கும்போதே தலைமுடி கழன்று கையில் வந்தது. ஆர்வத்தோடு மூக்கைப் பிடித்து சுற்றி நின்ற கூட்டம் நாற்றமிகுதியால் ஓடிப் போய் முந்திரி மரத்தின் மேல் ஏற முற்பட்டது. ஒரு சிலர் மட்டும்தான் துண்டை முகத்தில் கட்டி தீயணைப்புப் படையினருக்கு ஒத்துழைப்புக் கொடுத்தார்கள். அநாதையான ராயர் அநாதையாக ஒரு வாரமாக இந்தக் கிணற்றில் கிடந்த விஷயம், எல்லா ஊர்களுக்கும் பரவியது. காவல்துறை ஊழியர்கள் பெயரளவில் விசாரணை நடத்தி, பதிவு செய்து கொண்டார்கள். முதல் முறையாக இந்தத் தரைக்கிணறு ஆளைப் பலிக்கொண்டிருக்கிறது. சிறுநீர்க் கழிக்க வந்திருப்பார் இருட்டில் இசகுபிசகாக மாட்டிக்கொண்டார். பாவம் வாழ்க்கையில் ஒரு சுகத்தையும் காணாமல் போய்விட்டார் எனப் பேசிக்கொண்டார்கள்.

பிணத்தைத் தெரு வழியாகக் கொண்டுவர நினைத்தாலும், நாற்றம் காரணமாக முடியவில்லை. ஒரு கயிற்றுக்கட்டிலில் கை வேறு கால் வேறாகப் பிரித்து போட்டுத் தூக்கிக் கொண்டு நேராக சுடுகாட்டுக்கு ஓட்டமும் நடையுமாகப் போனார்கள். சிவக்கொழுந்து இறுதி வரைக்கும் சுடுகாட்டிலேயே இருந்தான். கொள்ளி வைக்கும் போது மட்டும் எல்லாரும் மாதிரியே யாரும் அங்கிருக்கக் கூடாது எனச் சொன்னதால் இவனும் வந்து விட்டான். மலைமேட்டிலிருந்த நடுத்தரமான முந்திரி மரக்கிளை ஒன்றில் ஏறிப் பார்த்தான். ராயரின் பக்கத்தில் இப்போது யாரும் இல்லை. இன்னும் ஐந்து நிமிடத்தில் தீ அணைந்துவிடும். ஊர்மக்கள் தரைக்கிணற்றின் மேல் பழியைப் போட்டாலும தான்தான் இதற்குக் காரணம் எனச் சிவக்கொழுந்து நினைத்தான். அந்தக் காரியத்தை தான் பார்க்க நேர்ந்ததால்தானே, அவரின் போக்கில் மாற்றம் ஏற்பட்டது.

பழைய கலகலப்பு சிவக்கொழுந்துவின் இடத்தில் இல்லை. ஐந்து வார்த்தைக்கு ஒரு வார்த்தை பதில் பெறுவதே கஷ்டமாக இருந்தது. கூட்டாளிகளோடு மாடு மேய்ப்பதில் ஈடுபட்டாலும் முன்பு மாதிரியே இயல்பு நிலையில் அவனால் இருக்க முடியவில்லை. ராயரின் மேல் வைத்திருந்த பிரியத்தால் தான் இவன் இப்படி இருப்பதாக, மலையானும், கூட்டாளிகளும் நினைத்தார்கள்.

ராயர் வெளியூரிலிருந்து வந்து குடியேறியவர் என்பதால் சொந்தங்கள் குறுக்கிட்டு சொத்து சொந்தம் கொண்டாடுகிற பிரச்சினை எழவில்லை. கோயில் நிலத்தில் வீடு கட்டியிருந்ததால் இடமும் மாடும் கோயில் கணக்கில் சேர்க்கப்பட்டது. சுருட்டைக் கிழவியிடம் ராயர் சென்ற இட்லிக்கடனைக் கூட சிவக்கொழுந்து அடைத்தான்.

மாடு மேய்க்கும்போது ராயரைப் பற்றி நண்பர்களிடத்தில் பேச்சு எழும்போதெல்லாம் சிவக்கொழுந்து தனக்கு அதில் ஈடுபாடு இல்லாத மாதிரி நடந்து கொள்வான். ஒருவாரம் கழிந்திருக்கும். மலையான் நேருக்கு நேராகவே அவனிடம் கேட்டான். "நீ நடந்துக்கறதப் பாத்தா உனக்கும் அவருக்கும் ஏதாச்சும் சண்டையா? சொல்லுடா!

"கடவுள் சாட்சியா அதப்பத்தி எனக்கு ஒண்ணுந்தெரியாது.. எம் பண்ணையாரு ஊட்ல கேக்கிற மாதிரி நீனும் கேக்காதடா சத்தியமா எனக்கு ஒன்னுந் தெரியாது. சிவக்கொழுந்து தடுமாற்றமின்றி பதில் சொன்னான்.

"வாழ்க்கை முழுக்க இந்த ரகசியத்தைக் காப்பாற்றுகிற சக்தி தனக்கிருக்கிறதா? ஒரு வேளை என்றைக்காவது ஒருநாள் யாரிடமாவது சொல்லிவிட்டால்? ராயருக்குச் செய்து கொடுத்த சத்தியம் சிவக்கொழுந்துவின் தலையைப் போட்டுக் குடைந்தது.

சிவக்கொழுந்துவின் பண்ணையார் வீட்டில் முந்திரி மரம் வெட்டி ஏற்றிக் கொண்டிருந்தார்கள். அவனின் படையாட்சி சொன்னதற்காக இரவல் மாடு கடன் வாங்கி வர, ஏர் உழுது கொண்டிருக்கும் கொடுக்கன் பாளையத்துக்காரரிடம் சிவக்கொழுந்து போனான். பொழுது சாய்ந்து ஆடுமாடுகள் ஊர்நோக்கி ஓட்டமும் நடையுமாக ஓடிக்கொண்டிருந்தன. ஆடுமாடுகளை ஒழுங்கு செய்து கொண்டிருந்த மலையான் "சீக்கிரம் வாடா இன்னையோட படம் எடுத்துடறனாம். அந்தாண்ட கொட்டாய்க்கில்லப் போவணும். போயி எல்லாத்தையும் திருப்பு" எனச் சொல்லிக் கொண்டே அண்ணாமலைக்கும் உத்தரவு கொடுத்தான்.

பொழுது சாய்ந்துகொண்டிருந்தது. முழுசாக சூரியனைக் காண வில்லை. தடயம் மட்டும் மேற்கில் வெளிச்சத்தை கொடுத்துக் கொண்டிருந்தது. யாருமே இல்லை. ராயர் இறந்துகிடந்த கிணறு இருக்கும் வயலை நோக்கி சிவக்கொழுந்து நடந்துகொண்டிருந்தான். தன்னைப் பின் தொடர்ந்து யாரோ வந்துகொண்டிருக்கிற மாதிரி சிவக்கொழுந்து தீர்மானமாக உணர்ந்தான். நாலைந்து வரப்புத் தாண்டிய பிறகு கூட, ஒவ்வொரு முந்திரிக்குள்ளும் நுழைந்து பின் தொடர்கின்ற சத்தம் கேட்டது.

எதிரில் கிடைத்த முந்திரி விறகை எடுத்துச் சடாரென, பின் பக்கம் திரும்பினான். சிவப்புமாடு காதுமடல்களை மேலே தூக்கி சிவக்கொழுந்துவை முறைத்துப் பார்த்தது.

தீயணைப்புப் படைக்கு மறுபடியும் செய்தி பறந்தது. சிவக்கொழுந்து வின் பண்ணையார், செம்மண்ணில் புரண்டு கதறிக் கதறி அழுதார். மலையானுக்குப் பேச்சும் மூச்சும் நின்று போனது. அதே ஆலமரத்தின்

அடியில் அதே கிணற்றிலிருந்த சிவக்கொழுந்துவை தூக்கி வந்து படுக்க வைத்தார்கள். தாயத்துக்கட்டிய இடுப்புக் கயிறு, இறுகிப் போயிருந்தது. தாம்புக்கயிறுகள் சிவப்பு மாட்டின் இடுப்பைச் சுற்றி கொம்பைச் சுற்றி வரிந்து கட்டியிருந்தது. உடல் முழுக்க அடி வாங்கியதால் தண்ணீர் ஊறிப்போய் ரணமாயிருந்தது. வலி பொறுக்காமல் எழுந்து நின்ற மாடு, ஒடிந்த நிலையில் ஒட்டிக் கொண்டிருந்த ஒற்றைக் கொம்போடு கால் தாங்கித் தாங்கி முந்திரிக்குள் போனது.

●

வக்கிரம்

எப்போ இந்த வெள்ளிக்கிழமை வரும் என்றிருந்தது. வெள்ளியங்கிரி மட்டுமில்லை, தமிழில் ஆனா, ஆவன்னா எழுதப் படிக்கத் தெரிந்தவர்களெல்லாருக்குமே இந்தக் கவலையும், பதட்டமும் இருக்கத்தான் செய்தது. தேர்தல் அறிவிப்பை எதிர்ப்பார்க்கிற மாதிரி ஒரு கூட்டம் தமிழகத்தின் எல்லாப் பெட்டிக்கடைகளின் முன்னாலும் காத்துக் கிடந்தது. ராத்திரி பத்துக்கு மேல் ஆகிவிட்டது. 'நல்லதோ கெட்டதோ' விஷயம் இதுதானென்று தெரிந்துவிட்டால் நிம்மதியமகத் தூங்கலாமே' என்று வெள்ளையங்கிரி படுக்கையிலிருந்து எழுந்து, எண்ணி எண்ணித் தேய்ந்திருந்த அந்த ஆறு எட்டணாவையும் எடுத்து சட்டைப் பையில் போட்டுக்கொண்டு வெளியே வந்தார். சென்னை வாசிகளுக்கு மட்டும் இப்படி ஒரு சௌகரியம். மற்ற ஊர்களுக்கெல்லாம் காலையில் கிடைக்குமென்றால் சென்னையில் மட்டும் முதல் நாள் இரவே கிடைத்துவிடும்.

கதையை என்று எழுதினாரோ அன்றிலிருந்து நிம்மதியை இழந்து அலைந்தார். நிச்சயம் மூன்று பரிசில் ஏதாவது ஒன்று கிடைக்கணுமே என்று மனசு அடித்துக்கொண்டது. ஏனென்றால் அன்றைக்கு அதை அனுப்பி வைக்க அவர் என்ன பாடு பட்டுப் போனார். வெளி வேலையாகப் போயிருந்தபோது தான் திடீரென்று ஞாபகத்துக்கு வந்தது. தமிழ்நாட்டின் மக்களுக்கெல்லாம் காதல் உணர்வையும், நகைச்சுவை உணர்வையும் எப்படி பொழுதுகளை கழிக்கலாம் என்கிற மாதிரியான பரபரப்பான சிறந்த பொழுதுபோக்குக் கதைகளையும், புதுக்கவிதைகளையும் எப்படி எழுத வேண்டும் இதுபோக எப்படி ஒரே மாதிரியான இரண்டு

பொருள்களை வித்தியாசம் கண்டுகொள்வது, முக்கியமாக எப்படி ஒரு சினிமாப் படத்தை அது நொட்டை, நொள்ளை, யார் யாருக்கு சினிமாவில் எவ்வளவு சம்பளம், எந்த நடிகை யாரோடு எங்கே, எத்தனை மணிக்கு சோரம் போனார்கள் போன்ற தமிழனுக்குத் தேவையான அத்தியாவசியத் தேவைகளையெல்லாம் எழுதி, மிகக் குறைந்த விலையில் பொதுவாக இரண்டு புத்தகங்கள் சில சமயம் மூன்று புத்தகங்கள் கொடுத்து, மக்களுக்கு மறுபிறவி எடுத்த மாதிரியான சந்தோஷங்களை அள்ளி வழங்கிக் கொண்டிருக்கும் அமுதசுரபியான தமிழனின் இன்றைய நிலையை பதிவு செய்யும் அற்புதமான அந்தப் பத்திரிக்கைக்கு எழுதி வைத்திருந்த கதையை இப்பொழுதே அனுப்பி வைத்து விடலாம் என்று தோன்றியது.

வெள்ளையங்கிரி எழுத்தாளனாக அறிமுகமாவதற்கு முன்பே, மற்ற பத்திரிக்கைகளுக்கெல்லாம் பேதி கொடுத்துக் கொண்டிருந்த மேற்சொன்ன அந்த பிரபல பத்திரிக்கையைப் படித்திருந்தான். 'பிச்சைக்காரனுக்குப் போட்டாலும்' மனசு திருப்தியாகவாவது இருக்கும். இதை வாங்கி என்னத்தைச் செய்ய என்பதால் அதைக் கண்டாலே ஓடிவிடுவான். கோயம்புத்தூரிலிருந்து வெள்ளையங்கிரியின் நெருங்கிய நண்பர் ஒருவர் நடைபெறப் போகும் அந்தச் சிறுகதைப் போட்டிக்கு அவருடைய கதைகளை அனுப்பப் போவதாகவும் 'நீயும் உன் மனசாட்சியை எல்லாம் விட்டுக் கொடுத்து, குடும்பத்துக்கு உதவ பத்திரிக்கைக்காரனை திருப்திப்படுத்துகிற மாதிரி ஒரு கதையை உடனே எழுதி அனுப்பு' என்று கட்டளை போட்டிருந்தார். வெள்ளையங்கிரிக்கு "இவரா இப்படி எழுதுகிறார் என்றிருந்தது" புதுமைப் பித்தனின் எழுத்தையே தலைகீழாகப் புரட்டி புரட்டி எடுத்து கிண்டல் செய்கிற ஆளாயிற்றே! அவர் எழுதும் போது நாம் எழுதினால் ஒன்றும் மோசம் போய்விடாது என்று யோசித்து யோசித்துப் பாதி உடம்பு இளைத்துப் பரிசு பெறவென்றே, ஒரு கதையைத் தயாரித்து வைத்திருந்தார்.

இங்கே பக்கத்துத் தெருவிலேயே, அந்தப் பத்திரிக்கையின் அலுவலகம் இருக்கிறது. நேரிலேயே கொடுத்து விட்டால் பத்து ரூபாய் மிச்சமாகும். அதோடு நேரிலேயே சேர்த்து விட்ட திருப்தியும் கிடைக்கும் என்பதால், உறையை எடுத்துக் கொண்டு அலுவலகம் போனார். பக்கத்தில் போகப் போக அவமானம் தனக்கு நேர்வதாக உணர்ந்து. முன்னால் போய்க் கொண்டிருந்த நல்ல பையன் மாதிரியான தோற்றத்திலிருந்த அந்த பையனிடம் கொடுத்து உறையை உரியவர்களிடத்தில் சேர்த்துவிடச் சொல்லி கொடுத்தார். முதலில் உறையை வாங்கத் தயங்கியவன் வெள்ளையங்கிரியின் முகத்தை இன்னொரு முறை பார்த்துவிட்டு, கவரை வாங்கிக் கொண்டு அலுவலகத்துக்குப் போனான். வெள்ளையங்கிரியின் முகத்தில்,

எழுத்தாளனுக்குத் தகுதியான அருள் இருப்பதை அந்தப் பையன் உணர்ந்திருக்க வேண்டும்.

உள்ளே போனவன், போன வேகத்திலேயே திரும்பி வந்தான். நேரில் கொண்டு வந்து கொடுத்தால், அதைப் போட்டியில் சேர்த்துக் கொள்ள விதியில் இடமில்லையாம். யாரோ எழுதி வைத்து விட்டுப் போன சாசனத்தால் வெள்ளையங்கிரிக்கு நேர்ந்த பத்து ரூபாய் நஷ்டம் அவருடைய வறுமையை மேலும் நோண்டிப் பார்த்தது. கையில் பத்து ரூபாய் கூட இல்லாததால், கவரை அவனிடமிருந்து வாங்கிக் கொண்டு திரும்பினார். பத்து ரூபாய் இல்லாமல் ஒரு ஆள் பேண்ட் சட்டை போட்டுக் கொண்டு அலைகிறானா என்று கேட்கலாம். வெள்ளையங்கிரி போன்ற எழுத்தாளரின் நிலைமை அப்படித்தான் இருக்கிறது.

வெள்ளையங்கிரியின் மனைவிக்கு அவர் மேல் எரிச்சலாக வந்தது. இலக்கியத்தில் பேரெடுத்து நல்ல இலக்கியம் படைத்த படைப்பாளிகள் கஞ்சிக்கு வழியில்லாமல் செத்துப்போன கதையெல்லாம் அவள் அறிந்திருந்தாள். அவளுடைய கோபம் நியாயமானது தான். வருஷத்துக்கு மூன்று கதை அல்லது நான்கு கதை எழுதுவார். எல்லாமே சிறு பத்திரிக்கையில் வந்ததோடு சரி. இது மாதிரி பணக்காரப் பத்திரிக்கைகளில் எழுதினால் தானே, பணம் கிடைக்கும். இப்போது இந்தப் போட்டியில் தரப்போகிற பரிசுத்தொகை இவ்வளவு தான் என்று குறிப்பிட்டுச் சொல்லாவிட்டாலும், அவரவர்கள் அவருடைய வறுமைக்கும் சிந்தனைக்கும் தக்கபடி தொகையை மனசுக்குள் தோராயமாக கணக்குப் போட்டுக் குறித்துக் கொள்வார்கள். வெள்ளையங்கிரியின் மனைவிக்கு அவர் எழுதிய கதைகள், அவ்வளவாக பிடிப்பதில்லை. ஏனென்றால், அவற்றில் ஒரு பரபரப்போ, எதிர்பார்ப்போ, தனியாக உட்கார்ந்து மறைத்துப் படிக்கிற மாதிரியான விஷயங்களோ இருப்பதில்லை. ஞாயிற்றுக்கிழமை மதியானம் ஒண்ணறை மணிக்கு டி.வி.யில் காட்டுகிற பாட்டில்லாத, சண்டை யில்லாத, கவுண்டமணி செந்தில், வடிவேல் போன்ற நகைச்சுவை மன்னர்கள் இல்லாத படம் மாதிரி இருப்பதால் "இதெல்லாம் ஒரு கதையா" என்று அவர் மூஞ்சைப் பார்த்தே சொல்லுவாள்.

வேறு வழியில்லாமல் அவர் மனைவியே, யாருக்கும் தெரியாமல் சேர்த்து வைத்திருந்த சிறுவாடு பணத்தில், பத்து ரூபாயைக் கொண்டு வந்து கொடுத்தாள். வெள்ளையங்கிரிக்கு அதை வாங்க, கை கூசியது. 'இப்படிப்பட்ட பொழப்பு தனக்குத் தேவையா' என்று நினைத்தாலும் தன்னால் அவளுக்கும் அவளுடைய குழந்தைகளுக்கும் ஒன்றும் செய்ய முடியாமல் போன நிலையிலிருந்து கொஞ்சமாவது

மீள இந்தக் கதை உதவியினால் போதும் என நினைத்து, கதையின் உறையை பதிவுத் தபாலில் அனுப்பி வைத்தார்.

இவர் இப்படி இன்றைக்கு மட்டும் இதோடு மூன்றாவது தடவையாக அந்தக் குறிப்பிட்ட பத்திரிக்கைக்காகவே அலைவதை, இந்தப் பேப்பர் கடைக்காரர் கவனித்திருந்தார். ஓசியில் கூட இந்தப் பத்திரிக்கையைக் கொடுத்தால் படிக்கப் பிடிக்காத ஆளுக்கு இருந்த வறுமையை, அந்தப் பத்திரிக்கையைக் கேட்டு அலைவதன் மூலம் கடைக்காரர் புரிந்துகொள்ள முடிந்தது.

வெள்ளையங்கிரி மாதிரி எத்தனையோ பேர் இப்படித் தூக்கம் இல்லாமல் அலைவதைப் பார்த்த கடைக்காரர் 'வழக்கத்தை விட இந்த முறை அதிகமாகப் புத்தகங்களை வாங்க வேண்டும்' என்று முடிவு செய்து கொண்டார். வெள்ளையங்கிரி கடைக்கரரிடம் வாய்திறந்து கேட்பதற்கு முன்னாலேயே "சார் ஓங்க அவஸ்தை புரியுது, நானும் அதுக்காகத்தான் காத்துக்கிட்டிருக்கேன். காலைலத் தான் வரும் போலிருக்கு வந்ததும் ஓங்களுக்கு ஒரு காபி எடுத்து வச்சிடறேன். கவலைப்படாம நிம்மதியாய்ப் போய்த் தூங்குங்க" என்று சொன்னதும் வெள்ளையங்கிரிக்கு செருப்பால் அடித்த மாதிரி ஆகிவிட்டது. 'இலக்கியத்தில் தான் இதுவரைக்கும் எடுத்திருந்த பேரெல்லாம் ஒரு நொடியில் சுக்கு நூறாகி விட்டதே' என தன் நிலையை நொந்து கொண்டே வீட்டுக்குத் திரும்பிப் போனார்.

அவருக்கு இதுகூட பெரிய அதிர்ச்சியாக இல்லை. கடைக்காரன் "நானும் ரெண்டு கதை எழுதியிருக்கேன்" என்று சொன்னதைத்தான் கடைசி வரைக்கும் சமாதானப் படுத்திக் கொள்ள முடியவில்லை. 'ஏன், அவன் மட்டும் எழுதக்கூடாது என்று ஏதாவது சட்டம் இருக்கிறதா. அவனை மாதிரியான எழுத்தாளர்களுக்குத் தானே இந்தப் போட்டி. தமிழ் சினிமாவைப் படைக்கிற நல்ல டைரக்டர்களை விட டிஸ்ட்ரிபியூட்டர்களும், தியேட்டர்களில் வேலை செய்பவர்களுக்குத் தான் அந்தச் சூத்திரம் அத்துப்படி. அதே மாதிரி அந்தப் பத்திரிக்கையிலேயே பிறந்து வளர்ந்த இவனைப் போன்ற அதற்குத் தகுதியான ரசனைகளை வளர்த்துக் கதை பண்ணியிருக்கும் இவனைப் போன்ற எழுத்தாளர்களுக்குத்தான் இந்தப் பரிசு கிடைக்கும். இனி இதை நம்பியெல்லாம் பிரயோசனம் இல்லை' என்ற முடிவோடு படுக்கையில் விழுந்தார்.

'எந்த இலக்கியக் கூட்டத்துக்கும் இல்லாதபடி இன்றைக்குப் பார்த்து இவ்வளவு பேர் வந்துவிட்டார்களே' என்று வெள்ளையங் கிரிக்கு மனசுக்குள் பெரிய சுமையாக இருந்தது. சொல்லி வச்ச மாதிரியே தன்னுடைய படைப்புகளை சந்து கிடைக்கிற போதெல்லாம் விமர்சனம் செய்கிற அந்தத் தரத்தையொத்த எழுத்தாளர்

ஒருத்தர் தமிழுக்கு நேர்ந்த அவலத்தைச் சுட்டிக் காட்டத்தான் வெள்ளையங்கிரிக்கு அந்தப் பிரபலமான பத்திரிக்கையில் முதல் பரிசு வாங்கிக் கொடுத்த அந்தக் கதையை வரிவரியாகச் சொல்லி மேடையிலேயே காரித் துப்பினார். அவர் சொல்வதை முழுமையாக வெள்ளையங்கிரியால் ஏற்றுக்கொள்ள முடியவில்லை. ‘எல்லா கதைகளுமே இலக்கியத் தரமானதாகவும், நல்ல படைப்பாகவும் இருக்க வேண்டுமென்கிற அவசியமென்ன? நாம் தேவைப்படும்போது தலையில் தூக்கி வைத்துக் கொள்கிற சுப்பிரமணிய பாரதியுடைய சிகிச்சைக்காக, பணம் தந்து உதவும் படி பாரதியின் மனைவி செல்லம்மாள் வாசகர்களின் பார்வைக்காக தினமணிக்கதிரில் வெளியிட்டிருந்த கடிதத்தைப் படித்ததில்லையா? எந்த சுகத்தையும் காணாமல் கடைசி வரைக்கும் வறுமையிலேயே உழன்று இரும்பி, இரும்பி மாண்ட புதுமைப்பித்தனைத் தெரியாதா? நான் மட்டும் கண்ணியமாக இருந்து யாருடைய மானத்தைக் காப்பாற்ற? மாமனாரின் பென்சனில் ஆறு பேர் வயிற்றைக் கழுவுகிற என் குடும்பத்தின் நிலை இவர்களுக்குத் தெரிய வாய்ப்பில்லை. ஒரே ஒரு கிழிந்த ஜட்டியை வைத்துக் கொண்டு எனக்கு, எனக்கு என்று சண்டை போடும் அருமைக் குழந்தைகளின் அவலத்தை யாரிடம் சொல்ல?’

பொறுத்துப் பொறுத்துப் பார்த்தார். வெள்ளையங்கிரி, கேட்டு விடுவதென்றே முடிவு செய்து மனத்தைத் தேற்றிக்கொண்டு நாற்காலியிலிருந்து எழுந்து “என்னடா உனக்கு மட்டும்தான் இலக்கியம் தெரியுமா? ஒரு மயிருக்கும் ஓதவாத ஒன் இலக்கியத்தை வச்சிக்கிட்டு நாக்கை வழிக்கவா. எனக்கு எது சோறு போடுமோ அதாண்டா இலக்கியம். நான் அதத்தான் எழுதப் போரேன். நீ போ” என்று தொண்டை கிழிய கத்தினார்.

வெள்ளையங்கிரி இன்னும் கனவின் பாதிப்பிலிருந்து மீளவில்லை. எழுந்திருக்க மனமில்லாமல் மீண்டும் ஒருக்களித்துச் சாய்ந்தார். கனவில் தான் எழுதிய கேவலமான கதையைக் கூட நல்ல இலக்கியம் எனவும், பணம் தான் முக்கிக் குறிக்கோள் எனவும் பேசியதை நினைத்து ‘கனவில் கூட இவ்வளவுக் கேவலமாக சிந்திக்கும்படியாகி விட்டதே’ என்கிற கவலையில் மறுபடியும் கண்களை மூடினார்.

வெள்ளையங்கிரியின் வீட்டின் எதிர்வீட்டுக் கிழவர் ஒருத்தர், மற்ற இரண்டு தன் சகாக்களோடு வெள்ளையங்கிரியின் பெயரைச் சொல்லி ஏதோ சொல்லிக் கொண்டிருந்ததை வெள்ளையங்கிரி மனைவியின் காதில் கேட்டுவிட்டாள். மறுபடியும் அது சம்மந்தமாகவே, அந்த மூவருடைய பேச்சும் இருந்தது. ‘என்னதான் பேசிக்கொள்கிறார்கள்

என்று ஜன்னல் கொக்கியை விலக்கி விட்டு கதவைத் தள்ளிப் பார்த்தாள். பார்த்தவளுக்கு அந்தப் பிரபலமான பத்திரிக்கை அந்த கிழவரின் கையில் இருப்பது தெரிந்து விட்டது. இவளுக்கு இவர் சொல்வது உண்மையானதா என்பது புரியவில்லை. 'நீயே பாரும்மா" என்று பக்கத்தில் போனவளிடம் புத்தகத்தை நீட்டினார்.

"மொதல் பரிசா? ரெண்டாவது பரிசா?" என்று கேட்டுக் கொண்டே அட்டையைத் திறந்தவளுக்கு தாங்க முடியாத சந்தோஷம். சிறுகதைப் போட்டியில் முதல் பரிசு பெற்றதற்காக வீட்டு முகவரியும் எழுதியிருந்தார்கள். புத்தகத்தைத் தூக்கிக்கொண்டு உள்ளே ஓடினாள். வாழ்க்கையில் இதுவரை தான் நினைத்த எதுவும் நடந்ததில்லை. இது மட்டும் எப்படி நடந்தது. சந்தோஷப்பட்டவளுக்கு இன்னொரு சந்தேகமும் வந்தது. அது குறை, இது குறை என்று சொல்லி ஏமாற்றிவிடுவார்களோ என்கிற பயமும் ஒரு பக்கம் இருந்தது.

என்னவோ தெரியவில்லை. இப்போது செய்தியை படித்துக்கூட வெள்ளையங்கிரியிடம் எந்தவித பரபரப்போ, சந்தோஷமோ இல்லை. எவ்வளவு பரிசுத் தொகை என்பதை அதில் குறிப்பிடவில்லை. அடுத்த வாரம்தான் வெளியிடப் போவதாக குறிப்பிட்டிருந்தார்கள். இவளால் அது வரைக்கும் பொறுத்துக் கொள்கிற காரியமா? இன்றைக்கே போய் கேட்டுவிட முடிவு செய்துவிட்டாள். வெள்ளையங்கிரிக்கு இதில் சம்மதமில்லை. நீயே வேண்டுமானால் போய்க் கேட்டுக்கொள் என்று சொல்லிவிட்டார். வேறு வழியில்லை இறுதியாக அவளோடு போனவர், அலுவலகத்துக்குப் போகப் பிடிக்காமல் வெளியில் நின்று கொண்டார். மனைவி மட்டும் தான் உள்ளே போனாள்.

ஆசிரியர் அப்போதுதான் உள்ளே நுழைந்திருந்தார். அலுவலகத்தில் வேலை செய்பவர்கள், அவளை ஆசிரியரிடம் அழைத்துப் போனார்கள். ஆர்வத்தில் வந்துவிட்டாலும் தான் யார், எதற்காக வந்திருக்கிறோம் என்பதைச் சொல்வதில் கொஞ்சம் தயக்கம். விவரத்தை மெதுவாகச் சொல்லி 'எவ்வளவு தொகை பரிசு' என்பதைக் கேட்டுவிட்டு ஆர்வத்தோடு பதிலுக்காகக் காத்திருந்தாள். புத்தகம் வெளியான சில மணி நேரத்துக்குள்ளாகவே வந்த இவளின், குடும்ப நிலையைத் தெரிந்து கொள்ள ஆசிரியருக்கு ரொம்ப நேரம் பிடிக்கவில்லை. வெள்ளையங்கிரி மாதிரியான முக்கியமான நல்ல தரமான எழுத்தாளருக்கு இந்தப் பரிசு சென்றடைவதில் ஆசிரியருக்கு மிகுந்த சந்தோஷம். வெள்ளையங்கிரி நேரில் வந்திருந்தால் இன்னும் சந்தோஷப்பட்டிருப்பார். இனிமேலும் வெள்ளையங்கிரியின் மனைவியால் பொறுத்திருக்க முடியாமல் 'எவ்வளவு தொகை' என்பதை மறுபடியும் கேட்டதும் "வெள்ளையங்கிரியின் புகைப்படம்

ஒன்று இருந்தால் நல்லது. அதோடு அவர் பாஸ்போர்ட் இருந்தால் அதையும் கொண்டுவரச் சொல்லுங்கள்” என்று ஆசிரியர் சொன்னார்.

‘எதற்கு இந்த பாஸ்போர்ட்? எதற்கும் புருஷனையே கூப்பிட்டு விட்டால், எல்லா சந்தேகத்துக்கும் பதில் தெரிந்துவிடும்’ என ஆசிரியரிடம் விவரத்தைச் சொல்லி வெளியே காத்திருக்கிற அவரைக் கூப்பிட்டு வரப்போனாள். தன் பத்திரிகையை மதித்து அலுவலகத்தைத் தேடி வந்திருக்கிற வெள்ளையங்கிரியை வரவேற்க ஆசிரியர் தயாரானார். ஆசிரியருக்குத் தன் பத்திரிக்கையின் தரம் தெரியும். அவரும் தீவிர இலக்கியத்தையும், சிறு பத்திரிக்கைகளின் போக்கையும் விவரங்களையும் அறிந்தவர்தான்.

“போய்விட்ட மானத்தைக் காப்பாற்ற இனி யாரும் துணை இல்லை. முரண்டு பிடித்து ஒன்றும் ஆகப் போவதில்லை” என முடிவு செய்துகொண்டு முகத்தை முடிந்த வரைக்கும் இயல்பு நிலைக்கு கொண்டுவந்து வெள்ளையங்கிரி ஆசிரியரின் அறைக்குள் நுழைந்தார். ஆசிரியர் இப்போதுதான் முதல் முறையாக வெள்ளையங் கிரியைப் பார்த்தாலும், நெடுநாள் பழகியவர் போல் அவர் கையைப் பிடித்துக் குலுக்கிப் பரிசு பெற்றதற்காகத் தன் வாழ்த்தினைத் தெரிவித்துக்கொண்டார். கதை மிகவும் அற்புதமாக இருப்பதாகவும், மேற்கொண்டு தன் பத்திரிகைக்கு இது போன்ற நல்ல கதைகளை தர வேண்டுமென்றும் சொன்னார்.

இடையில் மவுனம் ஏற்படும் முன் வெள்ளையங்கிரியின் மனைவி முந்திக் கொண்டு “ஏதோ பாஸ்போர்ட், போட்டோ வேணும்னு கேட்டீங்க. அதப்பத்தி சொன்னீங்கன்னா” என்று சொல்லி முடிக்கும் முன்பே ஆசிரியர் தொடர்ந்து பேச ஆரம்பித்தார். “போட்டியில் முதல் பரிசு பெற்றவரை லண்டனுக்கும், இரண்டாவது பரிசு பெற்றவரை மலேசியாவுக்கும், மூன்றாவது பரிசு பெற்றவரை இந்தியாவுக்குள் எங்கு வேண்டுமானாலும் சென்று வர ஒரு விமான நிறுவனம் ஒரு இருக்கை ஒதுக்கித் தந்துள்ளதாகவும், பாஸ்போர்ட் இல்லாமல் இருந்தால் அவர்களே எடுத்துக் கொடுத்து, விசா அனுமதியும் பெற்றுத் தருவதாகச் சொன்னார்.

கொஞ்சம் கொஞ்சமாக தன் கற்பனை தகர்கிற மாதிரி, வெள்ளையங்கிரிக்குத் தோன்றியது. பல்லவன் பஸ்ஸில் ஏறவே பணமில்லால் இருக்கிற நிலையில் லண்டனுக்கு எப்படிப் போக, அங்கே போய் என்ன செய்ய, அப்படியே போனாலும் செலவுக்கு என்ன செய்ய என்ற கேள்விகள் எழுந்தது. வெள்ளையங்கிரியை விட அவருடைய மனைவிக்குத்தான், இப்படி ஆசைக் காட்டி ஒரு நிமிடத்தில் எல்லாத்தையும் இடித்து விட்டார்களே என்றிருந்தது.

இருவர் முகத்திலும் ஏற்பட்ட மாற்றத்தையும் அவர்கள் ஏதோ சொல்ல வருவதையும் புரிந்து கொண்ட ஆசிரியர் "சும்மா சொல்லுங்க" என்றவுடன் வெள்ளையங்கிரிக்குத் துணிவு பிறந்துவிட்டது. "சார் நீங்க ஒண்ணும் வெவரம் புரியாதவரு இல்ல. ஊரு சுத்திப் பாக்குற நெலையிலியா எழுத்தாளன் பொருளாதாரம் இருக்கு. பேசாம ஒண்ணு செய்யுங்க. அந்த டிக்கெட்ட வித்துப் பணத்தக் குடுத்திடுங்க. இல்ல உங்களுக்குக் கஷ்டமா இருந்துதுண்ணா நானே யார்க் கிட்டேயாவது வித்துக்கறேன்" என்று வெள்ளையங்கிரி பரிதாபமாகச் சொன்னவுடனேயே, ஆசிரியருக்கு தர்மசங்கடமாகிவிட்டது. "இல்லைங்க சார் நீங்க நெனக்கிற மாதிரி அப்படி செய்ஞ்சிட முடியாது. அவங்க அவங்களோட கம்பெனி விளம்பரத்துக்குத்தான் இப்படி ஒரு ஏற்பாட்டை பண்ணியிருக்காங்க. எவ்வளவோ பேர் இப்படி ஒரு வாய்ப்புக்காக காத்துக் கெடக்காங்க. எப்ப லண்டன் போயி பாக்கப் போறீங்க? என சமாதானம் செய்தார். இனியும் இதை நீட்டிக்கொண்டே போவது வெள்ளையங்கிரிக்குப் பிடிக்க வில்லை. ஏதோ சொல்லப் போன மனைவியைத் தடுத்து கிடுகிடு வெனப் பேசினார். அப்போதும் அந்தத் தொனியில் கெஞ்சல் ஒட்டிக்கொண்டு இருந்தது. "சார் ஒண்ணு செய்ய முடியுமான்னுப் பாருங்க" அட்லீஸ்ட் பாதிப் பணம் குடுத்தீங்கண்ணா நல்லது. நாப்பத்தி எட்டாயிரத்து இருவதாயிரம் கொடுத்தாப் போதும். யார வேணும்ன்னாலும் முதல் பரிசுன்னுப் போட்டுக்கிட்டு பணத்தை வாங்கி எங்கிட்டக் குடுத்தீங்கண்ணா நிம்மதி. தப்பா எதுவும் பேசறதா நெனக்காதீங்க. என்று வெள்ளையங்கிரி பேசிக் கொண்டி ருக்கும்போதே ஆசிரியர் மறித்து" நீங்கங்கறதால பேசிக்கிட்டு இருக்கன். நாங்க எந்த சூழ்நிலையிலும் வாசகரோட நேரடித் தொடர்பு வச்சிக்கிறதில்லை. அப்படிக்கு வச்சிக்கிட்டா என்ன நடக்கும்னு நீங்க ஒரு உதாரணம் என்று சொல்லி முடித்தார். வெள்ளையங்கிரி இப்படியெல்லாம் நடக்கும் என்றுதான் வராமலிருந்தார். யார் மேலேயோ வந்த கோபம் மனைவிமேல் திரும்பியது. கட்டிப்படுத்திக் கொண்டார். "நீங்க போட்டி வையுங்க. வேணான்னு சொல்லல. அழகிப் போட்டிக்குக் குடுக்கிற பரிசெல்லாம் எழுத்தாளனுக்குக் குடுத்தா என்ன நெலம பார்த்துக்கங்க. நான் வரேன்" என்றே மூஞ் சிலடித்த மாதிரி சொல்லிவிட்டு வெள்ளையங்கிரி மனைவியைக் கூட்டிக் கொண்டு வெளியே வந்துவிட்டார்.

எந்த பாராபட்சமும் இல்லாமல் வெள்ளையங்கிரிக்கு ஆசிரியரிட மிருந்து ஒரு கடிதம் வந்தது. கடிதத்தைப் படித்து விட்டு மனைவி தான் சொன்னாள். "நம்ம வறுமை இருந்துட்டுப் போவட்டும், அதுக்காக கெடச்ச சான்ச வேணாமின்னு விட்டுடறதா! இந்த பாரத்தை பூர்த்திப் பண்ணிக் கையெழுத்துப் போடுங்க, மீதிய நான்

பாத்துக்கறன்" என்று சொல்லி, பாஸ்போர்ட்டுக்குத் தேவையான அத்தனை சான்றுகளையும், பத்திரிக்கைக்கு அனுப்பி வைத்தாள்.

இரண்டு வாரமிருக்கும், மாதத்தின் கடைசி வாரத்தில் ஒரு நாளைக் குறிப்பிட்டு அந்த நாளில் லண்டன் புறப்பட வேண்டும் எனவும், விசா தயாராகிக்கொண்டு இருப்பதாகவும், திரும்பும் தேதியையும் உடனடியாகத் தெரியப்படுத்தினால் நல்லது எனவும் அந்தக் கடிதத்தில் எழுதி இருந்தார்கள்.

மறுபடியும், போய் வரச் செலவுப் பற்றி கணவன் மனைவிக்கு மிடையே பேச்சு திரும்பியது. குழந்தைகளுக்கு லண்டன் பயணம் பற்றி தெரிந்திருந்ததால் அவர்களின் நச்சரிப்பும் தாங்கமுடியவில்லை.

முடிவை மாற்றிக்கொண்டு மனைவி பக்கத்து வீட்டில் கடன் வாங்கிக் கொடுத்திருந்த அய்நூறு ரூபாய் மற்றும் பொண்ணும், மகனும் உண்டியலில் சேர்த்து வைத்திருந்த சிறுவாடு பணம் நூறையும் எடுத்துக் கொண்டு, வெள்ளையங்கிரி லண்டனுக்குப் பயணமானார்.

வீட்டில் இருந்து நேரடியாகவே விமான நிலையத்துக்குப் பஸ் இருந்ததால், குடும்பத்தோடு பஸ்ஸில் ஏறினார்கள். எவ்வளவோ மனக்கஷ்டங்களையும் தாண்டி புருஷன் வெளிநாட்டுக்குப் போகிற விஷயம் அவளுக்கு கொஞ்சம் சந்தோஷத்தைக் கொடுத்திருந்தது. வழியனுப்ப வந்த குழந்தைகள் தாங்கள் கொடுத்த பணத்துக்கு என்னென்ன பொருட்கள் வாங்க வேண்டும் அவைகள் எந்த நிறத்தில் இருக்க வேண்டும் என்றெல்லாம் ஆர்வத்தோடு சொல்லிக் கொண்டே வந்தார்கள். வெள்ளையங்கிரி எல்லாவற்றையும் கவனமாகக் கேட்டுக் கொண்டார்.

விமானம் புறப்படுவதற்கு மூன்று மணி நேரத்துக்கு முன்னேயே அங்கு இருக்க வேண்டும் என்று சொல்லியிருந்ததால் சரியான நேரத்துக்கு வந்து காத்திருந்தார்கள்.

அப்போது யாரோ ஒருத்தர் வந்து ஒரு மலர்க்கொத்தை கொடுத்து, "முதல் பரிசு லண்டனுக்குப் பயணமாகும் உங்களுக்கு எங்களது பத்திரிக்கையின் சார்பாக வாழ்த்துக்களை தெரிவித்துக் கொள்கிறோம்" எனச் சொல்லிவிட்டுப் போனார். வெள்ளையங்கிரிக்கு அதை என்னசெய்வதென்று தெரியவில்லை. திரும்பி திரும்பி பார்த்து விட்டு அதை மூலையில் உள்ள ஒரு குப்பைத் தொட்டியில் தூக்கிப் போட்டுவிட்டார்.

'என்னதான் வந்து சேர இன்னும் அறுவது மணி நேரம் மட்டுமே இருந்தாலும் மனைவியையும், குழந்தைகளையும் பிரிந்து தனியாக

பயணமாவது துக்கத்தைக் கொடுத்தது. இப்படிப்பட்ட பொழப்பு எரிச்சலான உல்லாசம் தேவையா? வீட்டுக்கே ஓடிவிடலாமா என்றுகூடத் தோன்றியது. லண்டன் விமானம் புறப்படத் தயாராக இருப்பதாகவும், உள்ளே வரும் படியும் ஒலி பெருக்கியில் அழைப்பு வந்தது. கண்களைக் கசக்கிக்கொண்டு புலிக் கூண்டுக்குள் போகிற மாதிரி மனைவியையும் மக்களையும் திரும்பிப் பார்த்துக் கொண்டே போனார். மற்றவர்களெல்லாம் என்ன தோரணையோடு, என்ன தோற்றத்தோடு போகிறார்கள். தன் புருஷன் மட்டும் இந்த இடத்துக்குப் பொருத்தமில்லாதவன் மாதிரி, வாடகைக்கு எடுத்திருந்த அந்த கோட்டு சூட்டைப் போட்டுக் கொண்டு போகிறாரே' என நினைத்து அழுதுவிட்டாள். குழந்தைகளும் அழுதார்கள்.

சுமைகளை சோதனை செய்யும் இடத்துக்கு வெள்ளையங்கிரியின் சூட்கேசும் போனது. இது போன்ற எளிமையான சூட்கேஸில் தான் கடத்தல் பொருட்கள் பிடிபடும் என்பதால், கொஞ்சம் நிதானமாகவே சோதனை நடந்தது. ஒரு பேண்ட் சட்டை, ஒரு லுங்கி, இரண்டு ஜட்டிகளை மட்டுமே கொண்ட அந்தப் பழையப் பெட்டியை சோதனை முடித்து ஏதோ சீட்டு ஒட்டி தள்ளிவிட்டார்கள்.

கண்ணுக்கெட்டிய தூரம் வரைக்கும் எந்தப் பொருளும் இல்லாத ஒரு காலி நிலத்தை இந்தச் சென்னையில் இதற்கு முன் வெள்ளையங்கிரி கற்பனை செய்து கூட பார்த்ததில்லை. வெவ்வேறு உருவங்களைக் கொண்ட மூன்று விமானங்கள் தயாரக நின்றிருந்தன. முதல் முறையாக விமானத்தில் பயணம் செய்கிற அனுபவம் கிடைக்கப் போவது கொஞ்சம் பெருமையாகவும், கொஞ்சம் பயமாகவும் இருந்தது. முதலில் சிறியதாகத் தோன்றி பக்கத்தில் நெருங்கி நடக்க நடக்க, விமானத்தின் உருவம் பெருத்தும் தன்னுடைய உருவம் சிறுத்துக் கொண்டே இருப்பதாகவும் உணர்ந்தார்.

விமானத்தின் படிக்கட்டில் ஏறுகிறபோதே 'பாக்கெட்டில் வைத்திருந்த பணம் இருக்கிறதா என்று தொட்டுப் பார்த்து உறுதி செய்து கொண்டார். விமானத்துக்காரர்கள் கொடுத்த பரிசாக இருந்ததாலோ என்னவோ, முன் பக்கம் மூன்றாவது வரிசையில் ஜன்னல் ஓரமாகவே இடம் கிடைத்தது. பாதிக்குப் பாதி விமானத்தில் தமிழ் முகங்கள்தான். வாரத்துக்கு மூன்று முறை இவ்வளவு பேர் போய்க்கொண்டும் வந்து கொண்டும்தான் இருக்கிறார்கள். போய்ச் சேர்ந்து இதே விமானம் எட்டு மணி நேரத்திற்குள் புறப்படும் போது, இவரும் உள்ளே ஏறி உட்கார்ந்து கொள்ள வேண்டும். லண்டனில் பாதம் பதிக்கிற எட்டுமணி நேரத்தில் கைவசமிருந்த அறுநூறு ரூபாயில் எல்லா செலவுகளையும் முடித்துக் கொண்டு

மனைவியும் குழந்தைகளும் என்ன கேட்டார்களோ அதையெல்லாம் வாங்கி வர வேண்டும்.

பக்கத்து இருக்கை காலியாகவே இருந்தது. பத்து நிமிஷத்தில் கிளம்பிவிடும். நாலைந்து பேரைத் தவிர எல்லாரும் வந்துவிட்டார்கள். 'பயணத்தை எப்படி உல்லாசமாக கழிப்பது என்பதை விட ஒரு அசம்பாவிதமும் இல்லாமல் வீட்டுக்குத் திரும்ப வேண்டுமே என்கிற கவலை மட்டும் இருந்தது.

எல்லோரும் பெல்ட்டை போட்டுக்கொண்டார்கள். புறப்படத் தயாராவது தெரிந்தது. குறைந்தது நூத்தி இருவது கிலோ எடை இருக்கக் கூடிய சிங் ஒருவர் ஏறி வந்தார். அவர் சொல்லி வைத்தது போல வெள்ளையங்கிரியின் பக்கத்து சீட்டில் உட்கார்ந்தார். அவர் வந்த தோரணையைப் பார்த்தால் வாழ்க்கையில் பாதி நாட்களை ஏரோபிளேனில் செலவு செய்தவர் மாதிரி தான் தெரிந்தது. அவரே, வெள்ளையங்கிரிக்குத் தலையை ஆட்டி வணக்கம் செலுத்தினார். பதிலுக்கு இவரும் தலையை ஆட்டினார். விமானம் கிளம்பியது. எவ்வளவு உயரத்தில் பறந்து கொண்டிருக்கிறது என்பதை ஓரளவுக்கு யூகிக்க முடிந்த மாதிரி தெரிந்தது. மனைவியும், மக்களும் இந்நேரம் வீடு போய் சேர்ந்திருப்பார்கள். இனி என்ன வேலை, ஒவ்வொரு நிமிஷமாக எண்ணிக் கொண்டிருப்பதுதான். கிளம்பிய அரைமணி நேரத்திற்குள்ளாகவே சலிப்புவந்து விட்டது. மீதி நேரம் எப்படிப் போகப் போகிறதோ என்கிற கவலை வந்துவிட்டது.

விமானப் பணிப்பெண்கள் முன்னும் பின்னுமாக நடந்துகொண்டிருந்தார்கள். கண்ணாடி டம்ளர் நிறைய ஏதோ கொடுத்தார்கள். பழச்சாறாகத்தான் இருக்க வேண்டும். குடித்தால் கொஞ்சம் தெம்பாக இருக்கும். வேறு ஏதாவது இருந்துவிட்டால் என்ன செய்வது. லண்டன் போய் சேருகிற வரைக்கும் சாப்பிட ஏதாவது கொடுப்பார்கள் என்பது தெரியும். ஆனால் கொடுக்கிற எல்லாமே இலவசமா? இல்லை சிலவற்றிற்கு மட்டும் தான் இலவசமா? கேட்டுவிட்டு சாப்பிட்டால் தான் மானமிழக்காமல் ஊர்ப்போய்ச் சேரமுடியும். ஆனால் அதைக் கேட்பதற்கு வெள்ளையங்கிரியின் தமிழ் மனசு இடம் கொடுக்கவில்லை.

மனமில்லாமல் அந்த கிளாசை வேண்டாம் என்று சொல்ல வேண்டியிருந்தது.

பக்கத்து சீட்டு சிங், வருவது போவது எல்லாவற்றையும் வாங்கி உள்ளே தள்ளிக்கொண்டிருந்தார். அவர் என்ன வேண்டுமானாலும் சாப்பிடலாம். நிச்சயம் அவர் பெட்டி நிறைய பவுண்டு நோட்டுகள் இருக்கும். வெள்ளையங்கிரியிடம் இருக்கிற பன்னிரெண்டு பவுண்டை வைத்துக் கொண்டு எதன் மேல் ஆசைப் படமுடியும்.

அதையும் இதையும் காட்டி வெள்ளையங்கிரிக்கு கொடுமையான பசியை உண்டு பண்ணிவிட்டார்கள். எந்த ஊருக்கு மேலே பறந்து கொண்டிருக்கிறோம். எட்டிப் பார்க்கிற விஷயமா? மறுகணமே தெரிந்து என்னத்தச் செய்ய, உருப்படியாக ஊர் போய்ச் சேருவது பற்றிய சிந்தனைத்தான். வெள்ளையங்கிரியின் ஒரே கனவா இருந்தது.

பசி வயிற்றை புரட்டி எடுத்தது. எல்லாரும் நடந்து போனப் பாதையைப் பார்த்து கழிவறை இருக்கிற இடத்தைத் தெரிந்துகொண்டு, முதல் முறையாக விமானத்துக்குள் எழுந்து நடந்தார். கொஞ்சம் பேர் தூக்கத்திலிருந்தார்கள். கொஞ்சம் பேர் படித்துக் கொண்டிருந்தார்கள். ஆனால் யாரும் வெள்ளையங்கிரி நிலையில் இருக்க மாட்டார்கள். ஒரு வழியாய் கழிவறைக்குள் புகுந்து கதவை மூடினார். 'தான் எவ்வளவு எச்சரிக்கையாய் இருந்தும் இப்படியொரு முட்டாள் தனமான காரியத்தைச் செய்து விட்டோமே' என்று கலங்கினார். தண்ணீர்க் குழாயைத் திறந்து இழந்து போன முகக்களையை கொண்டுவர முகத்தைக் கழுவினார். திருப்தியில்லை. நிச்சயம் இங்கெல்லாம் நல்ல தண்ணீர் தான் இருக்கும். யாருக்குத் தெரியப் போகிறது என குனிந்து குழாயில் வாயை வைத்து, வயிறு பிடிக்கிற வரைக்கும் குடித்து விட்டு மூச்சை இழுத்துவிட்டார். கதவைத் திறந்து வெளியே வந்து பார்த்தார். பாதிபேர் தூக்கத்திலிருந்தார்கள்.

எப்போது வெள்ளையங்கிரி தூங்கினார் என்று தெரியவில்லை. கண்களிலிருந்து வந்திருந்த தண்ணீர் காய்ந்து போய், தூங்கி எழுந்த குழந்தை மாதிரி இருந்தார். ரயிலிலோ பஸ்ஸிலோ பயணம் செய்தால் இறங்க வேண்டிய இடம் வருவதற்கும் தூங்கி எழுந்திருக்கவும் சரியாக இருக்கும். அதே மாதிரி லண்டன் விமானத்தளத்தில் இறங்கப் போகிற நேரம் வந்ததும், வெள்ளையங்கிரி விழித்துக் கொண்டார்.

வெள்ளையங்கிரிக்கு ஊர் திரும்புகிற கவலையும், பசியும் தான் பெருசாக இருந்தது. அனாதை மாதிரி இறங்கி நடந்தார். எல்லோரையும் வரவேற்க ஆட்கள் வந்திருந்தார்கள். இடமாற்றம் சந்தோஷத்தைக் கொடுப்பதற்குப் பதிலாக துக்கத்தைக் கொடுத்தது. முதலில் ஏதாவது சாப்பிட்டால் தான் உயிர் இருக்கும். அடுக்கி வைத்திருந்த பொருட்களின் தோரணையைப் பார்க்கும் போதே 'வெள்ளையங்கிரி போன்றவர்கள் அருகிலேயே வரக்கூடாது" என்று அங்கு ஒரு மறைமுகமான எழுதாதச் சட்டம் இருப்பதாக உணர்ந்தார். காபி குடிக்கிற பழக்கம் இல்லாததால் அந்த சிந்தனையும் தோன்றவில்லை.

அடுத்த எட்டு மணி நேரத்தில் தான் வந்த அதே விமானத்தில் மீண்டும் பயணம் செய்ய வேண்டுமே என நினைத்தபோதே

வேதனையாக இருந்தது. உட்கார இடம் தேடி வரவேற்பறையிலேயே உட்கார்ந்தார். வெளியே நடந்து போய் பார்க்க ஆசைதான். மனமும் உடல் நலமும் இடம் கொடுக்கவில்லை.

குழந்தைகளும், மனைவியும் வாங்கி வரச் சொன்ன பொருள்களை வாங்குவது சாத்தியமான விஷயமல்ல. பாலைவனத்தில் கிடந்தவனுக்கு பழச்சாறு கிடைத்த மாதிரி ஒரு முகம். தமிழர்களின் மனசில் இடம் பிடித்த ஒரு கவர்ச்சி நடிகையின் முகம். சென்னையில் அவள் நின்றால், கூட்டத்தை ஒதுக்கவே ஒரு போலீஸ் படை ஒதுக்க வேண்டியிருக்கும். இங்கே அவளும் தன்னைப் போலவே அனாதையாக நின்றிருந்தாள்.

தன்னுடைய இலக்கிய அந்தஸ்தும் கவுரவமும் தடையாக இருக்கவில்லை. வெள்ளையங்கிரியே பக்கத்தில் ஓடி கும்பிட்டார். இந்த ஆள் ஏதோ வறுமையில் இருக்கிறான். ஆனால் கண்ணியமான ஆளாகவும் இருக்கிறான் என்பதைப் புரிந்தவளாக கவர்ச்சி நடிகை எந்த பந்தாவும் இல்லாமல் பேச்சுக் கொடுத்தாள். ஒரு நிமிஷத்தில் தான் யார், எப்படி இருந்தவன், எந்த காரணத்தினால் இப்படி ஒரு கேவலமான பரிதாபமான நிலைக்குத் தள்ளப்பட்டேன் என்பதையெல்லாம் கண்ணீர் வராமல் முடிந்தவரை சொல்லி முடித்தார். கவர்ச்சி நடிகை என்று பெயர் பெற்றிருந்தாலும் அவள் இலக்கியத்தைப் பற்றிய மரியாதையும், ஒரு மனிதனின் சூழ்நிலையும் புரிந்தது. முதலில் ஏதாவது சாப்பிடுங்கள் என்று சொல்லி அங்கிருந்த ஹோட்டலுக்குக் கூட்டிப் போனாள். வெள்ளையங்கிரியிடம் என்ன வேண்டும் என்று அவள் கேட்கவில்லை. அவளே ஏதோ பேர் சொல்லி அதைக்கொண்டு வரச்சொன்னாள். நம்ம ஊராக இருந்திருந்தால் என்ன வேண்டும் என்று அவள் கேட்டிருப்பாள், அவரும் சொல்லி யிருப்பார்.

லண்டனுக்கு ஒரு வாரத்திற்கு கலை இரவு நடத்த வந்தவள் நடத்திவிட்டு தனியாக பயணமாகிறாள். அவள் நடந்து கொண்ட விதம் பலமுறை லண்டனுக்கு வந்தவள் மாதிரி இருந்தது. என்னதான் நடிகை இவருக்கு உயிரூட்டிக் கொண்டிருந்தாலும், அவளைத் திரையில் பார்த்துப் பார்த்துப் பதிந்து போன காட்சிகள் மட்டும், துண்டுத் துண்டாய் தோன்றி மறைந்தன. அவளைப் பற்றிய அபிப்ராயம் மறையும்படி அவளுடைய செய்கைகள் அவரின் மனசைத் தேற்றியது.

சாப்பாட்டுக்கான தொகையை அவளே கொடுத்தாள். வெள்ளையங்கிரிக்கு நடிகை மேல் மதிப்பு கூடியது. பிரபல பத்திரிக்கையின் போக்கையும், நடிகையின் போக்கையும் ஒப்பிட்டுக்

கொண்டார். கலை இரவில் சம்பாதித்த பணம், ஒரு நல்ல எழுத்தாளனின் வயிற்றுப் பசிக்கு உதவுகிறது.

விமானப் பயணம் ஒருமுறை பழகியதாலும், நடிகை உடன் வருவதாலும் வெள்ளையங்கிரிக்கு தெம்பு கூடியது. வெள்ளையங்கிரியின் பக்கத்து இருக்கையில் உட்கார வந்தவர்களிடம் உத்தரவு கேட்டு அந்த இருக்கையில் நடிகை உட்கார்ந்துகொண்டாள். வெள்ளையங்கிரி முதல் முறையாக ஒரு பெண்ணிடம் அதிக நேரம் பேசிக் கொண்டிருப்பது இதுதான் முதல் முறை. விமானப் பணிப்பெண்களுக்கு வெள்ளையங்கிரியைத் தெரிந்ததால் பார்த்து சிரித்தார்கள். ஒரு முறை சாப்பாடு கொடுக்க வந்த பெண் "உடம்பு இப்போது சரியாகிவிட்டதா? அதற்குள்ளாகவா வேலையை முடித்து விட்டீர் கள்?" என்று கேட்டாள். அவளுடைய கேள்விக்கு நடிகையே பதில் சொல்லி வெள்ளையங்கிரியைப் பார்த்து சிரித்தாள். அவரும் பதிலுக்கு சிரித்தார்.

சென்னை வரப்போவதாக அறிவிப்பு செய்தார்கள். வெள்ளையங்கிரிக்கு மறுபிறவி எடுத்த சந்தோஷம். கதவைத் திறந்து கொண்டு வெளியே வந்தார். உஷ்ணமான காற்றாக இருந்தாலும் சொந்த ஊர் காற்று என்பதால் அதன் மதிப்பை வெள்ளையங்கிரியால் முழுசாக உணர முடிந்தது. நடிகையும் உடன் வந்தாள். நுழைவாயிலில் சோதனை நடக்குமிடத்தில் கொஞ்ச நேரம் நிற்க வேண்டியதாயிற்று. என்னதான் நடிகையைப் பற்றிய அபிப்பிராயம் கூடி இருந்தாலும் "ஏதாவது கடத்திக்கொண்டு வந்து பிடிபட்டு விடுவாளோ என்கிற பயமும் கொஞ்சம் இருந்தது. சோதனை செய்பவர்கள், இவளுக்காகக் காட்டக்கூடிய சலுகைகளை மறைமுறைமாகக் கவனித்துக்கொண்டிருந்தார்.

வெள்ளையங்கிரி அவளிடம் காட்டிய அன்பை விட அவள் தான் இவர் மீது அதிகமான அன்போடும் மரியாதையோடும் நடந்து கொண்டாள். அவளை வரவேற்க கார் காத்திருந்தது. வீட்டுக்குப் போகும் வழியில் அவரை இறக்கி விடுவதாகக் கூப்பிட்டாள். தான் போகிற வழி வேறாக இருப்பதைக் காரணம் காட்டி சுதந்திரமாக வெளியே நடந்து வந்து திரும்பிப் பார்த்தார். விமான நிலையத்தை எத்தனை முறை பார்த்தாலும், ஏதோ ஒரு பயம் கலந்த மரியாதை தன் போன்றவர்களுக்கு வந்து கொண்டுதான் இருக்கும் என்று தோன்றியது.

எவ்வளவுக்கு எவ்வளவு தாராளமாக உட்கார்ந்தாரோ அவ்வளவுக் கவ்வளவு நெருக்கடியில் பல்லவன் பஸ்ஸில் தொங்கிக்கொண்டு போனார். பஸ்ஸில் போய்க்கொண்டு இருக்கிறபோது தான்

திடீரென்று நினைப்பு வந்தது. சமாதானப்படுத்த முடியாத விஷயம் தான். வேறு பஸ்ஸைப் பிடித்தால்தான் அவர் நினைத்த இடத்துக்குப் போக முடியும் என்பதால், அடுத்த நிறுத்தத்தில் இறங்கிக் கொண்டார்.

அடுத்த பஸ் பிடிக்க கொஞ்ச நேரம் காத்திருக்க வேண்டி இருந்தது. சாயங்கால நேரமானதால் அளவு கடந்த நெரிசல். மனைவி மக்களைப் பார்க்கப் போகிற ஆவலில் ஓடி ஏறிக்கொண்டார். வேறு உடைகளைக்கூட மாற்றாமல் போட்டுக் கொண்டுபோன அதே உடைகளோடு சென்னைக்கு திரும்பியது தேவையில்லாமல் நினைவுக்கு வந்தது.

பஸ்ஸிலிருந்து இறங்கி பர்மா பஜார் போனார். மனுஷனை உயிரோடு சமாதி வைக்கப் போகிற இந்த கூட்டத்துக்கு நடுவில் மாட்டிக்கொள்ளப் போகிறோம் என்கிற பதைபதைப்பு இருந்தாலும், சூழ்நிலை வெள்ளையங்கிரியை முன்னுக்குத் தள்ளியது. உண்டியலை உடைத்துக் கொடுத்து வெளிநாட்டுப் பொருள் கேட்டு நச்சரித்த குழந்தைகளுக்கு என்ன பொருள் வாங்குவதென்று தெரியவில்லை. அவர்கள் கேட்டபடி வாங்காவிட்டாலும் தன்னால் முடிந்ததை வாங்கலாமே. மார்க்கெட்டை சுற்றி வரும் போது எந்தப் பொருள் வேண்டும் என்று யோசித்ததால், கடையில் இருக்கிற எல்லா பொருளுமே தேவையாகப் பட்டது. பொருளை வாங்குவதற்கு முன் பாக்கெட்டுக்குள் கைவிட்டு பணத்தை வெளியே எடுத்தார். பேரதிர்ச்சி? இப்போ என்ன செய்வதென்று புரியவில்லை. நம்முடைய ரூபாயாக இல்லாமல் பவுண்டாக உருமாறி இருந்ததால் 'எதற்கும் இங்கு கேட்டுப் பார்க்கலாமே' எனத் தோன்றியது. ஒரு கடையில் போய் பவுண்டைக் கொடுத்து "இதை மாற்றிக் கொண்டு ரூபாயாகத் தர முடியுமா? விளையாட்டுப் பொருளும் வாங்கப் போகிறேன்" என்று சொன்னவுடனே, கடைக்காரன் தலையாட்டினான். உடனே மனசு, 'என்ன பொருள் வாங்கலாம்' என்றுதான் பார்த்தது. பொருளைத் தேடினார். ஒன்றும் பிடிபடவில்லை. கடைசியாக இதுதான் சரியாக இருக்கும் எனத் தேடி 'ரெண்டு குழந்தைகளையுமே சமாதானப் படுத்திக் கொள்ளலாம் என்கிற யோசனையில் ஒரு 'ஏரோப்பிளேன்' பொம்மையைக் காட்டி விலை கேட்டார். 'நானூத்தி அம்பது ரூபாய்" என்று கடைக்காரன் சொன்னான்.

தனக்கும் நினைவுப் பரிசாக இருக்க இது சரியானப் பொருள்தான் என்று அவருக்குப் பட்டதால், அதை எடுத்து சூட்கேஸில் போட்டுக் கொண்டார்.

●

சகமானுடங்களும், தரச்சான்றிதழ் கிட்டாத அறவாழி என்கிற ஒரு தமிழ் எழுத்தாளனும்

எத்தனை இரயில் கவிழ்ந்தாலும், விமானங்கள் எரிந்தாலும், பேருந்து கள் நொறுங்கினாலும் நடக்க வேண்டிய பயணங்கள் நடந்து கொண்டு தான் இருக்கின்றன. இந்த ரயிலும் தனக்கு எதுவுமே தெரியாதமாதிரி பின் பக்கத்தைக் காட்டிக்கொண்டு நிற்கிறது. இன்னும் பத்து நிமிஷத் துக்கு எவ்வளவு மூட்டைகள் ஏற்றினாலும் ஏற்றுங்கள். யார் வேண்டு மானாலும் ஏறுங்கள் எனச் சொல்லவில்லை, அவ்வளவுதான். நொறுங்கும் வரைக்கும் ஓடிக்கொண்டே இருக்க வேண்டும்.

தபால் முத்திரை ஒன்றை மட்டுமே அங்கீகாரமாக எடுத்துக் கொண்டு ஊர் ஊராகப் பயணம் செய்யத் தயாராக இருக்கின்ற கடிதங்களும், தமிழனின் சிக்கு விழுந்த அழுக்குத் தலைகளை சுத்தமாக்க இலவசமாக ஷாம்பு கொடுத்து அறிவையும் வளர்த்து வருகிற 75 வருஷங்களுக்கு மேலாக வெறும் அழகிகள் என்கிற பெண்களின் படத்தை மட்டுமே போட்டு, பணம் கொழிக்கிற வியாபார பத்திரிக்கை மூட்டைகளோடு, இரவு பகல் பாராது தண்ணீர் தாகத்தோடும், பசியோடும் தொண்டை காய்ந்து கூடைக்குள் முடங்கிக் கிடக்கிற புதுரக கோழிகளும் ஏறுகிற இதே ரயிலில்தான், நம்கதையின் முக்கியப் பிரமுகர் அறவாழியும் ஏறப்போகிறார்.

இதற்குமுன் அவர் எத்தனை இரயிலில் போயிருந்தாலும், இந்த 2000 ஆண்டு செப்டம்பர் 17 ஆம் தேதிய கோயம்புத்தூர் பயணம் மறக்க முடியாததாக இருக்கப் போகிறது. தமிழக எழுத்தாளர்களில் வியாபாரப் பத்திரிக்கைகளும், சிறு பத்திரிக்கைகளும் அவ்வப்போது கோபம்

கொண்டு வெளிப்படுத்துகிற டாப் 10 வரிசையில், அறவாழியின் பெயர் இல்லாமல் போனாலும், அவர் ஓயாமல் நினைப்பவை களை எழுதாமல் இருப்பதில்லை. அவ்வப்போது காலையில் வீதியில் அவர் நடந்துகொண்டிருக்கும் போதோ, காய்கறி வாங்கும் போதோ, முடிவெட்டிக்கொள்ளும்போதோ, திரையரங்கிலோ, யாராவது ஒருத்தர் அடையாளம் கண்டு கையெழுத்தும் கேட்கிற எழுத்தாளர்களில் ஒருவர்தான். இங்கே கூட, அவரின் எழுத்தை ருசிக்கிற வாசகர் அவரை அடையாளம் கண்டாலும் காணலாம்.

"டாப் 10 வரிசையில் சேர்த்துக் கொள்ளப்படாத நீயெல்லாம் ஒரு எழுத்தாளனா" என மனைவி அவரைக் கரித்துக் கொட்டியது போக, இவரை இவரே நொந்துகொண்டுதான் இப்போது பயணம் செய்யப் போகிற தனது பெட்டிகளைத் தேடி நடக்கிறார். எவனுக்கோ விதியில் எழுதியிருக்கிறது. நீங்கள்தான் இந்த பாரதிப் படத்தை எடுக்க வேண்டும் என்று. அதற்கு நீ ஏன் சொந்தப் பணத்தை போட்டு அதுவும் முதல் வகுப்பில் போய் படம் எடுத்தவர்களைப் பாராட்டணுமா? எதிராளியைப் பார் எப்படி இருக்கிறான். போக வர முதல் வகுப்புப் பயணச்சீட்டு. ஐந்தாயிரம் நோட்டுக்கத்தை முதலிலேயே வந்தால் தான் வரமுடியும் என்று சொல்கிறான். அதுவும் அவனே அந்தப் படத்தில் ஏதோ வேலை செய்திருக்கானாம். அவனைப் பாராட்டுவதற்கே அவன் பணம் கேட்கிறான். நீயெல்லாம் வாழ்ந்து என்னத்தையடா சாதிக்கப் போகிறாய்? அறவாழியின் மனசாட்சி இரண்டு நாட்களாக தூக்கம் கூட இல்லாமல், அவரைக் கடைந்தெடுக்கிறது. எல்லாவற்றையும் மீறிய இந்த இரயிலுக்கான மூத்திர வாடை அறவாழியின் முகத்தைச் சுருக்கியது.

சுரேஷ், ரமேஷ், விஜய், கீதா, ஷீலா மாதிரி ஏகப்பட்ட குமார்களும் முன் பதிவுப் பட்டியலில் இருந்தார்கள். அறவாழி எத்தனை முறைதான் ரயிலில் போனாலும் தன் பக்கத்து, எதிர் நண்பர்கள் யார் என்பதை கவனித்துப் படிக்க மறந்து விடுவார்.

டிக்கெட்டை மறந்து விட்டு வந்தாலும் வருகிறார்கள். எல்லோரும் தண்ணீர் பாட்டிலை எடுத்துவர மறப்பதில்லை. கைப்பிள்ளை மாதிரி மனைவியால் பாதுகாக்கப்பட்டு கோபத்தோடு கொடுத்து விடப்பட்ட அந்த தண்ணீர் பாட்டிலை இடது கையில் பிடித்தபடி சிறிய தோல்கைப் பையோடு உள்ளே ஏறுகிறார்.

ஒரு ரயில் பெட்டியை ஆறேழு பெட்டிகளாக தடுத்திருந்தார்கள். மற்ற பெட்டிகளிளெல்லாம் நான்கு பேர்கள் பயணம் செய்யலாம். அறவாழியின் பெட்டியில் இரண்டு பேர்தான். இவரோடு விலையுயர்ந்த லட்சணத்தைக் கொண்ட கைப்பெட்டிகள் மட்டும் காத்திருந்தன.

ரயில் பெட்டியின் அமைப்பு அறவாழிக்கு தியாகராயநகர் ரங்கநாதன் தெரு, சரவணபவன் லாட்ஜ் அறை எண் 102ஐ நினைவுப் படுத்தியது. கிழிந்த பாய் ஒன்றும், ரத்த சோகை கொண்ட கிழவனின் உடம்பு மாதிரி தலை சிறுத்தும் வயிறு பெருத்தும் கிடக்கிற துணியடைத்த தலையணை மட்டும் இல்லை. எல்லா அரசியல்வாதிகளின் பக்கத்தில் நிற்கிற சபாரி சூட்டு போட்ட அதே மாதிரியான கருத்த ஆள் மட்டும் வெளியிலிருந்து ஓடி வந்து தலையை நீட்டி, அறைக்குள் தலை நுழைத்துப் பார்த்தான். அறவாழியின் தோற்றம் அவருடைய எசமானருடன் பயணம் செய்யத் தகுதியில்லாதவர் மாதிரி தெரிந்திருக் கிறது. முகத்தை எவ்வளவு தூரத்துக்கு சுளுக்கிக்கொள்ள முடியுமோ அவ்வளவுக்கு சுளுக்கிக்கொண்டான். கோயம்புத்தூர் போய் திரும்பி வரவரைக்கும் இந்த ரயில் தனக்கு ஒத்துழைக்குமா? ஒருவேளை தூங்கும்போது விபத்து ஏதாவது நடந்தால் என்ன நடந்தது என்பது கூடத் தெரியாமல் கிடக்க வாய்ப்புண்டு. சுழலுகிற மாதிரியான வடிவமைக்கப்பட்டுள்ள தாழ்ப்பாளைப் பார்த்தார். 'நீ உயிர் பிழைக்க வேண்டுமென்றால், என்னைத் தொட்டுப் பூட்டாதே என அது சொல்லாமல் சொன்னது.

அரக்கோணம் வந்தால், காலை நீட்ட வேண்டியதுதான். அது வரைக்கும் சிறுபத்திரிக்கைகளைத் ஒரு தடவு தடவலாம். "பான் பராக் மாதிரி இது ஒன்று இல்லாமல் அய்யாவோட நடை பிரியாதோ" என அறவாழியின் மனைவி குத்திக்காட்டுவாள். அரக்கோணம் வரை படிக்க பக்கத்தில் இருக்கிறவரின் உத்தரவு கிடைக்க வேண்டுமே.

அறவாழி மாதிரி எத்தனையோ பேர் ரயில் கிளம்பாதது குறித்து தவியாய்த் தவித்துக்கொண்டு இருந்தார்கள். சன்னலுக்கு வெளியே இன்னொரு சபாரிக் கூட்டம் எலுமிச்சம் பழத்தை வைத்து ஒரு கையில் அழுத்துகிறது. ரயில் கிளம்பப் போவதற்கான அறிகுறி தெரிந்தது. சத்தியமாக பக்கத்தில் உட்காரப் போகிறவர் அரசியல்வாதியாகத்தான் இருக்க வேண்டும். இல்லாவிட்டால் இவ்வளவு பெரிய பழப்பை வராது. கைக்கடங்காத ஆப்பிள், திராட்சை மாதுளை, செவ்வாழை, சரியான விசுவாசியாக இவர் இருக்க வேண்டும். அவர் உள்ளே வந்து பழப்பையை வைத்துவிட்டு, பவ்யமாக வெளியேறிய விதம் அப்படித்தான் இருந்தது.

ரயில் நகருகிறது என்பது சன்னலுக்கு வெளியில் பார்த்தபோதே தெரிந்தது. இதுவரைக்கும் அரசியல்வாதிதான் என அறியப் பட்ட அந்தப் பெரியவர் மாதிரியானவர் அறவாழியின் பக்கத்தில் உட்காருவதற்கு முன் சட்டைப்பைக்குள் கைவிடுகிறார். கத்தை

கத்தையாக நோட்டுகள். இரண்டு விரல் மட்டும் பிரியும் படி நோட்டு பிரிகிறது. முதலில் பழம் கொண்டுவந்து வைத்தாரே விசுவாசி, அவருக்கு ஒன்றும், அதைப் பார்த்து தலை சொரியப் போன முழங்கையில் ஒரு மாதிரியான அடையாளங்களைப் பச்சைக் குத்தியிருக்கிற இரண்டு பேருக்கும் ஆளுக்கொன்றும் தருகிறார். எல்லாமே ஐந்நூறு ரூபாய் நோட்டுகள். அறவாழிக்கும் ரெண்டு நோட்டு கொடுக்கலாம். கொடுப்பாரா? அறவாழி எச்சில் விழுங்குவது எனக்குத் தெரிந்தது. இவர் யாராக இருப்பார்? சீட்டுக்கம்பெனி நடத்திய ஆளாக இருக்கணும். வியாபாரம் என்கிற பேரில் சகல திருட்டுத்தனத்திலும் அடியாட்களை வைத்து சுருட்டிய தாகக்கூட இருக்கலாம். இவர்களிடம்தானே, இப்போது பணம் புரள்கிறது. கடவுள் சத்தியமாக விவசாயியாக மட்டும் இருக்க மாட்டார். இவர் மாதிரி எத்தனையோ பேர் இந்த கதர் சட்டையைப் போட்டுக்கொண்டு எவ்வளவு தில்லுமுல்லுகளையும், அயோக்கியத் தனத்தையும் மறைக்க முடிகிறதே! இதெல்லாம் காலம் காலமாக அஹிம்சை வாதிகளால் விதைக்கப்பட்ட கொள்கை பரபரப்பும், அறிவிப்புச் சாதனம் தானே.

இரயிலின் வேகம் கூடுவது தெரியாமல் கூடுகிறது. முதலிரவில் அறைக்குள் அடைப்பட்ட அறிமுகமில்லாத மணப்பெண், மணமகன் மாதிரி அறவாழியின் நிலைமையையும் ஆகப்போவதாக உணர்ந்தார். இப்போதுதான் முழுமையாக அந்த செல்வந்தரை அறவாழி பார்க்கிறார்.

மறைமுகப் பார்வையெல்லாம் செல்வந்தரிடம் இல்லை. போலிஸ் காரன் மாதிரி நேரடியாக அடித்தே அறவாழியைப் பார்க்கிறார். “உக்காருங்க” எனக் கேட்டும் கேட்காதது மாதிரி வாயசைத்துக் கதவு ஓரமாக இருக்கிற இருக்கைப் பகுதியை ஒட்டி கொஞ்சம் நகர்ந்து அறவாழி, பெரிய மனிதருக்கு இடம் தருகிறார்.

இரயிலில், பேருந்தில் பயணம் செய்கிறவர்கள் அதுவும் குறிப்பாக விபரமறிந்த அறவாழிமாதிரியான, பெரியவர் மாதிரியானவர்கள், பயணம் முடிந்து பிரிகிற வரைக்கும் எந்த மாதிரியான அவஸ்தை களையும் பேசிக் கொள்ளாமல் அனுபவிக்கிறார்கள். ‘எப்படி அடிக்கடி ஒருவரை ஒருவர் தோற்றுப் போகாமல் மௌனத்தை உடைத்துக் கொள்கிறார்கள். ஒவ்வொரு மூச்சும் எப்படியெல்லாம் மரணமூச்சாக அமைகிறது’ என்பதையெல்லாபம் அறவாழி, அவருடைய சிறுகதையில் ஒருமுறை எழுதி எழுத்துக்கு வளம் சேர்த்தவர். இப்போது அவருக்கே அந்த நிலைமை வந்திருக்கிறது. அவருடைய எழுத்தின் நேர்மையை அவர்தான் காப்பாற்றணும்.

இந்தப் பெட்டி அறையில் நிகழ்கிற இதே மௌனநிலை அநேகமாக, எல்லா பெட்டிகளிலும் நிகழ்ந்து கொண்டிருக்க வேண்டும். இதுமாதிரியான தோல்விகள், யாருக்கும் தெரியாமல் மறைத்து வைக்கிற தோல்விகள். கணக்கில் இல்லாமல் போகிற தோல்விகள். அறவாழியின் கண்கள் சுருங்குவதைப் பார்த்தால் மௌனத்தை உடைக்கிற முயற்சியில்தான் இருக்கிறார் போலிருக்கிறது. எத்தனைமுறை செருப்படிப் பட்டாலும் அறவாழி மாதிரியான எழுத்தாளர்களுக்குப் புத்தி வராது போலிருக்கிறது. எப்படியாவது அவரிடம் பேசி இயல்பு நிலைக்கு அறையை மாற்றுகிற முயற்சியில், கையில் இருந்த மூன்று சிறு பத்திரிக்கைகளையும் அவரிடம் நீட்டி "ஏதாவது படிக்கிறீங்களா?" எனக் கேட்கிறார். இரயில் புறப்பட்டு இன்னும் பத்து நிமிஷம் கூட ஆகவில்லை. 'சரி ஆசைப்படுகிறார்' என மறுக்காமல் பெரியவர் வாங்கிக் கொள்கிறார்.

அவர் படிக்கிறபோது இவரால் சும்மா இருக்க முடியுமா. தண்ணீர் பாட்டிலைத் திறந்து தண்ணீர் குடித்துக் கொள்கிறார். பெரியவர் ஒருவேளை பேசியிருந்தால் இந்த வார்த்தைகளைத்தான் பேசியிருப்பார். 'இந்த புஸ்தகத்தையெல்லாம் யார் படிக்கிறாங்க? புஸ்தகத்துப் பேரையே மனப்பாடம் பண்ணி வச்சிக்கணும் போலிருக்கே? இந்தப் பேரையெல்லாம் எங்கேர்ந்து புடிக்கிறாங்க? இதையெல்லாம் ஏங்கையிதேல குடுக்கிறீயே நீ யாருய்யா?" அவர் வாய் திறக்கவேயில்லை. இதற்கான பாதி அர்த்தத்தை ஐ.எஸ்.ஐ முத்திரை பெறாத எழுத்தாளனாக இருந்தாலும்கூட ஒரு மனிதனான நிலையில் இருந்து அறவாழியின் மூளையால் அவர் என்ன நினைக்கிறார் என்பதைப் புரிந்து கொள்ள முடிந்தது.

கதவு திறந்தேதான் இருக்கிறது. மூடலாமா? வேண்டாமா? இதற்கெல்லாம் கேட்டுக்கொண்டிருக்க முடியுமா? எழுந்து சரித்திர காலச் சுமையுள்ள அந்த கதவை இழுத்து மூடுகிறார். அதே நொடியில் யாரோ திறக்கச் சொல்லி கதவைத் தட்டுகிறார்கள். கதவு திறக்கிறது. பயணச்சீட்டு பரிசோதகர். கூடவே உட்கார்ந்து உட்கார்ந்து உடல் பருத்த ஓய்வு பெறும் வயதில் இருந்த பெரியவர் (அவர் ஒவ்வொரு பெட்டிக்கும் பயணிகளுக்கும் தேவையான உதவிகளைச் செய்கிறவர். அவரின் தோற்றமும், செயல்களும் அப்படித்தான் அவரை உறுதிப் படுத்தியது) இருவருமே முன்பே அவர்களுக்கு அறிமுகமாயிருந்த மாதிரி செல்வந்தருக்கும் வணக்கம் தெரிவிக்கிறார்கள். அலங்கார அடையாளங்கள் இல்லாமல் அவர் அதை ஏற்றுக் கொண்டதை நீங்கள் நேரில் பார்த்திருந்தால்தான், நான் சொல்ல வருவது உங்களுக்குப் புரியும். எழுதி அதைப் புரிய வைக்க முடியுமா எனத் தெரியவில்லை. அவர் அந்த வணக்கத்தை ஏற்றுக் கொண்ட

விதமே, எவ்வளவு மனிதர்களை அவர் நாடிப்பிடித்துப் பார்த்தவர் என்பதைப் புரியவைக்கும்.

தோராயமாக ஐந்து நிமிஷங்கள் அவர்கள் இருவரும் அறையில் இருந்தார்கள். என்னென்ன நடந்தது என்பதை விவரித்தால் உங்களுக்கு சலிப்பூட்டும் என்பதாலும், குறிப்பாக சிறுகதை வடிவத்திற்கு வளம் சேர்க்காது என்பதாலும் விவரிக்காமல் விட்டு விடுகிறேன்.

விசுவாசி கொடுத்து விட்டுப்போன பழங்கள் ரயில் பெட்டி உதவியாளன் கண்களை வெகுநேரமாக உறுத்தியதை உணர்ந்து கொண்ட பெரியவர், முழுப்பையையுமே அவரிடம் கொடுத்து 'தனக்கு இந்தப் பழம் எவ்விதத்திலும் உதவாது. கொண்டு போங்கள்' என்று சொல்லிக்கூட அவர் வாங்குவதற்குத் தயங்குகிறார். தமிழ்மரபு அவரைக் கைகட்டி வைத்திருப்பதை அறவாழியால் புரிந்து கொள்ள முடிந்தது. அவர் எல்லாவற்றிலும் வகைக்கொரு பழத்தை மட்டும் எடுத்துக்கொண்டு போகிறார்.

போகும்போது அறவாழியின் முகத்தைப் பரிசோதகர் ஒருமுறை தெளிவாக ஏளனமாகப் பார்த்தார். அறவாழி என்கிற பெயரை அறிவாளி என்று பயணிகள் பட்டியலில் அச்சிட்டிருந்ததால் தான் அப்படிப் பார்த்தார். அறவாழியின் முகத்தை நீங்கள் பார்த்தால்கூட அறிவாளி என ஏற்றுக்கொள்ள மாட்டீர்கள். எது எதுக்கெல்லாமோ சட்டம் கொண்டு வருபவர்கள், இந்தப் பெயரை மாற்றும் கொலையாளிக்கு ஒரு சட்டம் கொண்டுவரக் கூடாதா?.

சிகரெட் பிடிக்காத, அசைவம் சாப்பிடாத, இன்னும் எதெல்லாம் இருந்தால் நல்லவர்கள் எனச் சொல்லும் எல்லாப் பட்டியலிலும், இடம் பெறாத மிக நல்லவராக இவர் இருப்பார் போலிருக்கிறது. "சாப்பிட்டீங்களா?" ஒரு மிகச் சாதாரணமான ஆள் இந்தச் சூழ்நிலையில் எதைக் கேட்பானோ அதையேதான், அறவாழியும் கேட்டார். இதுதவிர வேறெதாவது அவர் கேட்டிருக்க வேண்டும். வேறெதெல்லாம் அவர் கேட்க முடியும்.

முன்னோட்டமாக ஆரம்பத்திலேயே 'படிக்கிறீங்களா" எனக் கேட்டதும் கூட, உங்களுக்கும் தெரியுமே. இன்னும் ஒன்றே ஒன்றுதான் பாக்கி, "நீங்க யாருன்னு சொல்லலியே" கேட்கலாம் தான். கேட்டால் "ஏண்டா ஒரு பெரிய மனுஷனின் அறிமுகத்தைப் பெற இப்படி அலைகிறீர்களே" எனக் கேட்டாலும் ஆச்சரியப்படுவதற்கில்லை என்பதால், அறவாழி வார்த்தைகளை மறுபடியும், தொண்டைக் குள்ளயே இப்போதைக்குப் பூட்டி வைத்துக்கொண்டார்.

சிறு பத்திரிக்கை மிரட்டிய மிரட்டலிலிருந்து பெரியவர் இன்னும் விடுபட்டதாகத் தெரியவில்லை. "நான் சாப்பிட்டாகிவிட்டது" என இரண்டே வார்த்தைகளில் முடித்துவிட்டார்.

"நான் இன்னும் சாப்பிடவில்லை. புளிச்சோறு மனைவி கொடுத்தனுப்பியிருக்கிறாள்" எனச் சொல்ல வாய்வருகிறது. தன்மானம் கருதி, அறவாழி மூடிக்கொள்கிறார். இது ஏழைகளின் புளிச்சோறு இல்லை. புத்தகம் பார்த்து செய்து தரப்பட்ட அய்யங்கார்களின் அரிய கண்டுபிடிப்பு எனச் சொல்ல முடியுமா.

அறவாழி இன்னமும் கிராமத்து மனிதராக இருப்பதால் தான் இவ்வளவு மனப் போராட்டங்களும், அவஸ்தைகளும். சமூகத்தின் கைக்கூலியாய் இருக்க கற்றுக்கொள்ள வேண்டும். வெறுமனே அந்த ஆளின் முகத்தைப் பார்க்கப் பிடிக்காமல், புத்தகங்களையாவது கொடுங்கள் என்னும் சைகை மொழியில் புத்தகத்தை வாங்கிப் பிரித்தாலும், மனசு ஒன்றவில்லை. அவர் இப்போதைக்கு படுக்கிற மனுஷனாகத் தெரியவில்லை.

இந்த முறை கதவைத்தட்டுகிற ஓசை பலமானதாக இருந்தது. அறவாழியே எழுந்து திறந்தார். அவர்தானே திறக்க வேண்டும். இது புதியமுகம். ஆங்கிலேயன் விட்டு விட்டுப் போன எச்சங்களில், நம்மவர்கள் ஒன்றும் பெறாததற்கும் பயன்படுத்தும் ஞாபகச் சொற்கள். பெயர் மாற்றம் பெற்றிருந்த அறவாழிக்கு, அவர் என்ன கேட்கிறார் என்பது மிகச் சுலபமாக புரிந்தது. செல்வந்தர்தான், கொஞ்சம் திகைத்துப் போனார்.

எதையும் சாதித்தே பழக்கப்பட்ட காலங்காலமாக கல்வியறிவின் மூலமாக பெற்றிருந்த அதிகாரங்களையும், சுகங்களையும் அனுபவித்த பரம்பரை என்பதால், வந்த ஆள் பெரியவரின் தடுமாற்றத்தைப் புரிந்துகொண்டவராக அவரிடமிருந்து சம்மதத்தைப் பெறும்படி உடனே, பிடுங்கித்தின்கிற தமிழ் மொழியிலேயே சொன்னவைகளையே மொழிமாற்றம் செய்து, இன்னும் கூடுதலான முகபாவத்தோடு சொல்கிறார்.

"கொஞ்ச வயசுக்காரங்க. நேரடியா ஓங்ககிட்டக் கேக்க கூச்சப்படறாங்க. ஊட்டிக்கு... ஹனிமூன் போறாங்க. ஓங்களுக்கு லோயர் பர்த்தே இருக்கு... யோசிக்காதீங்க. மேற்கொண்டு எப்படி கேக்கறதுண்ணு எனக்குத் தெரியல. ப்ளீஸ் கொஞ்சம் ஹெல்ப் பண்ணுங்க சார்."

பதிலுக்காக நேரத்தைக் கடத்துவது தனக்கு அவமானம் என நினைக்கிறார் அறவாழி. இங்கே தூங்கப் போகிற தூக்கத்தை

இன்னொரு பெட்டியில் தூங்கப் போகிறார். இதை ஒரு உதவியாக நினைத்து பெரியவரை வற்புறுத்தி சம்மதத்துக்காக காத்திருப்பதை பார்த்து தர்மசங்கடத்தில் அறவாழி நெளிகிறார். ஒருவகையில் இந்த இடமாற்றம், தற்போதைக்கான சிறையிலிருந்து விடுதலையைப் பெற்றுத் தரும் என நம்புகிறார்.

அறவாழியின் சம்மதத்தை பெரியவரும், புதிய ஆளுமே கண் கூடாகப் பார்க்கிறார்கள். எழுந்து நாலடி நடந்தால் போதும். கைகளில் தயாராக அவருடைய உடைமைகள் இருக்கின்றன.

பாதிக்கிணறு தாண்டிய பாவனையில் புதியவரின் முகம். அந்த முகம் நாம் பலமுறை சாலைகளில் சன நெருக்கடியில் கடக்கும் போதும், காருக்குள் அமர்ந்திருக்கும் போதும் பார்க்கக்கூடிய பிச்சைக்காரர்களின் முகம்.

இப்போதுதான் அறவாழியும், பெரியவரும் நேருக்கு நேராக முழுசாகப் பார்த்துக்கொண்டார்கள். ஒருமுறை அறைமுழுக்க மேல்தட்டு இருக்கையையும், கீழ் இருக்கையையும் பார்த்துக் கொண்டார். பெரியவரின் பார்வை அர்த்தமுடையதாக இருந்தது.

“ஊட்டிக்குப் போறதுண்ணாப் போவட்டும். இப்ப இருக்கிற அந்த சீட்லேயே இருக்க மாட்டாங்களாமா. இங்க வந்து அப்பிடி அர்ஜண்ட்டா என்னப் பண்ணப் போறாங்களாம்?

அவரின் பிடி தளர்ந்துவிட்ட அறிகுறி கிடைத்துவிட்ட மகிழ்ச்சியில் இந்த சந்தர்ப்பத்தை நழுவவிடாமல், “இல்லைங்க... ஹனிமூன்... சந்தோஷமா இருக்கட்டும்... ப்ளீஸ் மாறிக்கிறீங்களா. அரக்கோணம் வரப்போவுது நான் இறங்கிக்கணும்” இதுமாதிரி புதிய ஆள் அவரை அசைய வைக்க என்னென்னமோ பேசினார்.

“அனிமூனா அதுக்கு நான் என்ன சார் பண்ணணும்” அவர் தன்னுடைய ஒத்துழையாமையை வெளிப்படுத்திக்கொண்டிருக்கும் போதே, பரிசோதகர் குறுக்கே நுழைந்தார்.

பெரியவர் கேட்டிருந்தபடி, இன்னொரு பெட்டியில் குளிர் சாதன வசதியில் இருக்கைக் கிடைத்திருக்கிறது. பரிசோதகரின் அன்பான உபசரிப்பில் அந்த இடத்துக்கு பெரியவர் மாறப் போகிறார். பிச்சை வேண்டி நின்றவர் மின்னலாக மறைந்தார்.

“நாமளே ரெக்கமன்டேஷன் புடிச்சிதான் நம்ம வசதிக்காக இப்பிடி எடத்தப் புடிக்கிறோம். வரேங்க, “அவரின் வயித்தெறிச்சல், அவரின் முகத்திலில்லை. அவருக்கு முன்னாலேயே உடைமைகள் பெட்டியின் உதவியாளர் மூலம் போய்ச் சேர்ந்தது.

அறவாழி இருக்கையில் கிடந்த சிறு பத்திரிக்கைகளை எடுத்தார். பழப்பை மட்டும் மூலையில் கிடக்கிறது. அறவாழி இப்போதைக்கு அதில் உரிமை இருப்பதாக உணர்கிறார். பரவாயில்லை. புதுமணத் தம்பதிகளுக்கு உதவும்.

இரும்புக்கதவுக்கு வெளியில் தம்பதிகள் இருப்பார்கள் எனத்தான் எதிர்ப்பார்த்தார். வெறும் காற்று மட்டும் கட்டுக்கடங்காமல் வழி முழுக்கப் புகுந்து, வேறு இடத்திற்குத் தாவிக்கொண்டிருக்கிறது.

பெரியவர் குளிர்சாதனப் பெட்டிக்குள் ஐக்கியமாகி இருப்பார். அறவாழிக்கு ஒதுக்கப்பட்ட அறையில், நான்கு படுக்கைகள். கீழ் படுக்கையில் ஒன்று அறவாழிக்கு. இன்னொன்றில் நடுவயதையொத்த பெண் தூங்கிக்கொண்டிருக்கிறாள். நீல நிற வெளிச்சம் அறையின் மேலிருந்து வழிந்து வருகிறது.

உங்களுக்குக்கூட இப்படித் தோன்றியிருக்கலாம். அறிமுகமே இல்லாதவர்களுடன் பயணம் செய்யும் போது இதுமாதிரியான சூழ்நிலைகளில் நான்கடிப்பக்கத்தில் ஒரு பெண் மல்லாக்கப் படுத்துக் கொண்டுவருவது. அதுவும் இளம் வயதுப் பெண்ணாக இருக்கும் பட்சத்தில், எப்படி இருக்கும்? அறவாழிக்கு இந்த இடம், நான் சொன்ன மாதிரி ஏதோ ஒரு அசௌகரியத்தை ஏற்படுத்தி இருக்க வேண்டும்.

கதவை மூடிவிடலாம். குறிப்பாக இப்படி ஒரு பெண் படுத்திருக்கும் போது கதவை மூடுவது? எப்படிப்பட்டச் செயல்?

காற்று சுமந்து வந்ததில், மல்லிகைப்பூ வாசமும் உடனடியாக உணரும்படி சேர்ந்து வருகிறது. அதோடு கொலுசு சத்தமும் வருகிறது. உள்ளே நின்றிருந்த அறவாழி இதெல்லாம் புதுப்பெண்ணுக்குச் சொந்தமானதுதான் எனப் புரிந்ததும், அந்தப் பெண்ணைப் பார்க்க விரும்பாமல், இருட்டிலேயே நின்றிருக்கிறார். கொஞ்சம் கொஞ்சமாக மணமும், சத்தமும் அறவாழி முன்பிருந்த இரண்டு படுக்கை வசதி கொண்ட அறைப்பக்கம் நகர்ந்து போகிறது. இனி வெளியே போய் கொஞ்ச நேரம் நிற்க நினைக்கிறார்.

அறவாழிக்கு மட்டும் தான் "இப்படி பார்க்கக் கூடாது. அது மாதிரியான கெட்ட செயல் எனத் தோன்றியிருக்கிறது. ஒவ்வொரு அறைக்கு வெளியிலேயும் கையில் புகையும் சிகரெட்டுகளோடு காரணத்தை முன்னிருத்தி திரையரங்கில் உச்சகட்டக் காட்சியைப் பார்க்கிற மனத்துடிப்போடு நின்றிருக்கிறார்கள். யாராலும் முகத்தைப் பார்க்க முடியாதபடி புதுப்பெண், முக்காடு போட்டு பட்டுப் புடவை யால் முகத்தை மறைத்தபடியே அறைக்குள் நுழைந்து மறைகிறாள்.

உடல் கூசியபடி இரண்டு கைகளிலும் இரண்டு பெட்டிகளோடு, புதுமாப்பிள்ளையும் பின்னே நடந்து போய் மறைகிறான்.

கதவை சாத்தித்தானே தீரணும். அறவாழி கதவை சாத்துகிறார். தாழ்ப்பாளையும் போடுகிறார். பசி எடுக்கிறது. புளிசோறு அவருக்காகக் காத்துக்கிடக்கிறது. தலைக்கு மேலாக இருக்கிற இருக்கை எந்நேரமும் விழலாம் போல், இரயிலோடு சேர்ந்து கனத்த சுமையோடு அதுவும் இசைந்து ஆடுகிறது. தூக்கம் என்றால் அது தூக்கம். அந்த மெலிதான அளவான குறட்டையே, அவரின் அசதியை காட்டுகிறது.

பக்கத்தில் முன்பு குறிப்பிட்ட அதே பெண். ரயிலின் அசைவோடு சேர்ந்து அவளும் அசைந்து தூங்குகிறாள். அவளுக்கு மேல் இருக்கிற படுக்கையில் படுத்திருக்கிற ஆண் குரல் பாதி குரலில் எதையோ இந்தியில் கேட்கிறது. அவளும் தூங்கிய நிலையில் அதற்கு பதிலாக எதையோ சொல்கிறாள். அறவாழி பாஷை புரியாத எழுத்தாளன் என்பதால் புரிந்து கொள்ள முடியவில்லை. என்னை மாதிரியான கொஞ்சம் கொஞ்சம் இந்தி தெரிந்தவர்களுக்கு மட்டும் அதை ஓரளவு புரிந்துகொள்ள முடியும்.

வேறெதுவுமில்லை. அவன் சொன்னது, 'தாலித்திருடர்கள் இங்கு அதிகம் ஜாக்கிரதை பிடித்துக்கொண்டே தூங்கு'.

அதற்கு அவள் சொன்னது, "எனக்குத் தூக்கம் வருகிறது. ஒன்று செய், நீ கீழே இறங்கி வந்து, இப்போது புதிதாக வந்தானே அவனை எழுப்பி மேலே போகச் சொல்லிவிட்டு, நீ பிடித்துக் கொள் என்கிறாள்.

அறவாழிக்கு இந்தி புரியாததால், வெளியில் பேசிக் கொண்டவர்களின் பேச்சில் மட்டும் கவனம் போனது.

"இது மாதிரி அடிக்கடி நடக்குமா?" என புதுமணத்தம்பதிகள் அறையை மாற்றிக்கொண்டது குறித்து, யாரோ ஒருவன் கேட்கிறான். அதற்குப் பதிலாக அந்தப் பெட்டியின் உதவியாளர் சொல்கிறார். "மேட்டுப்பாளையம் ரயில்ல மட்டும் இதே பிரச்சனைதான். ஆக்சண்டு ஏம்பா நடக்காது? கலிகாலந்தான். ஊட்டிக்குப் போற வரைக்கும் இவனுங்களுக்குத் தாங்காது. அவன்தான் கேட்டாண்ணா இவனுங்களும் சீட்ட உட்டுட்டு, வேற சீட்டுக்கு வந்துடறானுங்கபாறன்."

இன்னொருவனின் குரல் இன்னும் கோபத்தோடு வந்தது. "அவுங்களுக்கு எடத்த செட் பண்ணிக்குடுத்தது யாருண்ணு

தெரிஞ்சிதா? பொண்ணோட அப்பனாண்டா. அதான் கலிகாலம்ண்ணு இவுரே சொல்லிட்டாருல்ல.”

தூக்கமில்லாத இரவு. இரயிலில் படுத்தால் உடனே தூக்கம் வருமாம். ரங்கநநாதன் தெரு சரவணபவ லாட்ஜ், அறை எண் 102, பண்ணிரண்டு ஆண்டுகள் கழித்து மறுபடியும் அறவாழிக்கு நினைவுக்கு வருகிறது. மேலே கிடப்பவர் புரண்டு கூடப்படுக்கவில்லை

தலைமாறிப் படுத்திருக்கிறார். ஒரு அடி நீளத்துக்கு தடிப்பான கால்கள் சுருண்டு கிடந்தன லுங்கியோடு. எப்படியும் தொண்ணூறு கிலோ தேறும் உடம்பு. எவ்வளவோ பிரச்சைனைகளுக்குத் தீர்வு காண்கிற இரயில்வே துறை. ஆறடிக்கு மேல் இருக்கிற மனிதர்களின் குறைகளைத் தீர்க்க முடியாது போலிருக்கிறது.

காற்றுப்பிரச்சினை இல்லாமலிருந்தும் கூட, அறவாழி புரண்டு புரண்டு படுக்கிறார். அவருக்குத் தேவை நிம்மதியானத் தூக்கம். கொஞ்ச நேரத்துக்கு வராது போலிருக்கிறது. மூச்சடைக்கிறது. தூக்கத்துக்கு முன்பு வருகிற பிரச்சினை. கழிவறை போய்விட்டு வந்தால்தான் நிம்மதியாய்த் தூங்க முடியும்.

எல்லோருமே தூங்கிப் போயிருக்கிறார்கள், சிலபேர் தவிர பெட்டி யின் உதவியாளர் மட்டும் இருப்புக் கொள்ளாமல், கதவருகே பொருத்தியிருந்த நாற்காலியில் தவிக்கிறார். கழிவறை சென்ற அறவாழி போக மனமில்லாமல் முன்பு தங்கியிருந்த அறைப்பக்கம் தலையைத் திருப்புகிறார். பார்க்கப்பிடிக்காமல் தான். வெளிச்சக் குறைவு. தம்பதிகள் தங்கியிருக்கிற கதவருகே நிற்பவர்களுக்குச் சாதகமாக இருக்கிறது. உள்ளே என்ன நடந்து கொண்டிருக்கும் என்பதை யூகித்தபடி, ஏதாவது சத்தம் வருமா என ஏங்கிக் கொண்டிருக்கிறார்கள். கீழே விழாத சாம்பல் நிறைந்த சிகரெட்டுகளோடு ஒருவன் மட்டும் பெயரளவிற்கு நடக்கிறான்.

வெகு நீளமான ரயில் நிற்கிறது. போகிறது. இடையிடையே சின்னச் சின்ன ஓய்வு. மனிதர்களின் மூளைக்குத்தான் ஓய்வேயில்லை.

அறவாழியின் தூக்கம் கலைகிறது. யாரோ எழுப்புவது மாதிரி தெரிகிறது. மறுபடியும் புரண்டு படுக்கிறார். இரயில் நின்றிருப்பதை மட்டும் உணர முடிகிறது. நடைபாதையின் ஓரமிருந்த சன்னல் பக்கம் தலை வைத்திருந்ததால் எழுப்புபவருக்கும் வசதி. கையைப் பிடித்து யாரோ ஒருவர் நடுராத்திரியில் இழுக்கிறார்; காத்திருக்கிறார். அறவாழி எழுந்து உட்காருகிறார் கண்களை துடைத்தபடியே.

நடைபாதையில் நிற்பவரின் முகத்தைப் பார்க்க முடியவில்லை. "சார் ரொம்ப தேங்ஸ் சார். அவளும் சொல்லச் சொன்னா சார். நான் வரேன் சார்."

கைக்கடிகாரத்தைப் பார்க்கிறார். முள்ளின் இருப்பிடம் புலப்பட வில்லை. தீப்பெட்டியை சட்டைப் பையிலிருந்து எடுத்து சிகரெட் டையும் எடுக்கிறார்.

மனித நடமாட்டம் இல்லை. எல்லோரும் அயர்ந்து தூங்குகிறார்கள். ரயில் பெட்டியின் உதவியாளர் பேப்பரைத் தரையில் விரித்தபடி ஒருக்களித்துக் கிடக்கிறார். நுழைவாயில் கதவைத் திறந்து தடைகளை உடைத்துப் பாய்ந்து வரும் காற்றுக்கு முழு சுதந்திரம் கொடுக்கிறார். சிகரெட்டிலிருந்து சாம்பல், நெருப்புப் பொறியோடு பறந்து போகிறது. முகத்தின் மீது கலைந்த முடி சிதறி ஆடுகிறது.

ரயிலின் பக்கவாட்டைப் பார்க்க விருப்பமாகவே இருக்கிறது. சன்னல் வழியாக தரையில் சிந்திய ஒளிச்சிதறல்களோடு நீண்டு இருளைக் கிழித்துக்கொண்டு போகிறது.

நாளைக்கு யாரைப் பாராட்டப் போகிறோம்? மனசு திரும்பவும் ரயிலுக்கே பாய்கிறது. தூங்காமலிருக்க வேண்டும்! இருண்ட வானத்தையே பார்த்துக் கொண்டிருக்க வேண்டும்!! இரயில் கவிழும் என்று யார் சொன்னது? இனி நான் சொல்ல மாட்டேன்!

அம்மாவின் கைப்பேசி

அடுத்த தலைமுறைக்கு இப்படியொரு வீட்டினை யாரும் உருவாக்கிப் பார்க்கப் போவதில்லை. அறுபத்தியாறு ஆண்டுகளுக்கு முன் ரங்கநாயகிக்கு பதினேழு வயசிருக்கும். அப்போது வைராக்கியத்தில் அவளும், அவள் கணவனும் சேர்ந்து இரவு பகலாக உருவாக்கிய வீடு. மற்றவர்களுக்கு வேண்டுமானால் மிகப் பழமையான, பார்க்கப் பிடிக்காத வீடாக இருக்கலாம்! ரங்கநாயகிக்கு என்றுமே இது புது வீடுதான். இந்த வீட்டில்தான் ஒன்பது பிள்ளைகளைப் பெற்றெடுத்தாள். இளையவனைத் தவிர ஆறு பிள்ளைகளுக்கு திருமணத்தோடு அனைத்துச் சடங்கு சம்பிரதாயங்களையும் மற்றும் சிறு வயதிலேயே இறந்துபோன பிள்ளைகளுக்கும், கணவனுக்கும் என இறுதிச் சடங்கினையும் செய்து பார்த்த வீடு இது.

அவளின் இருப்பிடம் இப்போது உட்கார்ந்திருக்கிற தாழ்வாரத்தை ஒட்டியிருக்கிற சிறிய அறையாக மாறியிருக்கிறது. வீட்டில் அவளோடு யாரும் இல்லை. அவள் மட்டுமே எட்டுக்கு ஆறடியாக இருக்கிற இந்த அறையில் படுத்துக் கொள்கிறாள். கடந்த எட்டு ஆண்டுகளாகவே இந்த எட்டுக்கு ஆறு அறைக்குள்தான் அவளின் வாழ்க்கை கழிந்து கொண்டிருக்கிறது. உயிர் வாழும் கவலையைவிட எப்போது மழை வந்துவிடுமோ என்கிற கவலைதான் இவளுக்கு அதிகமாக இருந்தது. ஓடுகளை மாற்றி பதினேழு வருடம் ஆகிப்போனதாகக் கணக்கிட்டுச் சொல்லிக்கொண்டிருந்தாள். ஒவ்வொரு ஓடாக உடைந்து கொண்டிருந்தது. இளவட்ட ஆடுகள் ஒன்றை ஒன்று துரத்திக்கொண்டு போய் விளையாடி ஆடிய ஆட்டத்திலேயே பாதி ஓடுகள் சரிந்தும், விழுந்தும் விட்டன.

அவளும் ஓட்டின் மேல் ஆடு ஏறாதபடிக்கு மதில் ஓரமாக மூங்கில் முள்ளினை இழுத்து வந்து சுவரோடும், வாரையோடும் இழுத்துக் கட்டச் சொல்லி பாதுகாப்பு செய்து பார்த்தாள். இப்போது ஆடுகள் உடைப்பது ஓரளவிற்குக் கட்டுப்பட்டிருக்கிறது. உடைந்த ஓடுகள் மேலும் விழுந்துவிடக் கூடும் என்பதால், பகல் நேரத்தில் அவளால் நிமிர்ந்து படுக்க முடிவதில்லை. உள்ளே தரையில் படுத்துக் கிடந்தபடியே வானத்தில் மேகங்கள் நகர்வதையும், காகங்கள் வந்து உட்கார்ந்து கரைவதையும் பார்த்துக்கொண்டிருப்பாள். மழைக்குப் பயந்து தெருவில் நடந்து போகிறவர்களிடம் கெஞ்சிக் கூத்தாடி பனைமட்டைகளை எடுத்துக் கூரையில் கட்டி வைத்துப் பார்த்தாள். ஆறு மாதத்திற்கு மேல் பயன் தருவதில்லை. மழை வந்தால் நேராகப் பெய்கிற மழையைக் காட்டிலும், மட்டைக்குள் இறங்கி வழிகிற நீர் அதிகமாக இருந்ததால் அதனையும் எடுத்துப் போட்டுவிட்டாள்.

இன்று காலை விடிந்ததிலிருந்தே அவளுக்கு இருப்புக் கொள்ள வில்லை. அவளுக்கு விதிக்கப்பட்டிருந்த எல்லைக் கோட்டையும தாண்டி கதவில் பூட்டுக்குப் பதிலாகச் சொருகி வைத்திருந்த கவைக்குச்சியைத் தூக்கிப் போட்டுவிட்டு வீட்டினுள்ளே நுழைந்து ஒவ்வொரு அறையாகப் பார்த்தாள். நெஞ்சு வெடித்திடும் போலிருந்தது. எப்படியெல்லாம் வாழ்ந்த வீட்டில் இன்று வௌவால் மட்டுமே குடியிருக்கிறது. உடலில் தெம்பு இருந்தால் இவளின் குரல் எடுபட்டி ருக்கும். யாராவது ஆட்களைப் பிடித்து ஈச்ச முட்களை மேலே குத்தித் தொங்கவிட்டிருப்பாள். பங்குப் பிரச்சினையில் போட்டி போட்டுக்கொண்டு போய்விட்டதால் இன்று இந்த வீடு பாழடைந்து இப்படிக்கிடக்கிறது.

வௌவாலின் எச்சத்தால் காலைக் கீழே வைக்க முடியவில்லை. கையில் தடியுடன் கூன் விழுந்த அந்த உடம்பை வைத்துக்கொண்டு மேற்குப் பக்கத்து அறையைத் திறந்தாள். கதவைத் திறந்தபோது வௌவால் அவளின் முகத்திலேயே அடித்து மோதிவிட்டுச் சென்றது. மூடிக்கிடந்த அறையில் மூச்சுவிடாதபடி வௌவாலின் சத்தமும் காலங்காலமாக நாறிப்போய்க் கிடந்த எச்சத்தின் மூத்திர நெடியும் தூசு படிந்த ஒட்டடையின் குமட்டலும் வந்து அவளின் மூச்சினை அடைத்தது. மேலே நிமிர்ந்து அவளால் பார்க்க முடியவில்லை. பார்த்தால் என்ன இருக்கும் என்பதை அவள் புரிந்துகொண்டாள். பிரிந்து கிடந்த ஓடுகளின் வழியாக ஒளிச்சிதறல்களும், ஓட்டை வழியாக மழை பெய்து கரைந்திருந்த பலவீனமான சுவர்களும் முழுப் பார்வையும் கிடைக்காத அவளின் கண்களுக்கு இந்த இருட்டிலும் தெரிந்தது.

வரகு, தினை, சாமை, உளுந்து, கொள்ளு, கேழ்வரகு, துவரை, ஆமணக்கு என பானை பானையாக அடுக்கி வைத்திருந்த விதைத்

தானியங்களை எடுத்து இந்த அறையில்தான் சாமி கும்பிட்டு விதை தானியம் கேட்டுவருபவர்களிடம் ஒரே ஒரு ரூபாய் வாங்கிக் கொண்டு கொடுப்பாள். அன்றைக்கு இவளின் கையால் விதை வாங்கி விதைத்தால் ராசி என காத்திருந்தவர்களெல்லாம், இப்போது தினமும் வாசலில் வீட்டு நாய்போல் போவோர், வருவோரைப் பார்த்துக் கிடக்கும் இவளிடம் ஒரு வார்த்தை பேசிவிட்டு போகக்கூட நேரமில்லாமல் போய்க்கொண்டிருந்தார்கள். அறையின் மூன்று சுவர்களைச் சுற்றிலும் ஓரமாக அடுக்கிவைக்கப்பட்டிருந்த அடுக்குப் பானைகளெல்லாம் கீழே விழுந்து உடைந்து சிதறிக் கிடந்தன.

மாட்டுப் பொங்கல் வந்தால் கிராமத்தின் பதின்மூன்று சிறு தெய்வங்களுக்குப் பொங்கலிட்டு ஆடு, கோழி பலியிட்டுப் பின் முடிவாக மாடுகளுக்குப் படைக்கும்முன் இந்த அறையில்தான் அத்தனை பானைகளையும் வைத்து மீண்டும் இன்னொரு முறை படைப்பார்கள். அது இப்போது அவளுக்கு ஞாபகத்திற்கு வந்தது. எந்த சாமியும் இவளின் துயரத்தில் பங்கெடுக்காததை நினைத்துக் கொண்டாள்.

சமையலறைக்குப் போய்ப் பார்த்தாள். எறவானத்திலிருந்து நீண்ட கட்டை சரிந்திருந்ததால் உள்ளே போக முடியவில்லை. எத்தனை நாட்கள் எத்தனை வேளைகள் அந்த அறையில் சமைத்து எத்தனை பேரின் பசியை ஆற்றியிருப்பாள். உள்ளே போக முடியாமல் திரும்பி வந்து நின்று நடைப் பகுதியைப் பார்த்தாள். தன் கையில் அறுபது வருடங்களுக்கு மேலாக அரைபட்டு மூலையில் கிடந்த அம்மியும் குழவிக்கல்லும் உரலும் உலக்கையும் இவளைப் போல தேய்ந்து கேட்பாரற்றுக் கிடந்தன. பெரிய பெரிய தூண்களைத் தொட்டுப் பார்த்தாள். இதற்காகத் தனது பங்காக விடப்பட்ட கொல்லையிலிருந்த பலா மரங்கள் ஆறினையும் ஒரே நாளில் வெட்டி மூத்த அண்ணனும் இளைய அண்ணனும் கொண்டு வந்து இந்த வீட்டினைக் கட்டிக் கொடுத்தது நினைவிற்கு வந்தது. சிறிது நேரம் எங்கேயும் நடக்க முடியாமல் அங்கேயே உட்கார்ந்தாள்.

வீட்டின் நடுக்கூடமான இந்த இடத்தில் உட்கார்ந்தே பதினைந்து ஆண்டுகளுக்கு மேலாகிப் போனதை நினைத்துக் கண்ணீர் வடித்தாள். அவளைச் சுற்றி இதே இடத்தில் 'அம்மா, எனக்கு சீக்கிரம் சோற்றைப் போடு. குழம்பு ஊத்து' என கேட்ட பிள்ளைகள் ஏழும் இன்று ஒன்றுகூட பக்கத்தில் இல்லாமல் போய்விட்டதே எனக் குமுறினாள்.

எல்லா பிள்ளைகளையும் நல்ல பிள்ளைகளாகத்தான் வளர்த்தார்கள். பிள்ளைகளைப் போலத்தான் கணவனையும் வளர்த்தாள். எங்கே இந்தக் கோளாறு நடந்தது என்று யோசித்தாள். அவரவர்களுக்குக் குழந்தை, குடும்பம் என்றான பிறகு தனித்தனியாக

ஓடி விட்டார்கள். யார் சமைப்பது, யார் வீட்டைப் பெருக்கிச் சுத்தம் செய்வது என்பதில் ஆரம்பித்து தனித்தனியாக ஒவ்வொரு அறையாகப் பிரித்துக்கொண்டு ஒருத்தருக்கொருத்தர் பேசிக் கொள்ளாமலேயே எலியும் பூனையுமாய்த்தான் வாழ்ந்தார்கள். பத்துக்கும், இருவதுக்கும் கணக்குப் பார்த்து ஓட்டினை மாற்றாமல் விட்டதினால் மழைக்கும், வெயிலுக்கும் தாக்குப்பிடிக்காமல் இன்று வீட்டினை விட்டே போய்விட்டார்கள்.

அன்று ஒவ்வொருவரும் தனித்தனியாக அறைகளைப் பிரித்துக் கொண்டபோது வேளைக்கு ஒரு வீட்டிலிருந்து சாப்பாடு தர வேண்டும் என பிரித்துக்கொண்டதால் அதனை கௌரவப் பிரச்சினையாக நினைத்து ரங்கநாயகி யாரின் கையையும் எதிர்பார்க்காமல் தனி உலை வைக்க ஆரம்பித்தாள். இந்த எண்பத்தி மூணாவது வயசில் கண்தெரியாத நிலையில் கூட இவளே திண்ணையிலிருந்து இறங்கி வாசலைக் கடந்து தெருக்குழாயில் தண்ணீர் பிடித்து சமைத்து சாப்பிட்டு உயிர் வாழ்ந்து கொண்டிருக்கிறாள். தங்கள் வீட்டில் சாப்பிடாதவள் இந்த வழியாக நடந்து போகவும் கூடாது என மருமகள் அன்று சொன்னதால் அன்று முதல் ஒரு நாள் கூட வீட்டுக்குள் கால் வைத்ததில்லை. திண்ணை வாசலோடு முடிந்துவிட்டது அவளது புழக்கம்.

தெருவாசல் கதவை மூடி அதேபோல் கவைக்குச்சியைப் போட்டு விடலாம் என குச்சியைத் தேடியவளுக்கு அது கீழேயே அவளின் அருகிலேயே கிடந்தும் அவளின் கண்களுக்குப் புலப்படவில்லை. நாளை இந்த வீடு இருக்கப் போவதில்லை. தன் புலம்பல் இனி யாருக்கும் தேவையில்லை. கைத்தடியின் உதவியால் நடந்து வந்து வாசலில் உட்கார்ந்தாள். வளர்ந்த பிள்ளைகளெல்லாம் தன்னை விட்டுப் போனாலும் தன்னையே சுற்றி வந்துகொண்டிருந்த அவள் வளர்த்த நாய் அவளது அருகே வந்து உட்கார்ந்தது.

பிள்ளைகளெல்லாம் பள்ளிக்கூடம் போய்விட்டதால் ஊரில் சத்தமில்லை. மேய்ச்சலுக்கு நேரமாகிவிட்டதால் ஆடு மாடுகள் கத்திக்கொண்டிருந்தன. தனது முழுவாழ்க்கையும் மிதிவண்டியிலேயே கழித்துவிட்ட தபால்காரன் வீட்டின் முடக்கினை நெருங்கும்போது மேடு ஏற்றத்தில் எப்போதும் எழுப்பும் மணி சத்தத்தைக் கேட்டதும் மேலும் ரங்கநாயகி ஆவலுடன் எதிர்பார்த்தாள். இன்றும் அவளுக்கு ஏமாற்றமே மிஞ்சியது. தபால்காரர், எதிர்வீட்டுக்குப் பக்கத்து வீட்டிற்கு மட்டும் மிதிவண்டியிலிருந்து கீழே இறங்காமல் காலூன்றிய நிலைமையிலேயே ஒரு கடிதத்தைக் கொடுத்தார்.

தனது துக்கத்தையெல்லாம் அடக்கிக்கொண்டு நடுங்குகிற குரலையும் பொருட்படுத்தாமல் ரங்கநாயகி தபால்காரனைச்

சத்தம் போட்டு கூப்பிட நினைத்தாள். அவளால் முடியவில்லை. இருந்தால் அவரே கூப்பிட்டுக் கொடுத்திருப்பார். இன்றும் தன் மகன் கடிதம் அனுப்பாமல் ஏமாற்றிவிட்டதை நினைத்து அவளுக்கு மேலும் அழுகையாக வந்தது.

சின்னவன் அண்ணாமலை தான் அவளின் உலகம். அவனுக்குப் பரிந்து பேசியே மற்ற பிள்ளைகளையும் பகையாக்கிக் கொண்டாள். இரண்டு பெண் குழந்தைகளையும் நல்ல இடத்தில் கட்டிக்கொடுத்த மாதிரி மற்ற நான்கு மகன்களும் அவர்களின் சொந்தக் காலில் நிற்கிற மாதிரி வழியை உருவாக்கிக் கொடுத்தாள். அதில் இரண்டு பேர் அரசாங்க வேலையில் இருக்கிறார்கள். விவசாயம் பார்க்கும் மற்ற இரண்டு மகன்களுக்கும், ரங்கநாயகிக்கும் தான் அடிக்கடி சண்டை வரும். அவர்களிருவருக்கும் அம்மாவின் மீது அதிக அன்பு இருந்தும் அவர்களை இவள் கண்டுகொண்டதே இல்லை எனச் சொல்லிப் பிடித்துத் தள்ளி சண்டை போட்டிருக்கிறார்கள்.

மற்றவர்களைப் போலத்தான் அண்ணாமலையையும் படிக்க வைத்தாள். அம்மாவை விட்டுப் பிரியநேரிடும் என்பதாலேயே தேர்வில் தோல்வியடைந்தவன் அவன். யாரும் சொன்னால் நம்ப மாட்டார்கள்தான்.

ஒருமுறை சாராயம் குடித்துவிட்டு அதிகாரத்தோடு சாப்பாடு கேட்ட அப்பாவை, அம்மா குடித்துவிட்டு உள்ளே வரக்கூடாது எனச் சொன்னாள். கோபப்பட்டு அடிக்கப்போன அப்பாவைக் கையில் கிடைத்த களைக்கொத்தியை எடுத்து அடித்து மண்டையைப் பிளந்தவன்தான் அண்ணாமலை. ஆறு வயது வரை அம்மாவிடம் பால் குடித்துக்கொண்டிருந்தவனை 'முதலில் அந்த இடத்தில் மாட்டுச் சாணி எடுத்து தடவிக்கொள். அப்போதுதான் அவனுக்குப் புத்திவரும்' என அப்பா சொன்னபோது அந்த வயதிலேயே ஓடிக் கடிக்கப் போனவன் என அவனது அப்பா அடிக்கடி சொல்லிக் காட்டுவார்.

வீட்டில் எந்த அடுக்குப் பானையில் எந்த தானியத்துக்குள் அம்மா பணத்தை மறைத்து வைப்பாள் என்பது அவனுக்குத் தெரியும். உழைக்காமலேயே நண்பர்களுடன் வெள்ளைச் சட்டை போட்டபடியே விவசாயத்தில் கிடைத்த பணத்தையெல்லாம் செலவழித்துச் சுற்றி வந்தான். பணத்தேவை ஏற்படும் போதெல்லாம் அக்காள் வீட்டுக்கும், வேலையில் இருக்கும் பெரிய அண்ணன்களிடமும் சென்று இல்லாத பொய்களையும் சொல்லி பணம் கறந்து விடுவான். ஒருமுறை "அம்மாவின் தலையில் இடி விழுந்துவிட்டது. உயிருக்குப் போராடிக் கொண்டிருக்கிறாள். உடனே

தங்கர் பச்சான் | 223

பத்தாயிரம் பணம் கட்ட வேண்டுமாம். ஆஸ்பத்திரியில் சேர்த்து விட்டுத்தான் ஓடோடி வந்திருக்கிறேன், பின்னாலேயே நீங்களும் வந்து சேருங்க" எனக் கதறி அழுது பெரிய அண்ணனிடம் பொய் சொல்லிப் பணம் வாங்கிக்கொண்டு வந்தவன் அண்ணாமலை. எத்தனையோமுறை திருமண ஏற்பாடு செய்தும் முடியாது என மறுத்துவிட்டான். தனக்கு மணம் முடித்தால் அவனோடு தான் என்று காத்துக்கிடந்த ஜெயந்திகூட அவளுக்கு வயதாகிப்போன காரணத்தால் இருவத்தி ஏழு வயதில் வேறு ஒருவனிடத்தில் தாலி கட்டிக்கொண்டு போய்விட்டாள்.

ஊர் சுற்றியும், மற்றவர்களெல்லாம் வெறுத்து ஒதுக்கியும் உருப் படாமல்போன இளையவன் மேல்தான் ரங்கநாயகியின் உயிரே இருந்தது. அவன் உருப்படாமல் போனதற்கு இவள்தான் காரணம் எனப் பலமுறை அம்மாவை மற்ற பிள்ளைகள் அடிக்கப் போனார்கள். வீட்டில் மாமியார், மருமகள் சண்டையே இதனால்தான் வந்தது.

ஒரு கட்டத்தில் வீட்டில் எது தொலைந்தாலும் அதை அவன்தான் எடுத்திருக்கக்கூடும் என உறுதியாக நம்பினார்கள். அன்று வீட்டில் நடுப்பையனின் பிள்ளைகளுக்குக் காதணி விழா நடந்தது. வீட்டுக்கு வந்த கூட்டத்தில் யார் எடுத்தார்களோ தெரியவில்லை. தொலைந்து போன நகையை இவன்தான் எடுத்தான் எனது மருமகள் தாலியைப் பிடித்து சத்தியம் செய்தாள். தனக்கும் அதற்கும் சம்பந்தமில்லை என அண்ணாமலை எவ்வளவோ சொல்லிப் பார்த்தான். யாரும் நம்பத் தயாராக இல்லை. ஊர் ஜனம் முழுக்க வீட்டு வாசலில் கூடிவிட்டார்கள். அதுவரை தன் பிள்ளையை ரங்கநாயகி சந்தேகப்பட்டு எதுவும் கேட்டதில்லை. தனது செல்ல மகனுக்குத் திருட்டுப் பட்டம் கட்டிவிட்டு சூழ்ந்திருக்கும் ஊர்க்கூட்டத்தினைப் பார்த்த வுடனே வெறிபிடித்தவள் போல் எழுந்து ஓடி அவனது தலைமுடியைப் பிடித்து உலுக்கி முகத்திலேயே அறைந்தவள், கோபம் தீராமல் துடைப்பத்தை எடுத்து மாறி மாறி அடித்து அழுது தீர்த்தாள். செய்யாத தவறுக்காகத் தான் தண்டிக்கப்படுவதும், அதற்காகத் தன்மேல் உயிரையே வைத்திருந்த தன் தாய் தன்னை நம்பாமல் மற்றவர்களுக்கு முன்பு அவ்வாறு நடந்து கொண்டதும் அவனுக்கு அதிர்ச்சியாக இருந்தது. ரங்கநாயகியிடம் தான் திருடவேயில்லை என எவ்வளவோ சொல்லிப் பார்த்தான். அவள் கேட்கவில்லை. ஓயாமல் துடைப்பத்தால் அடித்துக் கொண்டிருந்தவளைப் பிடித்து நிறுத்தி அவளின் தலையில் அடித்து, தனக்கும் இந்த திருட்டுக்கும் சம்பந்தம் இல்லையென சத்தியம் செய்தான். ரங்கநாயகி அப்போது தான் தன் மகன் குற்றமற்றவன் என்பதை நம்பினாள்.

அவளின் கோபம் மற்றவர்கள் மேல் திரும்பியது. தன் மகனும் மற்ற பிள்ளைகள் போல் உயர வேண்டும், ஊரில் மதிக்கப்பட

வேண்டுமென நினைத்தவள், 'தான் செத்துக்கிடந்தாலும் பெரிய ஆளாகாமல் ஊருக்குள் வராதே. இந்த வாசலை மிதிக்காதே' எனச் சொல்லி வீட்டிலிருந்து வெளியே இழுத்து வந்து வாசலில் பிடித்துத் தள்ளித் துரத்தி விட்டுவிட்டு வெளியே நின்று தெருவிலேயே அழுது புரண்டாள். அந்தச் செல்லப் பிள்ளை பதினேழு ஆண்டுகள் ஆகியும் இன்னும் கண்ணில் படாமல் எங்கேயோ வாழ்ந்து கொண்டிருக்கிறான். அவனிடம்தான் தன் பிரச்சனைகளைச் சொல்லி முறையிடலாம். அவன்தான் மொத்த விலையையும் கொடுத்து இடிக்கப் போகிற இந்த வீட்டைக் காப்பாற்றலாம் என நினைத்துதான் அவனின் கடிதத்திற்காகக் காத்திருந்தாள்.

ஒருநாள் ஜெயந்திதான் ஒரு கைப்பேசி ஒன்றினைக் கொண்டுவந்து அவளிடம் கொடுத்து 'உன் மகன் உன்னிடம் பேசுவதற்காகத்தான் இது. நிச்சயம் நீ நினைத்த மாதிரி ஒருநாள் பெரிய ஆளாக வருவான். அதுவரை இதை வைத்துக்கொள்' எனச் சொன்னாள். அடிக்கடி எங்கேயாவது மறந்து வைத்துவிட்டுத் தேடுவாள் என கைப்பேசியில் நீண்ட கயிறு போட்டுக் கட்டி இடுப்பிலேயே முடிச்சுப் போட்டு மடியில் முடிந்து வைத்திருக்கும்படி ஜெயந்தி ஏற்பாடு செய்து வைத்துவிட்டுப் போனாள். சமயத்தில் ரங்கநாயகி அதைக் கழுத்திலும் மாட்டிக்கொண்டாள். மற்றவர்களும், குழந்தைகளும் அதனைப் பரிகாசம் செய்தனர். நடுப்பையனின் மகன் ரமேஷ்தான் அவளுக்கு எந்தப் பொத்தானை அழுத்தி எப்படிப் பேசவேண்டும் என்பதைச் சொல்லிக்கொடுத்துப் பேச வேண்டிய பொத்தான்கள் மீது வெள்ளை நிற பெயிண்டினைத் தடவியும், நிறுத்த வேண்டிய பொத்தான்களின் மீது சிவப்பு நிற பெயிண்டினைத் தடவியும், அடிக்கடி மகனுடன் பேசவேண்டுமானால் எளிதாக இருக்கும்படி ஒரே பொத்தானை அழுத்தினால் போதும் என்கிற வசதியினையும் செய்துகொடுத்து அந்தப் பொத்தானில் நீலநிறத்தைத் தடவிக் கொடுத்தான்.

அண்ணாமலையையே நினைத்து அவனைத் திருமணம் செய்யாமல் போன ஜெயந்தி பக்கத்துத் தெருவிலேயே அண்ணாமலையின் பெரியப்பா மகனையே மணம் முடித்துக்கொண்டாள். அம்மாவுக்கு இப்படியொரு வசதி வேண்டுமென நினைத்துதான் அண்ணாமலை ஜெயந்திக்கு கைப்பேசியினை அனுப்பி வைத்திருந்தான். எப்போதாவது அம்மாவிடமோ, அதே போல் அரிதாகப் பேசும் ஜெயந்தியிடமோ பேசும்போதுகூட, அண்ணாமலை தான் எங்கே இருக்கிறேன் என்பதை இதுவரை சொன்னதில்லை.

மகனைப் பற்றி நினைத்து வீட்டின் கவலையிலேயே கிடந்த அவளிடம் அண்ணாமலை கடைசியாகப் பேசும்போது மீண்டும் கடிதம் எழுதி அனுப்புவதாக சொல்லியிருந்தான். நல்ல நிலையில்

வாழும் தனது பிள்ளைகளைப் பற்றி நினைத்து மகிழ்ச்சியாக வாழாமல் மறைந்து வாழும் உதவியற்றவனாகிப் போன இளைய மகனையே நினைத்து வாழும் ரங்கநாயகிக்கு மகனின் குரலை கைப்பேசியில் கேட்பதில் ஆர்வம் இல்லாமல் போனது. ஏனெனில் அவனைப்பற்றி அவன் கடிதமாக எழுதினால் அடிக்கடி அதனைப் படித்துப் பார்த்துக்கொள்ளலாம் என அவள் கேட்டுக் கொண்டதால் இதுவரை மூன்று கடிதங்களை இடைப்பட்ட காலங்களில் அண்ணாமலை எழுதியிருக்கிறான். அந்தக் கடிதங்களை அவள் தன் மடியில் தொங்கும் சுருக்குப் பைக்குள் கைப்பேசியுடன் போட்டு பத்திரமாக முடிந்து வைத்துக்கொண்டாள்.

மகன் பற்றி நினைப்பு வரும்போதெல்லாம் போகிற வருகிற பள்ளிக்குப் போகும் பிள்ளைகளைக் கெஞ்சிக் கூத்தாடிப் பிடித்து வைத்துக்கொண்டு படித்துக் காட்டச் சொல்லுவாள். ஒவ்வொரு முறையும் யாரையும் முழுக் கடிதத்தையும் படிக்க விட்டதில்லை. படிக்கும்போது இடையிலே அழுது கதறிவிடுவதால் பாதியிலேயே முடித்துவிட்டுப் போனவர்கள்தான் அதிகம். இரண்டாவது முறை மூன்றாவதுமுறை படித்துக்காட்ட ஊக்கத்தொகையாக தன்னிடம் இருக்கும் சிறுவாட்டுத் தொகையில் கொஞ்சம் கொடுப்பாள். சம்பிரதாயத்திற்குப் படித்துக் காட்டுபவர்களைக் காட்டிலும், ஒவ்வொரு சொல்லையும் நிறுத்தி நிதானமாகப் படித்தவர்களுக்கு அவர்கள் கேட்காமலேயே அவளாகவே அதிக பணம் கொடுப்பாள். பேரன் ரமேஷ் இந்த யுக்தியைப் புரிந்துகொண்டு அவனுக்கு எப்போது பணம் தேவைப்படுகிறதோ அப்போதெல்லாம் கடிதத்தைப் படித்துக் காட்டுகிறேன் என பாட்டியிடம் வந்துவிடுவான். அப்போதெல்லாம் அவளுக்குத் தெரியாமல் அவனின் ஆசிரியர்களுக்கெல்லாம் பெருமைக்காக கைப்பேசியில் பேசிவிட்டுப் போவதும் உண்டு. தொடக்கத்தில் அத்தையிடம் கடிதத்தைப் படித்துக் காண்பித்த வந்த ஜெயந்தி பின் படித்துக் காட்டுவதையே விட்டுவிட்டாள். மணமாகி மூன்று குழந்தைக்குத் தாயாகி இருந்தாலும் இன்னும் அண்ணாமலை மீது தீராத காதலை அவள் வைத்திருந்தாள். படிக்கிற காலத்தில் அவளே காதல் கடிதம் எழுதி அண்ணாமலையிடம் கொடுத்துவிட்டு, பின் அதனை அவளே அத்தைக்குப் படித்துக் காட்டியும் இருக்கிறாள். என்ன செய்தும் தன் திருமணம் அவனோடு நடக்காமல் போகவே, ஒருநாள் மீண்டும் அந்தக் காதல் கடிதத்தை ரங்கநாயகிக்குத் தெரியாமல் அவளே எடுத்துக்கொண்டு போய் பத்திரப்படுத்திக் கொண்டாள். பத்திரப்படுத்திய அந்தக் கடிதத்தோடு ரங்கநாயகிக்கு அண்ணாமலை எழுதிய கடிதம் ஒன்றினையும் அவள் ஒருமுறை திருடிக்கொண்டு போய்விட்டு அதனைத் தொலைத்து விட்டதாகப் பொய் சொன்னாள். ஜெயந்தி பொய்தான் சொல்கிறாள் என்பது ரங்கநாயகிக்குத் தெரியும்.

இப்போது எங்கேயோ தன்னுடைய கைப்பேசி ஒலிப்பது மாதிரி ரங்கநாயகி உணர்ந்தாள். படுத்திருந்த அவளின் நாய் எழுந்து ஒலி வந்த திசையைப் பார்த்தபோதுதான் அவளுக்கு அது உறுதியானது. சத்தம் கேட்டுப் பார்த்ததுடன் நாய் குரைக்கவும் ஆரம்பித்தது. மகன்தான் அழைக்கிறான் என நினைத்தவள், அவனிடம் தன் வேதனையைச் சொல்லி வீடு இடிக்கப் போவதைத் தடுத்து நிறுத்திட வேண்டும் என்பதற்காக முழுபலத்தையும் கொடுத்து எழுந்து கைத்தடியை எடுத்து ஊன்றி ஊன்றிக் குனிந்தபடியே வேகமாக சத்தம் வந்த திசையை நோக்கிப் போனாள். குளிக்கப் போவதற்காக இரண்டு நாட்களுக்கு முன் எப்போதும் வைப்பதுபோல் பயன்படாமல் கிடக்கும் பழைய சுண்ணாம்புக் கலையத்திற்குள் கைப்பேசியினைப் போட்டு வைத்தது ஞாபகத்திற்கு வந்தது. உட்கார்ந்த இடத்திலிருந்து நகர்ந்து திண்ணையைத் தொட்டு, நடக்கவராத, தவழும் குழந்தை ஏறுவதுபோல் முட்டி போட்டுத் தவழ்ந்து சென்று எடுக்கப்போன போது மணி ஒலிப்பது நின்று போனது.

ஆவேசத்தோடு கைகள் நடுநடுங்க எடுத்துப் பார்த்து ஏமாந்து போனவள், கைபேசி மணி ஒலிப்பது நின்று போனதைச் சொல்லி அவளுக்குள்ளேயே புலம்பினாள்.

மீண்டும் கைபேசி ஒலித்ததும்தான் அவளுக்கு உயிர் வந்தது. பார்வை சரியில்லாத நிலையில் தடவிப் பார்த்துப் பொத்தானை அழுத்தினாள். மறுமுனையில் பேசுகிற அண்ணாமலையின் குரல் கேட்பதற்கு முன்பே இவள் அழ ஆரம்பித்துவிட்டாள். அவளது அழுகை இதுவரை இல்லாத அழுகையாக இருந்தது அண்ணா மலைக்குப் பதட்டமாக இருந்தது.

"எப்பா, நம்ம ஊட்ட நாளைக்கி இடிக்கப் போறானுவோடா" எனச் சொல்லிக் கதறியதைக் கேட்டதும் அண்ணாமலைக்குப் புரிந்துபோனது. நெடுநாட்களாக அவன் கடிதம் எழுதுவதாகச் சொல்லி ஏமாற்றுவதும், தன் உயிரே இந்த வீட்டில்தான் இருப்பதாகவும் "உடனே புறப்பட்டு வந்து தன்னைப் பார்த்துவிட்டுப் போ... வராமல் இருந்தால் நான் வீட்டைப் பார்த்தே இறந்து விடுவேன்" எனச் சொல்லி அழுதாள்.

அம்மாவுக்கு எவ்வளவு சமாதானம் கூறமுடியுமோ அவ்வளவையும் அண்ணாமலை சொன்னான். தான் உயர்ந்த நிலைக்கு வந்துவிட்டதாகவும், கார் ஒன்றினை விலைக்கு வாங்கிவிட்டதாகவும், தன்னிடம் முப்பது பேருக்கு மேல் வேலைபார்ப்பதாகவும், ஊரில் இனி யாரும் தன்னை மதிக்கத் தேவையில்லை, நீ மட்டும் என்னோடு வந்தால் போதும் எனவும் சொன்னான். அத்துடன் ஒரு வீட்டை விலைக்கு வாங்கி உனக்காகவே வைத்திருக்கிறேன் எனவும், மீண்டும்

தான் பிறந்த வீட்டில் தன் காலடி படாது எனவும் சொல்லி எல்லாவற்றையும் கடிதத்தில் எழுதியிருக்கிறேன்; அடுத்த மாதம் என் புது வீட்டில் நீ வந்துதான் பொங்கல் வைக்க வேண்டும் என்றும் அக்கடிதத்தில் எழுதியிருப்பதாகவும் அண்ணாமலை சொன்னான்.

மகனின் வளர்ச்சியை நினைத்து ரங்கநாயகி பேரானந்தப்பட்டாள். ஏன் இவ்வளவு நாட்கள் இதைச் சொல்லவே இல்லை என அவள் கேட்டபோது, கூப்பிட வரும்போது உனக்குச் சொல்லி மிகுந்த சந்தோஷத்தைக் கொடுக்கலாம் என நினைத்திருந்தேன் எனவும் அண்ணாமலை சொன்னான். வீடு இடிபடப் போவதை அவளால் பொறுத்துக்கொள்ளவே முடியவில்லை. மகன் தான் நினைத்தபடி வளர்ந்துவிட்டான். தன் மகனை அவமானப்படுத்தியவர்களுக்குப் பதிலடி கிடைக்கப் போகிறது என ரங்கநாயகி அழுதபடியே மகிழ்ச்சி யுடன் சொன்னபோது அண்ணாமலை கண்கலங்கிப் போனான்.

அவன் என்னதான் ஆறுதல் சொன்னாலும் இறுதிவரை அவள் மனம் சமாதானமடையவேயில்லை. இரண்டு வாரங்களுக்கு முன்பாக புதுவீடு கட்டுவதற்காக தனது மகன்கள் இடிக்க வந்தபோது, 'இளைய மகன் வராமல் இடிக்கக்கூடாது. அவனுக்கும் இதில் பங்குண்டு.' எனச் சொன்னாள்.

'தன் பிணம், தான் உருவாக்கிய இதே வீட்டில்தான் கிடத்தப்பட்டு எரிக்கப்பட வேண்டும். அதுவரை யாரும் இங்கே வரக்கூடாது.' என ஒப்பாரி வைத்ததும் மனம் கலங்கிய ஊரார்கள் நியாயமெனச் சொல்லி இதிலிருந்து விலகிக்கொண்டார்கள்.

பிரச்சினை முடிந்துபோயிற்று. இனி வீட்டினை இடிக்க யாருமே வரமாட்டார்கள் எனநினைத்திருந்த ரங்கநாயகிக்கு, அரசாங்க வேலையில் இருந்துகொண்டு குடும்பத்துடன் சென்னையில் தங்கியிருந்த மூத்தவனுக்கு அடுத்தமகன் மகாலிங்கம் தொடர்ந்து ஓயாமல் தொல்லை கொடுத்தான். தான் எவ்வளவு பெரிய ஆளாக இருந்த போதிலும் ஊரில் எந்த மரியாதையும் இல்லாமல் போவதாகவும் வீடு பழுதாகிவிட்டதால் தீபாவளி, பொங்கல் என பண்டிகை நாட்களில் ஊர்வந்து தங்கமுடிவதில்லை. புதுவீடு கட்டினால்தான் தன் பிள்ளைகள், மனைவி ஊருக்கு வருவார்கள். பிற்காலத்தில் உறவு நிலைக்கும் எனச் சொல்லி சென்னையிலிருந்த நிறுவனத்திடம் பணம் முழுவதையும் கொடுத்து வீட்டைக் கட்டிக் கொள்ள முடிவெடுத்துவிட்டதாக அம்மாவிடம் தீர்மானமாகச் சொல்லிவிட்டுப் போய்விட்டான்.

அவன் சொல்லிவிட்டுப் போனதுபோக, மற்ற பிள்ளைகளும் இதனையேதான் சொல்லி ரங்கநாயகியை வீட்டிலிருந்து வெளியேறும்

படி நச்சரிக்கிறார்கள். ரங்கநாயகியும் மீண்டும் மீண்டும் தன் சாவு இந்த வீட்டில்தான் நிகழ வேண்டும், அதன்பின் வேண்டுமானால் இடித்துக் கொள்ளுங்கள் எனவும் சொல்லிப் பார்த்தாள். ஆனால் சென்னையிலிருந்து மகன் அனுப்பியிருக்கும் ஆட்கள் வீட்டினை இடிக்க வந்துவிட்டதாகவும் நாளைக் காலை இடித்து விடுவார்கள் எனவும், ஜெயந்தி காலையிலேயே வந்து ரங்கநாயகியிடம் சொல்லி விட்டுப் போனாள். வீடு இடிக்கப் போகிற செய்தி ஊர் முழுக்கப் பரவிவிட்டது. அம்மாவைத் தன்னுடன் வந்து தங்கிக் கொள்ளும்படி சொல்லி மூத்த மகள் அவளின் மகனை கார் கொடுத்து அனுப்பி வைத்திருந்தாள். பேரனும் காருடன் காத்திருந்துவிட்டு ஏமாற்றத்துடன் திரும்பிப் போய்விட்டான்.

அன்றைக்கு வீட்டிலிருந்து விரட்டப்பட்ட அண்ணாமலைக்கு எங்கு சென்று எப்படி வாழப் போகிறோம் என்பது தெரியவில்லை. அடுத்த வேளை சோற்றுக்கு வழியில்லாமல் மாற்றுத்துணியில்லாமல் வெளியேறியவன் பகல் முழுக்கப் பனை மரத்துக் கொல்லையிலேயே படுத்திருந்தான். பசியின் வேதனையை அன்றுதான் முதன்முதலாக அனுபவித்தான். பசி குடலைப் புரட்டி எடுத்தது. அவர்களது சொந்த நிலத்தில்தான் ராமநாதபுரத்திலிருந்து பிழைக்க வந்தவருக்கு கள் இறக்கும் அனுமதியைக் கொடுத்திருந்தார்கள். பசிமயக்கத்தோடவே பனை மரத்தில் ஏறினான். அவனால் மரத்தின் மேலேயே முடிந்த வரைக் கள்ளினை குடித்துவிட்டான். போதை ஏறிப்போனதும் இறங்க முடியவில்லை, வாய்க்காலில் சலவை செய்த துணிகளை மூட்டை கட்டிக்கொண்டு கழுதைமேல் ஏற்றவிருந்த குழந்தைவேலு தான் அவனது அலறல் சத்தம் கேட்டு ஓடிவந்தான். குழந்தைவேலுவும், அவனுடன் இருந்த திருநாவுக்கரசும் சேர்ந்து மரத்தின் மேலேயே ஏறிப் போய் அவனைப் பாதுகாப்பாக இறக்கி விட பெரும்பாடு படவேண்டியதாகிவிட்டது. முக்கால் மரம் இறங்கிய அண்ணாமலை அதற்கு மேலும் மரத்தைப் பிடித்து இறங்குகிற நிதானமில்லை. பிடியைத் தவற விட்டுக் கீழே விழுந்து போனான். பதறியபடி ஓடித் தூக்கினார்கள். உடலில் சிராய்ப்பைத் தவிர உடம்புக்கு எந்தப் பாதகமும் ஏற்படவில்லை. ஓடைத் தண்ணீருக்குள் இருவரும் அவனைத் தூக்கிக் கொண்டு வந்து போட்டு அழுத்தினார்கள். அதன் பின் கொஞ்சம் நிதானத்துக்கு வந்தவன் மீண்டும் தான் குற்றமற்றவன் என்பதைச் சொல்லி அழுதான். துணி மூட்டையைத் தலையிலும் தோளிலும் சுமந்துகொண்டு அண்ணாமலையைக் கழுதைமேல் ஏற்றிக்கொண்டு ஊர் எல்லையில் இறக்கினார்கள். அதற்குமேல் ஊர் தெருவிற்குள் காலை வைக்க மாட்டேன் எனச் சொல்லிவிட்டு புறப்பட்டு வந்தவனால் அம்மாவை விட்டுப் பிரிந்துவர மனம் வரவில்லை. அய்யனார் கோவிலிலேயே உட்கார்ந்திருந்தான்.

இரவு நேரமாதலால் யாருக்கும் தெரியப்போவதில்லை. அம்மாவை ஒருமுறை பார்த்துவிட்டுப் போய் விடலாமென நினைத்து வீட்டை நோக்கி நடந்தான். நாய் குரைக்கிற சத்தத்தைத் தவிர ஊரில் எந்த அரவமும் இல்லை. தொலைவிலிருந்தபடியே வீட்டை நோக்கிப் பார்த்தான். பந்தலின் கீழே காதணி விழாவிற்கு வந்திருந்த உறவினர்கள் படுத்திருந்தார்கள். அம்மா வாசலில் உட்கார்ந்தபடியே தலைவிரி கோலமாய் அண்ணாமலையின் பேரைச் சொல்லி அழுதுகொண்டிருந் தாள். அண்ணாமலையின் இரண்டு சகோதரிகள் எவ்வளவு சொல்லியும் அவள் அழுகையினை நிறுத்தவில்லை. தன் மகன் சாப்பாடில்லாமல் எங்கேயோ அலைந்து கொண்டிருக்கும் போது தனக்கும் சாப்பாடு தேவையில்லை எனச் சாப்பாட்டுத் தட்டினைத் தட்டிவிட்டாள். அண்ணாமலைக்கு அம்மாவின் மடியில் படுத்து அழவேண்டும் போலிருந்தது. துடைப்பத்தால் அடித்து அம்மா சொன்ன சொற்கள் அவனை அங்கு நிற்கவிடாமல் துரத்தின. விழிகளில் வழிந்த நீருடனே அங்கிருந்து வெளியேறினான்.

அம்மாவின் முகத்தை அந்த இருட்டில் அன்று பார்த்ததுதான் கடைசி. அம்மாவின் குரலில் இருந்த நடுக்கம் அவனைக் கவலை யடையச் செய்தது. அடுத்த மாதம் ஊருக்குச் சென்று அம்மாவை அழைத்து வரும் வரைக்கும் அம்மாவின் உடம்புக்கு ஒன்றும் ஆகிவிடக் கூடாது எனக் கவலைப்பட்டான். தான் பிறந்து வளர்ந்த வீடு நாளை உடைத்தெடுக்கப் போவதை நினைத்து அம்மாவைப் போலவே அண்ணாமலைக்கும் தாங்கமுடியாத வேதனையாக இருந்தது. வங்கியில் காலை நேரமானதால் கூட்டம் அதிகமாக இருந்தது. வங்கியில் அண்ணாமலை கேட்கும் அளவிற்கு இருப்பு இல்லாததால் பணம் மற்றொரு கிளையிலிருந்து வரும் வரைக்கும் மேலாளர் அறையினுள் உட்கார வைத்திருந்தார்கள். வங்கிக்கு வந்து போகிற மக்களை மேலாளர் அறையில் இருந்தபடியே கண்ணாடி வழியாகப் பார்த்துக்கொண்டிருந்தான்.

முன்பின் அறிமுகமில்லாத தன்பேரில் நம்பிக்கை வைத்து தொழிலையும் கற்றுக் கொடுத்து, சொந்த சகோதரனாக பாவித்து கிடைக்கிற வருமானத்தில் பங்கும் கொடுத்துக் கொண்டிருக்கிற முதலாளி காத்துக்கொண்டிருப்பார். சீக்கிரம் போய்ச் சேர வேண்டும் என கைக்கடிகாரத்தைப் பார்த்துக்கொண்டான்.

சின்னப்பிள்ளையின் அறிமுகம் மட்டும் கிடைக்காமல் போயிருந் தால் அண்ணாமலையின் நிலைமை என்னவாகியிருக்கும் என்பது தெரியாது. எந்த வேலையும் செய்து பழக்கப்படாத அவன் எந்த வேலை கிடைத்தாலும் போதும் என அலைந்தான். இறைச்சிக்கடை

நடத்திவரும் சாய்பு ஒருத்தர் இவன் முகத்தைப் பார்த்து வேலையில் சேர்த்துக்கொண்டார். முதலில் கடைக்குள்தான் தனது வேலை என நினைத்தான். சாப்பாட்டை வாங்கிக் கொடுத்து சாப்பிடச் சொல்லிவிட்டு, ஆடுகளைக் கொன்று தோலையும் உரிக்கும் படி மூன்று ஆட்டினையும் கொடுத்தார்.

ஏற்கெனவே இங்கு வேலை செய்து கொண்டிருந்தவர் ஆட்டினை இவனிடம் கொடுத்துப் பிடிக்கச் சொல்லிவிட்டுக் கத்தியை எடுத்து அறுக்கப் போனபோது சத்தம்போட்டுக் கதறியதும் பின் அவரிடம் அடிவாங்கியதும், பின் அங்கிருந்து ஓடி வந்துவிட்டதும் அடிக்கடி அண்ணாமலைக்கு நினைவில் வரும். இரவில் படுத்துக்கொள்ள இடமில்லாமல் பேருந்து நிலையத்தில் படுத்திருந்தபோது போலீஸ் சந்தேகக் கேஸ் போட்டு சிறைக்கு அனுப்பியதும், கோர்ட்டுக்குப்போய் உண்மையைச் சொல்லி அழுததைப் பார்த்து பாவப்பட்டு நீதிபதி விடுவித்ததும் அவனால் என்றைக்கும் மறக்கமுடியாதவையாக இருந்தன.

பொதுக் கூட்டத்துக்கு ஆள்வேண்டும் எனச் சொல்லி கையில் ஐம்பது ரூபாயும் சோற்றுப் பொட்டலமும் கொடுத்துப் பிடித்துக் கொண்டுபோன சின்னப்பிள்ளை இவனுக்குப் பழக்கமானார். பொதுக் கூட்டம் நடந்து அவர் பேசிக் கொண்டிருந்தபோது மேடை சரிந்து அவர் அண்ணாமலை மேல் விழுந்தார். அவன்மேல் அவர் விழாம லிருந்து பாதுகாப்பாக அவரை அண்ணாமலை பிடித்திருக்காமல் விட்டிருந்தாலும், எதிராளிகள் அப்போது அவரைத் தாக்கியபோது இவன் அவரின் மேல் விழுந்து அந்த அடி உதையெல்லாம் வாங்காமல் போயிருந்தாலும் சின்னப்பிள்ளை உயிரோடிருந்திருக்கமாட்டார். அந்த நன்றிக் கடனுக்காகவே அவனைத் தன் குடும்பத்தில் ஒருவனாகப் பாவித்து வருகிறார்.

அரசியலில் சிறிதும் ஈடுபாடில்லாமல் இருப்பதும், உண்மையான வனாக இருப்பதைக் கவனித்தும், சின்னப்பிள்ளை கொஞ்ச நாளில் மூன்று கல் உடைக்கும் தொழிற்சாலைகளையும் கவனித்துக் கொள்ளச் சொன்னார். பின் அவைகளுக்குத் தேவைப்படும் பணத்தை முறையாகக் கொடுக்கும் பொறுப்பினையும் அண்ணாமலைக்குக் கொடுத்துப் பார்த்தார். பெரிய படிப்பாளியாக இல்லாமலிருந்தாலும், நேர்மையான வனாக இருந்து கடினமாக உழைத்ததால் பலமடங்கு லாபம் சின்னப் பிள்ளைக்குக் கிடைத்தது. அண்ணாமலைக்கு அவர் கொடுத்த முக்கியத்துவத்தையும், வசதி வாய்ப்புகளையும் அங்கிருந்த அதிகாரி ஒருவரும், தொழிலாளர்கள் இருவரும் அண்ணாமலையிடம் வாக்கு வாதத்தில் ஈடுபட்டு மோதலை உருவாக்கினார்கள். பின் பலமுறை அங்கிருந்து ஓடிப் பிழைத்துக்கொள்ளும்படி ஆள்வைத்து

தங்கர் பச்சான் | 231

மிரட்டி னார்கள். அண்ணாமலை சிறிதும் அஞ்சவில்லை. உங்களால் முடிந்ததைப் பார்த்துக் கொள்ளுங்கள் என்று சொல்லிவிட்டான்.

இதையறிந்து சின்னப்பிள்ளை ஒருநாள் விசாரித்து புகழேந்தி என்கிற அதிகாரியையும், சிட்டிபாபு, பிரசாத் என்கிற அந்தத் தொழிலாளி இருவரையும் இனி இந்தப் பக்கமே தலை காட்டக்கூடாது என எச்சரித்து வேலையிலிருந்து விடுவித்து துரத்திவிட்டார்.

பலமுறை அண்ணாமலையிடம் அவனைப் பற்றிய விஷயங்களைக் கேட்டும் அவன் சொல்ல மறுத்துவிட்டான். 'என்றாவது ஒருநாள் தான் உயர்ந்த நிலைக்கு வருவேன். அன்றைக்கு உங்களிடம் நானே சொல்கிறேன்' என அவன் சொன்னபிறகு அவர் கேட்பதை விட்டு விட்டார்.

அவனுக்காக அவர் கொடுத்த ஊதியத்திலும், லாபப் பங்குத் தொகையிலுமிருந்து அம்மா பெருமைப்படும்படியான ஒரு பெரிய மாடி வீட்டினையும், ஒரு பெட்ரோல் கிடங்கினையும், ஒரு உணவகத்தினையும் சொந்தமாக வாங்கியிருக்கிறான்.

எத்தனையோ நாட்கள் ஊருக்கு ஓடிவிடலாம், அம்மாவுடனும் சொந்த பந்தங்களுடனும் போய்ச் சேர்ந்து விடலாமென தோன்றியிருக்கிறது. இருப்பினும் சொன்ன வார்த்தையினை மெய்ப்பித்துக் காட்டாமல் எப்படி ஜெயந்தியை ஊரறிய கைப்பிடிக்க முடியும் என நினைத்தே போகாமல் இருந்துவிட்டான்.

தான் ஒரு நிலைக்கு வந்துவிட்டோம், இனி ஜெயந்தியைக் கை பிடிக்கலாம் என ஒரு நாள் துணிந்து முடிவெடுத்து ஜெயந்திக்குக் கடிதம் எழுதினான். அன்று இரவு முழுக்கத் தனக்காகவே வாழ்ந்து கொண்டிருக்கும் ஜெயந்தியைப் பற்றியும், அவளுடன் தான் இணைந்து வாழப்போகும் வாழ்க்கையைப் பற்றியதாகவுமே அவன் நினைவு இருந்தது. சில நாட்களில் அவனது கனவுகளும் நினைவுகளும் தகர்ந்து போயின. அவசரத் தேவைக்கு மட்டும் வைத்துக்கொள்ள அண்ணாமலை ஜெயந்திக்கு எழுதியிருந்த கடிதத்தில் குறிப்பிட்டிருந்த தொலைபேசி எண்ணிற்கு ஜெயந்தி அழைத்திருந்தாள். காலம் கடந்து கடிதம் வந்திருப்பதாகவும், அதற்கு முன்பே திருமணம் நிச்சயிக்கப்பட்டு முடிந்துவிட்டதாகவும், எங்கேயிருக்கிறான் என்கிற முகவரியைச் சொல்லாததினால் இவ்வாறு நிகழ்ந்து விட்டது எனவும், அவனுக்காக இவ்வளவு காலம் காத்திருந்து அவன் தனக்குக் கிடைக்காமல் போன ஏமாற்றத்தையும் சொல்லி அழுதாள். இருவரும் அழுது தீர்த்தார்கள். அந்த ஏமாற்றத்தைத் தாங்கிக் கொள்ளாமல் சில காலம் அதிலேயே கழிந்தது.

மேலாளர் மேசையிலேயே வைத்துப் பணக்கட்டுகளை எண்ணிக் கொடுத்தார்கள். அதிகத் தொகையாக இருந்ததால் பணத்தை இரண்டு பைகளில் போட்டு அண்ணாமலை எடுத்துக் கொண்டான்.

சனிக்கிழமை என்பதால் சம்பளம் பெறப்போகிற மனநிலையிலேயே தொழிலாளர்கள் வேலை பார்த்திருந்தார்கள். பெரிய பாறை என்பதால் அதிகப்படியான வெடி மருந்து போட்டு அடைத்து வைத்திருந்தார்கள். ஒரு பர்லாங் தூரத்திற்குத் தள்ளி நிற்கும்படி தொழிலாளர்களும் அறிவுறுத்தப்பட்டார்கள். மலையை நெருங்குவதற்கு முன்பாகவே தொலைவிலிருந்த தொழிலாளி ஒருவர் அண்ணாமலையின் காரினை நிறுத்தினார்.

வெடிவெடிக்க இன்னும் கால் மணி நேரம் கூட ஆகலாம். அண்ணாமலைக்குப் பொறுமையில்லை. முதலாளி தனக்காகக் காத்திருப்பார். இப்போதே புறப்பட்டாலும் இன்னும் இரண்டு இடத்திற்குச் சென்று பணத்தைக் கொடுத்துவிட்டுத் திரும்பி வர இரண்டு நாட்கள் ஆகிவிடும். ஆட்களிடத்தில் விளக்கமாகச் சொல்லி வேலையை ஒப்படைத்துவிட்டு வரலாம் என்றாலும் எப்படியும் ஒன்றரை மணி நேரத்திற்கு மேல் ஆகிவிடும். எனவே இனி காத்திருக்கக் கூடாது என முடிவெடுத்து அங்கு நின்றிருந்த தொழிலாளியிடம் பணத்தைக் கொடுத்து, சொல்ல வேண்டியவற்றைச் சொல்லிவிட்டு அண்ணாமலை மற்ற தொழிற்சாலைக்குப் புறப்பட்டான்.

ஊரில் தனக்கிருந்த ஒரே முகவரி பழைய வீடும், அம்மாவும் மட்டும்தான். வீடு எப்போது இடிக்கப்போகிறது என்றார்களோ அப்போதே இனி தன் சொந்தமெல்லாம் அம்மா மட்டும்தான் என நினைத்தான். இன்னும் எவ்வளவு காலத்துக்கு அம்மா நமக்கு சொந்தமாக இருப்பாள்? அம்மாவை அழைத்து வந்து தன்னுடன் வைத்துக்கொள்ளப் போகிற நாளை அண்ணாமலை ஆவலுடன் எதிர்பார்த்திருக்கிறான்.

ஆடு, மாடுகள் மேய்ச்சலுக்கு வந்திருந்தன. எப்போதாவது மனிதர்கள் தென்படும் மலைப்பாதையில் மண்சாலையில் கடந்து போகும்போது அண்ணாமலைக்கு தனது ஊர் நினைவுக்கு வரும். ஆரம்பத்தில் இந்த ஊருக்கு வந்தபோது கூட்டம்கூட்டமாக மேய்ந்த செம்மறி ஆடுகளைப் பார்க்க ஆச்சரியமாக இருந்தது. அண்ணாமலையின் ஊரில் செம்மறி ஆடுகள் இல்லை. வெறும் வெள்ளாடுகள் மட்டும்தான். அதனாலேயே இந்த ஊருக்கு வந்தபின் செம்மறி ஆட்டுக்கறியாக இருக்கலாம் என நினைத்து ஆட்டுக்கறி சாப்பிடுவதையே நிறுத்திவிட்டான்.

வெகு நேரமாகவே இந்த மூன்று பாறைகளையும் உருட்டிக் கொண்டு வந்து சாலையின் குறுக்கே போடும் பணியில் பிரசாத்தும், சிட்டிபாபுவும் ஈடுபட்டிருந்தார்கள். அவர்களின் கணக்குப்படி இந்நேரம் அண்ணாமலை வங்கியிலிருந்து பணத்துடன் புறப்பட்டு இந்த இடத்துக்கு வந்திருக்க வேண்டும். தண்ணீர் கொண்டு வராதது தவறாகப் போய்விட்டது. நாக்கு வரண்டிருந்தது. ஓடைக்குச் சென்று தண்ணீர் குடித்துவிட்டு வரலாமென்றாலும் நேரம் போதாது. பாறையின் பின்பக்கமாக நின்று இருவரும் காத்திருந்தார்கள். சுற்றிலும் ஒரே ஒரு ஆள்கூட வருவதற்கான சாத்தியமில்லை.

மூடப்பட்டிருந்த சாலையிலிருந்து தொடங்கி நான்கு கிலோ மீட்டர் தொலைவிற்கு மேலாக புதர்க்காடுகளும், கற்றாழைச் செடிகளும், ஆள் மட்டத்திற்கு வளர்ந்து கிடந்தன.

இவர்கள் காத்திருந்தது சனிக்கிழமை சம்பளத்துக்காகக் கொண்டு வரும் பணம் மட்டுமல்ல, சின்னப்பிள்ளையின் கூட்டாளி வங்கிக்கு வரும் அண்ணாமலையிடம் பெரும்தொகை ஒன்றினைக் கொடுத்து அனுப்புவதாக தொலைபேசியில் பேசியதை சிட்டிபாபு கேட்டிருந்து விட்டுச் சொன்னதால்தான் இந்த ஏற்பாட்டினை இருவரும் யாருக்கும் தெரியாமல் செய்தார்கள். அத்துடன் வங்கியிலிருந்து புறப்பட்ட உடனேயே அண்ணாமலையைத் தொடர்ந்து சென்று சின்னப்பிள்ளையின் கூட்டாளி பணம் கொடுத்துக் காரில் ஏறும் வரைக்கும் பார்த்திருந்து விட்டு, தகவல் கொடுக்க ஆள் ஒன்றை சிட்டிபாபு ஏற்பாடு செய்திருந்தான். அதன்படியே அவனும் கைப்பேசியில் தகவல் கொடுத்தான்.

நேரம் ஆக ஆக பிரசாத்துக்குப் பயம் அதிகமானது. நாக்கு வரண்டு அவனால் பேசமுடியவில்லை.

“எனக்கு இது தெரியாத வேலடா சிட்டி. தெரிஞ்சி போச்சினா குடும்பம் கொழந்த குட்டி என்னாகறது? அவனைக் கொல்ல வேணான்டா. பணத்தை மட்டும் புடுங்கிட்டு அனுப்பிடலாண்டா.”

பிரசாத் பயந்தபடியே சொன்னபோது சிட்டிபாபுவுக்கு அவன் மேல் நம்பிக்கையில்லாமல் போனது.

“அடையாளம் தெரிஞ்சிடும்னு நெனக்கிறியா? வாயமூடுடா” என சிட்டிபாபு திட்டினான்.

“இங்க பாரு, கருப்புத் துணி கட்டியிருந்தாஅடையாளம் தெரியாதா? பாவண்டா!”

முழுவதையும் பிரசாத் சொல்லி முடிக்காதபடி தீட்டி வைத்திருந்த கூர்மையான கத்தியை நீட்டி நாக்கைத் துருத்திக் கடித்தபடி

கண்களை உருட்டி சிட்டிபாபு அவனைப் பார்த்து முறைத்தான். சிட்டிபாபு புதிதாக வாங்கிக் கொடுத்திருந்த தன்னிடமிருந்த நீண்ட கத்தியை பிரசாத் பார்த்துக் கொண்டான். குறி விழுந்தால் தவற வாய்ப்பில்லை. அவனது பிடியையும் மீறி கத்தி பயத்தில் ஆடுவதைப் பார்த்துவிட்ட சிட்டிபாபு மீண்டும் முன்பு முறைத்தது போலவே முறைத்தான். இனி பயந்து புண்ணியமில்லை என்பதால் பிரசாத் மனதைக் கட்டுப்படுத்திக் கொண்டு தயாரானான்.

மீண்டும் கைக்கடிகாரத்தை அண்ணாமலை பார்த்தபோது அவனது கைப்பேசி ஒலித்தது. நீண்ட நேரமாகத் தான் காத்துக்கொண்டிருப்பதாகவும், வீட்டிற்கு வராமல் நேரடியாகத் திரையரங்கிற்கே வந்து விடும்படியும் சின்னப்பிள்ளை சொன்னார். இன்னும் அரைமணி நேரத்திற்குள் அங்கு இருப்பேன் என்று சொல்லிவிட்டு இணைப்பைத் துண்டித்துவிட்டுக் காரினை வளைத்து திருப்பி தோப்புக்குள் செலுத்தியபோது அண்ணாமலை திடுக்கிட்டுக் காரை நிறுத்தினான்.

பார்த்த நொடியிலேயே அது திட்டமிட்டு செய்திருக்கிற செயல் என அவனுக்குத் தெரிந்துவிட்டது. காரினைத் திருப்பிக்கொண்டு போய்விடலாமென்று முடிவெடுப்பதற்குள்ளாகவே அந்த செயல் நிகழ்ந்துவிட்டது.

காரிலிருந்து இறங்க விடாமல் காருக்குள்ளேயே வைத்து அண்ணா மலையை வெட்டினார்கள். தப்பித்து ஓடிவிட அண்ணாமலை எவ்வளவோ முயன்று பார்த்தான். சிட்டிபாபு வெறித்தனமாக கழுத்திலேயே வெட்டினான். அதுவரை உடல்மேல் தாக்குதலை நடத்தாமலிருந்த பிரசாத்தினை "வெட்டுடா" எனச் சொல்லி சத்தம் போட்டுக் கத்தினான். கதவைத் திறந்து ஓடப்போன அண்ணாமலையின் மண்டையை பிரசாத்தின் கத்தி பிளந்தது. "அய்யோ அம்மா" எனச் சொல்லிக்கொண்டு அவன் முகத்தில் இருந்த கருப்புத் துணியை எட்டிப்பிடித்து அவிழ்த்தபடியே அண்ணாமலை தரையில் விழுந்தான்.

இருவரும் அவசர அவசரமாகப் பணம் இருந்த இரண்டு பைகளையும் எடுத்துக்கொண்டு ஓடத்தயாரானார்கள். முன்கதவின் ஓரத்தில் பிணமாகக் கிடந்த அண்ணாமலையைத் தாண்டி பையுடன் சிட்டிபாபு குதித்து ஓடியபோதுதான் பிரசாத் அவனின் கையில் வைத்திருந்த கத்தியைக் காருக்குள் போட்டுவிட்டு ஓடிவருவதைப் பார்த்தான். அவன் செய்த தவறை உணர்த்துவதற்காக சிட்டிபாபு கன்னத்தில் ஒரு அறை கொடுத்தான்.

"எவன மாட்டி உடப் பாக்கற நாயே? ஓங்கையில இருந்த கத்தி எங்கடா?" - எவ்வளவு பெரிய தவறு என்பது பிரசாத்துக்குப்

புரிந்தது. இருந்தாலும் தான் நினைத்ததை அவனிடம் சொல்லாமல் இருக்க முடியவில்லை.

"ஆளையே இங்க போட்டுட்டுப் போறோம், கத்தி கெடந்தாத்தான் தெரிஞ்சிடப்போவுதா? வா ஓடனே போயிடலாம்!" பிரசாத் சொன்னது அந்த பரபரப்பிலும் சிட்டிபாபுவை யோசிக்க வைத்தது. அவனிடம் ஏதும் சொல்லாமல் அவனிடமிருந்து பணப்பையைப் பிடுங்கி இரண்டு பைகளையும் மீண்டும் காரினுள் போட்டான். அவன் எதற்காக இவ்வாறு நடந்து கொள்கிறான் என்பது பிரசாத்துக்கு விளங்கவில்லை.

"மொதல்லப் புடிடா" எனச் சொன்னபோது பிரசாத்துக்கு புரிந்தது. இருவரும் சேர்ந்து ரத்த வெள்ளத்தில் கிடந்த அண்ணாமலையைப் பிடித்து தூக்கிக் கொண்டு போய் ஓடையில் போடப்போனார்கள். பிரசாத் சிட்டிபாபுவுக்கு ஈடுகொடுக்க முடியாமல் திணறிப்போனான். மூச்சு வாங்கியது. மண்டையிலிருந்து ரத்தம் வழிந்து கொண்டேயிருந்தது. அண்ணாமலையின் முகத்தைப் பார்க்கவே பிரசாத்துக்குப் பரிதாபமாக இருந்தது. பரபரப்பில் வியர்த்துக் கொட்டிய சிட்டிபாபு மூச்சு வாங்கியபடியே சொன்னான்.

"அதிகாரமா பண்ணினெ? எங்கேயிருந்து எங்க வந்து பொழைக்க வந்த அநாத நாயி, எங்கள வந்து வேலையை உட்டுத் தூக்குறியா? அன்னிக்கி என்னமோ சொன்னியே! ஒன்ன அநாதப் பொணமாக்கிட்டோம் பாத்தியா?" தான் பிடிபட்டுவிடுவோமோ என்ற பயத்திலேயே பிரசாத் இருந்தான். "எனக்கு என்னமோ பயமா இருக்குடா சிட்டி, ஓடையில வீசிட்டுப் போனா எப்பிடியும் தெரிஞ்சிப்போவும். நம்மகிட்டதான் கோணிப்பை இருக்குல்ல, கட்டி இந்தப் புதருக்குள்ளே போட்டுட்டுப் போயிடலாண்டா" பிரசாத் பேச்சில் சிட்டிபாபு கோபப்பட்டான்.

"இந்த வேலையைச் செய்ஞ்சதே பணத்துக்காகத்தான். மூட்டையையே கட்டிக்கினு ஒக்காந்திரு. அப்புறம் நம்மள மூட்ட கட்டிடு வானுங்க" பிரசாத்துக்கு சிட்டி சொன்னது சரியாகத் தோன்றியது. எதுவும் பதில் சொல்லாமல் அவன் சொல்கிறபடி ஒத்துழைத்தான். தூக்கிக்கொண்டு போய் புதருக்குள் போட்டுவிட்டு அருகிலிருந்த மரத்திலிருந்து இரண்டு பெரிய வேப்பங்கிளைகளை மேலே வெட்டிப் போட்டு மறைத்துவிட்டு வேகவேகமாக காரிடம் ஓடிவந்தார்கள்.

காரினுள் வைத்துவிட்டுப்போன இரண்டு பணப்பைகளையும் மீண்டும் சிட்டிபாபு எடுக்கப் போனான். அப்போது உள்ளே இருக்கிற பணத்தை எடுத்துப் பார்த்துக் கொள்ள ஆவலாக இருந்தது. ஒரு பையில் வெறும் ஐந்நூறு ரூபாய் நோட்டுக்களாகவும் இன்னொரு

பையில் நூறு ரூபாயும், ஐந்நூறு ரூபாய் நோட்டுகளாகவும் கலந்திருந்தன. தான் பட்ட கஷ்டத்திற்குப் பலன் கிடைத்துவிட்டதாக சிட்டிபாபு நினைத்தான்.

அவன் பணத்தை எடுத்துப் பார்த்துக் கொண்டிருக்கும்போது காரினுள் மறந்து வைத்து விட்ட கத்தியை எடுக்கப்போன பிரசாத் அப்போதுதான் இருக்கையில் சந்தில் கிடந்து கைப்பேசி ஒலிப்பதைப் பார்த்துவிட்டு எடுத்தான். சிட்டிபாபு கைப்பேசி ஒலிப்பதைப் பொருட்படுத்தவில்லை. பிரசாத்துக்கு அதனை என்ன செய்வதென்று தெரியவில்லை. பேசுவதா வேண்டாமா எனக் குழம்பினான்.

"சிட்டி என்னடா இது, இது வேற கத்துது?"

"அது எங்கியாச்சும் கத்தட்டும் உட்ரா... இங்க பாத்தியா வெறும் ஐந்நூறு ரூபாய் நோட்டு. இந்த நாலு நோட்டுக்கு மாசம் பூரால்ல நம்பளக் கல்லு ஒடைக்கச் சொல்லுவான்." சிட்டிபாபு மகிழ்ச்சியின் உச்சத்தில் இருந்தான். பிரசாத்துக்கு கோபமாக வந்தது. எரிச்சலடைந்து சத்தம் போட்டுக் கத்தினான்.

"இப்ப என்னடா சொல்றது? யாரோ கூப்பிடறாங்களே" பிரசாத் பயந்து போனான்.

"அட இவன் ஒரு தொடநடுங்கி. சொல்லு பொதர்ல கிடக்குறார்னு சொல்லு. வேணுன்னா போன அவரு வாயில எடுத்துட்டுப் போயி வய்யி. பேசறாராப் பாப்போம்." சிட்டிபாபு பரிகாசம் செய்தபடியே சொன்னான். தொடர்ந்து கைப்பேசி ஒலித்துக்கொண்டேயிருந்தது. மேலும் சிட்டிபாபு அவன் பதில் சொல்லாமல் போனதால் கோபப்பட்டான்.

"இப்ப நீ வாங்கப் போற! எவுருதான் பேசறார்னு பாரேன்" எனச் சொல்லி சிட்டிபாபு அவனின் கையிலிருந்து கைப்பேசியைப் பிடுங்கிக் கொண்டான்.

அவன் அதனை இயக்கிய உடனேயே அதில் யாரோ ஒரு பெண் அழுவதைக் கேட்டு முகம் சுளித்து மீண்டும் பிரசாத்திடமே கொடுத்தான்.

"சே, கெழவி அழுவுது. இதப் போயி கேக்கச் சொன்னோம் பாரு இந்தா... வாடாப் போவலாம்!" பணப்பை இரண்டினையும் சிட்டிபாபு எடுத்துக்கொண்டான். கத்தி இரண்டினையும் பிரசாத் எடுத்துக்கொண்டான். சிட்டிபாபு மாதிரி பிரசாத் முகம் சுளிக்க வில்லை. கைபேசியில் அவன் கேட்ட குரல் அவனை மனதை நொறுங்கச் செய்தது. அவள் பேசிய முதல் வார்த்தையிலேயே தொண்டையடைத்துப் போனான்.

"எப்பா சின்னவனே! நான் சாவப்போறேன்டா, ஒடனே கெளம்பி வாடா... சாமி! அண்ணாமலை... ஒம்மொகத்தப் பாத்துட்டு நான் செத்துடறேன்டா...! ஊட்லேர்ந்து என்னைத் தூக்கி வெளியில போட்டுட்டானுவோடா! ஒன்ன நான் இங்கேர்ந்து அனுப்பிட்டு படாத பாடுபடறேன்டா! ஒடனே வந்துட்ரா... சாமி. அண்ணமலை..." கைபேசியில் பேசுபவள் அவனின் அம்மா எனத் தெரிந்தது. மேற் கொண்டு அதனைக் கேட்கமுடியவில்லை. காதினருகில் இருந்த கைப்பேசியை பிரசாத் வெளியே எடுத்துவிட்டான். ரங்கநாயகி மகனிடம் பேசுவதாக நினைத்து அழுது கொண்டேயிருந்தாள்.

மனம் கலங்கி நின்ற பிரசாத்தின் கன்னத்தில் அறைந்து, அவனின் கையிலிருந்த கைப்பேசியைப் பிடுங்கி அண்ணாமலை கிடந்த இடத்தின் பக்கத்திலேயே வேகமாக சிட்டிபாபு வீசினான். கைப்பேசி அண்ணாமலையின் பிணத்தருகே சிறிது தூரத்தில் சென்று விழுந்தது.

இருவரின் சட்டை மற்றும், கைப்பேசியில் ரத்தக்கறை முழுக்கப் படிந்திருந்தது. இரண்டு கத்திகளிலுமிருந்த ரத்தத்தைக் கையினால் வழித்தபடியே பிரசாத் கைப்பேசியில் கேட்ட குரலை நினைத்தபடியே அவன் பின்னாலேயே நடந்து போனான்.

மகன் தன்னிடம் பேசாததற்கான காரணம் ரங்கநாயகிக்குப் புரியவில்லை. பேரன் ரமேஷ் சந்தேகப்பட்டு கைப்பேசியை வாங்கிப் பார்த்தான். மறுமுனையில் யாரும் பதிலளிக்காததைப் புரிந்து கொண்டு மீண்டும் இணைப்பைத் தொடர்பு கொண்டான். புதருக்குள் இருந்த கைப்பேசியில் மணி ஒலித்துக்கொண்டேயிருந்தது.

வீட்டிலிருந்து ரங்கநாயகியை வெளியேற்றினால்தான் வீட்டினை இடிக்கமுடியும். சென்னையிலிருந்து வீட்டினை இடிக்க வந்தவர்கள் வீட்டில் என்னென்ன பொருட்கள் தேறும், என்னென்ன தேறாது என்பதைக் கணக்கெடுத்துக் கொண்டிருந்தார்கள்.

அதற்குள் வீட்டினைச் சுற்றி தூரமாக நின்றுகொண்டு ஊரிலிருந்த வர்கள் வேடிக்கை பார்க்கத் தொடங்கிவிட்டார்கள். ஊரில் விவசாயம் பார்த்துக்கொண்டிருந்த இன்னொரு மகன் தட்சணாமூர்த்திக்குக் கோபம் வந்துவிட்டது. அம்மாவுக்குக் கேட்கும்படி மட்டும் பல்லைக் கடித்தபடி சொன்னான்.

"இங்கபாரு, ஒன் அழுவெல்லாம் இனி இங்க ஒண்ணும் நடக்காது. நீ ஆண்டவரிக்கும் போதும். இனி எங்கள நிம்மதியா வாழ உடு. செத்துத் தொலைப்பேன்னுதான் இவ்வளவு நாள் காத்திருந்தோம். ஒன்ன எதாச்சும் மருந்து வைச்சி கொன்னாத்தான் கொல்லலாம். இனிமேலும் எங்களால காத்திருக்க முடியாது.

இங்கியே செத்தாத்தான் சாவியா? ஒன்ன ஒண்ணும் நடுரோட்டுல போட்டு வச்சி எடுக்கமாட்டோம். ஒண்ணுக்கு பதிலா மூணு, நாலு ஊடு கெடக்கு, கவலப்படாத... மரியாதையா எழுந்திரு...!"

தனது இளைய மகன் வராமல் இந்த இடத்தைவிட்டுப் போக மாட்டேன். அவன் வந்தால் அவனைப் பார்த்துவிட்டு செத்துப்போய் விடுகிறேன் எனச் சொல்லி மகனிடம் கெஞ்சி அழுதாள். செய்தி கேள்விப்பட்டு பக்கத்துத் தெருவிலிருந்து கையில் குழந்தையுடன் ஜெயந்தி ஓடிவந்தாள். மற்றவர்கள்போல் அவளால் பார்த்துக் கொண்டிருக்க முடியவில்லை. ரங்கநாயகியை அங்கிருந்து தூக்கவிடாமல் கட்டியணைத்துக் கொண்டாள்.

அண்ணாமலையைப் பிடிக்காதவர்களெல்லாம் இதுதான் சமயம் என பணத்தைத் தூக்கிக்கொண்டு அவன் எங்கேயோ ஓடிவிட்டான், இனி கிடைக்க மாட்டான் என்றார்கள். வெறும் பதினெட்டு லட்ச ரூபாய்க்கு அவ்வளவு மட்டமான வேலையைச் செய்கிற ஆள் அவனில்லை என சின்னப்பிள்ளை கடைசிவரை யார் சொல்வதையும் கேட்க மறுத்துவிட்டார். சற்றுமுன் வரை அவன் தொலைபேசியில் பேசியதும் பின் காணாமல் போனதும் கைப்பேசி மணி ஒலித்தும்கூட அவன் பதிலளிக்காததும் அவரை யோசிக்கவைத்தது. மற்றவர்கள் எவ்வளவோ சொல்லியும் ஆட்களை அனுப்பித் தேடுவது குறித்தும், காவல் நிலையத்தில் புகார் அளிப்பது குறித்தும் யோசிக்காமல் அதனைக் கொஞ்சம் தள்ளிப்போட்டார்.

பணத்தை யாருக்கும் தெரியாமல் மறைத்து வைத்துப் பாது காப்பதே இருவருக்கும் பெரிய காரியமாக இருந்தது. பிரசாத் சோர்ந்து போயிருக்கிறான். ஒரு பெரிய பாறையைப் புரட்டி அதன்கீழே குழிவெட்டி அதனுள் ஒரு தகரப் பெட்டியினுள் பணத்தைப் போட்டு மறைத்து வைத்து மீண்டும் பாறையை அதன்மேலேயே அதேபோல் நகர்த்தி வைத்துவிட்டார்கள்.

சிட்டிபாபுவின் நெடுநாள் திட்டம் இது என்பதை பிரசாத் அறிந்திருந்தான். காரினை அந்த இடத்திலிருந்து எடுத்து மாற்றி மலைச்சரிவில் உருட்டிவிட ஏற்பாடு செய்துவிட்டான். அத்துடன் அந்த இடத்தில் படிந்த ரத்தக்கறைகளை அகற்றவும் நம்பிக்கையான ஆள் ஒருவனை ஏற்பாடு செய்து அதனையும் சிட்டிபாபு செய்துமுடித்தான்.

இருவரும் பெரிய மதுபாட்டில் இரண்டினையும், இறைச்சி மற்றும் தின்பண்ட வகைகளையும் வாங்கி வந்து தனியாக யாருமற்ற பாறை ஒன்றின்மேல் அமர்ந்திருந்தார்கள். இருட்டில் அவ்வாறு தனியாக அமர்ந்திருப்பதே பிரசாத்துக்குப் பயமாக இருந்தது.

"உம்! பயம் தீர்றதுக்குத்தான் சரக்கு வாங்கிட்டு வந்திருக்கேன். ஒண்ணும் யோசிக்காத! எல்லாம் குடிச்சா சரியாயிடும். இதக் குடி" எனச் சொல்லி மதுவினை ஊற்றி சிட்டிபாபு கொடுத்தான். "எனக்கு பயம்லாம் ஒண்ணும் இல்ல. அப்ப போன்ல அழுதது அவவோட அம்மாடா! பாவம், இவன எதிர்பார்த்துக்குனே கெடக்குது. நெனச்சா மனசுக்கு ரொம்ப கஷ்டமாக் கெடக்குதுடா." பிரசாத் வார்த்தைகளை நிறுத்தி நிறுத்தி அண்ணாமலையை மனதில் வைத்துக்கொண்டு ஒவ்வொன்றாகச் சொன்னான்.

"அடச்சீ.... சும்மா பொலம்பிக்கினே இருக்க, இத மொதல்ல போடு. நிம்மதியாத் தூங்கலாம்" சிட்டிபாபு என்னதான் சொன்னாலும் பிரசாத் சமாதானமடையவில்லை.

நெடுநேரம் இருந்ததையெல்லாம் குடித்தார்கள். தொடக்கத்தில் வேண்டாமென்ற பிரசாத்துதான் அதிகமாகக் குடித்தான்.

"நம்பளக் கடைசிவரைக்கும் எவனுமே கண்டுபுடிக்கல பாத்தியாடா? பணத்த என்ன செய்யலான்னு சொல்லு... !"

சிட்டிபாபுவின் கேள்விக்கு பிரசாத் பதில் சொல்லவேயில்லை. பனிக்கூட்டத்தில் நிலவு மறைவதும் ஒளிர்வதுமாய் இருந்து கொண்டிருந்தது. சிட்டிபாபு தொடர்ந்து பேசிக்கொண்டேயிருந்தான்.

"மொதல்ல ஒரு காரு வாங்கி அந்த சின்னப்பிள்ளை ஊட்டு முன்னாலேயே கொண்டு போயி நிறுத்தறம்பாரு. எவனுக்கு இனி பணம் வேணும்னாலும் ஏங்கிட்டதாண்டா வந்தாவணும். வட்டிக்கி உட்டு கோடிகோடியா சம்பாரிக்கிறேன் பார். டேய், பிரசாத்... ஏன்டா இப்பிடி நடுங்கிச் சாவற? ஒனக்கு எவ்வளவு வேணும் சொல்லு."

தான் எவ்வளவு பணம் இவனிடம் பங்கு கேட்கலாம் என்ற யோசனையில் இருந்தாலும், எங்கே பிடிபட்டுச் சிறைக்குப் போய்விடு வோமோ என்கிற பயத்திலேயே பிரசாத் குழம்பிக் கிடந்தான்.

"நீ எம்மாம் வேணுமோ எடுத்துக்க. எம்பொண்டாட்டிக்கு அஞ்சிபவுன்ல ஒரு தாலிச் செயினு. எனக்கு ஒரே ஒரு பைக்கு, அப்புறம்... அப்புறம்... ஒண்ணும் வேணாம்."

பிரசாத் பேசுவதை இடைமறித்து சிட்டிபாபு பேசினான்.

"அடச்சீ! பிச்சக்கார நாயே த்தூ... இவ்வளவுதானா!"

பிரசாத் அவனது பேச்சினைப் பொருட்படுத்தாமல் தனது பயத்தை வெளிப்படுத்தினான். பேசும்போது முழுமையாகப் பேசமுடியாமல் அவனது வாய் குழறியது.

"காரக் கொண்டுபோயி மலையிலேர்ந்து பள்ளத்துல தள்ளி உட்டது, பணத்த மறைச்சி வச்சது இதல்லாம் சரியாத்தான் பண்ணியாச்சி. எனக்கு என்னமோ... நான் அப்பேர்ந்து சொல்லிக்குனு இருக்கேன்..."

-மேலும் பேசமுடியாமல் பிரசாத் கண்களை மூடித் தூங்கிய போது அவனது முகத்தில் ஒரு அறைவிட்டு சிட்டிபாபு அவனைப் பேசவைத்தான்.

"என்னடா சொல்லிக்குனு இருக்கே... சொல்லுடா... சொல்லு" சிட்டிபாபுவின் குரல் அவனின் தூக்கத்தைக் கலைத்தது. மீண்டும் போதையிலிருந்து பேசினான்.

"ம்... பாதியிலேயே நிறுத்திட்டனா? எனக்கு பயமாத்தாண்டா இருக்கு சிட்டி... நான் சொன்ன மாதிரியே ஏண்டா அப்ப பண்ணாம வந்த? கோணியிலே போட்டு மூட்டகட்டியிருந்திருக்கணும்..."

மீண்டும் அவன் முகத்தில் அறை விழுந்தது.

"கோணியில கட்டனா நாத்தம் வராதா...? இந்நேரம் நாறிப் போயிருக்கும்" சிட்டிபாபு சொன்னவுடனேயே பிரசாத் திடீரென தள்ளாடியபடியே துடிதுடித்து எழுந்தான்.

"அய்யோ... தப்புப் பண்ணிட்டமடா... சிட்டி... தப்புப் பண்ணிட்டமடா!"

-பிரசாத் அழுது புலம்பினான். யாருமற்ற வெளியில் யாராவது தொலைவிலிருந்தாலும் அவர்களுக்குக் கேட்டிருக்கும். பனிப் பொழிவினை இருவருமே உணரவில்லை. சிட்டிபாபுவின் மூளை தீவிரமாக அந்த போதையிலும் வேலை செய்யத் தொடங்கியது.

"பிரசாத்து... நாம தப்பு பண்ணிட்டன்டா..." சிட்டிபாபு சொன்னவுடனேயே பிரசாத் அவன்மேல் சாய்ந்து அவனைக் கட்டிப் பிடித்துக் கொண்டு அழுதபடியே கேட்டான்.

"என்னடா... பயம் காட்ற?"

"அவன அப்படியே போடக்கூடாதுடா! குழிதோண்டிப் பொதைச் சாத்தாண்டா நாம நிம்மதியா தூங்கலாம்..." இருவரும் புலம்பியபடி அங்கேயே பாறையிலேயே விழுந்து கிடந்தார்கள்.

பகல் நேரமாக இருந்திருந்தால் பிரசாத் தனியாகவே எழுந்து போய் பிணத்தை மறைத்து வைக்க முயற்சி செய்திருப்பான். போதை மயக்கத்தில் இருள் மேலும் இருளாய் இருந்தது. எழுந்து பார்த்து விட்டு அவன் மேலேயே சாய்ந்துவிட்டான். கொலை செய்கிற அளவுக்கு பிரசாத் கெட்டவனும் இல்லை. அவ்வளவு தைரியசாலியும்

இல்லை. ஊர் ஊராக கிராமங்களுக்குச் சென்று தலைச்சுமையாகத் துணிகளைக் கொண்டு போய் விற்றவனை ஒருநாள் சிட்டிபாபுதான் அந்த வேலை வேண்டாம், வேறு வேலை வாங்கித் தருகிறேன் எனச் சொல்லி அழைத்து வந்தான். சின்னப்பிள்ளையின் கல் உடைக்கும் தொழிற்சாலையில் வேலையில் சேர்த்துவிட்டபின் இருவரும் நெருக்கமான நண்பர்களாயினர். கூலி ஆட்களின் எண்ணிக் கையைக் கூட்டிக் காண்பித்து சின்னப்பிள்ளையிடமிருந்து பணத்தை ஏமாற்றி வாங்கிக்கொண்டிருந்தபோது சிட்டிபாபு சிறிதும் எதிர் பார்க்காதபடி அண்ணாமலைக்கு அந்தப் பொறுப்பினை வழங் கினார்கள். அண்ணாமலை மேலாளர் பொறுப்புக்கு வந்தபின் சிட்டிபாபு மனநிம்மதியின்றித் தவித்தான். தொடர்ந்து வேலை செய்யாமல் ஏமாற்றி வந்தவனை அண்ணாமலை கட்டாயப்படுத்தி வேலை செய்ய வைத்தான். தனது பதவி பறிக்கப்பட்டு வருமானம் நின்று போனதால் தேவையின்றி அண்ணாமலையோடு சிட்டிபாபு சண்டையிட்டான். அப்படிப்பட்ட நேரங்களிளெல்லாம் தனக்கு விருப்பமில்லாதபோது கூட பிரசாத்தையும் சேர்த்துக் கொண்டான். காலப்போக்கில் சிட்டிபாபு இல்லாமல் வேறொரு இடத்தில் வேலை செய்து பிழைக்க முடியுமென்கிற நம்பிக்கையை பிரசாத் இழந்தான். அவனுடைய நட்பு கூடவே கூடாது என்று அவனுடைய மனைவி பலமுறை எச்சரித்தும் பலனில்லாமல் போனது.

அண்ணாமலையைத் தீர்த்துக்கட்ட திட்டம் தீட்டிய நேரத்தி லிருந்தே பிரசாத் வேண்டாமெனத்தான் பின்வாங்கினான். இந்த ஒன்றினைச் செய்துவிட்டால் தாங்கள் கஷ்டப்பட்டு கல் உடைக்கத் தேவையில்லை, சுகமாய் வாழலாம் என சிட்டிபாபு ஆசைகாட்டி பிரசாத்தை சமாதானப்படுத்தி வைத்திருந்தான். போதையையும் மீறி தன்னை யறியாமல் பிரசாத் உளறியபடியே சிட்டிபாபுவின் மேல் சாய்ந்து கிடந்தபடியே தூங்கினான்.

தன்னால் உருவாக்கப்பட்ட சரித்திரம் இன்னும் ஒரு மணி நேரத்திற்குள் முடியப்போகிறது. தான் இந்த இடத்தில் இருக்கப் போவதும் சில மணி நேரம்தான். தன்னுடைய வீட்டில் தான் கழிக்கப் போகிற கடைசி இரவு இதுதான். அழுதழுது ரங்கநாயகி சோர்ந்து போயிருந்தாள். வீட்டினை இடிக்கப் போகிறார்கள் என கேள்விப்பட்டதிலிருந்து இரண்டு நாட்களாகத் தூக்கமும் இல்லை. சாப்பிடவும் மனம் இடம் கொடுக்கவில்லை. பச்சைத் தண்ணீரை மட்டும் குடித்துத்தான் பொழுதினைக் கழித்தாள்.

தன் கர்ப்பப்பையிலிருந்து உருவாகி தன்னால் வளர்க்கப்பட்டு இன்னும் எங்கெங்கோ பிரிந்து சிதறிக்கிடந்த பிள்ளைகளையெல்லாம் ஒரே இடத்தில் உட்கார வைத்துப் பார்க்க எவ்வளவோ காலங்கள்

முயற்சி செய்தாள். இறுதிவரை அது பலிக்கவேயில்லை. மீண்டும் தன் சாவில்தான் அவர்கள் ஒன்று சேர்வார்கள். அப்போது அதனைப் பார்க்க தான் இருக்கப்போவதில்லை என நினைத்துக் கொண்டாள். தனக்கு முக்கியமானதாகப் படுகின்ற இந்த வீடு அவர்களுக்கு முக்கியமானதாகப் படாததற்கு நிறைய காரணங்கள் இருப்பதையும் யோசித்தாள்.

தான் படுத்திருந்த இடத்திற்கு நேராக வலதுபக்க மூலையில் அணில் ஒன்று கூடுகட்டி குஞ்சுகளைக் காப்பாற்றி வருவது அவளுக்குத் தெரியும். குஞ்சுகளுக்குப் பசிக்கிற மாதிரி தெரிந்தது. இடைவிடாமல் கத்திக்கொண்டேயிருந்தன. அவைகளின் வாழ்வும் இன்னும் சில மணி நேரத்தில் முடியப் போவதை ரங்கநாயகி நினைத்துக் கொண்டாள். வீடு இடிக்க வருபவனிடம் எப்படியாவது கெஞ்சி அந்தக் குஞ்சுகளைக் கூட்டுடன் வேறு இடத்துக்கு பாதுகாப்பாக மாற்றிவைக்கச் சொல்லவேண்டும் என்பதையும் அந்த நேரத்தில் மனதில் குறித்துக் கொண்டாள்.

வாசலில் இருந்த பூவரசு மரத்திலிருந்து ஆந்தை ஒன்று வெகு நேரமாகவே உட்கார்ந்து கொண்டிருந்தது. அணில் குஞ்சுகளின் சத்தம் கேட்டுத்தான் அதன் திட்டத்தைத் தீட்டிக் கொண்டிருந்ததோ தெரியவில்லை. ரங்கநாயகியின் உடல் சிலிர்க்கிறமாதிரி இருளின் அமைதி கிழிகிறமாதிரி தொடர்ந்து இடைவிடாமல் கத்தி நிறுத்தியது.

தனக்குச் சீதனமாக அண்ணன்கள் கொடுத்து விட்டுப்போன பலாமரத்தில் செய்த 108 அறைகளைக் கொண்ட பெரிய பெட்டி இன்று எலிகளின் கூடாரமாகி மாறிவிட்டதைப் பார்த்தாள். மழை நீர் பட்டு மட்கிப் போய்விடும் என்பதால் நடுக்கூடத்தில் கிடந்த பெட்டியை ஒரு வருடமாகவே போகிற வருகிறவர்களிடமெல்லாம் சொல்லி, கெஞ்சிக் கூத்தாடி தன் பார்வையில் இருக்கும்படி வெளித்திண்ணையில் கொண்டுவந்து போட்டுக் கொண்டாள்.

காற்றடிக்கும்போதும், வெயில் அதிகமாகும் கோடை காலத்தின் போதும் சூடு பொறுக்காமல் தேள் பிடியைத் தளர்த்திவிடும் பலமுறை. அவளின்மேலேயே ஓடுகளிலிருந்து அது விழுந்திருக்கிறது. சமையல் செய்வதற்காக அரிசி, பருப்பு, உப்பினை எடுக்கப் போகும்போது கையிலும் தேள்கொட்டியிருக்கிறது. மூன்று முறையும் பச்சிலை கொடுத்து வேப்பிலைப்பாடம் அடித்துக் காப்பாற்றியவன் நாட்டு வைத்தியன் வேதாசலம்தான். கார்த்திகை மாதத்தில் ரங்கநாயகியின் பக்கத்திலேயே போர்வையில் தூங்கிக்கிடந்த பாம்பையும் அடித்திருக்கிறார்கள்.

நேரம் கடக்க கடக்க ரங்கநாயகியின் பசி உணர்வு மறைந்தது. இனி நடக்கப் போகிற நிகழ்வுகளைக் கற்பனை செய்து பார்த்தாள்.

தான் நினைக்கிறபடியே தான் நிச்சயம் நடந்து முடியும் என நம்பினாள்.

முதலில் ஓடுகளைப் பிரிப்பதற்கு முன் தன்னைத்தான் வெளியேற்றுவார்கள். வெளியேற்றினால் தான் வைத்திருந்த துணிகள் அடைத்து வைக்கிற பழைய தகரப் பெட்டி ஒன்றினையும், சாப்பாட்டுத் தட்டையும், கைத்தடியையும், வெற்றிலைப் பெட்டி மற்றும் வெற்றிலைப் பாக்கு இடிக்கிற உரல், உலக்கைகளையும் மட்டும் தான் எடுத்துக் கொள்ளலாம். மற்றவைகளை எடுத்துக் கொண்டு எங்கேயும் அலையமுடியாது. ஜெயந்தி வீட்டுக்குப் போனால் சமையல் பாத்திரங்களையும் சேர்த்து மற்றவைகளையும் கொண்டு செல்லலாம். ஜெயந்தி கவனித்துக்கொண்டாலும் அவள் புருஷன் எத்தனை நாளைக்கு முகம் கோணாமல் வைத்துக் கொள்வான். தன் வயிற்றில் பிறந்த பிள்ளைகளே தன்னைப் பற்றிக் கவலைப்படாதபோது அவன் பொறுப்புடன் கவனித்துக் கொள்ள வேண்டும் என நினைப்பது எப்படி நியாயம்? சின்னவன் இருந்தால் நிச்சயமாக இதற்கு ஒரு முடிவு கட்டுவான். தான் அழுது சொன்னபோது ஏன் பேசாமல் போனை வைத்துவிட்டான். நிச்சயம் விடிந்தவுடன் தன்னிடம் பேசுவான் என மனது சொன்னாலும் தன் மனதில் உள்ளதையெல்லாம் கொட்டித் தீர்க்க அவனிடம் பேசுவதைத் தவிர வேறு வழியில்லை எனத் தோன்றியதால், வெற்றிலைப் பாக்கு பைக்குள் சுருக்குப் போட்டு வைத்திருந்த கைப்பேசியை எடுத்தாள். இந்த நேரத்தில் ஆழ்ந்து தூங்கிக் கொண்டிருப்பான். வேறு வேலையில் ஏதோ இருந்துவிட்டதால்தான் தன்னிடம் பேசவில்லை. இப்போது அழைத்தால் நிச்சயம் பேசுவான். இப்போதே பேசி வீடு இடிப்பதை முடிந்தவரை நிறுத்தப் பார்க்கலாம் என நீலநிற பொத்தானை விரல்களால் துழாவித் தேடினாள். இருட்டு என்பதால் எளிதில் புலப்படாமல் இருந்தது. கைப்பேசியின் இடது புறத்தில் கீழ்ப்பக்கமாக இருந்ததால் தடவிப் பார்த்து பொத்தானை அழுத்தினாள். மகன் பேசப் போகிறான் என்ற உடனேயே அழுகை உருவாகி கை நடுங்கியது. கைப்பேசியைக் காதருகே வைத்துப் புடவையால் கண்களிலிருந்து வழிந்த கண்ணீரைத் துடைத்துக் கொண்டாள். மணி ஒலித்துக் கொண்டேயிருந்தது. மகன் தன்னோடு பேசுவான் பேசுவான் எனக் காத்திருந்தவளுக்கு ஏமாற்றம்தான் மிஞ்சியது. மகன் ஆழ்ந்த தூக்கத்தில் இருப்பான் என நினைத்துக் கொண்டாள்.

கைப்பேசியைக் கையில் பிடித்தபடியே கைத்தடியையும் எடுத்துக் கொண்டு திண்ணையில் ஊர்ந்து வந்து கீழே இறங்கி நகர்ந்து வாசலுக்கு வந்து பார்த்தாள். மணி இரண்டோ மூன்றோ

இருக்கலாம். பனிக்குளிர் மேலும் அவளிடம் இறுக்கத்தை உருவாக்கியது. ஊரார்களுக்கு நாளை கொண்டாட்டம்தான். வீட்டின் வாழ்வு முடிவதை தன்னுடைய வாழ்வு முடிவதாகவும் நினைத்துக் கொண்டாள். தனது கணவர் இறுதியாகப் படுத்திருந்து தன்னுடன் பேசியபடியே உயிர்விட்ட இடம் அந்தத் திண்ணைதான். கணவர் இறந்த பின்தான் அவரின் தேவையை ரங்கநாயகி உணர்ந்தாள். வாசல் படிக்கட்டில் உட்கார்ந்திருந்தவள் நகர்ந்து போய் திண்ணையில் கைவைத்துத் தடவிப் பார்த்தாள். இத்தனை பிள்ளைகளைக் கொடுத்துவிட்டு தன்னோடு வாழ்ந்துவிட்டு தனக்கு முன்னாலேயே சேர்ந்துவிட்டவரைப் பற்றிய ஏக்கம் இப்போது அதிகமானது. கார்த்திகை தீபத்தன்று சின்னவன் பிறந்ததால் அவனுக்கு அண்ணாமலை எனத் தான் பெயர் வைக்கவேண்டும் எனத் தீர்மானமாகச் சொல்லிச் சாதித்தும் விட்டார்.

கைத்தடியைத் திண்ணையில் போட்டுவிட்டு மூச்சினைப் பிடித்து எழுந்து கையூன்றி திண்ணையில் ஏறி உட்கார்ந்தாள். கணவன் தலைவைத்திருந்த அதே திண்டில் தலைவைத்துப் படுத்தாள். வாழ்க்கையின் ஒரு சுழற்சியை வாழ்ந்து பார்த்த நினைவு வந்தது. இளையவனிடம் பேச நினைத்து மீண்டும் மீண்டும் அவளது கையிலேயே பிடித்திருந்த கைப்பேசியை எடுத்து எடுத்துப் பார்த்தாள். காலை விடியப் போவது இளையமகன் அண்ணாமலையின் குரலில்தான் என்கிற நம்பிக்கையில் கைப்பேசியைத் தலையடியிலேயே வைத்துக்கொண்டு ரங்கநாயகி கண்களை மூடினாள்.

அத்தையைத் தன் வீட்டுக்கு அழைத்து வந்து அவளின் கடைசிக் காலம் வரை தன்னோடு வைத்துக்கொள்ள அனுமதி கேட்டு இரவெல்லாம் கணவனை ஜெயந்தி நச்சரித்தாள். ஊரார் கண்படும் முன், வீட்டினை இடிப்பவர்கள் வருவதற்குள்ளாக அத்தையை அழைத்துவந்து விடலாமென கருக்கலிலே எழுந்து பால் சொம்பையும் எண்ணெய்க் கிண்ணத்தையும், கால் கட்டும் கயிற்றையும் எடுத்துக் கொண்டு ஜெயந்தி கன்றுக்குட்டியை அவிழ்த்துவிட்டாள்.

விடியல் விடிந்து கிராமத்தின் இயக்கம் தொடங்கியது. வேலைக்கு ஆள் கூப்பிடுவதற்காக தேனீர்க் கடையருகே கூடியவர்களும் வேலைவெட்டி இல்லாதவர்களும் ரங்கநாயகியின் குடும்பக் கதையைத் தான் பேசிக்கொண்டிருந்தார்கள். அத்துடன் செய்தி கேள்விப்பட்டு இவ்வளவு காலமாக ஊருக்குள் வராமலிருந்த அண்ணாமலை கட்டாயம் இன்று ஊருக்கு வருவான் எனவும் பேசிக் கொண்டார்கள்.

அண்ணாமலையின் அண்ணன்கள் தட்சிணாமூர்த்தியும், கிராமத்திலேயே இருந்த மற்றொரு அண்ணனும் சென்னையிலிருந்து

அண்ணன் அனுப்பியிருந்த ஆட்களுடன் வேன் ஒன்றிலிருந்து வீட்டின்முன் இறங்கினார்கள். கொஞ்ச நேரத்திற்கு முன்பாகவே சுவர்களை உடைக்கிற இயந்திரமும் அங்கு வந்து நின்றிருந்தது.

அம்மா இரவெல்லாம் வீட்டின் நினைப்பிலேயே உறக்கமில்லாமல் இருந்துவிட்டு தாமதமாகத் தூங்கியிருப்பாள். அவளை எப்படி எழுப்புவது என்பது தெரியாமல் இரண்டு மகன்களும் நின்றிருந்தார்கள்.

இன்னும் நான்கே மாதத்தில் இந்த இடத்தில் எப்படிப்பட்ட வடிவத்தில் எத்தனை அறைகளுடன், என்னென்ன வசதிகளுடன் வீடு கட்டப்போகிறார்கள் என்கிற மாதிரி வடிவத்தை காட்டச் சொல்லி சென்னையில் இருக்கும் அண்ணன் சொன்னதாக சென்னையிலிருந்து அங்கு வந்திருந்தவர் அவர்களுக்கு விளக்கிக்கொண்டிருந்தார்.

தனது தம்பியை நினைத்தே வாழ்ந்து அவனைத் திருமணம் செய்துகொள்ளாமல் போனதும் அதே பாசத்துடன் தனது அம்மாவுக்குப் பாலினைக் காய்ச்சிக்கொண்டு வரும் ஜெயந்திக்கு வழிவிட்டு அவர்கள் விலகியபோது தனது மாமன்களைப் பார்த்து ஜெயந்தி ஏதேதோ திட்ட நினைத்தாள். வெளியூர்க்காரர்கள் இருந்ததால் கோபத்தை அடக்கிக்கொண்டாள்.

எத்தனையோ முறை தன் வீட்டில் வந்து தங்கிக் கொள்ளச் சொல்லிப் பலமுறை கெஞ்சியும் அம்மா மறுத்துவிட்டதைச் சொல்லி இப்போதாவது தன்னுடன் அம்மாவை அனுப்பிவைக்க உதவும்படி ஜெயந்தியிடம் தட்சிணாமூர்த்தி கேட்டான்.

'தான் சாகும் வரைக்கும் இந்த வீட்டினை இடிக்க வேண்டாம், எனக் கேட்டும் இப்போது இடிக்க வந்திருக்கிறீர்களே உங்களோடு அனுப்பி வைப்பதைவிட கேவலம் எதுவுமில்லை' எனச் சொல்லிவிட்டு பால்சொம்புடன் வேகவேகமாகப் படியேறி வீட்டுக்குள் போனாள்.

அவள் வீட்டுக்குள் நுழைந்தபோது தாய் அணில் திண்ணையில் சிதறிக்கிடந்த தின்பண்டத் துகள்களைச் சேகரிப்பதை விட்டுவிட்டு தூணின் வழியாகச் சுவரின் மீதேறி கூட்டினுள் சென்று மறைந்து நின்று எட்டிப்பார்த்தது.

நெடுநேரம் ஜெயந்தியால் ரங்கநாயகியைப் பார்த்துக் கொண்டிருக்க முடியவில்லை. இந்த நேரத்தில் விடிந்து மக்கள் நடமாட்டம் இருக்கிறபோது எப்போதுமே அவள் தூங்கியிருந்ததை தனது வாழ் நாளில் ஜெயந்தி பார்த்திருக்கவில்லை. அவளின் ஆழ்ந்த தூக்கநிலை எதுவாக இருக்கும் என பயந்தாளோ அவ்வாறேதான் நிகழ்ந்தது.

தனது துயரத்திலிருந்து, பிரச்சினைகளிலிருந்து, ஏக்கத்திலிருந்து விடுதலையைப் பெற்றுவிட்ட ரங்கநாயகியின் முகத்தைப் பார்த்து பால் சொம்பைப் போட்டுவிட்டு மார்பில் அடித்துக்கொண்டு ஜெயந்தி கதறி அழுதாள். அம்மா தான் நினைத்தபடியே இதே வீட்டில் செத்து மடிந்துபோனதை எண்ணி சொல்லிச் சொல்லி இரண்டு மகன்களும் கதறி அழுதார்கள். ஒரு மணி நேரத்தில் சுற்றுவட்டாரத்திற்குச் செய்தி பறந்தது. சென்னையில் இருந்த இரண்டு மகன்களுக்கும், வெளியூரில் வாழ்க்கைப்பட்டிருந்த இரண்டு மகள்களுக் கும் செய்தி கிடைத்தது. வீட்டினை இடிக்க வந்திருந்தவர்கள் செய்வதறியாமல் நின்றிருந்தார்கள். அண்ணாமலை எங்கே இருக்கிறான் என யாருக்கும் தெரியவில்லை. ஜெயந்தியிடம் அண்ணாமலையின் அண்ணன்கள் துருவித் துருவி விசாரித்தார்கள். அவன் எழுதியிருந்த மூன்று கடிதத்திலேயுமே எந்த இடத்தில் இருக்கிறான் என அவனது முகவரியை எழுதியதில்லை என்பதை அவளின் சுருக்குப் பையில் வைத்திருந்த கடிதத்தைக் காண்பித்தே ஜெயந்தி சொன்னாள்.

அவனது சித்தப்பாவை வரவழைப்பதில் ரமேஷ்தான் மிகுந்த அக்கறை எடுத்துக்கொண்டான். கைபேசியிலிருந்த எண்ணினை வைத்து அது எந்த ஊராக இருக்கும் என்றும் கடிதத்தில் இருந்த முத்திரையை வைத்து எந்த ஊரிலிருந்து அஞ்சல் செய்திருக்கலாம் என்பதைக் கண்டுபிடிக்கவும் பலர் களத்தில் இறங்கினார்கள். தொடர்ந்து தொலைபேசிக்குப் பதிலளிக்காதது வியப்பாகவே இருந்தது.

இறுதிவரைக்கும் தனது செல்ல மகனைப் பார்க்காமலேயே இறந்துபோன அத்தையையும், கொள்ளி வைக்க கொடுத்து வைக்காத தனது மாமனையும் சொல்லி ஜெயந்தி ஒப்பாரி வைத்து அழுதாள்.

இரவு அருந்திய மதுவின் மயக்கம் தீராத நிலையில் சிட்டிபாபு கண்விழித்துப் பார்த்தபோது சூரியன் சூடான கதிர்களை உமிழ ஆரம்பித்தது. பிரசாத் தலையைப் பிடித்தபடி வேப்பங்குச்சியால் பல் துலக்கிய நிலையில் தீவிரமான சிந்தனையிலேயே உட்கார்ந்திருந்தான். இருவரும் பேசிக்கொள்ளவில்லை. சொல்லிவைத்த மாதிரி அண்ணாமலையின் பிணம் கிடக்கிற இடத்தை நோக்கி நடந்தார்கள்.

கடப்பாறையையும், மண்வெட்டியையும் யாருக்கும் சந்தேகம் வராதபடி எடுத்து வருவதே பெரும்பாடாகி விட்டது. கார் நின்றிருந்த இடத்தில் ஏதேனும் ரத்தம் சிதறிக்கிடந்தாலும் கிடக்கலாம் என சந்தேகம் வந்து புதர் நோக்கிப்போன சிட்டிபாபு திரும்பி வந்து அந்த இடத்தைப் பார்த்தான். அவன் நினைத்தது போலவே தரையிலும், அதனையொட்டிக் கிடந்த சிறுகல்லிலும்

ரத்தம் தோய்ந்த நிலையில் காய்ந்து கிடந்தது. கல்லினை எடுத்து தூக்கித் தோப்பினுள் வீசி எறிந்துவிட்டு தரையில் கிடந்த ரத்தத்தை மண்வெட்டியால் வெட்டிச் சுத்தம் செய்தான்.

புதரினை நெருங்கிப் போகும்போதே ரத்தவாடையும் பிண வாடையும் சேர்ந்து காற்றில் வந்ததை பிரசாத் உணர்ந்தான். முதலில் எங்கே புதைக்கலாம் என்கிற இடத்தினைத் தேர்வு செய்வோம் என சிட்டிபாபு சொல்லியும் பிரசாத் கேட்கவில்லை.

மனதைக் கல்லாக்கிக் கொண்டு மூக்கைப் பிடித்தபடியே புதருக்குள் நுழைந்து சென்று வேப்பங்கிளையை விலக்கிப் பார்த்தான். பிளந்து கிடந்த மண்டையிலிருந்து ரத்த வாடையில் ஈர்க்கப்பட்டு கொஞ்சம் ஈக்கள் மொய்த்திருந்தன. செடிகளை விலக்கியபோது அவை எழுப்பிய ஒலியில் பிரசாத் பயந்து போனான்.

எங்கிருந்து இவ்வளவு சக்தி வந்தது என பிரசாத்துக்குத் தெரிய வில்லை. சென்றவாரம் பெய்த மழையில் சிறிது ஈரமிருந்ததால் தோண்டுவதற்கு வசதியாக இருந்தது. ஆழம் போதுமென நினைத்த சிட்டிபாபு குழிக்குள் இறங்கிப் பார்த்தான். தொடைப்பகுதி வரைதான் ஆழம் இருந்தது. இது போதும் எனச் சொல்லி பிரசாத்தை அவன் அழைத்தபோது மறுத்துச் சொல்லி நான்கடி ஆழம் இருக்கும்படி மண்ணை வெட்டி எடுத்தான்.

பிணத்தைப் புதைத்துவிட்டு அதே இடத்தில் ஏற்கெனவே இருந்தது போலவே பாறையை நகர்த்தி வைத்துவிட்டால் நிச்சயம் சந்தேகம் வராது. அவ்வாறு ஒருவேளை வர வாய்ப்பிருக்கிறதா என சந்தேகப் பட்டு பிரசாத் கேள்வியெழுப்பியபோது "இனிமேல் கேள்வி எழுப்பினால் உன்னைக் கொன்று புதைத்து விடுவேன்" என சிட்டிபாபு சொல்லி மிரட்டித் திட்டியதும் எதுவும் பதில்பேசாமல் பிரசாத் அவன் பின்னாலேயே போனான்.

நேற்றிருந்த சுமையைக் காட்டிலும் இப்போது சுமை கூடியிருந்த மாதிரி தெரிந்தது. தளர்வில்லாமல் விறைத்திருந்த நாற்றமெடுக்கத் தொடங்கிய அண்ணாமலையின் உடலை முழுசக்தியையும் வரவழைத்துத் தூக்கிக்கொண்டு போனார்கள். பாதை சரிந்து இறங்கியதால் அவர்களின் கட்டுப்பாடில்லாமல் போனது. நின்ற நிலையிலேயே குழிக்குள் பிணத்தைப் போட்டார்கள். குழிக்குள் அடங்குகிற மாதிரி தெரியவில்லை. சட்டைப்பைக்குள் ஒரு பேனாவும், கொஞ்சம் சில்லறை நூறு ரூபாய் நோட்டுகளும் அத்துடன் ஒரு கடிதமும் இருந்ததை பிரசாத் எடுத்து வைத்துக் கொண்டபோது சிட்டிபாபு தலையிலேயே அடித்துக்கொண்டான்.

"ஓம்புத்தியல்லாம் எவன் வந்தாலும் மாத்த முடியாதுடா... நூறுக்கும், எரநூறுக்கும் இப்படி அலையிற? த்தூ..." என சிட்டிபாபு காரித் துப்பினான். அண்ணாமலை மண்ணுக்குள் புதைந்துபோனான். வெளியில் தெரியாதபடி கைகால்களை மடக்கி உள்ளே தள்ளி புதைக்கப்போன போதுதான் மண்வெட்டியைப் பிணம் கிடந்த இடத்தில் போட்டுவிட்டு வந்தது சிட்டிபாபுவிற்கு நினைவுக்கு வந்தது. மண்வெட்டியை எடுத்து வரச்சொல்லி பிரசாத்தை அனுப்பினான். இனி யாருக்கும் பயந்து நடுங்க வேண்டியதில்லை. கண்டுபிடிக்க வாய்ப்பே இல்லை என மனது தீர்மானமாகச் சொன்னது. இதைப் பற்றி யோசித்தால் குழப்பம் மட்டும்தான் மிஞ்சும் என்பதால் இனி யோசிக்கவேண்டாம் என முடிவெடுத்துக்கொண்டான். அவனது சட்டைப்பையிலிருந்து எடுத்த பணம் நினைவுக்கு வந்தது. எடுத்துப் பார்த்தான். இருபது நூறு ரூபாய் நோட்டுகளுக்கு மேல் தேறலாம். பத்துவரை எண்ணினான். பின் நேரம் இல்லை என்பதால் எண்ணாமல் அப்படியே போட்டுக்கொண்டான். பைக்குள் இருந்த பேனாவைத் தூக்கி வீசி எறிந்தான். அது ஓடைப்பக்கம் போய் விழுந்தது. கையிலிருந்த கடிதத்தை என்ன செய்யலாம் எனத் தெரியவில்லை. கீழே வீசியெறியவும் யோசனையாக இருந்தது. பின்பு முடிவு செய்து கொள்ளலாம் என அதனையும் சட்டைப் பைக்குள்ளே திணித்துக் கொண்டான். அப்போது சிட்டிபாபு இவனைக் கூப்பிட்டான்.

"டேய், வவுத்தக் கலக்குது. இந்த நாத்தமே சரிப்படல. நான் ஓடைக்குப் போயிட்டு வர்றேன். அதுக்குள்ளே இந்த மண்ணைத் தள்ளி உட்டு, டொக்கு உழாத மாதிரி நல்லா மண்ணைப் போட்டு ஏறி மிதிடா..."

அவன் சொன்னாலும் சொல்லாமல் போனாலும் அவ்வாறேதான் செய்துமுடிக்க பிரசாத் முடிவெடுத்திருந்தான். சிட்டிபாபு ஓடை வரைக்கும் போய்ச்சேர பொறுமையில்லாமல் வழியிலேயே ஆவாரச் செடியைப் பிடித்துக்கொண்டு கிரக்கத்தில் உட்கார்ந்துவிட்டான்.

அவன் வர நிச்சயம் நேரமாகும். அதுவரை நேற்று மனசில்லாமல் தூக்கியடித்த கைப்பேசியை தேடிப்பார்க்கலாம் என வீசியெறிந்த இடம் நோக்கிப் போனான். இடைவெளி விடாமல் காலை விட்டு செடிகளுக்கு இடையில் அலசியும் அது கிடைக்கவேயில்லை. "சரி, போய் மண்ணை அள்ளிப்போட்டு வேலையை முடிக்கலாம்" எனத் திரும்பியபோது கைப்பேசி ஒலிக்கிற சத்தம் கேட்டு பிரசாத் திடுக்கிட் டுப் போனான். அந்தக் கைப்பேசி தனக்குக் கிடைக்க வேண்டுமென இருக்கிறது என எண்ணி சிட்டிபாபுவுக்கு சத்தம் கேட்பதற்கு முன்பாகவே ஓடித் தேடி எடுத்தான்.

தங்கர் பச்சான் | 249

கைப்பேசியை எடுத்தவன் பேசுவதா, வேண்டாமா என்கிற தயக்கத்திலேயே இருந்ததால், நகர்ந்து உட்கார்ந்திருந்த சிட்டிபாபுவுக்கும் அது கேட்டது.

“டேய், எடுத்துக் கிடுத்துப் பூடாதடா! இப்பத்தான் ஒரு வழியா எல்லாம் முடிஞ்சிருக்கு. நீ வம்ப வெலைக்கு வாங்கிடாதே.”

சிட்டிபாபு நண்பனை எச்சரித்தான். அவன் சொல்வது நியாயம் தான். ஆனால் பேசாமலும் இருக்கமுடியவில்லை. நேற்று கேட்ட அவன் அம்மாவின் குரல் மனதிலேயே தேங்கியிருந்தது. பாவம், அவளாகக்கூட இருக்கக்கூடும் எனத் துணிந்து பதில் சொல்ல பிரசாத் முடிவெடுத்தான்.

கைப்பேசியில் அவன் சற்றும் எதிர்பார்க்காத வேறு ஒரு குரலாக இருந்தது.

“சித்தப்பாதானாப் பேசறது...? ஏன் சித்தப்பா போன எடுக்க மாட்றீங்க...? சித்தப்பா நான் ரமேஷ் பேசறன் சித்தப்பா.”

பதிலே இல்லாமலிருந்ததால் ரமேஷ் தொடர்ந்து பேசினான். அவனது குரலைத் தெளிவாகக் கேட்கமுடியவில்லை. பேரிரைச்சலாக இருந்தது. அதற்கு மேலும் பிரசாத்தால் பதில் பேசாமலிருக்க முடியவில்லை.

“அவரு வெளியூருக்குப் போயிருக்காருங்க. வர்றதுக்கு ஒரு வாரம் ஆவும். நீங்க அப்புறமா அவரு வந்தப்புறம் பேசுங்க” – என பிரசாத் சொன்னவுடனேயே எங்கே இணைப்பைத் துண்டித்து விடுவோனோ என பயந்து ரமேஷ் மீண்டும் பதட்டத்துடன் இடைவிடாமல் பேசினான்.

“சார்... சார் வச்சிடாதீங்க சார்... அவுங்க அம்மா செத்துப் போயிட்டாங்க சார்... அவருகிட்ட எப்படியாச்சும் சொல்லணும் சார்... வேற ஏதாச்சும் நெம்பர் இருந்தாக் குடுங்க சார். நீங்க யாரு சார் பேசறீங்க? நீங்களாச்சும் அவருகிட்ட சொல்லிடுங்க சார்... சார்...”

பிரசாத்தால் அவனது பேச்சினைத் தொடர்ந்து கேட்க முடியவில்லை. தான் எவ்வளவு பெரிய தவறினைச் செய்திருக்கிறோம் என இடிந்து போனான். மேற்கொண்டு ரமேஷ் பேசிய எதுவும் அவன் காதில் விழவில்லை. நேற்று கேட்ட தாயின் அழுகுரலை இப்போது நினைவுபடுத்தி இன்னும் தெளிவாக அவனால் கேட்க முடிந்தது. மண்வெட்டியுடன் அந்த இடத்திலேயே உட்கார்ந்து விட்டான். ரமேஷ் மேலும் அவனிடம் கெஞ்சினான்.

"சார்... எங்க சித்தப்பாவையே நெனச்சிருந்து எங்க பாட்டி செத்துப் போச்சி சார். நாங்க எல்லாரும் அவுருக்குத்தான் காத்துக்கினு இருக்கோம் . அவரு எந்த ஊர்ல இருக்கார்னு எங்களுக்குத் தெரியலை சார்... எத்தினியோத்தடவ கேட்டும் எங்க சித்தப்பா தரமாட்டேன்னுட்டாரு சார்... நீங்களாச்சும் சொல்லுங்க சார். போன் நெம்பரை வெச்சி நாங்க எங்கெங்கோ விசாரிச்சிப் பார்த்துட்டோம்... திருப்பூர்லதான் இந்த நெம்பர வாங்கியிருக்கிறதா சொன்னாங்க சார்... எந்த ஊர்லதான் சார் எங்க சித்தப்பா இவ்வளவு நாளா தங்கியிருக்காரு?"

ரமேஷ் சொல்லச் சொல்ல அழுதுவிட்டான். சிட்டிபாபு ஓடைக்குள் இறங்கிக் கால் கழுவுகிற சத்தம் கேட்டது. அவனுக்குக் கேட்டுவிடக் கூடாது என்பதற்காகக் குரலைத் தாழ்த்தி மெதுவாக பிரசாத் பேசினான்.

"இங்க பாருப்பா... அவரு நிச்சயமா வரவாட்டாரு... வர ஒரு வாரம் ஆவும்... வேற நெம்பர் குடுத்துட்டுப் போகலை. போன் பண்ணினாச் சொல்றோம். இனி நீ போன் பண்ணாத..."

பிரசாத் மூச்சுவிடாமல் சொல்லி நிறுத்தப் போனான். ரமேஷ் விடுவதாக இல்லை. நேரம் ஆக ஆக அழுகுரல் சத்தம் அதிகமாக இருந்தது. ரங்கநாயகியின் மகள்கள் இருவரும் பைக்கிலிருந்து இறங்கிக் கதறியபடி ஓடிவந்தார்கள். அவர்களிடமிருந்து விலகி ரமேஷ் எதிர் வீட்டினுள் ஓடிச்சென்று கதவை மூடிக் கொண்டு பேசினான்.

"சார்... சார்... வச்சிடாதீங்க சார்... எங்களுக்கு வேற வழிதெரியில சார்... எத்தினி நாளானாலும் எங்க அண்ணாமலை சித்தப்பா வராம நாங்க எங்க பாட்டியை எடுக்கமாட்டோம் சார். அவரு வந்துதா கொள்ளி வைக்கணும்னு சொல்லிட்டு எங்க பாட்டி செத்துப் போயிட்டுது சார்... ஊர் ஜனமே இங்க காத்திருக்குது சார்..."

அடுக்கடுக்காக அவன் உதிர்த்த வார்த்தைகளில் பிரசாத் திக்கு முக்காடிப் போனான். சிட்டிபாபு மேலேறி வருவது தெரிந்து கைப் பேசியை அவன் பேசிக்கொண்டிருக்கும்போதே அணைத்து கைலிக்குள் அணிந்திருந்த கால்சட்டைப்பைக்குள் போட்டுக் கொண்டு பிணம் புதைத்த இடத்திற்குப் போனான்.

கைப்பேசியை எடுத்துப் பேசவில்லை. அந்த இடத்திலேயே அணைத்துத் தூக்கி எறிந்துவிட்டேன் என சொன்னதை முதலில் சிட்டிபாபு நம்ப மறுத்தாலும் அணைத்துத் தூக்கியெறிந்து விட்டேன் எனச் சொன்னதற்காக நண்பனின் புத்திசாலித்தனத்தை எண்ணி மெச்சினான்.

தனது மகனையே நினைத்து உயிர் விட்ட தாயையும், அவன் நிச்சயம் வந்து தாய்க்குக் கொள்ளி வைப்பான் எனக் காத்துக்கிடக்கும் சொந்தபந்தங்களையும், அண்ணாமலையின் ஊர் மக்களையும் எண்ணியபடியே காலுக்கடியில் புதைந்துகிடந்த அண்ணாமலையின் பிணத்தின்மேல் மண்வெட்டியால் மண்ணினை அள்ளிப்போட்டு பிரசாத் காலால் மிதித்துக்கொண்டேயிருந்தான். இனி யாரும் தங்களை அடையாளம் காணமுடியாது என்கிற மகிழ்ச்சியில் சிட்டி பாபு வேகவேகமாக ஓங்கி மண்ணை மிதித்தான். பாறாங்கல்லை மீண்டும் அதே மாதிரி அதே இடத்தில் இருவரும் சேர்ந்து நகர்த்தி வைத்தபோது உடல் வலித்ததைவிட பிரசாத்தின் மனது வலித்தது.

பெரிய சாவு என்பதால் மற்றவர்களை அடக்கம் செய்வது போல் உடனடியாகச் செய்துவிட முடியாது. எல்லா சொந்த பந்தங்களுக்கும், எல்லா ஊர்களுக்கும் சொல்லித்தான் செய்ய வேண்டும். அதுதவிர, ரங்கநாயகியின் மூத்தமகன் அலுவல் வேலையாக கான்பூர் போயிருப்ப தால் அவன் விமானம் பிடித்து சென்னை வந்து பின் அவன் குடும்பத்துடன் ஊர்வந்து சேர இரவு ஆகிவிடும் என எல்லோரும் ஒன்றுகூடிப் பேசி அடக்கத்துக்கு ஏற்பாடு செய்வது குறித்துப் பேசிக்கொண்டிருந்தார்கள்.

அத்துடன் கடலூரிலிருந்து பிணத்தைப் பாதுகாக்கும் குளிர் சாதனப்பெட்டியைக் கொண்டு வரவும் ஏற்பாடு செய்திருந்தார்கள். இதுவரை ஒருவரை ஒருவர் பார்த்துப் பேசாத பிள்ளைகள் நேராகப் பேசிக்கொள்ளாமல் போனாலும் மற்றவர்கள் வழியாகப் பேசி பொது சுடுகாட்டில் அடக்கம் செய்வதற்குப் பதிலாக தங்களின் நிலத்தில் எந்த இடத்தில் புதைக்க வேண்டும் என்பதையும் முடிவு செய்து பெட்டிக்கும் ஏற்பாடு செய்தார்கள். கிழவியின் வைராக்கியம் பலித்துப் போனதும், அவள் இளைய மகனைப் பார்க்காமலேயே இறந்து போனதும்தான் எல்லா ஊர்களிலும் பெரும் பேச்சாக இருந்தது.

சிட்டிபாபுவை மது அருந்தவிடாமல் தொடர்ந்து பிரசாத் தொந் தரவு செய்தான். "தனக்குத் தரவேண்டிய பணத்தைக் கொடுத்தால் வெளியூருக்குப் போகவேண்டிய வேலையிருக்கிறது. போய் என் வேலையைப் பார்ப்பேன்" – என சொன்னதையே திருப்பித் திருப்பி சொல்லிக் கொண்டிருந்தான்.

"பகல் நேரமாக இருப்பதால் இப்போது கூடாது. இரவு கண்டிப்பாக எடுத்துப் பிரித்துத் தருகிறேன்" என எவ்வளவுதான் சிட்டிபாபு சொன்னாலும் அவன் ஏற்றுக்கொள்வதாக இல்லை.

கோபத்தில் மது போத்தலை எடுத்து அந்தப் பாறையிலேயே சிட்டிபாபு அடித்தான். தூள்தூளாகச் சிதறித் தெறித்தது. முதலில்

ஏதோ கொஞ்சம் கொடுத்தால் போதும் எனச் சொன்னவன் கொடுக்க கொடுக்க மீண்டும் கேட்டுக் கொண்டே இருந்தான். பகல் நேரமாக இருப்பதால் யாராவது பார்த்துவிடுவார்களோ என்று பயந்து எண்ணிப் பார்க்காமல்கூட தோராயமாகக் கணக்குப் போட்டு ஐந்து லட்ச ரூபாய் அளவிற்கு எடுத்துக் கொடுத்தான். அப்போதும் பிரசாத்தின் மனம் சமாதானமடையவில்லை. "இதில் எவ்வளவு இருக்கிறது" எனக் கேட்டான். "ஐந்து லட்ச ரூபாய் இருக்கும். மரியாதையாக எடுத்துக்கொண்டு ஓடிவிடு. மீறிக் கேட்டால் உனக்கும் அண்ணாமலை நிலைதான்" என சிட்டிபாபு சொன்னபோது கூட, மேலும் ஒரு லட்ச ரூபாய் வேண்டுமென பிரசாத் கேட்டபோது பல்லைக் கடித்துக்கொண்டு எதுவும் சொல்லாமல் அதனுடன் இரண்டு ஐந்நூறு ரூபாய் கட்டுகளை எடுத்துக் கொடுத்தான்.

மத்தியான நேரத்தில் அறையினைப் பூட்டிக்கொண்டு உள்ளே என்ன செய்கிறான் என மனைவி நினைத்தாள். அடுப்பு பற்றவைத்து, சோறு குழம்பாக்கி முடிக்கப்போகிற நேரம் கடந்தும் இன்னும் திறக்காமலிருந்தது அவளுக்கு சந்தேகத்தை உருவாக்கியது. வந்து கதவைத் தட்டி "என்ன செய்கிறீர்கள்" என்று கேட்டாள். 'தலைவலியில் தூங்கிக்கொண்டிருக்கிறேன். தொந்தரவு செய்யாதே' என சொல்லிவிட்டு, பணக்கட்டுகளை எண்ணி முடித்துவிட்டு அதனை என்ன செய்யலாம் எங்கே வைக்கலாம் என யோசித்தான். எல்லோருக்கும் சந்தேகம் வரும் என்பதால் கொஞ்ச நாளைக்கி எந்தப் பொருளையும் வாங்கக்கூடாது என முடிவெடுத்தான்.

பணம் இருப்பது தெரிந்தால் மனைவி கேள்விமேல் கேள்வி கேட்பாள். அவளிடம் சொல்லாமலும் பிரசாத்தினால் இருக்க முடியவில்லை. எங்கே பத்திரப்படுத்துவது என யோசித்துக் குழம்பிய நிலையில் தொலைக்காட்சியின் ஒலியை வேகமாகக் கூட்டிவைத்து விட்டு அலமாரியை அசைத்துத் தள்ளி அதன் அடியிலேயே அவசர அவசரமாக குழி பறித்து மண்ணைப் போட்டு மூடினான். வெளியில் கிடந்த பிளாஸ்டிக் பையைப் பார்த்தபோது தான் வெறும் துணிப் பையோடு வைத்துவிட்டது ஞாபகத்திற்கு வந்தது. மீண்டும் தோண்டி பணத்தை எடுத்து பிளாஸ்டிக் பையினுள் போட்டு ஒரே ஒரு ஐந்நூறு ரூபாய் நோட்டுக் கற்றையைத் திணித்துக் கொண்டான். சந்தேகம் வராதபடி மீண்டும் அலமாரியை அதே இடத்தில் நகர்த்தி வைத்தான்.

வியர்வையில் நனைந்து விட்டதால் காற்று வருவதற்காக சன்னலைத் திறந்தான். அந்த அதிர்ச்சியை அவனால் தாங்கிக் கொள்ள முடியவில்லை. சந்தேகம் எழுந்ததின் பேரில் அவனின்

மனைவி அவன் என்ன செய்கிறான் என்பதைக் கண்காணிக்க சன்னல் வழியாக ஓரமாகக் காதுவைத்து நின்றிருப்பதைப் பார்த்ததும் பதைபதைத்துப் போனான். அவன் முகத்தில் வழிந்த வியர்வையைப் பார்த்து அவளின் சந்தேகம் மேலும் வலுத்தது. பிரசாத்தினால் அவளிடம் பொய் சொல்லி மறைக்க முடியவில்லை. பணம் கிடைத்தற்குக் காரணமாக கஞ்சா கடத்தி நண்பனும் தானும் விற்றதாகச் சொல்லி அதில் கிடைத்ததுதான் இந்தப் பணம், மறுமுறையும் இதற்கு ஆசைப் படமாட்டேன். இதோடு விட்டு விடுகிறேன் என்னை நம்பு என மனைவியின் தலையில் சத்தியம் செய்து சொன்னான். பிரசாத்தைத் தொற்றிக்கொண்ட பரபரப்பும், அமைதியின்மையும் அவளையும் அலைக்கழித்தது. மீண்டும் அதே இடத்தில் போட்டு மூடிவைத்தார்கள்.

'எங்கேயாவது வெளியூர் போனால்தான் அமைதி கிடைக்கும்!' பிரசாத்தின் மனம் அமைதியின்றித் தவித்தது. மனைவிடம் ஒரு வாரத்திற்குத் தன்னைத் தேடவேண்டாம் எனச் சொல்லிவிட்டு வந்தவனுக்கு எங்கே போவதென்று தெரியவில்லை. அந்த ஒரு கட்டுப்பணத்தில் ஐம்பதாயிரம் இருப்பதால் அதிகப்படியான பணத்தைக் கைச் செலவுக்காகக் கொண்டு வந்துவிட்டோமோ என்று எண்ணினான்.

பிரசாத்துக்கு அந்தக் கடிதமும், கைப்பேசியும் பெரும் பிரச்சினையாக இருந்தது. இயக்கினால் நிச்சயம் அண்ணாமலையின் வீட்டிலிருந்து அழைப்பார்கள். இன்னொரு முறை தன்னால் அவர்களுக்கு எந்தப் பதிலையும் சொல்லமுடியாது. பின், அதுவே தனக்குப் பெரும் பிரச்சினையாகிவிடும் என்பதையும் புரிந்திருந்தான். ஆனால் கடிதத்தில் அண்ணாமலை எழுதியிருந்த வரிகள்தான் அவனது மனதில் பெரும் சுமையை ஏற்படுத்தியிருந்தது.

தனக்குப் படிக்கத் தெரியாது என்பதால் பள்ளிக்குப் போகும் சிறுமி ஒருத்தியைத் தனியாக அழைத்து அவள் மூலமாக அந்தக் கடிதத்தைப் படிக்கச் சொல்லிக் கேட்டிருந்தான். அப்போதே அவனது மனம் அலையாய்ப் பறந்தது. சிட்டிபாபு சொன்னமாதிரி இரண்டு சனியன்களும் எடுக்காமல் அப்போதே தூக்கிப் போட்டிருந்தால் ஓரளவுக்கு நிம்மதியாய் இருந்திருக்கலாம். மற்றவர்களுக்குத் தெரிந்து விடுமோ என்கிற பயமும், பணத்தை எப்படிப் பாதுகாக்கப் போகிறோம் என்கிற கவலையும் இருந்ததை விடவும், கடிதத்தையும் கைப்பேசியை யும் வைத்திருப்பதே பெரும் கவலையாக இருந்தது.

ஆசை ஆசையாக அண்ணாமலை அம்மாவுக்காக வாங்கியிருந்த வீடு பற்றியும், புதிதாக வாங்கியிருந்த கார் பற்றியும், அம்மாவைக் கவனித்துக்கொள்ள யாராவது ஒரு சிறுமியைக் கேட்டு வைக்கும்

படியும் அம்மாவுக்கு அவன் கடிதத்தில் எழுதியிருந்த வரிகள் மீண்டும் மீண்டும் அவன் நினைவுக்கு வந்தன.

இத்தனை ஆண்டுகள் பெற்ற தாயையே பார்க்காமல் ஊருக்குப் போகாமல் இருந்துவிட்டு இன்னும் ஒரு மாதத்தில் போக இருந்த அண்ணாமலைக்குத் தன்கையால் செய்த தீவினையை நினைத்து நினைத்து வருந்தினான். அண்ணாமலையின் இடைவிடாத உழைப்பு பிரசாத்துக்குத் தெரியும். சிட்டிபாபுவுடன் சேர்ந்து எவ்வளவு பெரிய தவறைச் செய்துவிட்டோம் என வருந்தினான். மனம் அமைதிக்காக ஏங்கியது. ஏதாவது கோயிலுக்குப் போய் உட்கார்ந்துவிட்டு வரலாமென கோயிலுக்குள் போனான். அங்கும், ஊரில் பிணமாகக் கிடக்கிற அம்மாவும், யாருக்கும் தெரியாமல் புதைத்துவிட்டு வந்துவிட்ட அண்ணாமலையின் வெட்டுப்பட்ட முகமும் மட்டுமே நினைவுக்கு வந்தன. மது குடிக்கலாம் எனக் கடைக்குப் போனான். பின் அதைக் குடித்தால் தானாகவே போதையில் உளறினாலும் உளறலாம் என அவன்மேலேயே நம்பிக்கையில்லாமல் திரும்பிவிட்டான்.

சிட்டிபாபு இந்நேரம் என்ன செய்து கொண்டிருப்பான் என யோசித்துப் பார்த்தான். அவன் என்ன செய்வான் என்பதைப் பிரசாத்தால் கணிக்கமுடியவில்லை. அவனிடம் போனாலும் மீண்டும் இதுபற்றித்தான் சிந்தனை வரும். அதனால் அந்த சிந்தனையையும் தள்ளிப் போட்டான். பேருந்து நிலையத்திலிருந்து வெளியேறிய பேருந்துகள் எல்லா ஊர்களுக்கும் சென்று கொண்டிருந்தன. திரைப் படம் தொடங்கப் போகிறது என்பதால் மக்கள் கூட்டம் கொட்டகைக் குள் சென்றுகொண்டிருந்தது. உள்ளே போய் உட்கார்ந்தால் மனம் ஒருநிலையில் இருக்காது என்பதால் உள்ளே சென்ற கால் மீண்டும் பேருந்து நிலையத்துக்கே திரும்பியது.

எதிலும் ஈடுபாடு இல்லாமல் தவித்த பிரசாத்தின் மனது ஒரு நிலையில் இல்லாமல் தவித்தது. எவனுடைய உயிரைக் கொன்று அவன் மூலமாகக் கிடைத்த பணத்தை வீட்டில் பத்திரப்படுத்திவிட்டு இங்கு வந்து தனக்குச் சம்பந்தமே இல்லாமல் வந்து நிற்கிறோமே? அண்ணாமலையின் ஊரில் இந்நேரம் என்னென்ன நடக்குமோ..? நீண்ட மனப்போராட்டத்துக்குப் பின் அண்ணாமலையின் ஊருக்குச் சென்றுவிடுவதென தீர்மானித்தான். கடிதம் படித்துக் காட்டிய மாணவியிடம் எந்த ஊருக்கு இந்தக் கடிதத்தை எழுதியிருக்கிறார்கள் எனக் கேட்டபோது விழுப்புரம் மாவட்டம் கோலியனூர் வழி எனச் சொன்னது ஞாபகத்திற்கு வந்தது.

கைப்பேசியை அணைத்து வைத்துவிட்டதால் மேற்கொண்டு அண்ணாமலையின் கிராமத்திலிருந்து யாரும் பேசமுடியாது.

எப்படியும் செய்தி கிடைத்து அண்ணாமலை வருவான் எனக் காத்துக்கிடப்பார்கள். அவன் செத்து விட்டான் எனச் சொல்லவும் முடியாது. ஒரு வாரம் கழித்துத் திரும்பி வருவான் என்று சொன்னாலும் அதற்குக் காரணங்களும் இல்லை. அவனுக்காகக் காத்திருக்க வேண்டாம் என நான் போய்ச் சொல்லமுடியாது. எல்லாப் பிரச்சினைகளுக்கும் தானும் ஒரு காரணமாகிவிட்டதை நினைத்து வருந்தினான்.

அவன் ஊருக்குச் சென்று என்ன செய்யப்போகிறோம் எனத் தெரியவில்லை. இருந்தாலும் எங்காவது போய் ஊர் சுற்றி மனம் தெளிவில்லாமல் அலைவதைவிட அங்கு போனாலும் அவனுக்காகக் காத்திருக்கும் தாயையும், அவனுக்காகக் காத்திருக்கும் சொந்தக்காரங் களையும் பார்க்கலாம் என புறப்படத் தயாராயிருந்த விழுப்புரம் போகும் பேருந்தினுள் ஏறி இடம்பிடித்து பிரசாத் உட்கார்ந்தான். பணம் கொடுத்து கட்டணச்சீட்டு வாங்கிக்கொண்டவனுக்கு எவ்வளவு நேரத்தில் போய்ச் சேரும் எனக் கேட்டுத் தெரிந்துகொள்ள ஆசை. தர்மபுரியிலிருந்து விழுப்புரம் போய்ச் சேர மாலை ஆறு மணி ஆகும் என நடத்துனர் சொன்னார். பின் அங்கிருந்து இன்னொரு பேருந்தைப் பிடித்து ஒரு மணிநேரத்தில் அவனது கிராமத்திற்குப் போய்விடலாம் எனத் தோன்றியது.

பேருந்தினுள் இன்னும் நான்கைந்து பேர் உட்காரும் அளவிற்கு தான் இடம் இருந்தது. கடிதம் இருக்கிறதா எனப் பையைத் தொட்டுப் பார்த்து பரிசோதித்துக்கொண்டான். கைப்பேசியை தற்போது தெளிவாக உற்றுநோக்கினான். புதிதாகவே இருந்தது. எப்படியும் பத்தாயிரம் ரூபாய்க்குமேல் இருக்கலாம். ஒருமுறை இயக்கிப் பார்த்தால் என்ன எனத் தோன்றியது. பிரசாத்தின் பக்கத்தில் ஒரு வயதான பெரியவர்தான் உட்கார்ந்திருந்தார். அவர் ஏற்கெனவே பாதித் தூக்கத்தில் இருந்தார். தைரியத்தை வரவழைத்துக் கொண்டு கைப்பேசியை இயக்கினான். அதன் திரையில் ஜெயந்தி என எழுதி யிருந்ததை அவனால் படிக்க முடியவில்லை. இந்நேரம் யார் யாரெல்லாம் அண்ணாமலைக்குப் பேச முயற்சி செய்தார்களோ? குழிக்குள் கவிழ்த்துப் போட்டு அண்ணாமலையின்மேல் மண் தள்ளியதை நினைத்துக்கொண்டான்.

அரைமணி நேரத்திற்கு மேல் ஆகியிருக்கலாம். பேருந்து நெடுஞ்சாலையில் ஓட ஆரம்பித்திருந்தது. கைப்பேசியைக் கையில் வைத்திருந்த படியே கண்ணயர்ந்து போன பிரசாத் அது ஒலிக்கும் சத்தம் கேட்டு தூக்கத்திலிருந்து திடுக்கிட்டு எழுந்தான். பழைய மாதிரியேதான் நினைத்தான். எடுத்தால் பிரச்சினை ஆனாலும் ஆகலாம். எதற்கு வம்பு என்று சில நேரம் காத்திருந்தான். தொடர்ந்து ஒலித்து நின்று போனது.

அழைப்பது ஒருவேளை, அவன் கடிதத்தில் குறிப்பிட்டு எழுதியிருந்த ஜெயந்தியாக இருக்கலாம். அவளாக இருந்துவிட்டால் என்ன பதில் சொல்வது என்று பலவாறு யோசித்தான். பேசினால்தானே பிரச்சினை வரும், பேசாமல் இருந்தால் யாரென்று தெரிந்துவிடும் என அழைப்பினை ஏற்றுக் காதினில் வைத்தான். அவன் சற்றும் எதிர்பாராத சின்னப்பிள்ளையின் குரல் கேட்டுத் திடுக்கிட்டுப் போனான். உடனே நிறுத்திவிடலாமென கை விரைந்த போது, வேண்டாம் அவர் என்னதான் சொல்கிறார் என்ன நினைத்துக் கொண்டிருக்கிறார் என்பதெல்லாம் தெரிந்து கொள்ள, நிறுத்த விரும்பாமல் கவனமாகக் கேட்டான்.

அண்ணாமலையிடமிருந்து எப்படியாவது தன் பணத்தை வாங்கிவிடுவதற்காக அவனிடம் தனது கோபத்தைக் காண்பித்துக் கொள்ளாமல் பேசியதும், ஒருவேளை பணத்தோடு ஓடிவிடத் திட்டம் இருந்தால் பாதிப் பணத்தையாவது தன்னிடம் திருப்பித் தந்து விடும்படியும் கேட்டார். தொடர்ந்து மறுமுனையிலிருந்து எந்தப் பதிலும் இல்லாததால் அண்ணாமலை திட்டத்தோடுதான் பணத்தோடு தலைமறைவாகிவிட்டான் என முடிவு செய்து அவன் உலகத்தின் எந்த மூலைக்குப் போனாலும் தன்னால் அவனைப் பிடித்து பணத்தை எப்படித் திருப்பி வாங்குவது எனத் தெரியும் என சின்னப்பிள்ளை எச்சரித்தார். பிரசாத்தினால் அதற்கு மேலும் அதைக் கேட்டுக்கொண்டிருக்க தைரியமில்லை. இணைப்பைத் துண்டித்து கைப்பேசியை அணைத்து சட்டைப்பைக்குள் போட்டுக் கொண்டான்.

அண்ணாமலையை சின்னப்பிள்ளை தேடிக் கொண்டிருப்பது தெரிந்து பிரசாத்திற்கு கொஞ்சநஞ்சமிருந்த தூக்கமும் கலைந்து போனது. எதிர்காலத்தில் சின்னப்பிள்ளைக்கு சந்தேகம் வராமல் மறைத்து வைத்திருக்கிற பணத்தை எப்படிப் பார்த்துக்கொள்ளப் போகிறோம் என்ற கவலையும் வந்தது.

யோசித்து யோசித்து பிரசாத் தூங்கிப்போயிருந்தான். விழுப்புரம் வந்தபின் பேருந்திலிருந்து கடைசி ஆளாகத்தான் எழுந்தான். இரண்டு நாட்களாக நடந்த சம்பவத்தால் ஏற்பட்ட அமைதியின்மையும், உடல்களைப்பும் அவனைத் தூக்கத்தில் ஆழ்த்தியிருந்தது.

கடிதத்தை வைத்து விசாரித்து விழுப்புரத்திலிருந்து அண்ணா மலையின் கிராமத்திற்குச் செல்லும் பேருந்தில் ஏறி அங்கு போனான். பேருந்திலிருந்து இவனுடன் ஒரு கூட்டமும் இறங்கினார்கள். அவர்களெல்லோரும் அண்ணாமலையின் உறவினர்கள் என்பது பிறகு புரிந்தது. வாய்க்கரிசிக் கூடையுடன் தயாரானபோது பறைமேளத்துடன் வந்து பாட்டுப்பாடி வாழ்த்துரை

வாசகங்கள் சொல்லி அழைத்துக்கொண்டு போனார்கள். பேருந்து நிறுத்தத்திலிருந்து வீடு செல்லும் வரைக்கும் சாவுக்கு வருபவர்களை வேடிக்கை பார்த்துக்கொண்டு நின்றிருந்த ஊர்மக்களையும், பிணத்தைப் பார்த்துவிட்டுத் திரும்புகிறவர்களையும் பார்த்தபடி கூட்டத்தோடு கூட்டமாக பிரசாத்தும் நடந்து போனான்.

வந்து போகிற கூட்டத்தைப் பார்த்ததுமே அண்ணாமலை சொந்த பந்தங்களை அதிகமாகக் கொண்டவன் என்பதும் கொஞ்சம் வசதிக் காரன் என்பதும் புரிந்தது.

அவனது வீட்டினை நெருங்க நெருங்க மேளச் சத்தமும் அதிக மானது. பறைக்கலைஞர்கள் அண்ணாமலையின் சொந்தக்காரர்கள் கொடுக்கும் பணத்தை வாங்கிக்கொண்டு அவர்களின் உறவையும், விலாசத்தையும் சத்தம் போட்டு ராகமாய்ப் பாடி தாளத்தை மாற்றி அடித்தார்கள். மக்கள் வந்து போவதற்கு வசதியாக மின் விளக்குகளை சாலையின் ஓரமாக வரிசையாக நாட்டி வைத்திருந்தார்கள்.

இதுதானா அண்ணாமலையின் வீடு எனப் பிரசாத் பார்த்தான். இந்த இடத்திலிருந்துதான் கோபித்துக்கொண்டு வந்தானா..? வைராக் கியத்தோடு ஊர் திரும்பாமல் போராடி முன்னேறியவனைத் தனது கையாலேயே வெட்டிக் கொன்ற கொடுமையை நினைத்து வெட்கித் தலைகுனிந்தான். வீடு பெரிய வீடாக இருந்தது. பராமரிப்பின்றிக் கிடந்த அந்த வீட்டில்தான் அவனை நினைத்து உயிர் வாழ்ந்தபடியே இந்தத் தாயும் கிடந்திருக்கிறாள். அந்தத் தாயின் இறுதிச்சடங்கில் கலந்துகொண்டு கொள்ளி வைக்கும் கடமையைச் செய்யவிடாமல் அவனையும் கொன்று போட்டுவிட்டோமே என நினைத்து அந்த வாய்க் கரிசி கொண்டுவந்த கூட்டத்திலிருந்து பிரசாத் விலகிக்கொண்டான்.

அண்ணாமலையின் அண்ணனாகத்தான் இருக்க வேண்டும். தலையில் கைவைத்துக் கட்டிலில் உட்கார்ந்து அழுது கொண்டிருந்தார். பட்டாசுகளையும், பெரிய பெரிய வாண வேடிக்கைகளையும் கொளுத்திக்கொண்டிருந்தார்கள். வெடிகளின் சத்தமும், ஒப்பாரி அழுகையுடன் கூக்குரலும், மேளச்சத்தத்தின் ஓசையும் சேர்ந்து காதை அடைத்தன.

தான் எதற்காக இங்கு வந்திருக்கிறோம் என பிரசாத் யோசித்தான். இங்கு அவன் இருப்பதே பெரும் அவஸ்தையாக இருந்தது. வாசலில் கட்டில்போட்டு வந்திருந்தவர்கள் உட்கார்ந்திருந்தது போக, தனியாக ஒரு கூட்டம் பெட்ரோமாக்ஸ் விளக்கினை வைத்துக்கொண்டு ஏதோ விவாதித்துக்கொண்டிருந்தது. ஒரு இளைஞன் மட்டும் அங்கும்

இங்கும் பரபரப்பாக ஓடிக் கொண்டிருந்தான். ஒருவேளை இவன் அண்ணாமலையின் அண்ணன் மகன் ரமேஷாக இருப்பானோவென யோசித்தான். அவன்தான் அந்தக் கூட்டத்தினரிடம் சென்று ஏதோ சத்தம் போட்டுச் சொன்னான்.

"பாட தயாராச்சின்னா எடுத்துடுவீங்களா...? எல்லோரும் வந்துட்டாங்கன்னா அதுக்கு என்னா இப்போ...? எங்க பெரிய பெரியப்பா வர்ற வரைக்கும் காத்திருந்தீங்கல்ல... அதே மாதிரி அண்ணாமலை சித்தப்பா வர வரைக்கும் காத்திருங்க. அவரு வராம யாரும் பொணத்துக்கிட்ட போகக்கூடாது. அப்புறம் நான் கொலகாரனாத் தான் ஆவேன்."

–மூச்சுவிடாமல் ஆவேசத்தோடு கோபத்தினைக் கட்டுப்படுத்த முடியாமல் பேசினான். நிச்சயம் இவன் ரமேஷாகத்தான் இருக்க வேண்டும் என முடிவு செய்துகொண்டான். இனிமேல் என்றைக்கும் திரும்பி வராத அண்ணாமலைக்காகக் காத்திருக்கும் அவர்களை நோக்கி மேலும் பக்கத்தில் நெருங்கிப் போனான்.

கூட்டத்தில் இனி வரவேமாட்டான் என்கிற வாதமும், செய்தி கிடைத்திருந்தால் நிச்சயம் அம்மாவைப் பார்க்காமல் அவன் இருக்க மாட்டான், எல்லா வைராக்கியத்தையும் தூக்கிப் போட்டுவிட்டு இந்நேரம் இங்கு வந்து நின்றிருப்பான் எனவும் பேச்சு நீண்டு கொண்டிருந்தது.

பாடை பெரியதாகவே பல்லக்கு போன்று அலங்கரிக்கப் பட்டிருந்தது. விவாதத்துக்குப்பின் என்ன செய்யலாம் என்கிற குழப்பத்திலிருந்த ரமேஷ் கூட்டத்திலிருந்து வெளிவந்தபோது அவன் பின்னாலேயே சற்றுத் தள்ளி பிரசாத்தும் வந்தான். அப்போது பிணத்தின் தலை மாட்டிலிருந்து எழுந்து கூட்டத்தை விலக்கிக்கொண்டு பெண் ஒருத்தி இடுப்பில் குழந்தையுடன் ரமேஷை நோக்கி வந்தாள். அழுதழுது தலைவிரி கோலமாக இருந்த அவளின் பேச்சு இன்னும் பிரசாத்தினை நிலை குலைய வைத்தது.

"பொணத்தைக் கழுவப் போறாங்களாண்டா! இத்தினி வருஷமா எங்க கெடந்தாங்க, சாப்டாங்களா இல்லியான்னு கண்டுக்காம கெடந்தவங்கெல்லாம் இப்ப வந்து அழுதழுது உருகறாங்க. என் அண்ணாமலை மாமன் ஒண்ணுதான்டா அவுங்கள இத்தினி வருஷமா பாக்காமலேயே அவுங்க மேலே உயிர வச்சிக்குனு கெடந்தது. அது வர்றதுக்குள்ள இவங்களுக்கு அவசரம். ஒலகத்துல ஒரு வாரத்துக் குல்லாம் வச்சிருந்து எடுக்கலியா..? என் மாமன நெனச்சா செத்துப் போன இந்தக் கெழவிய நீங்க கொண்டு போயி பொதைச்சாலும் இந்த மண்ணுல மக்காதுடா..! நீதாண்டா

ரமேசு இதுக்கு ஒரு முடிவு பண்ணனும். நல்லாத்தாண்டா மாமன் பேசிக்கினு இருந்துது. இப்ப அதுக்கு என்னாச்சினே தெரிலியே. ஒரே ஒரு தடவை போனப் போட்டுப் பாருடா. வேணுன்னா அத்தைக்கிட்டியே வெளக்குப் பக்கத்துல வச்சிருக்கிற போனப் போயி எடுத்துக்கினு வரேன்.."

தனக்கிருந்த ஆதங்கங்களையெல்லாம் ஜெயந்தி கொட்டித் தீர்த்தாள். கைப்பேசியை எடுக்கப் போனபோது ரமேஷ் அவளைத் தடுத்து நிறுத்தினான்.

"வேணாம். அந்தப் போன எடுக்காத. அது ஒண்ணாச்சும் ஆயா வோட போயி சேரட்டும். அதையும் அவுங்களோடவே பொட்டியில போட்டு பொதைச்சிடட்டும். நானும் என்னதான் செய்வேன். ரெண்டு நாளா போட்டுப் போட்டுப் பார்த்து கை வலிக்கிது. சித்தப்பாக்கிட்ட செய்தியச் சொல்லிடறேன்னு சொன்ன ஆளும் நிறுத்தி வச்சிட்டான். அவன் சொன்னானா இல்லியான்னே தெரியலியே!"

ரமேஷ் தனக்குள் அடக்கி வைத்திருந்த வேதனைகளையும் துயரங்களையும் சொல்லி அண்ணாமலைக்கு அவனுடைய கைப்பேசியிலிருந்து தொடர்பு கொண்டான்.

இவ்வளவு நேரமும் அத்தனையையும் இருட்டில் பக்கத்தில் நின்று கேட்டுக்கொண்டிருந்த பிரசாத்துக்கு இதற்கு ஒரு முடிவினைக் கட்டித் தீரவேண்டும் எனத் தோன்றியது. தானும் இவர்களிடம் நடந்து முடிந்ததைச் சொல்லி உயிரோடு திரும்ப முடியாது. இவ்வளவு காலம் காத்திருந்தது போக இனிமேல் என்றைக்குமே திரும்பி வராத மகனுக்காகத் தாயின் பிணம் காத்துக் கொண்டிருக்கக்கூடாது என முடிவு செய்தான். ரங்கநாயகியின் பிணத்தைச் சுற்றி இரண்டு மகள்களும், மற்ற மகன்களும் சொந்தபந்தங்களும் அழுது கொண்டிருந் தார்கள். ரங்கநாயகி நிரந்தமாகக் தூங்கிக் கொண்டிருந்தாள். மேலும் அவளின் முகம் தெரிகிற மாதிரி நெருங்கிப் போய்ப் பார்த்தான்.

'இந்தக் கைப்பேசி தான் அம்மாவிற்காக அண்ணாமலை வாங்கி அனுப்பியிருந்த கைப்பேசியா... இதில்தான் அம்மாவின் குரலைக் கேட்டு இத்தனை காலம் வாழ்ந்தானா' என பிரசாத் அவளின் முகத்தருகே வைக்கப்பட்டிருந்த ஒளிரும் விளக்கின் அருகிலிருக்கும் கைப்பேசியைப் பார்த்தான். தன் சட்டைக்குள் இருக்கும் கைப்பேசி அவனை உறுத்தியது. இதனையும் அவன் அம்மாவுக்கு அனுப்பவிருந்த கடிதத்தையும் அந்த இடத்தில் கொண்டு சேர்த்துவிட்டால் இங்குள்ள பிரச்சினைக்கு நிரந்தமாகத்

தீர்வு கிடைத்துவிடும். எப்படி அங்கு நெருங்கிப் போக முடியும் என யோசித்தான்.

அங்கிருந்து வெளியேறி எதிர்திசைக்கு நடந்து போனான். அங்கிருந்த விசிப்பலகையின் மீது பிணத்தின் மேலே போடப்பட்டிருந்த மாலைகள் அதிகமாகிப் போனதால் எடுத்துப் பாடையில் கட்டுவதற்காகப் போட்டிருந்தார்கள். அதனருகே பல்லக்கினைத் தயார் செய்ய பூவேலையும் நடந்து கொண்டிருந்தது.

யாரும் பார்க்காத பின்பக்கமாகக் கைகளைக் கொண்டு போய் அதில் ஒரு மாலையை எடுத்து வந்து தலைப்பக்கமாகத் தொலைவில் நின்றுகொண்டு கடிதத்தையும் கைப்பேசியையும் எடுத்தான். இதனை யாரும் பார்க்காதபடி அங்கு வைத்துவிட வேண்டுமே என கை படபடத்தது. கொண்டுபோய் வைத்துவிடலாம் என நடக்க முற்பட்டபோதுதான் இந்த யோசனை தோன்றியது.

கைப்பேசியை இயக்கினான். அதன் திரையில் முன்பு போலவே பெயருடன் ஒளியும் வந்தது. வலது கைக்குள் கைப்பேசியையும், கடிதத்தையும் ஒன்றாக மாலைக்குள் சேர்த்துப் பிடித்து பிணத்தின் அருகே போனான். மாலை போடுவதற்காக ஒதுங்கி அங்கிருந்த பெண்கள் இருவர் நகர்ந்து வழிவிட்டனர். மாலையுடன் நெருங்கிய பிரசாத் மாலையை அம்மாவின் கழுத்தில் போட்டுக் கொண்டே யாரும் பார்க்காதபடி அந்தக் கைப்பேசியின் பக்கத்திலேயே கையிலிருந்த கைப்பேசியையும், கடிதத்தையும் வைத்தான். அவன் வைக்கிறபோது அவனது மனதுக்குள் 'அம்மா, என்னை மன்னித்துவிடு' எனச் சொன்ன வார்த்தைகள் அவளுக்கு மட்டும் கேட்டிருக்கலாம். அமைதியாகத் தூங்கிக்கொண்டிருந்த ரங்கநாயகியின் முகத்தைப் பார்த்தபடியே மெதுவாகப் பின்நகர்ந்து வந்து திரும்பியபோது முகத்தருகில் அவன் வைத்துவிட்டுப்போன கைப்பேசி ஒலி எழுப்பியது. பிரசாத் அதிர்ந்து போய் அசையாமல் நின்றுவிட்டான். அவனது பார்வை முழுக்க அப்போது கைப்பேசியைக் காதருகே வைத்து முகத்தில் எதிர்பார்ப்புடன் எதிரில் நடந்து வரும் ரமேஷிடத்திலேயே இருந்தது...

●

இன்னும் மறையவில்லை அந்தக் காலடிச்சுவடு

தூக்கத்தைத் தொலைத்தவர்கள் யாராக இருக்கமுடியும்?

கடன்காரனும், குற்றம் புரிந்துவிட்டு யாரிடமும் சொல்லாமல் தவிப்பவனும், மிகுந்த ஒழுக்கத்துடன் வாழ்பவனும், தவறு செய்கிறோம் எனத் தெரிந்தும் மீண்டும் மீண்டும் அதே தவறினைச் செய்ய ஏங்குபவனும், கடந்துபோன காலங்களை நினைவில் மீட்டெடுத்து அசைபோட்டுப் படுக்கையில் புரள்பவனும் இழந்த தூக்கத்தை இன்னும் திரும்பப் பெற்றபாடில்லை. நானும் இந்தப் பட்டியல் மனிதர்களில் ஒருத்தன்தான்.

ஏதாவதொரு செய்தி நேரங்காலமே இல்லாமல் வந்து அடையும் போது ஒவ்வொரு முறையும் அந்த அதிர்வுகளும் மகிழ்ச்சியும் துயரங்களும் அமைதியின்மையும் நம்மை அலைக்கழித்துக் கொண்டே தான் இருக்கின்றன. இந்தச் செய்தி எனக்கு எம்மாதிரியான தாக்கத்தை ஏற்படுத்தியிருக்கிறது? யாரிடமும் பகிர்ந்துகொள்ள முடியாத ஏக்கம் பாதிக்கு மேலும் வியப்பும், மறைக்க இயலாத மகிழ்ச்சியும் என்னைத் தொற்றிக்கொண்டிருக்கின்றன.

பழைய இடங்களும், பழைய நண்பர்களும் பழகி முடிந்த உறவுகளும் நாக்குக்குப் பழகிப்போன பழைய ருசிகளும் நினைக்க நினைக்க எல்லோருக்கும் பிடிக்கத்தானே செய்கிறது.

இன்றைக்கு என்னைச் சந்திக்க வேண்டுமானால், யாராக இருந்தாலும் எனது செயலாளரிடம் நேரம் குறித்து விட்டுத்தான் சந்திக்க முடியும்!

அன்றைக்கு யாராவது பேச்சுத்துணைக்கு வரமாட்டார்களா என ஏங்கிய காலம். இன்றைக்குச்

சொத்துக்களைச் சேர்ப்பதற்கும், சேர்த்தவற்றை பாதுகாப்பதற்கும் படாதபாடு படவேண்டியிருக்கிறது. அன்றைக்குப் பூட்டு என்பதையே பார்த்திராத என் அறையில், கட்டிலுக்கடியில் ஒடுக்குகளுடன் கிடந்த தகரப்பெட்டி மட்டும்தான் ஒரே சொத்தாக என்னுடன் இருந்தது.

எனக்குத்தான் வேலையில்லை என்றால், என்னுடன் அறையில் தங்கியிருந்த மற்ற மூன்று பேருமே அன்றைக்குக் காலை சாப்பாட்டு நேரம் கடந்தும் தூக்கத்தில்தான் கிடந்தார்கள். அது பாவப்பட்டவர்களுக்குப் புகலிடம் தருவதற்காக நடத்தப்பட்ட விடுதி. பல பேர் மாத வாடகை தராமல் அங்கேதான் கிடந்தார்கள். யாரையும் தண்டித்து வெளியேற்றியதாக நினைவில்லை. வாடகை கேட்காமல் இருந்ததற்குப் பல காரணங்களும் இருந்தன. எந்தத் துப்புரவுப் பணிகளோ, சீரமைப்புப் பணிகளோ நடைபெறாத அறைகள், எப்போது வேண்டுமானாலும் வந்துபோகிற மின்சார வசதி. "இவ்வளவு சகிப்புத் தன்மை வாய்ந்தவர்கள் நிச்சயம் நமக்குக் கிடைக்கமாட்டார்கள்" என விடுதியை நடத்தி வந்த மேலாளர் ஒற்றைக்கை வேலுமணி முதலாளியிடம் சத்தியம் செய்து சொல்லியிருப்பார்.

இனிமேலும் உறங்க விருப்பமில்லை. சன்னல் வழியாகக் கசிந்து வழிந்த மெல்லிய வெளிச்சத்தைத் தவிர வேறு வெளிச்சமில்லை. விடிய விடிய இட்லி மாவு அரைக்கிற இயந்திரம் மாதிரி தலைக்கு மேலே அந்தரத்தில் விழுவதற்குத் தயாராக ஆடிக்கொண்டிருந்த மின்விசிறியின் சத்தத்தையும் பொருட்படுத்தாமல் பக்கத்து படுக்கையில் சீதாராமன் தூங்கிக்கொண்டிருந்தான். அவனுடைய குறட்டை இன்னும் ஓயவில்லை. கழுத்தறுபட்டு, உடல் தனியாகக் கிடந்த ஆடு போலத்தான் அவனது கண்கள் பாதி திறந்த நிலையில் வெள்ளை விழி தெரியும்படி இருந்தது. வேட்டி விலகாமல் தூங்கத் தெரியாது அவனுக்கு.

ஒருமுறை, "ஏன்யா, இப்படி மானத்த வாங்கற? ஒழுங்கா கைலியக் கட்டிட்டுப் படுக்கக்கூடாதா?" என்றபோது, "என்னய்யா ஒழுங்கப் பாக்கற? முப்பத்துமூணு வயசுல கல்யாணம் பண்ணி வெச்சானுங்க. வாழ உட்டானுங்களா, அவ எங்கியோ நாமக்கல்ல கெடக்குறா. நான் இங்க கெடக்கறேன். என்னைக்கு அவளுக்கு இங்க டிரான்ஸ்பர் கெடைக்குதோ அப்ப சொல்லு இதையெல்லாம்" என்று கூறிவிட்டான். அதன்பிறகு யாரும் அவனிடம் இதுபற்றிக் கேட்பதைத் தவிர்த்து விட்டோம். கடைக்கண்ணால் பார்த்துக்கொண்டு நடப்பதோடு சரி.

குளித்து முடித்து அறைக்குள் வாளியோடு நுழைந்தபோது மற்ற இரண்டு பேரும் படுக்கையில் இருக்கவில்லை. சீதாராமன்

மட்டுமே குப்புறப்படுத்து இன்னும் கட்டிலை அமுக்கிப் பிடித்து தூக்கத்தில் கிடந்தான்.

சாலையில் இன்னும் கூட்டம் குறையவில்லை. பாதிக் கூட்டத்துக்கு மேல் துணியும் நகையும் வாங்க அலைகிற கூட்டம். நேற்று மாலையே பத்திரிகைக் கிடைக்கும் எனக் கடைக்காரர் சொன்னார். நிச்சயம் இப்போது கடையில் பத்திரிகை இருக்கும். இந்த முறையாவது என் கதையை வெளியிட்டிருப்பார்கள். நமது கதைகள் குறிப்பிட்ட அந்தப் பத்திரிகைகளுக்குப் பிடிக்காது என்று தெரிந்துபோன பிறகும் மீண்டும் மீண்டும் அங்கேயே கதை அனுப்புவது எவ்வளவு கேவலமான வேலை. இலக்கியப் பத்திரிகையின் மகுடம் என்று சொல்லக்கூடிய அவர்களின் பத்திரிகையில் கதையை வெளியிட்டு யாருக்குப் பெருமை சேர்க்கப் பார்க்கிறோம்? வேலையில்லாதவர்கள்தான் எழுத்தாளர்களாகிறார்களா அல்லது வேலையே இல்லாததால் தான் எழுதிப் பார்க்கிறார்களா? இல்லை... வேலை இல்லாததால் தான் சிந்திக்கிறார்களா? எது எப்படி இருந்தாலும் பத்திரிகை வாங்கிப் பார்க்கவேண்டும்.

போக்குவரத்து வாகனங்களின் இரைச்சலும் நெருக்கடியும் பழகிப் போயிருந்தது. ஒவ்வொரு முறையும் சாலையைக் கடக்கப் போகிற போதுதான் இந்தப் பழவண்டிக்காரன் எதிர்ப்படுகிறான். அவனும் என்னை மாதிரி இளைஞன்தான். ஒருமுறை கூட பழங்களை வாங்குங்கள் என்று அவன் சொன்னதில்லை. அந்த வேலையை அவனால் வடிவமாக அடுக்கப்பட்டு அழகூட்டியிருந்த பழங்களே செய்தன. அப்போதுதான் மரத்திலிருந்து பறித்தெடுத்தது மாதிரியான கொய்யா இலைகள் பசுமையோடு பழங்களில் ஒட்டிக் கொண்டிருந்தன. இலைகளோடு அவை சேர்ந்திருந்த அழகினை நான் மட்டும்தான் ரசிக்கிறேன் என்று முதலில் நினைத்திருந்தேன்.

எப்போதும் எனக்குள் புத்துணர்ச்சி ஏற்படுத்துகிற இந்தப் பழங்கள் தான் எனக்குக் காலை உணவாகவும், பிற்பகல் உணவாகவும் இருந்து என்னைக் காப்பாற்றிக்கொண்டு வந்தன. பழவண்டிக்காரனுக்கு இது தெரிந்தால் நான் கொடுக்கிற நான்கு ரூபாய்க்கு இன்னும் இரண்டு பழங்களைச் சேர்த்தே தருவான். எந்த உணவகத்திலும் காலையில் ஆறு ரூபாய்க்குக் குறைந்து சாப்பாடு கிடையாது. இரண்டுக்கும் இடைப்பட்ட நேரத்தில் பதினொரு மணிவாக்கில் இவற்றைச் சாப்பிட்டால் பத்து ரூபாய் மிச்சம். இடையே பசி வந்தாலும் இரண்டு குவளை தண்ணீர் குடித்துக் கொண்டால் இரவுவரை கடத்தலாம். எனது வறுமைக்கு இந்தப் பழங்கள் துணையாக இருந்ததோடல்லாமல் உடல் நலத்துக்கும் வலிமை சேர்ப்பதாக நினைத்துத் தேற்றிக்கொண்டேன்.

இருபத்துஏழு ஆண்டுகள் சென்னையில் இருந்தும் கூட இதுவரைக்கும் அந்த மரத்தின் பெயர் எனக்குத் தெரியவில்லை.

நினைவுக்கு வந்து யாரிடமிருந்தாவது கேட்டால் கூட யாருக்குமே தெரியாது எனத்தான் சொன்னார்கள். வட்ட வட்ட வடிவத்திலான காய்ந்த இலைகள் சருகுகளாகித் தரையில் பரந்து கிடக்கிற அழகும், மஞ்சள்நிறப் பூக்களின் சிதறல்களும் அந்தப் பகுதி முழுக்க நிழல் தந்துகொண்டிருக்கிற அந்த மரத்தின் ஆளுமையும் ஒவ்வொரு முறையும் என்னை வியப்பில் ஆழ்த்தும்! ஒவ்வொரு முறை இப்படிச் செய்யும்போது தவறுதான் எனத் தெரிந்தும் அன்றும் அடி மரத்தை நெருங்கி எனக்குப் பிடித்த அந்தக் காய்ந்த பட்டையின் சிறு பகுதிகளை உடைத்தெடுத்துக் கொண்டுதான் கடைக்குச் சென்றேன்.

பழக்கடைக்காரர் மாதிரியே நான் தினமும் சந்திக்கும் இரண்டு பேரும் அந்த மரத்தின் கீழே வியாபாரத்தில் ஈடுபட்டிருந்தார்கள். பூட்டு, சாவி, பழுது பார்த்துத் தரும் அந்த ஆள் எப்போதும் போலவே பொய் சிரிப்பு சிரித்தான். பின், நான் ஒரு எழுத்தாளனாக வளர உதவியாக இருந்த அந்தப் புத்தகக் கடைக்காரர் சூரி என்னைக் கவனிக்காமல் புத்தகங்களை அடுக்கி சாலையில் பரப்பும் வேலையில் ஈடுபட்டிருந்தார்.

கடையில் கூட்டம் குறைவாகவே இருந்தது. நாளேடுகள், வார, மாதப் பத்திரிகைகள் எந்த மொழியைச் சார்ந்ததாக இருந்தாலும் இந்தக் கடையில் கிடைக்கும். எப்போது இந்தக் கடையைத் தொடங்கி யிருப்பார்கள் எனத் தெரியவில்லை. நடைவழிப் பாதையில் அமைந்தி ருந்தாலும், ஒரு நிரந்தரக் கடை மாதிரியே அனைத்து முன்னேற்பாடு களுடனும் அமைப்புகளுடனும் வடிவமைக்கப்பட்டிருந்தது.

நான் கடைக்குப் போகும்போதெல்லாம் அந்த மலையாள முதலாளி மட்டும்தான் இருப்பார். இப்போது பனியனோடு நின்றிருந்தார். என்னைப் பார்த்ததும் அவராகவே கடையின் பக்கவாட்டில் தொங்கிக் கொண்டிருந்த பத்திரிகையை எடுத்துக் கொடுத்தார்.

எனது கதை அச்சாகியிருக்கிறதா எனப் பார்க்க ஆசை. பணத்தைக் கொடுக்கும்முன் புத்தகத்தை அவசர அவசரமாகப் பிரித்தேன். முதல் பக்கத்திலேயே எனது கதையோடு எனது பெயரும் அச்சாகி யிருந்தது. யார் யாரையோ நான் வென்றுவிட்டிருக்கிற எனது உணர்ச்சிகளையும் முகமாற்றத்தையும் கடைக்குள் அமர்ந்திருந்த பெண் கவனித்துக் கொண்டிருந்தாள். பணத்தை அவளிடம்தான் கொடுத்தேன். அப்போதுதான் முதன்முதலாக என்னிடம் பேசினாள்.

“ஓங்க கத வந்த புக்க மட்டும் வாங்கினாப் போதுமா? எப்படி நாங்க இங்க இருக்கிற எல்லாப் புக்கையும் விக்கிறது?” மிகச் சாதாரணமான கேள்விதான். கையில் பணமில்லாதது அவளுக்குத் தெரிய வாய்ப்பில்லை.

நிச்சயம், அவர் அவளுடைய அப்பாவாகத்தான் இருக்கமுடியும். அவர் ஏதோ சொல்லி அதட்டி எச்சரித்தார். பொருள் விளங்கவில்லை.

நான் அறைக்கு வந்து கதையைப் பொறுமையாகப் படித்து, அறையை மூடி யாரும் இல்லாத நேரமாகப் பார்த்து பழங்களைச் சாப்பிட்டு முடித்த பின்னும்கூட அந்தப் பெண் மட்டும் நினைவி லிருந்து அகலவில்லை. நெற்றியில் சந்தனமும், அவளின் சுருள் முடிகளோடு கூடிய அவளின் இரட்டை சடைப்பின்னலும், ஆண்கள் அணிகிற மாதிரி அவள் அணிந்திருந்த இள நீலநிற கழுத்துப்பட்டை பொருந்திய அவளின் சட்டையும், கூர்மையான கருவிழி கொண்ட பார்வையும் பால் வடியும் அந்தத் தடித்த உதடுகளும் அந்தச் சில நொடிகளுக்குள்ளாகவே என் உள்ளே பதிந்திருந்தன. பத்தாம் வகுப்பு படிப்பாளோ. . . அறுதியிட்டுச் சொல்லமுடியவில்லை.

சில நாட்களில் மட்டும்தான் அவள் முழுநேரமும் கடையில் இருந்தாள். மற்ற நாட்களில் மாலை நேரங்களில் பார்க்க முடிந்தது. எப்போதும் போல பழவண்டிக்காரரைச் சந்தித்துப் பழங்களை வாங்கிக்கொண்டுதான் அந்தக் கடைப்பக்கம் போனேன். அன்றைக்கு மீண்டும் அவளிடம் பேசக்கூடிய வாய்ப்பு கிடைத்தது. அவள் மட்டுமே கடையில் இருந்தாள். எப்போதும் வாங்கிகுகிற மாதிரியே நாளேடு ஒன்றினை எடுத்துக்கொண்டு சிகரெட்டுக்கும் பணத்தைக் கொடுத்தேன். அவளால் உடனே சிகரெட்டினை எடுக்க முடியவில்லை. பாதி படித்த நிலையில் அவளின் கையில் பிரித்து வைக்கப்பட்டிருந்த பாடப்புத்தகத்தைக் கீழே வைத்துவிட்டு சிறிது யோசனையில் ஆழ்ந்து, பின் சிகரெட்டை எடுத்துக் கொடுத்தாள்.

அதை என்னிடம் நீட்டியபோது அவள் சொன்ன அந்தச் சொற்கள் என்றும் மறப்பதில்லை. “கதையெல்லாம் நல்லாத்தான் எழுதறீங்க. இப்படி அழகழகா பழத்தையும் வாங்குறீங்க. இந்த சிகரெட்ல என்ன தான் இருக்கு?”

உடனடியாக என்னால் பதிலைச் சொல்ல முடியவில்லை. எனது கதையைப் படித்திருக்கிறாள். பெரிய கள்ளிதான் இவள். சிறிது பதற்றத்துக்குப்பின் சிகரெட்டைத் திருப்பிக் கொடுத்தேன். அவளின் முகத்தில் ஏற்பட்ட மலர்ச்சி இன்னும் என்னுள் நினைவிலிருக்கிறது. எனது கையில் இலைகளுடன் இருந்த பளபளப்பான அந்தக் கொய்யாப் பழத்தினைப் பார்த்தேன். அவளுடைய கண்களும்

அங்கேயேதான் இருந்தன. நாளேடுக்கு மட்டும் பணத்தைப் பிடித்துக்கொண்டு மீதிச் சில்லறைகளை என்னிடம் கொடுத்தாள். அங்கிருந்து அரை மனத்தோடு நகரப் போனவனை மீண்டும் அவளுடைய குரல் மறித்தது.

"ஓங்களுக்கு மட்டும் எப்படி இவ்வளவு அழகா எலையோட பழம் கெடக்கிது?"

அவளிடம் பேசுவதற்கு எனக்கு வார்த்தைகள் இல்லை. வேறு யோசனை தோன்றவில்லை. எனது கையிலிருந்த அந்தப் பழத்தை அவளிடம் நீட்டினேன். முகமலர்ந்து பெற்றுக்கொண்டாள். அந்த இலைகள் அவளைக் கவர்ந்திருந்தன. அவளது மென் விரல்களால் இலைகளை ஒருமுறை தடவிப் பார்த்துக்கொண்டாள்.

அதன்பின் பல மாதங்கள் கடந்திருந்தன. அவளுடைய பார்வைக்குக் கிடைத்திருக்காது என நினைத்து பத்திரிகையில் வெளியாகியிருந்த எனது கதைகளை நான் அவளிடம் காண்பித்தபோது ஏற்கெனவே படித்துவிட்டதாகச் சொன்னாள். என்னைக் கவனித்துக் கொண்டிருந்த வாசகி எனக்குக் கிடைத்தாள். என்னுள் என்னமாதிரியான மாற்றத்தை அவள் ஏற்படுத்தியிருந்தாள் என என்னால் விளக்க முடியவில்லை. அவள் மிக அழகானவள் என மட்டும்தான் நான் நினைத்துக் கொண்டிருக்கிறேனோ?

அன்றைக்கு எனது நண்பர் வேறொரு வீட்டிற்குக் குடி பெயர்ந்து கொண்டிருந்தார். அவருக்கு வீடு மாற்றும் வேலையில் நானும் உதவியாக இருந்தேன். பொருட்களையெல்லாம் ஏற்றி அனுப்பி வைத்துவிட்டோம். கடைசியாக, அவருடைய இரு சக்கர வாகனத்தின் பின்புறம் அமர்ந்தேன். அவர் சில பொருட்களை என்னிடம் கொடுத்து கவனமாகப் பிடித்துக்கொள்ளச் சொல்லியிருந்தார். அவரும் ஒரு பெட்டியை முன் பகுதியில் வைத்து ஓட்டி வந்து கொண்டிருந்தார்.

எனது கதை வெளியாகியிருந்த அந்தப் பத்திரிகையை அந்த வழியாகத் தானே போகிறோம் வாங்கிக்கொள்ளலாம் எனச் சொல்லி அவரைக் கடையின் முன்னால் நிறுத்தச் சொன்னேன். பிற்பகல் என்பதால் கடையில் கூட்டமில்லை. அவள் மட்டுமே இருந்தாள். படிப்பில் ஆழ்ந்திருந்தவள் அதே இடத்தில்தான் அமர்ந்திருந்தாள். பத்திரிகை வாங்க வேண்டும். எங்கள் இருவராலும் இறங்கிப் போக முடியாது. வாகனத்தில் இருக்கையில் இருந்தபடியே பத்திரிகை தரச் சொல்லிக்கேட்டு சட்டைப்பையிலிருந்து பணத்தையும் எடுத்தேன். அவள் அமர்ந்திருந்த இடத்திலிருந்தபடியே பத்திரிகையை எடுத்து நீட்டினாள். "எங்களால் இறங்கி வர இயலாது. கொஞ்சம் கொண்டு

வந்து கொடுங்களேன்” என் கைநீட்டிக் கேட்டேன். எதற்காக யோசிக்கிறாள் எனப் புரியவில்லை. நண்பர் அவசரப்படுத்திக் கொண்டிருந்தார். ஏற்கெனவே தாமதமாகப் போகிறோம். இந்நேரம் பொருட்கள் போய்ச் சேர்ந்திருக்குமே என்பதுதான் அந்த அவசரம்.

“புக்கு வேணும்னா எறங்கி வந்து வாங்கிட்டுப் போங்க.”

எதற்காக அப்படிச் சொன்னாள்? என்னால் சமாதானப்படுத்திக் கொள்ள முடியவில்லை. அந்நேரம் பார்த்து ஒருவன் அவளிடம் ரூபாய் நோட்டை நீட்டி சிகரெட் கேட்டான். நண்பரின் முன்னால் இவள் இப்படி நடந்துகொண்டது என்னுள் வேதனையை மூட்டியது. அவள்மீது நான் கொண்டிருந்த மரியாதை சரிந்து போனதை அவளால் என் முகத்தைப் பார்த்தபோதே கவனித்திருக்க முடியும். எனது கோபத்தை வெளிக்காட்டிக் கொள்ளாமல்,

“இருவராலும் வரமுடியாது. கையில் பெட்டி இருக்கிறதே?” எனச் சொன்னேன்.

“முடியாதுன்னு சொல்லிட்டேன்ல, அப்புறம் வந்து வாங்கிக்கிங்க” என ஒரு நொடிகூட இடைவெளி இல்லாமல் சொன்னாள். அதன் பிறகு என்னால் ஒரு நொடி கூட தாமதிக்க முடியவில்லை. எனது பார்வையைப் பின் அந்தப் பக்கமாகச் செலுத்தவில்லை.

அதன்பிறகு இலைகளையுடைய அந்தக் கொய்யாப்பழங்களை எனக்குப் பிடிக்கவில்லை. பத்திரிகைகளுக்கு கதைகளைக் கொடுப் பதையும் தவிர்த்தேன். பத்திரிகை வாங்குகிற பழக்கமும் நின்றுபோனது. எனது வாழ்க்கையில் மீண்டும் எல்லாவற்றிலும் ஒரு பெரிய இடைவெளி.

எனது அறையின் சாவி தொலைந்தபோது பூட்டினை உடைப்பதற்காக அந்த மரத்தின் கீழிருந்த பூட்டுசாவி பழுது பார்ப்பவரை அழைக்க ஒருமுறை போனேன். அதோடு பழைய புத்தகக் கடைக்காரர் சூரியிடம் புத்தகங்களை வாங்கும்போது மட்டும் போனேன்.

பல மாதங்கள் கடந்த பிறகு. . . அன்றிரவு கடைப்பக்கம் சென்றிருந் தேன். சூரியிடம் புத்தகங்களுக்கான பணத்தைக் கொடுத்துவிட்டு மேற்கொண்டு அவர் எனக்குக் கண்டுபிடித்துத் தந்து உதவ வேண்டிய புத்தகங்களுக்கான பட்டியலையும் எழுதிக் கொண்டிருந்தேன். மழை வருகிற குறிப்புத் தெரிந்தது. பெரிய பெரிய தூறல்கள் கிளை இலைகளைக் கடந்து விழுந்து தெறித்தன. இரவு ஒன்பது மணி இருக்கலாம். சூரி கடையை மூடி எடுத்து வைக்கும் வேலைகளில் ஈடுபட்டிருந்தார். எனது பட்டியல் முடித்தபின் நானும் அவருக்கு உதவினேன்.

நெடுநாட்கள் கேட்காமலிருந்த, எனக்குள் பதிந்திருந்த அந்தக் குரல் என் காதிலேயே கேட்டது. குனிந்த நிலையிலேயே தலை திருப்பிப் பார்த்தேன். அவளேதான்..! மழையின் பொருட்டு இன்னும் தங்களின் நடையைக் கூட்டி சாலையைக் கடந்து கொண்டிருந்த மனிதக் கால்களுக்கிடையில் இரண்டு கைகளையும் தரையில் ஊன்றி குழந்தை தவழ்வது போல தவழ்ந்து வந்து கொண்டிருந்தாள். கால்கள் இரண்டும் மடக்கிப் பாவாடைக்குள் மறைந்திருந்தன. மூடியிருந்த கடையின் ஓரமாக நிறுத்தி வைக்கப்பட்டிருந்த மூன்று சக்கர சைக்கிளில் ஏறி அமரப் போனாள். அவள்தானா என்பது என்னால் நம்பமுடியாமலிருந்தது. அவளாகவே கைகளால் சைக்கிளைப் பிடித்துத் தாவி ஏறி இருக்கையில் அமர்ந்து கொண்டாள். அவளின் பார்வை என்னைப் பொருட்படுத்தவேயில்லை. ஆனால், எனது அதிர்ச்சியை அவள் கவனித்திருக்கக்கூடும். அவளின் அப்பா பிளாஸ்டிக்கினால் செய்த கூடை கொண்டுவந்து சைக்கிளில் மாட்டி அவளது கேள்விக்குப் பதிலளித்துவிட்டுப் போனார்.

சைக்கிளின் பல்சக்கரப்பிடிகள் இரண்டையும் பலங்கொண்டு சுற்றினாள். சைக்கிள் உருண்டு வந்து சூரியின் முன்னால் நின்றது. நான் நகர்ந்துகொண்டேன். அவள் கேட்டிருந்த புத்தகத்தை ஏற்கெனவே தயாராக வைத்திருந்த சூரி அவளிடம் கொடுத்தார். இன்னும் முக்கியமான இரண்டு புத்தகங்களை நாளை கொடுக்க ஏற்பாடு செய்கிறேன் எனவும் சூரி சொன்னார். இவ்வளவு காலம் அவளைப் பார்க்க வராமல் போனதை நினைத்துக் கலங்கினேன். மழைத்துளிகள் பெரிதாகிக்கொண்டே இருந்தன. சைக்கிளில் இருந்த குடையினை எடுத்து சூரி அவளிடம் கொடுத்தார். கழுத்தினால் குடையை இறுக்கிக்கொண்டாள். கைகள் இரண்டும் பலங்கொண்டு பல்சக்கரத்தின் பிடியினைச் சுழற்றியது. அவசர அவசரமாக மழைக்காக ஒதுங்கிய மக்களின் கூட்டத்துக்கு நடுவே சாலையின் ஓரம் பதற்றமே இல்லாமல் அவள் சைக்கிளைச் செலுத்திக்கொண்டிருந்தாள். அவளிடம் ஒரு வார்த்தையாவது பேசவேண்டும் போலிருந்தது. தயங்கித் தயங்கிப் பின்னாலேயே தொடர்ந்தேன். சாலையிலிருந்து பிரிந்த குறுக்குத் தெருவுக்குள் சைக்கிள் சென்று மறைந்தது.

அதன்பின் அவளை நான் பார்க்க வாய்ப்பில்லாமல் போனது. இத்தனை வருட ஓட்டத்துக்குப் பிறகு அந்த இடத்தில் பார்க்கும் போது பூட்டு சாவி பழுது பார்ப்பவனும் இல்லை. பழைய புத்தகக் கடை சூரியும் இல்லை. அவள் அமர்ந்திருந்த பத்திரிகைக் கடைக்குப் பதிலாக பெரிய துணிக்கடை ஒன்று அந்த இடம் முழுவதையும் கையகப்படுத்தியிருக்கிறது.

எல்லாவற்றையும் மறந்து எனது காலங்கள் எங்கேயோ போய்க் கொண்டிருந்த நேரத்தில், நேற்றுதான் சூரியைப் பார்த்தேன்.

அவர் இப்போது சென்னை தவிர, மூன்று ஊர்களில் பெரிய புத்தகக் கடைகளைத் திறந்திருக்கிறார். தொழிலுக்கும் உறுதுணையாக இருந்தபடி இரண்டு குழந்தைகளின் படிப்பினையும் கவனித்துக் கொண்டு எதிர்காலத்துக்குப் பலமாக இருப்பது அவருடைய மனைவிதானாம். இலைகளுடன் கூடிய கொய்யாப்பழங்களை என்னிடமிருந்து ரசனையோடு வாங்கிக் கொண்ட அந்தப் பெண்ணை மீண்டும் ஒருமுறை பார்க்கவேண்டும் என மனது தவிக்கிறது.

இசைக்காத இசைத்தட்டு

கொடிபவுனு அம்மா வீட்டுக்கு வந்திருந்தாள். அவள் வாழ்க்கைப் பட்ட ஊர் பக்கத்தில்தான் இருக்கிறது என்பதால்... நினைத்தால் போதும், குழந்தைகளை இடுப்பில் ஒன்றும் கையில் ஒன்றுமாய்ப் பிடித்துக்கொண்டு ஏரிமேட்டினைக் கடந்து மலைக்குள் இறங்கி, ஓடைக்குள் நடந்து, சுடுகாட்டு வழியாக அம்மா வீட்டுக்கு அரைமணி நேரத்தில் வந்துவிடுவாள்.

சுடுகாட்டைக் கடந்துவரும்போது அவள் மனதுக்குள் அழிக்க முடியாத பயம் இருக்கும். அப்போது அதற்குப் பதில் ஒவ்வொரு முறையும் அவளது கால்கள் தடுமாறுகின்றன. இருந்தாலும் இந்த வழியை அவளால் மாற்றிக்கொள்ள முடியவில்லை.

அம்மா வீட்டுக்கு கொடிபவுனு வந்து சேர்ந்தபோது இரவாகி விட்டதால், மருத்துவரிடம் குழந்தையைக் கொண்டுபோய்க் காண்பிக்க முடியவில்லை. பெரிய மகளுக்கு வயிற்றுப்போக்கு. இரவு முழுக்க உறக்கம் இல்லாமல் வயிற்றுவலியால் அவதிப்பட்டுக்கொண்டே யிருந்தாள்.

விடிந்ததும் முதல் வேலையாக கொடிபவுனு தன் மகளை 'கன்ட்ரோல் அம்மா'விடம் அழைத்துப் போனாள். 'அரங்கநாதன் அம்மா' என்றுதான் சொல்லவேண்டும் என்றாலும், யாரும் அப்படி அழைப்பதில்லை.

இரவு முழுக்க இடைவிடாத மழை பெய்ததால், கால் வைக்கிற இடமெல்லாம் தண்ணீராக இருந்தது. கோழிகள் இரை கிடைக்காமல் இறக்கைகளை விரிக்க இயலாமல் ஒடுங்கி நின்றிருந்தன. அம்மாவும் மகளும் குடைக்குப் பதிலாக ஆளுக்கொரு முறத்தைத் தலையில் பிடித்துக்கொண்டு நடந்து போய்ச் சேர்ந்தார்கள்.

வீட்டுக்குள் மழை தண்ணீர் ஒழுகிய இடமெல்லாம் கன்ட்ரோலின் அம்மா பாத்திரங்களை அடுக்கி வைத்திருந்தாள். பாத்திரத்திற்குள் ஒழுகிய மழைத்துளி ஏற்படுத்தும் ஒவ்வொரு சொட்டின் ஒலியும் அவளுக்குத் தன் மகளையே நினைவுபடுத்தின. தண்ணீர் நிரம்பி வழிந்தோடும் பாத்திரங்களை எடுத்து அப்புறப்படுத்தாமல், தூண் ஓரமாகத் தரையில் ஒதுங்கிப் படுத்திருந்தாள். கொடிபவுனுவின் வருகை அவளை எழுப்பி உட்காரவைத்தது. நெடுநாட்களுக்குப்பின் முதல் முறையாக வந்திருக்கும் தம்பி மகளைப் பார்த்ததும், மனதுக்கு ஆறுதலாக இருந்தது.

கொடிபவுனு அந்த வீட்டினுள் கால்வைத்தபோது, அவளால் தன் மாமன் கன்ட்ரோலை மறந்து நிற்க அங்கு முடியவில்லை. வீட்டினுள் சூழ்ந்திருந்த இறுக்கம் அவளின் மனதுக்குள்ளும் பரவியது. அத்தை தைலம்மை, கொடிபவுனைத் தடவிக் கொடுத்தாள்.

எது எதற்கெல்லாமோ மருத்துவம் வந்துவிட்டது. இன்னும் குடலேற்றத்துக்கு மட்டும் மருத்துவம் வந்ததாகத் தெரியவில்லை. குடலேற்றம் வந்துவிட்டால் ஊரில் யாராக இருந்தாலும் தைலம்மையிடம்தான் வந்தாகவேண்டும். ஐந்து நிமிடத்தில் மருத்துவம் முடிந்துவிடும். நான்கு நாட்கள் வரைக்கும் வயிற்றுவலியால் அவதிப் பட்டு, வயிற்றுப்போக்கில் கிடந்தவர்கள் கூட அடுத்த வேளையே சாப்பிடத் தொடங்கிவிடுவார்கள்.

குழந்தைக்கு ஏதோ விளையாட்டின்போது குடலேற்றம் நிகழ்ந்து விட்டது. சிறிய பித்தளைச் சருவத்தில் தண்ணீரைக் கொண்டுவந்து வைத்துவிட்டு, குழந்தையின் இரண்டு கைகளையும் அசையாமல் பிடித்துக்கொண்டாள் கொடிபவுனு. தண்ணீரைத் தன் வலது கை விரலால் தொட்டுத் தொட்டு குழந்தையின் அடிவயிற்றின் குடல் பகுதியில் ஒரே சீராக மேலிருந்து கீழாக தைலம்மை தட்டிக் கொண்டே இருந்தாள். குழந்தை வலியால் துடித்தது.

மழை ஒரே சீராய்ப் பெய்து கொண்டிருந்தது. கூரையின் ஓடுகளின் வழியே தண்ணீர் கீழே வழியாதபடிக்கு அந்தக் காலத்துப் பழைய இசைத்தட்டுகள் ஓடுகளின் இடுக்கில் சொருகி வைக்கப்பட்டிருந் தன. ஒரு காலத்தில் ஓயாமல் இசைத்த அந்த இசைத்தட்டுகளெல்லாம் இப்போது மழையிலும் வெயிலிலும் காய்ந்து கிடப்பதை கொடிபவுனு பார்த்தாள். பல இசைத்தட்டுகள் பாதியாக உடைக்கப்பட்டு சொருகப் பட்டிருந்தன. அதனைப் பார்க்கப் பார்க்க, கண்ட்ரோலை அவளால் நினைக்காமல் இருக்க முடியவில்லை.

சிறு வயதிலேயே தந்தையை இழந்த அரங்கநாதன் என்கிற ஒரே மகனை மனம் கோணாமல் செல்லமாக வளர்த்தாள் தைலம்மை. ஒன்றாம் வகுப்பில் பள்ளியில் சேர்க்கும்போதே இரண்டு ஜோடி மேளதாளத்தோடுதான் உள்ளே நுழைந்தான். நாதஸ்வரத்தையும் தவிலையும் போட்டி போட்டு வாசிக்கச் சொல்லி கண்ட்ரோலின் தாய்மாமன் ராசமாணிக்கம் அவ்வப்போது பரிசுத்தொகை ரூபாயை அவர்களின் சட்டைப் பைகளில் திணித்தார்.

சின்னப் பள்ளிக்கூடத்தின் எதிரிலிருந்த பெரிய பள்ளிக்கூடத்தில் ஆறாம் வகுப்புக்குப் போகும்போதும் மேளதாளம் இல்லாமல் போகமாட்டேன் என்று அடம்பிடித்தான். அப்போதும் அவனின் ஆசையை நிறைவேற்ற ராசமாணிக்கம் தவறவில்லை. தனது மகள் கொடிபவுனையும் அவனோடு மேளதாளத்துடன் பெரிய பள்ளிக்கூடத்துக்கு அழைத்துப் போனார். ஐந்தாம் வகுப்புக்குள்ளேயே இரண்டு ஆண்டுகள் தேர்ச்சி பெறாமல் இருந்ததால் தன்னைவிட இரண்டு வயது குறைந்த கொடிபவுனுவின் வகுப்பிலேயே கண்ட்ரோலும் படிக்கும்படி ஆகிவிட்டது.

ஐந்தாம் வகுப்பில் புகைப்படம் எடுக்கும்போது அவளின் பக்கத்தில் தான் நிற்பேன் என இறுதிவரைக்கும் அடம் பிடித்து அதேபோல் நின்றான். பொன்வண்டு தீப்பெட்டிக்குள் முட்டையிட்டாலும், பனைமடையில் காற்றாடி செய்தாலும், ஓடையில் மீன் பிடித்தாலும், மண்பானைக்குள் வேப்பிலை போட்டுப் பழுக்க வைத்த மாம்பழமோ, சீதாபழமோ எதுவானாலும் முதலாவதாக கொடிபவுனுவிடம்தான் கொடுத்தான். போதாக்குறைக்கு ராசமாணிக்கம் அடிக்கடி அவனை 'மாப்ள மாப்ள' என அழைத்ததாலும் கொடிபவுனு அவனுக்குப் பேரழகியாகத் தெரிந்தாள்.

ஏழாம் வகுப்பு படிக்கிறபோது அறிவியல் ஆசிரியர் வகுப்பில் உள்ளவர்களை அணி அணியாகப் பிரித்தபோது கண்ட்ரோலும், கொடிபவுனும் ஒரே அணியில் இருந்தார்கள். அவள் தனது அணியில் சேர்ந்து விட்டது குறித்து அவனுக்குள் ஏற்பட்ட கற்பனையும் மகிழ்ச்சியும் அவனுக்குப் பள்ளிக்கூடத்திற்கு வரவேண்டும் என்கிற ஆர்வத்தை மிகுதிப்படுத்தியது. இருவரும் ஒன்றாகச் சேர்ந்து பதினோராம் வகுப்பு வரை ஒரு செடி நட்டு அதனை மரமாக வளர்க்கப் போகிறோம் எனும்போதே, அரை மணி நேரத்தில் வெட்டவேண்டிய குழியை ஐந்து நிமிடத்தில் தோண்டி முடித்துவிட்டான். அடுத்த அணியான அரங்கநாதனுக்கும், கொடிபவுனுக்கும் 'பதியன் கன்று' எனச் சொல்லி பூவரசு கன்றினை ஆசிரியர் அறிவித்துக் கொடுத்த போது, இருவரும் ஒன்றாகச் சேர்ந்து வாங்கினார்கள். அப்போது

அவனது ஆறாம் விரல் அவள் கையை உரசியதை, அவளால் தாங்கிக் கொள்ள முடியவில்லை. இவனோடு சேர்ந்து எப்படி ஒரு மரம் வளர்க்கப் போகிறோம் எனும் போதே குமட்டிக் கொண்டு வந்தது. கட்டுப்படுத்திக்கொண்டு தான் பூவரசுக் கன்றினைக் குழிக்குள் வைத்தாள். மண்ணைக் குழிக்குள் வைத்து மூடும்போது அந்த ஒட்டியிருந்த ஆறாம் விரல் சுருங்கிய நகத்தோடு சூம்பி ஆடுவதைப் பார்த்த கொடிபவுனு, குழிக்குள்ளிருந்து கையை விலக்கிவிட்டு எழுந்தாள். கற்பனையில் மிதந்திருந்த கன்ட்ரோல் அவளின் கையைப் பிடித்து இழுத்தபோது, மேலும் அதனைப் பொறுத்துக்கொள்ளாத கொடிபவுனு 'கைய எடுரா' என திட்டியதை யாரும் கவனிக்கவில்லை. என்றாலும் கன்ட்ரோல் மனதுக்குள் நொறுங்கிப் போனான்.

எத்தனையோ முறை ஆசை ஆசையாக தின்பண்டங்களை வாங்கிக் கொடுத்தபோது, அதையெல்லாம் பெற்றுக்கொண்ட கொடிபவுனு இப்போது தான் எது கொடுத்தாலும் வாங்காததையும், தன்னை வெறுப்பதையும் அவனால் பொறுத்துக்கொள்ள முடியவில்லை. அன்றைக்குத் திரைப்பட அரங்கில் மணலில் உட்கார்ந்து படம் பார்த்தபோது ஆசை ஆசையாக முறுக்கு வாங்கிப் பெண்கள் பகுதியில் அமர்ந்திருந்த அவளிடம் கொடுத்த போது மீண்டும் அதே மாதிரிதான் வேண்டாமென மறுத்துவிட்டாள்.

"ஏண்டா என்னைக் கொல்றே? ஒண்ணாலதாண்டா நான் சாவப் போறேன்" என அனைவரின் முன்னோலேயும் திட்டினாள். அப்போது கூட அவள்தான் முக்கியம் என்று நினைத்தானே தவிர, அந்த அவமானத்தைப் பெரிதாக எடுத்துக்கொள்ளவில்லை.

காலமாற்றத்தில் கொடிபவுனுக்குப் பிடிக்காமல் போனது போலவே கன்ட்ரோலை அவளது அப்பா ராசமாணிக்கத்திற்கும் பிடிக்காமல் போனது. எட்டாம் வகுப்போடு படிப்பை மூட்டை கட்டிவிட்டவனை மாப்பிள்ளை எனக் கூப்பிட அவருக்கு விருப்பமில்லை. ராசமாணிக்கம் தனக்குப் பெண்தான் முக்கியம் என நினைத்தார். அவனிடம் தன் மகளை இனி பார்க்கக்கூடாது என எச்சரித்தார். தனக்குச் சொந்தமான வள் தன்னை விட்டு விலகிப் போவது, அவனுக்குப் பெரும் பிரச்சினை யாக இருந்தது. அம்மாவிடம் அதுபற்றி சொல்லிச் சொல்லி அழுதான்.

அவள் வயதுக்கு வந்து விமரிசையாக மஞ்சள் நீர் சடங்கு விழா நடத்திய போதுகூட, தாய்மாமனான கன்ட்ரோலுக்கு அழைப்பு இல்லை. மரியாதை இல்லாத இடத்துக்கு நாம் போகக்கூடாது என்று தைலம்மை எவ்வளவோ சொல்லியும், அவன் கேட்கவில்லை. போட்டிக்கு அவன் ஒலிபெருக்கி ஒன்றை விலைக்கு வாங்கி வந்து,

அவனே பந்தல் கம்பத்தில் கட்டினான். எவ்வளவு சத்தம் கூட்டி வைக்கமுடியுமோ அப்படி அலறவிட்டான். ராசமாணிக்கம் அமர்த்திய ஒலிபெருக்கிக்காரனுக்கும் இவனுக்கும் போட்டி மூண்டது. இரண்டின் இரைச்சலிலும் காரியத்தைக் கவனிக்க முடியவில்லை. போட்டியைச் சமாளிக்க முடியாமல் இறுதியில் ராசமாணிக்கத்தின் ஆள் பணமே வேண்டாம் எனச் சொல்லி ஓடிவிட்டான். கொடிபவுனுக்கு பந்தலுக்கு வந்து மனையில் அமரவே பிடிக்கவில்லை. "என்னைவிட்டால் யாருமில்லை கண்மணியே உன் கையணைக்க, உன்னை விட்டால் வேறொருத்தி எண்ணமில்லை நான் காதலிக்க...." இந்த சினிமாப் பாடலையேதான் திரும்பத் திரும்ப ஒலிக்கச் செய்தான். அந்தப் படம் வெளியாகியிருந்த நேரம் அது. பாடலை முழுமையாக ஒளிபரப்பினாலும் பரவாயில்லை. அந்த இரண்டு வரிகளை மட்டும் திரும்பத் திரும்ப நிறுத்தி, நிறுத்தி ஒலிக்கச் செய்து கொண்டிருந்தான். யாருக்கும் போய்க்கேட்கிற துணிவில்லை. அவனைச் சமாதானப்படுத்த முடியாது என்பது தெரியும். இவனும் எவனாவது வந்து கேட்க வேண்டும் என்றே எதிர்பார்த்தான்.

மனையில் வந்து அமர்ந்த கொடிபவுனு நிமிர்ந்து அவன் இருக்கிற திசையைப் பார்க்கவேயில்லை. அவன் அவளை முறைத்துக்கொண்டே இருந்தான். திரும்பத் திரும்ப அவன் ஒலிபரப்பிய பாடலின் அந்த இரண்டு வரிகளையும் தானே பாடுவது போலவே அவன் நினைத்துக் கொண்டான். தனது காதில் அவன் வந்து கத்துவது போலவே அவளுக்குப் பட்டது.

எவ்வளவு நேரந்தான் அவனாலும் தொடர்ந்து இந்த வேலையைச் செய்ய முடியும்? சோர்ந்து போனான். சடங்குகளெல்லாம் முடிந்து கொடிபவுனு உள்ளே சென்றிருந்தபோது, சிறுநீர் கழிக்க சிறிது நேரம் நிறுத்திவிட்டுப் போனான். அவன் திரும்பி வந்து அதே பாடலை ஒலிபரப்பலாம் என முற்பட்டபோது, அந்த இசைத்தட்டு அங்கில்லை. தேடித் தேடிப் பார்த்து அலுத்துப் போனான். கோபத்தை யாரிடம் காண்பிப்பது எனத் தெரியவில்லை. அவ்வளவு நேரம் வீராப்போடு இருந்தவன் வழியிலிருந்தவர்களை எல்லாம் தள்ளிக் கொண்டு வீட்டுக்குள் நுழைந்து கொடிபவுனு இருக்கும் அறையைத் தேடினான்.

கன்ட்ரோலின் இந்தச் செய்கை வாசலில் வட்டமாக அமர்ந்தபடி வந்து போகிறவர்களுக்குத் தாம்பூலம் கொடுத்துக் கொண்டு இருந்த அனைவருக்குமே சிரிப்பாக இருந்தது. அதனை வெளிக்காட்டிக் கொண்டால் என்ன நடக்கும் என்பது தெரிந்ததால் அவர்களுக்குள்ளேயே சிரித்துக்கொண்டார்கள்.

இறுதியாக, சாமி அறைக்குள் நுழைந்தான். அறையில் கொடி பவுனும், அவளின் தங்கை முத்துலட்சுமியும் மட்டுமே அமர்ந்திருந்தார்கள். அவனைப் பார்த்ததும் அவள் எழுந்திருக்கவில்லை. இவ்வளவு நேரம் அனைத்தையும் கவனித்துக் கொண்டிருந்த பெண்கள் அடுத்து நடக்கப் போவதைப் பார்ப்பதற்காக ஆர்வத்தோடு முற்றத்தில் காத்திருந்தார்கள். கன்ட்ரோல் உச்சகட்ட கோபத்தில் இருந்தான். அவளை அடிக்கிற மாதிரி முன்நோக்கி ஓடுவதும் பின் கமலை மாடு மாதிரி பின்னோக்கி வருவதும், மீண்டும் கோபத்தோடு ஓடி அவளை அடிக்கிற மாதிரியே கத்தினான்... "நீனும் ஓங்கப்பன் ஆத்தாளும் என்னதாண்டி நெனச்சிருக்கீங்க? என்னைக் கூப்பிடாம காரியம் பண்ணிடலான்னு பாத்தீங்களா? எப்படிப்பட்ட பாட்டுப் போட்டு காட்டினன் பாத்தியா? அதான் நானு. ரிக்கார்டைத் தூக்கி ஓங்கப்பன் ஒளிச்சு வச்சுக்கிட்டான்னா நான் உட்டுட்டுப் பூடுவனா? இன்னும் ஒரு பாட்டு எடுத்து வெச்சிருக்கேன். போடறேன் அப்புறம் பாரு! இங்கே பாரு, என்ன நீ புரிஞ்சுக்கினே இல்ல?"

அவனது முகத்தைப் பார்க்க அவளுக்குப் பிடிக்கவில்லை. அவனது செய்கை அவளுக்கு அவமானமாக இருந்தது. மிக நெருங்கி நின்றிருந்த கன்ட்ரோலுக்கு அவள் மிக அழகாக இருப்பது தெரிந்தது. முதல் முறையாக அவள் புடவையில் இருந்தது. அவனுக்கு இன்னும் அவளிடம் பேசவேண்டும் போலிருந்தது.

அனைத்தையும் பின்வாசலில் உட்கார்ந்து கேட்டுக் கொண்டிருந்த ராசமாணிக்கத்தால் அதற்கு மேலும் பொறுமையாக இருக்க முடிய வில்லை. கொடிபவுனுவின் அம்மா ஓடி வந்து மறித்தாலும், அவர் விடுவதாக இல்லை. நேருக்கு நேராக ராசமாணிக்கத்தைப் பார்த்ததும் அவனது கோபம் கெஞ்சலாக மாறியது. "ஏன் மாமா எங்கள காரியத்துக்குக் கூப்புடல? ஒனக்குமா என்ன புடிக்கல? ஒனக்காகத் தான் நான் இப்போ சும்மா உட்டுட்டுப் போறேன்."

அதன்பின், கன்ட்ரோல் ஒருவழியாக சமாதானம் ஆனான். பதினோராம் வகுப்பு முடிவதற்காக கன்ட்ரோல் காத்திருந்தான். கொடிபவுனுதான் அந்த ஆண்டு பள்ளிக்கூடத்திலேயே முதல் மதிப்பெண் பெற்றிருந்தாள். கொடிபவுனுக்கு வேறு இடத்தில் மாப்பிள்ளை பார்க்கிற செய்தி கன்ட்ரோலுக்குத் தெரிந்தது. மேற்கொண்டு யாரிடமும் கெஞ்ச விருப்பமில்லை. அவளைவிட அழகான பெண்ணைப் பார்த்து உடனேயே உனக்குத் திருமணம் செய்து வைக்கிறேன் என தைலம்மை எவ்வளவோ சொன்னாள். ஆனால், தான் விரும்பிய கொடிபவுனுதான் மனைவியாக வரவேண்டும் என அவன் முடிவு செய்துவிட்டான்.

அவனாகவே அச்சகத்துக்குச் சென்றான். அவனுக்குத் தெரிந்ததைச் சொன்னான். திருமணப் பத்திரிகையோடு வீட்டுக்கு வந்தான்.

மகனின் பிடிவாதத்தைக் கண்டு தைலம்மை வாயடைத்துப்போனாள். பத்திரிகையில் அவனது பெயரையும், அவளது பெயரையும் பார்க்கப் பார்க்க கன்ட்ரோலுக்கு அளவற்ற மகிழ்ச்சியாகவும், பெருமையாகவும் இருந்தது. அவளோடு வாழ்வதாகக் கனவில் மிதந்தான்.

விவரமறிந்த ராசமாணிக்கம் பதறிப்போனார். எதிர்த்துப் பேசினால்அவன் என்ன செய்வான் என்பது அவருக்குத் தெரியும். அவனை என்னவெல்லாம் சொல்லிச் சமாதானப்படுத்த முடியுமோ அப்படியெல்லாம் சொல்லி அவன் கையைப் பிடித்துக் கெஞ்சினார். சொந்தக்காரர்களை எல்லாம் கூட்டிப் பேசியபோது ஜாதகம் சரியாயிருந்தால் உடனே அதே தேதியில் திருமணம் நடத்திக் கொள்ளலாம் என முடிவு செய்யப்பட்டது. வேறு வழி தெரியாமல் கன்ட்ரோலும் அதை ஏற்றுக்கொண்டான்.

கொடிபவுனு வெளியிலேயே வரவில்லை. பத்திரிகையைப் பார்த்து அழுதாள். அவனை நினைக்கிறபோதெல்லாம் அவளுக்கு அவனுடைய ஆறாவது விரல் தவிரவும், அவள் மனதை விட்டு நீங்காத இன்னொரு நிகழ்ச்சிதான் கண்முன் வந்து நின்று, அவன் மீது வெறுப்பை ஏற்படுத்தியது.

அன்று விடுமுறை. கொடிபவுனு ஏழாம் வகுப்பு படித்துக்கொண்டு இருந்தாள். கொல்லையில் ஏர் உழுது கொண்டிருந்த அப்பாவுக்கு சாப்பாடு எடுத்துப் போனாள். குருவிகளின் இரைச்சல் தாங்கமுடிய வில்லை. விளைந்து தயாராக இருந்த கம்பங்கொல்லையில் நொடிக்கொரு கதிராக அமர்ந்திருந்து கொத்திக் கொத்திப் பறந்து கொண்டு இருந்தன. இருபுறமும் ஆளுயரத்துக்கு வளர்ந்திருந்த கம்பங்கொல் லைக்கு நடுவேயிருந்த வரப்பில், சினிமாப் பாடலைப் பாடி நடந்து கொண்டு வந்த கொடிபவுனு, வரப்பின் வளைவில் திரும்பியபோது திடுக்கிட்டு பிரமை பிடித்தவள் போல் நின்றாள். ஒரு நொடி அவளால் பார்வையைத் திருப்பமுடியவில்லை. எப்போதும் போல் யாரும் வரமாட்டார்கள் என நினைத்து வரப்பின் ஓரமாக வயலில் அமர்ந்து மலம் கழித்துக்கொண்டிருந்த கன்ட்ரோலுக்கும் என்ன செய்வதெனப் புரியவில்லை. திரும்பிப் போகப் பிடிக்காத கொடிபவுனு வேறுவழியில்லாமல் அதே வழியாக முகத்தை எதிர்ப்பக்கம் திருப்பிக் கொண்டு அவனைக் கடந்தாள். என்னசெய்வதெனப் புரியாமல் திகைத்துப்போன கன்ட்ரோல், கால் சட்டையை ஒரு கையால் பிடித்தபடி எழுந்து நின்றான்.

கொடிபவுனுவின் ஆழ்மனதில் பதிந்துபோன அந்த நிகழ்வு அவன் மீது அருவருப்பையும் அவனைப் பிடிக்காத மாதிரியும் செய்துவிட்டது.

ஜாதகம் முடிவு தெரியும்வரை ஒரு சொட்டு தண்ணீர்கூட தொண்டைக்குள் இறங்காது என கன்ட்ரோல் சொல்லிவிட்டான். ஊரார் முன்னிலையில் அவன் வீட்டு வாசலிலேயே ஜாதகக்காரனை வரவழைத்துப் பார்த்தார்கள். கொடிபவுனுவிற்குத் தாலி கட்டினால் அவன் உயிர் இருக்காது என ஜாதகக்காரன் அடித்துச் சொன்னான். கன்ட்ரோலின் அம்மா தன் தம்பியிடம் கெஞ்சி, உடனே இன்னொரு ஜாதகக்காரனை அழைத்துவரச் சொன்னாள். கன்ட்ரோல் அதனை ஏற்றுக்கொள்ளவில்லை. தனக்குச் சாதகமாக அவன் சொல்ல மாட்டான் என நினைத்து அவன் புறப்பட்டு வடலூர் போய், வேறு ஜாதகக்காரனை அழைத்து வந்தான். அவனும் முன்பு சொன்னவன் போலவே தான் சொன்னான்.

கன்ட்ரோலிடம் பழைய நடவடிக்கைகள் இல்லை. ஊர் மக்களைப் பார்ப்பதையே தவிர்த்தான். வயல் வேலைக்கும் செல்வதில்லை. கடலூருக்கும், பண்ருட்டிக்கும் சினிமா பார்க்கப்போனது கூட நின்று போனது. வீட்டிலேயே முடங்கிக் கிடந்தான்.

அன்று இரவு, ராசமாணிக்கம் மனைவியுடன் திருமணத் தாம்பூலத்தோடு வந்தார். அக்காவிடம் தாம்பூலத்தட்டைக் கொடுத்து விட்டு அவரால் அழத்தான் முடிந்தது. அவர்களைக் கடைசிவரை கன்ட் ரோல் பார்க்கவேயில்லை. தலைகுனிந்தபடியே தரையைப் பார்த்துக் கொண்டு இருந்தான். ராசமாணிக்கத்தால் கன்ட்ரோலுக்குச் சமாதானம் சொல்ல முடியவில்லை. இன்னும் மூன்று நான்கு ஆண்டுகள் காத்திருந்தால் தனது இளைய மகளைத் தருகிறேன் எனச் சொன்னார்.

பெண் அழைப்புக்கு மாப்பிள்ளை வீட்டிலிருந்து கார் வந்து விட்டது. பெண்ணை அனுப்பி வைக்க தைலம்மையையும் வந்து கூப்பிட்டார்கள். ஒவ்வொரு நிகழ்வும் கன்ட்ரோலை நிலை தடுமாறச் செய்தன. கிடுகிடுவென பரணையில் ஏறியவன், சாக்குப் பையில் கட்டி வைத்திருந்த முந்திரி மரத்திற்குத் தெளிக்க வைத்திருந்த பூச்சி மருந்தை எடுத்தான். குடித்துவிட்டுத்தான் இறங்கினான்.

இறுதியாக ஊரை விட்டுப் போகும்போது கோயிலில் சாமி கும்பிட்டு விட்டுத்தானே கொடிபவுனு போவாள் என்பதற்காக, கோயிலில் போய்ப் படுத்துக்கொண்டான். அதற்குள் கை, கால் வெட்டி வெட்டி இழுக்க ஆரம்பித்துவிட்டது. 'கொடிபவுனு... கொடிபவுனு' சத்தம் போட்டுக் கத்தினான். இறுதிவரைக்கும் வரமாட்டேன் என அடம் பிடித்தவனைத் தூக்கிக்கொண்டு நடுவீரப்பட்டு மருத்துவமனைக்கு ஓடினார்கள்.

செய்தி கேள்விப்பட்ட கொடிபவுனு, தன் மீது உயிரை வைத்திருக்கும் மாமனை நினைத்து அழுதாள். திருமணத்துக்கு மாப்பிள்ளை

வீட்டுக்குப் போகும் வழிதான் என்பதால், மருத்துவமனைக்குச் சென்று மாமனைப் பார்க்க ஆசைப்பட்டாள். உறவினர்கள் பார்க்க அனுமதிக்கவில்லை. அந்த இடம் வந்த போது சத்தம் போட்டுக் கத்தி காரை நிறுத்தச் சொன்னாள். யார் தடுத்தும் கேட்காமல் மணக்கோலத்துடன் மருத்துவமனைக்குள் ஓடினாள். கன்ட்ரோலைக் காப்பாற்றும் முயற்சியில் நிர்வாணமாகக் கிடத்தப்பட்டிருந்தான். அவனைப் பார்த்ததும் கொடி பவுனுக்கு மேலும் அழுகையாகத்தான் வந்தது. அப்போது கூட "நான் சாவறண்டா, நான் சாவறண்டா" என கத்தியபடியே மயக்கநிலையிலேயே கொடிபவுனுவைப் பார்த்தான். இதையெல்லாம் சகித்துக்கொள்ள முடியாத தைலம்மையும் ராசமாணிக்கமும் அங்கிருந்து கொடிபவுனுவை மாப்பிள்ளை வீட்டிற்கு அழைத்துப் போனார்கள்.

கொடிபவுனு வீட்டுக்கு வந்து போகும்போது கன்ட்ரோல் வீட்டுக்கு வராமலேயே போய்விடுவாள். ஒரு நாள் இதுதான் கொடிபவுனுவின் குழந்தை என அம்மா கன்ட்ரோலிடம் சொன்னபோது அவனுக்குத் தொட்டுத் தூக்கக்கூடப் பிடிக்கவில்லை.

வீட்டில் இருக்கப் பிடிக்காமல் வீம்புக்காக வாங்கிய ஒலிபெருக்கி தொடர்பான சாதனங்களைத் தூசுதட்டி எடுத்தான். வெல்கம் பலகை, குத்துவிளக்குப் பலகை, டியூப்லைட் என அனைத்துச் சாதனங்களையும் ஒரே சைக்கிளில் வைத்துக் கட்டிப் போகும் அளவிற்குப் பழகியிருந்தான். பின்னாளில் வயல் வேலை செய்யப் பிடிக்காமல் திருமணம், மற்ற காரியங்களுக்குச் சென்று ஒலி, ஒளி சாதனங்கள் அமைத்துத் தருவதையே தொழிலாகக் கொண்டு விட்டான் கன்ட்ரோல்.

நான்கு ஆண்டுகளாக வளர்ந்திருந்த தாடியும், மீசையும் அவனைப் பார்க்கிற குழந்தைகள் பயந்து மிரண்டு அழும்படி செய்தன. கொடுக்கன்பாளையத்து மாரியம்மன் கோயிலுக்கு மார்கழி மாதம் முழுக்க, பாட்டு ஒலிபரப்புவதற்காக கன்ட்ரோலிடம் பணம் பேசி பாக்குக் கொடுத்து இருந்தார்கள். மாலை நாலரை மணிக்கு, இரவு சாப்பாட்டுக்காக அம்மா சுட்டுக் கொடுக்கும் கேழ்வரகு தோசையை எடுத்துக்கொண்டு போவான். மாலை ஐந்தரை மணியிலிருந்து இரவு எட்டு மணி வரைக்கும் பக்திப் பாடலை ஒலிபரப்பிவிட்டு, கோயிலிலேயே படுத்து தூங்கிவிட்டு மீண்டும் நாலரை மணிக்கு எழுந்து எட்டுமணி வரைக்கும் பாடலை ஒலிபரப்புவான். பின், சைக்கிளில் வீட்டுக்கு வந்து பகல் முழுக்கத் தூங்குவான். அந்த ஊரில்தான் கொடிபவுனு வாழ்க்கைப் பட்டிருக்கிறாள் என்பது அவனுக்குத் தெரியும். முப்பது நாளைக்கும் காலையும் மாலையும் ஒலிபரப்பும் அனைத்துப் பாடல்களையும் கொடிபவுனு கேட்டுக்

கொண்டுதான் இருந்தாள். கோயிலில் படுத்துக் கிடப்பவனை வீட்டில் படுக்கச் சொல்லலாம். சொன்னால் கேட்க மாட்டான் என்பதால் அவளும் அழைக்கவில்லை.

அன்று வெள்ளிக்கிழமை என்பதால் குழந்தைகளோடு கோயிலுக்கு வந்திருந்தாள். அடையாளம் தெரியாதபடி உருமாறியிருந்த கன்ட்ரோலைப் பார்க்கப் பார்க்க அவளுக்கு வேதனையாக இருந்தது. சுவரையே பார்த்தபடி தலையில் முக்காடோடு கை நீட்டி உட்கார்ந்தி ருந்தான். எப்படியாவது அவனிடம் பேசவேண்டும் என நினைத்த வளால் பேச முடியவில்லை. மஞ்சள் நீர் சடங்கில் கன்ட்ரோல் தொலைத்துவிட்டுத் தேடிய இசைத்தட்டு இப்போது கொடிபவுனு கையில் இருந்தது. யாரும் பார்க்காதபடி அவனின் பக்கமாக விசிப் பலகையில் வைத்துவிட்டு வந்துவிட்டாள்.

இவ்வளவு காலம் தன்னைத் தொந்தரவு செய்து கொண்டிருந்த இசைத்தட்டு தன்னிடம் இல்லாமல் போனது கொடிபவுனுக்கு அதை விடவும் தொந்தரவாக இருந்தது.

கொடிபவுனுவின் மகளை தைலம்மை திண்ணையிலிருந்து மூன்று முறை குதிக்கச் சொன்னாள். இன்னும் மழை நிற்கவில்லை. தண்ணீரில் ஓடுகளுக்கிடையில் சிறைப்பட்டுக்கிடந்த இசைக்காத இசைத்தட்டு களையே கொடிபவுனு பார்த்துக்கொண்டு இருந்தாள். தான் வாழ்ந் திருக்க வேண்டிய வீடு. அவளால் தைலம்மையிடமிருந்து பிரிய முடியவில்லை. போகும்போது இளைய மகளிடமிருந்து ஐம்பது பைசா நாணயத்தை வாங்கி அத்தையிடம் நீட்டினாள். தனது சிகிச்சைக்காக தைலம்மை சம்பிரதாயத்துக்குப் பெறும் கூலி அது. தனது பேத்திக்குத் தானே செய்தேன் என வாங்க மறுத்துவிட்டாள்.

எங்கோ உருவாகிய மேகம், நீர்த்துளியாகி இந்த மண்ணில் பெய்து நிறத்தை இழந்து, எல்லாமோடு எல்லாமாகக் கலந்துவிட்டது. சிவப்பாக செம்மண்ணில் கலந்து விட்ட மழைநீர் எங்கே போவது எனத் தெரியாமல் போய்க்கொண்டிருந்தது. மழை நிற்கவேயில்லை.

கொடிபவுனு இப்போது தலையில் முறத்தைப் பிடித்திருக்கவில்லை. மழையிலேயே நனைந்தாள். ஆளுக்கொரு முறத்தைத் தலையில் பிடித்தபடி அம்மாவின் பின்னால் இரண்டு மகள்களும் மழையை ரசித்தபடி நடந்து போனார்கள்.

தன்னிடமிருந்து களவுபோன அந்த இசைத்தட்டு அன்று கோவிலில் திரும்பக் கிடைத்தாலும், அது கிடைத்த இடத்தை வைத்து கன்ட்ரோலுக்கு அப்போது பல கேள்விகள் எழுந்தன. பின் எவ்வாறு இங்கு வந்திருக்கும் என்பதற்கான விடையும் அவனுக்குக்

கிடைத்தது. அந்நிகழ்வு தனக்கு வாழத் தகுதி இருப்பதாக நினைத்து எல்லையற்ற மகிழ்ச்சி அடைந்தான். மறுநாள் காலையே சவரம் செய்து மாப்பிள்ளை போல் ஆனான். அதற்கான காரணம் யாருக்கும் புரியவில்லை. தைலம்மை மகனின் மாற்றத்தைப் பார்த்துப் பூரித்துப் போனாள். அவள் அவனைச் சாப்பிட அழைத்தும்கூட வரவில்லை. அறையை மூடிக்கொண்டு அதே பாடலையே திரும்பத் திரும்ப இசைக்கச் செய்து கேட்டான்.

ஒரு கட்டத்தில் மகிழ்ச்சி, துக்கம், எல்லாமும் பொய் என்பதாக அவன் உணர்ந்தான். மகிழ்ச்சி அவனிடமிருந்து மறைந்து போனது. வாழ நினைத்த அறையிலேயே தூக்கில் தொங்கியவனை வெளியில் கொண்டு வந்து போட்டார்கள். அவன் மகிழ்ச்சியாக இருந்ததற்கும், இறந்ததற்குமான காரணம் யாருக்கும் புரியவில்லை. அவனின் அறையில் கண்டெடுக்கப்பட்ட எழுத்துப் பிழையுடன் இருந்த அந்தக் கடிதத்தில், தனது சொத்துக்களை முழுக்க கொடிபவுனுவின் குழந்தைகளுக்கு எழுதி வைத்துவிடும்படியும், அந்த இசைத்தட்டை கொடிபவுனுவிடம் கொடுத்துவிடும்படியும் எழுதியிருந்தான்.

குறிப்பு: கொடிபவுனு அவனுடைய நினைவு வரும்போதெல்லாம் இசைக்காத அந்த இசைத்தட்டை அவ்வப்போது எடுத்துப் பார்த்துக்கொண்டு இருக்கிறாள். அதனை இசைத்துப் பார்க்கக் கூடிய தைரியம் இன்றுவரை அவளுக்கு வரவேயில்லை!

●

உறங்க மறுக்கும் மனசாட்சி

காலம் முழுக்க இந்த நெருடல் இருந்து கொண்டுதான் இருக்குமா? சில வேளைகளில் பிறரிடம் பரிமாறிக்கொள்வதினால் மனதுக்கு ஆறுதல் கிடைக்கிறது. இப்பொழுது, எனது ஆழ்மனதில் சில ஆண்டுகளாக நெருடிக் கொண்டிருக்கும் ஒன்றினைப் பற்றி உங்களோடு பரிமாறிக்கொள்வது, அதிலிருந்து நான் கொஞ்ச காலத்திற்கு மீள்வது துணையாக இருக்கும் என்பதனால் சொல்ல விரும்புகிறேன்.

நகர வாழ்க்கை எனக்கு நரகமாகத்தான் இருக்கிறது. சென்னை மாநகரில் நானும் சொந்தமாக வீடு ஒன்றினைக் கட்டி குடும்பத்தோடு வாழ்வேன் என கற்பனைகூட செய்து பார்த்ததில்லை. எனது மனைவியின் நச்சரிப்புக்காகத்தான் இந்த இடத்தை வாங்கி வீடு கட்டினேன். எதற்காக இந்த இடத்தை தேர்வு செய்து வீடு கட்டினேனோ அது இன்றைக்கு இல்லாமல் போய்விட்டது. எனது ஏக்கத்தினையும் தேடலையும் யாரும் புரிந்து கொள்வதாக இல்லை.

அன்றைக்கு முதல் நாள் முழுக்க எனது மனைவி சாப்பிடாமல் பிடிவாதம் பிடித்த காரணத்திற்காகத்தான், முறையாக வீட்டுமனையை தேர்வு செய்ய நானும் புறப்பட்டேன். வீட்டுமனை வாங்கித் தரும் தரகன் பல இடங்களை எனது மனைவிக்கு காண்பித்திருந்தான். ஒன்றிலும் அவளுக்கு நிறைவில்லை. எங்களின் செலவு திட்டத்துக்குள் அந்த இடங்கள் அடங்காததும் ஒரு காரணம்.

தனது அடுத்தத் தலைமுறைக்கு ஒரு நிரந்தரமான இடம் இருந்தே தீர வேண்டும் என்கிற பிடிவாதத்தில் எதுவும் பேசாமல் வீட்டு மனைத்தரகன் உருட்டிப் போய்க் கொண்டிருக்கும் சைக்கிளின் பின்னாலேயே

மனைவி போய்க் கொண்டிருந்தாள். அவளுடன் நானும் போனேன். ஒரு வீடு என்பது எப்படியெல்லாம் இருக்க வேண்டும் என்பதைப் பற்றித்தான் என்னுடைய கவலை. வீடு என்பது குழந்தைகள் பள்ளிக்குப் போக வசதியாக பள்ளியின் அருகிலேயே இருக்க வேண்டும். தவிர, வங்கி, கோவில், மளிகைக்கடை, மாவு அரவைக்கூடம் இவைகளுக்கெல்லாம் தேடிப் போகக்கூடாது.

இவைகள் எல்லாவற்றையும் மனதில் போட்டுக்கொண்டுதான் ஒவ்வொரு இடத்தையும் அவள் பரிசீலனை செய்து கொண்டிருந்தாள். நான்கைந்து இடங்களைக் காண்பித்து திருப்தியடையாமலிருந்தாள். தரகன் முகத்தில் மேற்கொண்டு நாங்கள் எந்த ஒரு இடத்தையும் தேர்வு செய்யமாட்டோம் என்கிற ரேகை படிந்துவிட்டிருந்தது. சலித்துப் போயிருந்தான். வேறொரு இடத்தைக் காண்பிப்பதற்குமுன் மிகுந்த வெப்பத்தோடு அவனது சொற்கள் வெளியேறின.

என்னென்ன காரணங்களுக்காக தான் இதுவரை காண்பித்த இடங்கள் பிடிக்கவில்லை. எப்படி இருக்க வேண்டும்? இதனை யெல்லாம் சொன்னால்தான் தான் அலைவதற்கும் ஒரு பொருள் இருக்கும் என மூச்சுவிடாமல் சொல்லிமுடித்தான். நான் கேட்க நினைத்ததை அவன் கேட்டுவிட்டதில் எனக்கு மகிழ்ச்சி.

அவன் சொன்ன சொற்கள் எனது மனைவியைச் சுட்டிருந்தன. ‘எடத்தக் காட்டறதுக்கே ஒங்களுக்கு இவ்வளவு கஷ்டமா இருக்கா? எங்க காலம் மட்டும் இல்லாம எங்கப் பேரப்பிள்ளைக் காலத்துக்கும் அந்த எடத்துலதான் வாழப்போறோம். எங்களுக்கு எவ்வளவு யோசனை இருக்கும்? மீதி எடத்தையும் காட்டுங்க. இன்னைக்கி எடத்துக்கு அச்சாரம் குடுக்காம நான் வீட்டுக்குத் திரும்பமாட்டேன்.

மனைவியின் பேச்சுக்குப்பின் எனக்கும், தரகனுக்குமே இருந்த சோர்வெல்லாம் நீங்கிப் போனது. நடந்து போகும் போது அவனுடன் பேசிக்கொண்டே நடந்தாள். தனது எதிர்கால வீட்டினைப் பற்றி இவ்வளவு பெரிய திட்டங்களோடும் அவள் இருப்பது இவ்வளவு காலம் எனக்குத் தெரியாமல்தான் இருந்திருக்கிறேன்.

தெருவுக்குள் நுழைகிற போதே ஏதோ ஒரு கிராமத்திற்குள் நுழைகிற மனநிலை. அங்கொன்றும். இங்கொன்றுமாக நாலைந்து வீடுகள் தான் உருவாகியிருந்தன. வெற்று மனைகளில் புதர்களும், செடிகளும் மண்டிக் கிடந்தன. தெருவில் விளக்கு வசதி கூட இல்லை. பாதுகாப்பு வசதியினைப்பற்றி என்னால் யோசிக்காமல் இருக்க முடியவில்லை. பிடிப்பில்லாமல் தான் நானும் அவன் பின்னாலேயே போனேன். இதற்கு மேல் நடக்க அங்கு இடமில்லை. தெரு அதோடு முடிந்திருந்தது. தரகர் காண்பித்த அந்த இடத்தின் வலப்பக்கம்

முழுக்க கண்ணுக்கெட்டிய தூரம் வரைக்கும் கருவேல மரங்கள் அடர்ந்திருந்தன. முட்டிக்கால் அளவிற்கு நீர் நிறைந்திருந்தது. காலை ஒன்பது மணியாகியும் கூட தவளையின் இரைச்சல் ஓய வில்லை. ஒரு பெண்மணியும் ஒரு ஆளும் தலையில் சிறிய மூட்டைகளோடு கருவேல மரங்களுக்கிடையில் புகுந்து தண்ணீருக்குள் உடைகளை உயர்த்தியபடி நடந்துகொண்டிருந்தார்கள். அவர்களின் பின்னால் நாய் ஒன்றும் தலையை மேலே உயர்த்தி துள்ளிதுள்ளி அவர்களின் பின்னாலேயே போய்க்கொண்டிருந்தது. இந்த இடத்தின் இடது பக்கத்திலும் சரி, எதிர் திசையிலும் சரி வீடுகளே இல்லை. இடத்தை வாங்கி வேலியமைத்திருந்தார்கள்.

மனைவி இப்போது வீட்டு மனையின் மூலையில் இருந்த கிணற்றில் இருக்கும் தண்ணீரை சுவைபார்க்கும் முயற்சியில் ஈடுபட்டிருந்தாள். நிலத்தரகன் ஏற்கெனவே அந்தக் கிணற்றில் துணி துவைத்துக் கொண்டிருக்கும் ஒரு முதியவரிடமிருந்து ஒரு கயிற்றினை வாங்கி கிணற்றிலிருந்து தண்ணீர் இறைத்துக் கொடுக்க முற்பட்டான்.

கால்களை தரையில் வைக்கமுடியாதபடி வேப்பம்பழத் தோல்களும். கொட்டைகளுமாக, அவசரத்தில் தின்றுமுடித்த அணில்களாலும், குருவிகளாலும் பிடி தளர்ந்து விழுந்திருந்த முழுப் பழங்களும் நிறைந்திருந்தன. பல ஆண்டுகளுக்குப் பின் இந்த மணம் எனக்குள் நிறைந்தது. இந்த கொட்டைகளை அள்ளி எண்ணெய் கடையலாம். இந்தக் கொட்டைகளைப் பொறுக்கி எடுத்துதான் நோட்டுப்புத்தகம் வாங்கி சிறுவயதில் படித்தேன் என்பதால் கீழே குனிந்து முழுமை யாகக் கிடந்த ஒரு வேப்பம்பழத்தினை எடுத்து மணம் நுகர்ந்தேன். நாக்கில் எச்சில் சுரந்தது. பின் பழச்சாறினை உறிஞ்சி கண்களை மூடினேன். கசப்பும் இனிப்பும் கலந்து மூளையின் உச்சி நரம்புகளைக் கொக்கிப் போட்டு இழுத்தது. இருபத்தைந்து ஆண்டுகளுக்குமேல் இந்தச் சுவையினை அனுபவிக்காத நாக்கில் நரம்புகள் உயிர்த் தெழுந்தன.

மனைவியின் குரல் என்னை அங்கிருந்து மீட்டது. முதல் முறையாக வீட்டுமனை எல்லைக்குள் கால்பதித்து மனைவியிடம் சென்றேன். இந்த இடம் அவளுக்குப் பிடித்துப் போனதை அவள் முகம் உணர்த்தியது. அவளாகவே வாளியில் கிணற்றிலிருந்து நீர் இறைத்து எனது இரண்டு கைகளையும் குவிக்கச் செய்து ஊற்றினாள். உண்மையிலேயே சுவையான உப்பு, சுண்ணாம்பு கலக்காத உவர்ப்பில்லாத தண்ணீர். வயிறு நிரம்பக் குடித்தேன். பக்கத்திலிருக்கிற கருவத் தோப்பிலிருந்து பூச்சி, பாம்புகளின் தொந்தரவு இருக்குமே என்கிற ஐய்யத்தை மனைவி எழுப்பினாள். உயரமான அளவுக்கு ஒரு சுவர் எழுப்பிவிட்டால் எல்லாம்

சரியாகிவிடும் எனத் தரகன் பதில் சொல்லி சமாளித்தான். அமைதியென்றால் அப்படியொரு அமைதி. சென்னையில் இருக்கிற உணர்வே இல்லாமலிருந்தது.

எனது மனைவி காண்பித்தபோது தான் நானே அதனைப் பார்த்தேன். மரங்களை ஒட்டி வானுயர்ந்து நிற்கிற இரண்டு பெரிய மரங்கள். இலைகளே மறைத்துக் கொள்ளும் படி பறவைகள் பறந்து பறந்து கூச்சலிட்டுக் கொண்டிருந்தன. அந்தப் பகுதியில் வாழ்கிற அத்தனைப் பறவைகளுக்கும் அந்த மரங்கள்தான் அடைக்கலம் தந்திருக்கின்றன. நூறு ஆண்டுகளுக்கு முந்தைய மரங்களாக இருக்க வேண்டும். கூர்ந்து கவனித்தபோது தான் அதன் உருவமும் இலைகள் எழுப்பிய ஓசையும், இலைகள் அசைந்த விதமும் அரசமரம்தான் எனச் சொன்னது. இன்னொன்று வேறு மரம்தான். அதன் பெயரும் எனக்குத் தெரியவில்லை. இந்தக் கருவேல மரங்கள் இல்லாமல் இருந்திருந்தால் நெருங்கிச் சென்று பார்த்திருப்பேன். அந்த மரங்கள் எனக்குப் பிடித்திருந்தது போலவே அவளுக்கும் பிடித்திருந்தது. நாங்கள் இருவரும் அந்த மரங்களைத்தான் பார்த்துக் கொண்டிருக்கிறோம் என்பதைப் புரிந்துகொண்ட அந்த தரகன் மிக அலட்சியத்துடன் சொன்னான். ‘அந்த மரம் இருக்கிறதே பெரிய பேஜாருதான் சார். நமக்கே இப்படி இருந்துச்சுனா அந்த ஊட்டுக்காரு சிங்குக்கு எப்படி இருந்திருக்கும். இப்பியாச்சும் பரவாயில்ல. சாயந்தரம் ஆனாப் பாருங்களேன். எங்கேர்ந்துதான் இந்தக் குருவிங்கல்லாம் வருதுங்களோ. அத்த ஏன் சார் நீங்க பார்க்குறீங்க. ஆரம்பத்துலதா சார் இதெல்லாம் தொந்தரவாத் தெரியும். அப்பால எல்லாம் போவப் போவ சரியாப்பூடும். ரொம்ப யோசிக்காதீங்க. இந்த ரேட்டுக்கு மெட்ராஸ்க்குள்ள இப்பிடி ஒரு எடம் கெடைக்காது. ஏதோ அந்தாளுக்கு வவுத்துவலி, இத விக்கவேண்டியதாப் போச்சி. அமௌண்ட் கொண்டாந்தீங்கன்னா இன்னிக்கே போயி முடிச்சிடலாம். தரகன் எப்படியாவது இந்த இடத்தை எங்களுக்குக் கொடுத்து விடுவதையே மூச்சுவிடாமல் பேசிக்கொண்டிருந்தான்.

இந்தத் தெருவுக்குள் நுழைந்தபோதிருந்த மனநிலையிலிருந்து முற்றும் மாறி இருந்தேன். எனக்கும் இந்தச் சூழலுக்கும் ஏதோ பிணைப்பு இருப்பதாக உணர்ந்தேன். நல்ல நீர், காற்றோட்டமான இடம் இவற்றிற்கும் மேலாக இடத்துக்கு முன்னால் கம்பீரமாய் நிற்கும் வேப்பமரங்களும், பறவைகளின் சத்தமும் இந்த இடத்தினை என தீர்மானிக்கச் செய்தது.

நண்பர்கள் ஆதரவினாலும் வங்கியில் கடன் பெற்றும், கையில் இருந்தவர்களைச் சேர்த்தும் வீட்டு வேலைகளைத் தொடங்குவதெனத் தீர்மானித்தோம். வீட்டிற்குத் திட்டவரைவும், வடிவ ஒழுங்கினையும்

செய்து கொடுத்த பொறியாளர் வாசலில் இருந்த வேப்ப மரங்களின் இரண்டு பெரிய கிளைகளை வெட்டினால் தான் வாசலுக்கு ஒரு அமைப்பு கிடைக்கும் என சொன்னபோது நான் மறுத்துவிட்டேன்.

வீடு நாளுக்கு நாள் வளர்ந்துகொண்டேயிருந்தது. மாலை வேளைகளில் வேப்ப மரத்தடியில் கிடந்த கயிற்றுக் கட்டிலில் உட்கார்ந்து கூலி கொடுக்கிற வேலைகளில் ஈடுபடும் போதெல்லாம் மனதுக்குச் சுகமாக இருக்கும்.

முதல் மாடியில் அன்றைக்குப் பூச்சு வேலை நடந்து கொண்டிருந்தது. அந்தக் குரலை நான் அன்றைக்குத்தான் கேட்டேன். மாடியின் உச்சியில் நின்றிருந்த எனக்கு அருகிலேயே கேட்டது. வேப்பமரத்திலிருந்து தான் அந்தக் குரல் வருகிறதென உறுதி செய்துகொண்டு அங்கே சென்று பார்த்தேன். இன்னும் தெளிவாக நான் சிலிர்த்துப் போகும் அளவிற்கு மிக அருகாமையிலிருந்து ஒலித்தது. எவ்வளவு காலங்கள் கடந்து இந்தக் குயிலிசை. இந்தக் குயிலின் குரலுக்கு மறுமொழியாக கருவேலந்தோப்பிலிருந்து இன்னொன்றும் கூவியது. இரண்டும் மாறி மாறி மகிழ்ச்சி கலந்த குரலில் கூவிக்கொண்டன. எவ்வளவோ முயன்றும் எப்பொழுதும் போல் அதன் உருவத்தை மட்டும் பார்க்க முடியவில்லை. ஒருமுறையேனும் உருவத்தை பார்த்து விட வேண்டும் என்கிற ஆர்வத்தில் கூடியவரை வேப்பங்கிளைகளுக்குள் ஊடுருவிப் பார்த்துவிட்டு பொறுமையோடு காத்திருந்தேன். இப்பொ ழுது இரண்டு குரல்கள் கேட்டன. சீழ்க்கையொலி போல் இழுத்து நீட்டி கூவிப் பின் ஆர்வத்தோடு மனிதர்கள் ஒருவரின் கேள்விக்கு இன்னொருவர் பதில் சொல்லுகிற மாதிரியே பேசிக் கொண்டன. மேலெழும்பியிருந்த கட்டிடச்சுவரில் நான் ஒளிந்து கொண்டிருந்தது அவைகளுக்குத் தெரியவில்லை. இரண்டு குயில்களின் மறுமொழிகளும் தொடர்ந்து வந்துகொண்டேயிருந்தன. இவ்வளவு மிக அருகில் எந்தத் தடையுமில்லாமல் அவை பேசிக்கொண்டிருந்ததை மறைந் திருந்து கேட்ட அனுபவத்தை உங்களிடம் எவ்வாறு விளங்கச் செய்யப் போகிறேனோத் தெரியவில்லை. நீண்ட நேரம் பணம் வாங்குவதற்காக என்னைத் தேடிக் கொண்டிருந்த ஒரு கட்டிடத் தொழிலாளி என்னருகே வந்தபோது வேப்ப மரத்திலிருந்த குயில்கள் பறந்துவிட்டன. பறக்கும் போது என்னால் பார்க்கமுடியாமல் போனது. அவசர அவசரமாக எழுந்து பார்த்தேன். தூரத்தில் பறந்துகொண்டிருந்த அவைகள் இரண்டினையும் பின்தொடர்ந்து கருவத்தோப்பிலிருந்த குயில்கள் பறந்தன. எனது மகிழ்ச்சியைக் கெடுத்த அந்தத் தொழிலாளரை என்னால் திட்டத்தான் முடிந்தது. நான் திட்டியதற்கு மிக அலட்சியமாக அவர் பதிலுரைத்தார்.

“என்ன சார் இதப்போயி மறைஞ்சிருந்து வேறப் பாக்குறீங்க. சும்மா இதே பொழப்பா இதுங்க அலையிதுங்க. நீங்க காலையிலே பாக்கணுமே. ஆறு மணிக்கெல்லாம் அட்டகாசத்த ஆரம்பிச்சுடுங்க. ஒரு நாளைக்கி இந்த கட்டில்ல ராத்திரிக்கு காவலுக்குப் படுத்துப் பாருங்க. என்னக் காத்தால எழுப்பி உடறதே இதுங்கதான்.”

அவன் சொன்னது மிகைப் படுத்தலில்லாமல் வெகு இயல்பாக இருந்தது. அன்று இரவே காவலுக்குத் தயாராகிவிட்டேன். மனைவி தான் இதனை அனுமதிக்கவில்லை. காரணத்தைச் சொல்லி மீண்டும் நான் புறப்பட்ட போது தலையிலடித்துக்கொண்டு என்னை ஏளனம் செய்தாள். இரவில் தூங்கும் போது ஒரு நாள் எனது மகன்களுக்கு இந்தக் குயிலைப்பற்றி சொன்னேன். ஆளுக்கொருவர் எனது இரண்டு பக்கங்களிலும் படுத்துக்கொண்டு மிகுந்த ஆர்வத்துடன் கேட்டார்கள். அடுத்த நாளாவது அங்கே காவலுக்குப் போய்ப் படுக்கலாம் என நான் புறப்பட்டபோது என்னோடு இரண்டு மகன்களும் புறப்பட்டார்கள். மனைவி அனுமதிக்கவேயில்லை. ஆனால் நான் மட்டும் நாள்தோறும் அவைகளின் குரலோடு நெருங்கிக்கொண்டிருந்தேன்.

வீடு ஒரு வழியாக முடிகிற நிலைக்கு வந்தது. வீட்டின் மேல் மாடியில் நின்று பார்க்கிற போது வேப்பமரங்களின் கிளைகளைத் தொட்டுப் பார்க்க முடிந்தது. அதன் உச்சி முனைகளின் அழகை என்னைத்தவிர இவ்வளவு அருகில் நின்று யாரும் பாத்திருக்க முடியாது என்கிற செருக்கு எனக்குள் வளர்ந்தது.

இனி நிரந்தரமாக ஒரு வீடு கிடைத்துவிட்டது. எங்கேயும் மூட்டை முடிச்சுகளைத் தூக்கிக்கொண்டு அலையத் தேவையில்லை. ஒவ்வொரு வருக்கும் தனித்தனியாக அறை. குழந்தைகள் ஓடிவிளையாடவும் சண்டையிட்டுக் கொள்ளவும் நிறைய வசதிகள் உருவாயின.

புதுமனைப் புகுவிழாவிற்கு எனது கிராமத்திலிருந்து வந்திருந்த நண்பர்களும் என்னைப் பாராட்டவே செய்தார்கள். இப்படி ஒரு வீடு இது மாதிரி இடத்தில் கிடைத்தால் நாமும் நகரத்திலேயே தங்கிவிடலாமே என்பது போலவே எல்லோரும் சொன்னார்கள். எல்லாப் பாராட்டுக்களுமே எனது மனைவிக்கே உரியது என்றேன்.

இவ்வளவு நாள் இங்குதான் வாழ்ந்து கொண்டிருக்கிறேன். இருந்தும் கருவத்தோப்பினை முழுக்க கவனிக்க மறந்துவிட்டிருந்தேன். அவை களின் உருவம் கூட மிக அழகானதுதான். இடையில் பெய்திருந்த மழையினால் இன்னும் பெரியதாக வளர்ந்து ஒரு தோப்பாகவே மாறியிருந்தன.

எனக்கிருந்த வேலைகளில் குயில்களை மறந்திருந்தேன். எனது கழுத்தினை இறுகப் பற்றி என் மார்பு மீது படுத்திருந்த எனது இளைய மகன்தான் அன்றைக்கு என்னை எழுப்பி, எனது காதில் கிசுகிசுத்தான். அவன் சொன்ன உடனேயே திடுக்கிட்டு மறந்து போனதை நினைத்து எழுந்தேன். கண்களை முழுமையாகத் திறக்க வில்லை. மார்கழி மாதக் குளிரின் காரணமாக சன்னலை மிகச் சிறிதளவே திறந்து வைத்திருந்தேன். சிறியவன் பாதித் தூக்கத்திலிருந்த என்னை விடாப்பிடியாக கையினைப் பிடித்து இழுத்துக் கொண்டு போனான்.

பெரியவனுக்கே காண்பிக்க வேண்டும் என்னத்தான் விருப்பம். அவன் அசதியான தூக்கத்திலிருந்தான். சன்னலைத் திறப்பதற்கு முன்னால் இருவருமே அந்தக் குயில்களின் குரலைக் கேட்டோம். இவ்வளவு மிக அருகில் இளைய மகன் இதற்கு முன் இந்தக் குரலைக் கேட்டிருந்ததில்லை. அவன் கண்களில் ஏற்பட்ட வியப்பும், மகிழ்ச்சியும் எனக்குப் பெருமிதமாக இருந்தது. ஒருவரை ஒருவர் பார்த்துக்கொண்டோம். நெருங்கி வந்து என் தோள்களை இறுகப் பற்றிக்கொண்டான். என் மனைவிக்கும் காண்பிக்கலாம் என நினைத்துப் பார்த்தேன். அவள் படுக்கையறையில் இல்லை. ஒரு வேளை வாசலில் கோலம் போட்டுக் கொண்டிருப்பாள். குயில்களின் குரல்கள் மாறிக்கொண்டேயிருந்தன. அதனோடு இடையிடையே வேப்பம்பழங் களைக் கொத்துவதற்கு எடுத்துக்கொண்ட நேரமும், பழத்தினைக் கொத்திச் சுவைக்கிறபோது அலகு ஏற்படுத்துகிற ஒலியும், சிறகின் மெல்லிய அசைவும் கூட அந்த அதிகாலைப் பொழுதில் துல்லியமாய்க் கேட்டன. சன்னல் கதவைத் திறந்து பார்க்கலாம் என ஆசைதான். பறந்துவிடுமோ என்கிற பயம் எனக்கு. சிறிது நேரத்திற்குப்பின் மனைவி அறைக்குள் நுழைந்தாள். எங்கள் இருவரின் செயல்களும் அவளுக்கு முதலில் என்னவென்று விளங்கவில்லை. பின் மகன் அவளை சமிக்ஞையால் அருகே அழைத்த போது அவளும் எங்களோடு சேர்ந்துகொண்டாள்.

இளைய மகன் தானேதான் சன்னல் கதவினைத் திறப்பேன் என்பதில் உறுதியாயிருந்தான். எனது மனைவிக்கும் இப்போது குயில்களின் குரல் பிடித்துப் போனது. மெதுவாக ... சன்னலை அவன் திறந்தபோது அவைகளைக் காணமுடியவில்லை. ஒரு நொடிப் பொழுதுக்குள் சிறு கிளைகளின் மேலேறிப் பறந்து சென்றுவிட்டன.

இலைகளில் அவைகளின் இறக்கைகள் பட்டு ஒலித்த படபடப்பினை மட்டும்தான் கேட்கமுடிந்தது. வெற்றிடமாக மாறிப்போன கிளைகளுக்கு மூன்று நான்கு அணில்கள் மிகுந்த பரபரப்போடு இயங்கிக்கொண்டி ருந்தன. அவைகள் பழங்களைப்

பறித்து இரண்டு கைகளுக்குள்ளும் வைத்துச் சாப்பிடுகிற அழகினையும், கிளையின் உச்சி வரைக்கும் தொங்கிச் சென்று பழங்களைப் பறித்துப் பிடி நழுவி கீழே விழ நேர்கிறபோதெல்லாம் தன்னைக் காப்பாற்றிக் கொள்கிற அழகினையும் எனது மகன் பார்த்துக்கொண்டேயிருந்தான். வேப்பமரத்தின் கிளைகள் எனது படுக்கையறைச் சன்னலைத் தழுவிக்கொண்டிருந்தன. ஒவ்வொரு முறையும் சன்னலைத் திறந்து பின் மூடுகிற போதுஅந்த இலைகள் காயம் படாதபடி வெளியே இழுத்துவிட்டு மூடவேண்டியிருந்தது.

இளையமகன் கொஞ்ச நாட்கள் குயில் மாதிரியே பல வடிவங்களில் குரல் மாற்றிக் கத்திக்கொண்டிருந்தான். ஒரு நாளாவது தானும் இதனைப் பார்த்துவிட வேண்டும் என பெரியவன் முயற்சி செய்த போது தோற்றுப் போனான். காலையில் மற்றவர்களைக் காட்டிலும் கொஞ்சநேரம் அதிகமாக உறக்கம் கொள்வதென்பது அவனுக்கு மகிழ்ச்சியைக் கொடுத்தது என்பதனால் அவைகளைப் பார்க்க முடியவில்லை.

ஒவ்வொரு நாளும் அதிகாலை ஐந்துமணிக்கெல்லாம் சன்னல் ஓரத்துக்கு வந்து கூவத்தொடங்கிவிடும். அயர்ந்து தூக்கத்தில் கிடக்கும் என்னால் எழுந்து சென்று சன்னலைத் திறக்க நினைத்தாலும் முடியவில்லை. அரைமணிக் கூறுகளுக்கு எல்லாம் அவற்றின் விளை யாட்டெல்லாம் வேப்பமரத்தின் மேல்தான். பின் நானே சென்று கதவைத் திறப்பேன். ஒருமுறை குரல் கொடுத்துவிட்டுப் பறந்துவிடும். முழுமையாகப் பார்க்க முடிந்ததில்லை. சில நாட்கள் இளைய மகன் எழுந்து சென்று சன்னல் கதவுனைத் திறப்பதும், பின் குயில் பறப்பதுமாக நடந்தேறின. சில நாட்களுக்குப் பின் இது அவனுக்குச் சலித்துப் போனது. பார்க்க முடியாத குயிலை அவனுக்குப் பிடிக்க வில்லை. அதனைப் பற்றிப் பேச்செடுத்தாலே கோபப்பட்டான்.

கோடைக்காலம் முடிந்து பள்ளிக்கூடம் தொடங்கியிருந்தது. இன்னும்அரைமணி நேரத்திற்குள் நான் விமான நிலையத்துக்குள் இருக்கவேண்டும். வெளியூர்ப் பயணமாவதற்காக உடைமைகளைத் தேடி எடுத்து வைத்துக்கொண்டிருந்தேன். இரண்டு மகன்களுமே வாயில் சோறோடு ஓடிவந்தார்கள். வீட்டுக்கு திரும்பி வெகுநேரமாகியும் பள்ளிச் சீருடையைக்கூட இன்னும் அவர்கள் மாற்றவில்லை. எனது கைகளைப் பிடித்து இழுத்துக்கொண்டு போய் சன்னலின் அருகே நிறுத்தினார்கள். இவ்வளவு காலம் விதவிதமான தங்களின் குரலால் எனக்குள் ஏக்கத்தையும், ஏமாற்றத்தையும் ஏற்படுத்தியிருந்த குயில்கள் இரண்டும் தங்களுக்குள் நீண்ட உரையாடலை நிகழ்த்திக் கொண்டிருந்தன. நீண்ட

வால்களுடன் அழகான கழுத்து... தூரத்திலிருந்து பார்த்துக்கூட அதன் அழகு என்னை சில நொடிகளில் கவர்ந்தது. சிறு வயதில் முந்திரித் தோப்பில் அறுவடை நாட்களில் இந்தக் குரல்களில் மயங்கிக் கிடந்திருக்கிறேன். செண்பகத்தை குயில் எனக் காட்டி என்னை ஏமாற்றியிருந்தார்கள். இரண்டும் கருவேலங்காய் களைக் கொத்தியபடியே சலசலத்துப் பேசிக்கொண்டிருந்தன.

எனது மகன்கள் இருவரின் முகத்திலும் அளவற்ற மகிழ்ச்சி, தாங்கள்தான் அப்பாவுக்கு முதலில் காட்டினோம் என அம்மாவிடம் சொல்லி சண்டைபோட்டுக் கொண்டிருந்தார்கள்.

அன்றைக்குத்தான் வெளியூரிலிருந்து திரும்பி வந்தேன். மாதத்திற் கொருமுறை மாடியிலுள்ள குடிநீர்த்தொட்டியை கழுவி தூய்மைப் படுத்தியாக வேண்டும். அன்று நானும் எனது மனைவியும் சேர்ந்து தூய்மைப்படுத்திக்கொண்டிருந்தோம். அப்பொழுது தான் நான் அதைக் கவனித்து அதிர்ந்து போனேன். மனைவிதான் தெளிவு படுத்தினாள்.

கருவேலந் தோப்பினைத் தாண்டியிருந்த இரண்டு மரங்களில் அந்த பெயர் தெரியாத மரத்தினைக் காணோம். நல்ல விலைக்கு வந்ததினாலும் பறவைகளின் இரைச்சல் பொறுத்துக்கொள்ள முடியாததினாலும் அந்த வீட்டுக்காரர் அதனை வெட்டி விட்டாராம். அரச மரத்தினை வெட்டுவது பாவத்தினை விளைவிக்கும் என எல்லோரும் சொன்னதால் விட்டுவைத்திருக்கிறாராம். அப்பொழுதே அந்த வடநாட்டுக்காரனுக்குப் போய் உதை கொடுக்க வேண்டும் போல் இருந்தது. இடமில்லாத பறவைகள் சில நாட்கள் அங்கேயே பறந்துகொண்டிருந்தன. பின் சில பறவைகள் இடம் தேடி வேறிடத்துக்கு இடம்பெயர்ந்துவிட்டன.

தொலைவிலிருந்து பார்க்கிற போது அவைகளின் உயரம் தெரிய வில்லை. அருகில் சென்று பார்க்கிற போது அதன் பருமனும், விரிந்த கிளைகளும் பிரமிப்பாக இருந்தன. ஒரு நாள் வீட்டில் வாங்கி வைத்திருந்த கோதுமையிலிருந்து கொஞ்சமும் அரிசி கொஞ்சமும் கிராமத்திலிருந்து அம்மா கொண்டு வந்திருந்த கேழ்வரகு கொஞ்சமும் எடுத்துத் தனியாகக் கட்டி ஒரு பையில் போட்டுக் கொண்டு மூவரும் கருவத் தோப்புக்குள் நுழைந்து அந்த மரங்களிடம் போனோம்.

பள்ளிச் சீருடைகளை இன்னும் களையாததால் காலணி அவர் களுக்குப் பாதுகாப்பாக இருந்தது. இதுவரைக்கும் எங்கள் வீட்டின் அருகிலேயே இப்படி காடு இருந்ததை நினைத்து வியந்தேன். காடு அடர்ந்திருந்தது. உள்ளே சென்ற பின் தான் எத்தனை வகையான

மரங்கள் பறவைகள், உயிரினங்கள் அந்தக் காட்டினை நம்பியிருக் கின்றன. தலைகளுக்கு மேல் குருவிகளின் சத்தம் கேட்டுக் கொண்டே இருந்தது. சிறிய சிறிய மஞ்சள் வண்ணக் குருவிகளின் சுறுசுறுப்பைப் பார்த்து அப்படியே எனது மூத்த மகன் அதிசயித்து நின்றுவிட்டான். என்னிடம் இளையவன் கேட்கவேயில்லை. அவனாகவே முடிச்சினை அவிழ்த்து தானியங்களை வாரி இறைத்தான். பெரிய மரங்களை நெருங்க நெருங்க பறவைகளின் சத்தம் கூடிக்கொண்டேயிருந்தது. இடைப்பட்ட இடத்தில் பள்ளம் ஒன்றில் தேங்கிக் கிடந்த நீரில் இரண்டு கீரிப்பிள்ளைகள் நீர் அருந்திக் கொண்டிருந்தன. எங்களின் அரவத்தைக் கேட்டும் கூட கண்டும் காணாதது போல் மீண்டும் நீரைக் குடித்து விட்டு மெதுவாகச் சென்றுவிட்டன. அவைகளின் மீசையைப் பற்றித்தான் இளையமகன் கேள்விமேல் கேள்வி கேட்டான். தானியங்களை அதற்கும் போடலாம் என அவன் முனைந்த போது, இதெல்லாம் அது சாப்பிடாது பாம்பினை மட்டும் தான் அது சாப்பிடும் என்று கீரி பற்றி தெரிந்து வைத்திருந்த செய்தியைச் சொல்லி மூத்த மகன் தனது அனுபவத்தைப் பறைசாற்றிக்கொண் டான். நாங்கள் போன வேலையை விட்டுவிட்டு பாம்பினைக் கடித்து, அதன் உடலை துண்டுதுண்டாகப் போட்டவுடன் ஒரு செடியைக் கடித்துவிட்டு மண்ணில் புரளுமே அந்த செடியை எனக்குக் காட்டுங்கள் என்று மூத்தவன் நச்சரித்தான்.

இளையவனுக்குப் பயம் அதிகமாகிப் போனது. பாம்புகள் இருக்கிற இடம் என்பது தெரிந்து கைகளைப் பிடித்துக் கொண்டான். காய்ந்த கருவேலங்கிளையில் தொங்கிய பாம்பு ஒன்றின் தோல் வேறு அந்நேரம் அவன் கண்ணில் தட்டுப்பட்டு விட்டது. கீரிப்பிள்ளை பாதுகாப்புக்கு இருப்பதைச் சொல்லி அவனை அப்போதைக்குச் சமாளித்தேன்.

அந்தப் பெரிய மரங்களின் கீழே போய் நின்றோம். நான் கிராமங்களில் கூட இவ்வளவு பறவைகளை ஒரே இடத்தில் கண்ட தில்லை. நான் எனது தொடக்கக் கல்வியை அந்த மரத்தின் அடியில் அமர்ந்து படித்ததும், அந்த மண்ணில் விழும் பழுத்த இலைகளை எடுத்து விரல்களுக்கிடையே உருட்டி சுழற்றியபடியே தரையில் அ, ஆ எழுதிப் பழகியதும் அப்போது நினைவுக்கு வந்தன. இன்னமும் சுழன்றபடியே சலசலக்கும் அந்த அரச இலைகள் கூரிய முனையோடு தொங்கிக்கொண்டிருந்ததைப் பார்த்து நெகிழ்ந்து போனேன்.

மனிதர்களின் நடமாட்டமே இல்லாததால் அவைகள் மகிழ்ச்சியோடு இருந்தன. மதில் சுவரைத் தாண்டி எட்டிப் பார்க்க முடிய வில்லை. இரண்டு மரங்களுமே அந்த வடநாட்டுக்காரனின் இடத்தில் தான் இருந்தன. நல்ல பெரிய மாளிகைதான்.

பறவைகளின் இரைச்சலி லிருந்து தப்பித்துக்கொள்ள சன்னல்களை மூடியிருந்தார்கள்.

மூவருமே ஒவ்வொரு பையாக அவிழ்த்துத் தரையெங்கும் இரைத்தோம். அப்படிச் செய்யச் செய்ய எனது மகன்களுக்கு எல்லை யில்லாத மகிழ்ச்சியாயிருந்தது. மதில் சுவரினை ஒட்டி ஒரு எறும்பு புற்று இருந்ததைக் கண்டு என் இளைய மகன் கொஞ்சம் அரிசியை அள்ளி அதனருகே வைத்தான். இருளத் தொடங்கியது. கீழே உதிர்ந்து கிடந்த பறவைகளின் இறகுகளைச் சேகரித்துக்கொண்டு இருவரும் தங்களின் அறைகளுக்குள் வைத்துக்கொண்டு அவர்களின் நண்பர்களுக்கெல்லாம் காட்டி மகிழ்ந்தார்கள்.

இன்னும் ஒருவாரத்தில் தீபாவளிப் பண்டிகையாம். ஒரு மாதம் முடிந்தால் சொந்த வீட்டுக்குக் குடி வந்து ஒரு ஆண்டு முடியப் போகிறது என என் மனைவி சொன்னாள். அங்கொன்றும் இங்கொன்று மாக பட்டாசுகள் வெடிக்கத் தொடங்கியிருந்தன. ஒவ்வொரு ஆண்டும் அளவுக்கதிகமாய்ப் பட்டாசுகளை வாங்கிக் கொடுத்து நான் தான் பிள்ளைகளைக் கெடுக்கிறேன் என என் மனைவி சொல்லிக் கொண்டிருந்தாள். பெரிய பெரிய பட்டாசுகளாக வாங்கி வெடிக்க வேண்டும். தங்கள் வீட்டின் முன்னால்தான் நிறைய பட்டாசு வெடித்தற்கு அடையாளமாக வெடித்துச் சிதறிய தாள்கள் கிடக்க வேண்டும் என மகன்கள் கோரிக்கை வைத்தார்கள். நகரங்களில் பணக்காரர்கள் கொண்டாடும் தீபாவளியைக் காட்டிலும், கிராமங ்களில் ஏழை விவசாயிகள் கொண்டாடும் தீபாவளிப் பற்றி குழந்தை களுக்குச் சொல்வேன். ஒவ்வொரு பட்டாசினை வாங்கி வெடிப்பதற் காக நான் குழந்தையாயிருந்த பருவத்தில் ஒரு மாதத்திற்கு முன்பே எப்படியெல்லாம் உழைத்து சிறுவாடு சேர்த்து வைத்திருப்பேன், மற்றவர்களின் உடைகளைத் தொட்டுப் பார்த்து புது உடை வாங்கி உடுத்தாத ஏக்கத்தை எப்படியெல்லாம் தீர்த்துக் கொள்வேன் என்பது பற்றியெல்லாம் சொன்னேன்.

மகன்கள் கேட்டபடியெல்லாம் பட்டாசுகளை வாங்கிக் கொடுத்தேன். கிராமத்திலிருந்து என் மனைவிக்கு தீபாவளி வரிசைக் கொண்டு வந்திருந்த மைத்துனர் நாட்டு வெடிகளை ஒரு துணிப்பை நிறைய வாங்கி வந்திருந்தார். ஒவ்வொரு வெடிகளும் குழந்தைகளின் கைக்குள் அடங்காதவை. வாசலில் வேப்பமரத்தின் கீழே தான் முழுப்பட்டாசுகளையும் போட்டுக் கொளுத்தினோம். சென்னையில் வாங்கிய பட்டாசுகள் நாட்டு வெடிகளின் முன் நிற்கவில்லை. ஒவ்வொரு வெடியிலும் வீடே அதிர்ந்தது. எனது அம்மா இந்த வெடி நல்லதல்ல. வெடிக்க வேண்டாம் என எவ்வளவோ

சொல்லியும் மகன்கள் கேட்கவில்லை. அந்தப் பகுதியிலிருந்து குழந்தைகள் எங்கள் வீட்டின் முன்னால் சூழ்ந்து கொண்டார்கள். இருந்த நாட்டு வெடிகளில் எடுத்து மற்ற குழந்தைகளுக்கும் கொடுத்தேன். தாங்களேதான் அவ்வளவையும் வெடிக்க வேண்டும் என அடம்பிடித்தார்கள். சொந்த வீட்டில் கொண்டாடிய முதல் தீபாவளி மறக்க முடியாததாயிருந்தது.

எத்தனையோ அலைக்கழிப்புகளில் மனதில் தேங்கிக் கிடந்த கவலைகளெல்லாம் ஒவ்வொன்றும் மறைவதும் மீள்வதுமாக இருந்தன. மனைவி அவளுக்கான பொறுப்புகளில் மூழ்கிக் கிடந்தாள். குழந்தைகள் தேர்வில் மூழ்கினார்கள். எனக்கான தொழில் பற்றிய கவலைகளிலும் என்னை நிலைநிறுத்திக் கொள்ளும் போராட்டங்களிலும் நாட்கள் நகர்ந்ததே தெரியவில்லை. நேரங்கடந்து படுக்கைக்குச் செல்வதால் நானும் இப்பொழுது என் மூத்த மகன் போலவே நெடுநேரம் காலையில் படுக்கையில் கிடக்கிறேன். ஒரு நாள் மனைவி என்னை எழுப்பி இளநீரைக் கையில் கொடுத்த போதுதான் நினைவுக்கு வந்தது. ஒரு வேளை நான் தான் கவனிக்கவேயில்லையா? மனைவிடம் அதுபற்றி கேட்டதற்கு தானும் கவனிக்கவில்லை; அதைப் பற்றியெல் லாம் கவனிக்க நேரம் இல்லையென்றும் சொன்னாள். சன்னலைத் திறந்து பார்த்தேன். எங்கும் மயான அமைதி. அரசமரத்தில் ஒன்றிரண்டு காக்கைகள்தான் அமர்ந்து கரைந்துகொண்டிருந்தன.

ஒவ்வொரு நாளும் படுக்கைக்குப் போகும் முன் நாளையாவது நிச்சயம் நம்மை குயில்கள் எழுப்பும் எனப் படுக்கைக்குச் சென்றேன். அவைகள் எழுப்பும் முன் நானாகவே எழுந்து உட்கார்ந்து காத்திருந் தேன். குரலேயில்லை. என்ன காரணம் என விளங்கவில்லை. சன்னலைத் திறக்கலாம் என ஒருநாள் அதிகாலைத் திறந்தேன். இரண்டு கு''ில்களும் வேப்பங்கிளைக்குள்ளிருந்து பறந்து செல்வது மட்டும் தெரிந்தது.

பள்ளிக்குப் புறப்பட ஆயத்தப்படுத்திக் கொண்டிருந்த மகன்களிடம் குயில்கள் கூவியனவா என்று கேட்டேன். அவர்களும் இதுபற்றிக் கவனித்திருக்கவில்லை. அரச மரத்திலிருந்தும் பறவையின் குரல் மிகக் குறைவாகவே இருந்தன. வானத்தில் பறந்து சென்ற பறவைக்கூட சத்தமின்றி செல்வதையே உணர்ந்தேன்.

ஒருநாள் நான் கணினி அறையில் அலுவலில் இருந்த போது அன்றொரு நாள் ஓடிவந்தது போலவே எனது இளைய மகன் ஓடிவந்தான். உடனே வரும்படி என்னைத் துரிதப்படுத்தி கையைப் பிடித்து இழுத்துக் கொண்டு ஓடினான். மாடியில் சன்னல் ஓரமாக குழந்தைகளுக்குச் சோறூட்டிக் கொண்டிருந்த மனைவி இருவரையும்

எதற்காக ஓடி வருகிறார்கள் என்ற மாதிரியே பார்த்தாள். ஓடி வந்த இளையமகன் மீண்டும் என்னை அவனருகே அழைத்து கருவேல மரத்தோப்புக்குள் ஓரிடத்தைச் சுட்டிக்காட்டி கைகளைக் காண்பித்தான். முதலில் எனக்கு விளங்கவில்லை.

"அங்கப் பாருங்கப்பா. அது நம்ம குயிலுதான், ரெண்டும் ரொம்ப நேரமா கத்தாம அங்கியேதாம்பா ஒக்காந்திருக்கு". அவனுக்கு மீண்டும் தனது குயில்களைக் கண்டுபிடித்து விட்ட மகிழ்ச்சி. அடர்ந்த மரங்களுக்கிடையில் ஒரு காய்ந்துபோன கிளையில் குரலிழந்து நிமிர்ந்து நிற்கும் வாலினைத் தொங்கவிட்டு, கழுத்து ஒடுங்கி சோர்வாக இரண்டு குயில்களும் உட்கார்ந்திருந்தன. சோகத்திற்கு காரணம் எனக்கு உடனே விளங்கிவிட்டது. மகன்களைப் பார்த்தேன். அவர்களுக்கு விளங்கவில்லை.

"ஏம்ப்பா, இப்படிப் பாவமா உட்கார்ந்துருக்கு. ஏன் அதுங்க பேசிக்கவேயில்லை. யாராவது அடிச்சிட்டாங்களா? மூத்தவன் விவரமறிந்து கொள்ளும் ஆவலில் என் கைவிரல்களைப் பிடித்துக் கேட்டான். இந்நிகழ்ச்சி என்னைப் பாதித்திருந்தது. எங்கள் மூவரையும் மனைவி கவனித்துக் கொண்டுதான் இருந்தாள்.

மூத்தவன் அவர்களது அறைக்குள் சென்று ஒரு பெரிய பொட்டலத்தைக் கொண்டு வந்தான். வெடித்தது போக பாதுகாத்து வைத்திருந்த மீதிப்பட்டாசுகள் அவனை என்னவோ செய்திருந்தன. என்னிடம் அவன் பட்டாசுகளைக் கொடுத்தபோது திருப்பி அவனிடமே கொடுத்துவிட்டேன். சிறிது நேரம் அவைகளைக் கையிலேயே வைத்துக் கொண்டிருந்தார்கள். அவைகளை என்ன செய்யவேண்டுமென்று அவர்களுக்கு இப்போது தெரிந்திருக்கும்.

வீட்டின் அழைப்பு மணி மீண்டும் மீண்டும் ஒலித்தது. மாடிப் படியிலிருந்தபடியே யாரென்று விசாரித்தேன். நான்கைந்து பேர் வேட்டி சட்டையுடன் நின்றிருந்தார்கள். பக்கத்தில் நாளையிலிருந்து வேலை நடக்கப் போகிறதாம். இப்பொழுது எல்லோருக்கும் குடிக்க குடிநீர்க் கேட்டார்கள்.

என்ன வேலை என விசாரித்தேன். ஒதுக்குப்புறமாகவும், கருவேல முள் தோப்புகளாகவும் இருக்கிறதெனச் சொல்லி பக்கத்து இடத்தை இதுவரை குறைந்த விலைக்கே கேட்டுவந்தார்களாம். நான் வீடு கட்டியதைத் தொடர்ந்து எதிர் திசையிலும், இடது பக்கத்திலும் பெரிய மாளிகைகள் உருவாகிக் கொண்டிருப்பதால் இப்பொழுது இடத்துக்கு மவுசு கூடிவிட்டதாம். மூன்று நண்பர்களுடன் சேர்ந்து பதினான்கு அடுக்குமாடிக் கட்டிடங்களை உருவாக்கப் போகிறார் களாம்! தேவைப்பட்டால் முன்கூட்டியே இன்னும் இரண்டு

நாட்களுக்குள் சொல்லுங்கள். உங்கள் வீட்டின் ஓரமாகவே இன்னும் இரண்டு வீட்டு மனைகளை ஒதுக்கிக் கொள்ளலாம் எனச் சொன்னார்கள்.

என்னால் அவர்களிடத்தில் எந்தப் பதிலையும் சொல்ல முடிய வில்லை. நாளை அழிக்கப்படபோகிற கருவேலத் தோப்பினைப் பார்த்தேன். உள்ளுக்குள் ஆட்கள் நடந்து நிலத்தை அளந்து கொண்டிருந்தார்கள். மேற்கொண்டு என்னால் வெளியில் நிற்க இயலவில்லை. குழந்தைகளுக்காகத் தனி அறை. எனக்கும் மனைவிக்கும் சுதந்திரமாக யாரும் தொந்தரவு செய்யாத அறை.

கணினி தொலைக்காட்சி வசதியுடன் ஒரு அறை என என் வீட்டில் இருப்பது போன்று இன்னும் எத்தனையோ வீடுகள் அங்கே உருவாகப்போகின்றன.

நிம்மதியில்லாமல் ஒரு குற்றவாளியாக என் வீட்டில் வாழ்ந்து கொண்டிருக்கிறேன். கருவத்தோப்பு இருந்த இடம் முழுக்க ஆயிரக் கணக்கான மனிதர்கள் வாழ்வதற்காக அடுக்குமாடி வீடுகளாக உருவாகிக்கொண்டிருந்தன. அமைதியாகக் கிடந்த எனது தெரு செங்கல், மணல். இரும்பு, சிமெண்ட் சுமந்து போகும் சத்தத்தில் நிரம்பி வழிகிறது. எப்பொழுதும்போல நாள்தோறும் அதிகாலை எனது படுக்கையறை சன்னல்கள் திறக்கின்றன. சத்தமில்லாத குயில்கள் மட்டும் பறந்து போகின்றன. நானும் ஒவ்வொரு அதிகாலையும் மீண்டும் அந்தக் குரல் வரும் நாளை எதிர் நோக்கிச் சன்னல்களைத் திறந்துகொண்டிருக்கிறேன்.

●

கருமேகங்கள் ஏன் கலைந்து சென்றன!

கடவுள் யாருக்கு வேண்டும்? இருக்கிற கடவுளும், இனிமேல் உருவாக்கப்போகிற கடவுளும் என்னதான் செய்து கொண்டிருக்கிறார்கள்? கடந்த மூன்று நாட்களாகத்தான் ராமநாதனுக்கு இந்தக் கேள்வி உதித்திருக்கிறது.

கேள்வி கோபமாக மாறியது. முதலில் போய் இருக்கிற சாமிகளை யெல்லாம் உதைக்க வேண்டும். அதற்கு முன் இந்த வெங்கடாஜலபதி கோயிலுக்கு வந்து சாலையின் இறுதி முனை வரைக்கும் வரிசை ஏற்படுத்தி அதில் ஒட்டிக்கொண்டு ஊர்ந்து வந்து கும்பிடக் காத்திருக்கிற கூட்டத்தையெல்லாம் நொருக்கி எடுக்க வேண்டும் என நினைத்தார். ஆனால் உடம்பில் தெம்புதான் இல்லை. கண்களிலும், உதட்டிலும் ஈரம் வற்றியிருந்தது. மூன்று நாட்கள் இங்கே உட்கார்ந் திருத்ததால் கோயில் நிர்வாகத்தினரால் அப்புறப்படுத்தப்பட்டிருந்தார். ஒதுக்குப்புறமாக இருக்கிற இந்த மரத்தடி தான் அவருக்கு சொத்து.

தனியார் நிறுவனமானாலும் சென்னை கிளை ஒன்றின் மேலாளராக பணிபுரிந்தவர். அவருக்குக் கீழே நானூற்றி அறுபது பேர் வேலை பார்த்தார்கள். காரின் கதவை திறக்க ஒரு ஆள். கூப்பிட்ட குரலுக்கு உடனே செவி சாய்த்து ஆணையை நிறைவேற்ற இன்னொரு ஆள். ஆனால் இன்றைக்கு ஒரு நாய்க் கூட இவரைத் திரும்பிப் பார்க்க வில்லை. மூன்று நாளாகியும் உயிரோடு இருக்கிறாரா? இல்லையா? எனப் பார்க்கக்கூட யாரும் வரவில்லை.

மூணரை மணி ஆகிவிட்டதால் கோயிலுக்கு கூட்டம் வரத் தொடங்கிவிட்டது. வெங்கடாசலபதிக்கு தூங்குவதற்கு நேரம் ஒதுக்கிக் கொடுத்துவிட்டு

அய்யர்களும் ஓய்வெடுத்து மீண்டும் அருளை வாரி வழங்குவதற்காக வெங்கடாசலபதியைத் தயார்ப்படுத்தியிருந்தார்கள். ஏற்கெனவே முகத்தின் முக்கால்வாசி மறைக்கப்பட்டிருந்தவர் அணிந்திருந்த நகைகளிலும், துளசி மாலைகளிலும் முகம் எங்கேயிருக்கிறது எனத் தேடக்கூடிய அளவில் இருந்தார்.

பிச்சைக்காரன் என நினைத்து மீண்டும் யாராவது காசு போட்டு விடுவார்கள் என நினைத்தவர் படுக்கையிலிருந்து எழுந்து உட்கார வேண்டும் என நினைத்தாலும் எழுந்திருக்க திராணி இல்லை. கண்களில் ஒளியிழந்து பார்வையும் மங்கி இருந்தது. சட்டைப் பையில் கொண்டு வந்திருந்த பணம் அறுபது ரூபாயில் மூன்று நாள் ஒரே ஒரு வேளை சாப்பிட்டது போக மூன்றோ நான்கோ தான் பையில் இருந்தது.

உலக விஷயங்களை எல்லாம் தெரிந்தவர் இப்போது தான் உலக மக்களைப் பற்றி நினைத்தார். தன்னைப் போல் கந்தை என நினைத்து தூக்கி வீசப்பட்டவர்கள் எத்தனை பேர்களோ? வாழ்க்கை என்பது சாகும் வரைக்கும் வெறும் அனுபவங்களாக மட்டும் முடிந்துவிடுகிறதோ! இன்னும் மிச்சம் ஒன்றே ஒன்று இருக்கிறது. அது சாகும் அனுபவம். அதோடு மூட்டையைக் கட்டி விடலாம். சாவதற்குக் கூட வழி தெரியவில்லை. ரயில் தண்டவாளத்தில் போய் விழ இரண்டு கிலோ மீட்டர் நடக்கணும். அது முடிகிற காரியம் இல்லை. வீட்டிலேயே தூக்கு மாட்டிக் கொண்டு செத்திருக்கலாம். அதை இப்போது யோசிப்பதில் புண்ணியமில்லை. காருக்கு முன்னாலேயோ பேருந்துக்கு முன்னாலேயோ விழுந்து உயிரை விடலாம். பாவப்பட்டு யாராவது காப்பாற்றி மிச்சசொச்சம் உயிர் இருந்துவிட்டால், அதுக்கு இதுவே மேல். மருந்துக்கடையில் விஷம் வாங்கிக் குடிக்கலாம். பணத்துக்கு எங்கே போவது? நிச்சயம் சாவு ஏதோ ஒரு வகையில் இன்றைக்குள் நிகழ்ந்துவிடும்.

அதற்கு முன் யாரிடமாவது தனது துயரத்தை சொல்லிவிட வேண்டும். தன்னைச் சுற்றிப் போய்க் கொண்டிருக்கிற எல்லாருமே ஏதோ ஒன்றைத் தேடித்தான் ஓடிக்கொண்டிருக்கிறார்கள். மனதில் உள்ளதை முழுவதுமாக சொல்லி முடிக்க ஒரு மணி நேரமாவது குறைந்தது தேவைப்படும். தன்னை ஒரு மனிதனாக மதித்து இந்த இயந்திர மனிதர்களில் யார் ஒரு மணிநேரத்தை ஒதுக்கப் போகிறார்கள்.

மாட்டுக்கு புல் கட்டு வாங்குற மாதிரி துளசிக் கொத்துக்களைச் சேர்த்துக் கட்டு கட்டுக்கட்டாக அடுக்கி வைத்திருக்கும் கத்தைகளை வாங்கிப் போய் சாமி கும்பிட வரிசையில் சேர்ந்து கொள்ளும் இந்த மனிதர்களை நீண்ட நேரமாகவே சீதாராமன் கவனித்துக்

கொண்டிருந்தான். சதா யோசனையில் தவிக்கும் வழி தெரியாத சீதாராமனின் கால்கள் இறுதியாக வந்து படுத்துக்கொண்டிருக்கும் ராமநாதனின் அருகாமையிலேயே நின்றது. கொஞ்ச நேரத்துக்கு இந்த இடத்தில் தொந்தரவு இருக்காது என்பதால் அதே சிமென்ட் மேடையிலேயே இவரும் உட்கார்ந்து கொண்டார். சென்னையில் கணக்கில் சேர்த்துக் கொள்ளாத கடைநிலை மனிதர்களின் பட்டியலில் தானும் சேர்ந்து விட்டதாக அவர் நினைத்துக்கொண்டார்.

எதற்காக இந்த ஆள் இங்கே வந்து உட்கார்ந்தான் என ராமநாதன் தனது மடக்கியிருந்த கால்களை மேலும் ஒடுக்கி கண்களைத் திறந்து பார்த்தார். ஓய்வெடுக்க வந்தவர் போலத்தான் அவரின் தோற்றமும் தெரிந்தது. தன் மனதில் ஏற்கெனவே சுமந்திருந்த மனவலியையும், கவலைகளையும் சுமந்ததோடு அழுக்குத்துணி மூட்டைகளோடும், சொற்ப பாத்திர முடிச்சிகளோடும் முதியவர் ஒருவர் சீதாராமன் முன் வந்து நிற்கிறார். அவரின் தோற்றம் கேட்பதற்கு முன்பாகவே அவருக்கு உதவ வேண்டும் போலிருந்தது. கேட்காமல் உதவுவான் என நினைத்துதான் பிச்சைக்கார முதியவர் எதையும் சொல்லிக் கேட்கவில்லையோ எனத் தோன்றியது. சில நொடிகள் சீதாராமன் அவரின் தோற்றத்தை உற்று நோக்கிவிட்டு கண்களைப் பார்த்தார். இவர் பிச்சையிலேயே சுகம் கண்ட ஆள் இல்லை என்பது தெரிந்தது. அவருக்கு உதவலாம் என மனசு தீர்மானித்தது. வலது கை சட்டைப் பைக்குள் போகும் போதே சீத்தாராமன் திட்டாமலேயே அந்த முதியவரிடம் கேட்டார்.

"ஒரு நாளைக்கி ஒனக்கு எவ்வளவோ கெடைக்கும்?"

எத்தனையோ பேர் அந்த முதியவரிடம் இப்படிக் கேட்டிருக்கலாம். பதில் சொல்லியிருப்பாரோ என்னவோத் தெரியவில்லை. இவரிடம் பதில் சொல்வதால் தனக்கு ஆதாயம் இருக்கும் என யோசித்தார். யோசனையோடு பதிலும் உடனே வந்தது.

"சொன்ன எம்மாத்தரம் குடுப்ப"?

இந்த பதிலை சீத்தாராமன் எதிர்ப்பார்க்கவில்லை.

தன்னருகே நிகழும் இந்த உரையாடல்களைக் காண வேண்டும் போல் ராமநாதனுக்குத் தோன்றியது. எதிரில் நிற்பவன் பிச்சைக்காரன். இவனிடம் இந்த ஆள் என்ன கேட்கிறான்? தளர்ந்த உடம்பினை நிமிர்த்தி ரங்கநாதன் எழுந்து உட்கார்ந்து கொண்டார். அவர் நிமிர்ந்து உட்கார்ந்ததை சீத்தாராமன் கவனிக்கவில்லை.

"நான் எவ்வளவு குடுத்தா நீ சந்தோஷப்படுவ?"

சீத்தாராமனிடமிருந்து பிச்சைக்காரனும் இப்படி ஒரு கேள்வியை எதிர்ப்பார்க்கவில்லை.

"எம்மாத்திரம் குடுத்தாலும் நான் சந்தோஷப்பட மாட்டேன்."

பிச்சைக்காரர் இப்படி ஒரு பதிலைச் சொல்லுவார் என சீத்தா ராமன் நினைக்கவில்லை. அவர் கேள்வி கேட்பதற்கு முன்பாகவே பிச்சைக்காரரே பேசினார்.

"என் சந்தோஷம்ல்லாம் எப்பியோப் போச்சி. இனிமே யாராலியும் எதக்குடுத்தும் அத வரவெக்க முடியாது. ஒண்ணும் வேணாம். நீனே வச்சிக்க".

இதனைச் சொல்லி முடிப்பதற்காகவே தோளில் இருந்த மூட்டையில் பின்பக்கமாக கைவிட்டு ஒருகாலி பிளாஸ்டிக் பாட்டிலை எடுத்து பக்கத்திலிருந்த டீக்கடையில் தண்ணீர் வாங்க பிச்சைக்கார முதியவர் சென்று விட்டார்.

தான் தொலைந்தது போலவே அவரும் அத்தனையும் தொலைத்து விட்டுத்தான் அலைகிறார் என சீத்தாராமன் நினைத்தப்பின் "எதற்காக நீ உயிர் வாழ்கிறாய்?" என கேட்க வேண்டும் போல் அவருக்குத் தோன்றியது.

பிச்சைக்காரரையும், சீத்தாராமனையும் பார்த்துக் கொண்டிருந்த ராமநாதனுக்கு தன்னைப் போலவேதான் எல்லோரும் அலைவதாகத் தோன்றியது. அவர் பிச்சைக் கேட்கிறார். தான் கேட்கவில்லை. அது மட்டுந்தானே இருவருக்குமுள்ள வேறுபாடு என நினைத்தார்.

எதற்காக தன்னை இவ்வாறு பார்க்கிறார் என சீத்தாராமன் ராமநாதனையேப் பார்த்தார். பழக்கமில்லாத, அறிமுகமில்லாத ஆளை அதற்கு மேல் பார்ப்பது சரியெனத் தோன்றவில்லை. பார்வையைத் திருப்பி கோயிலுக்குள் பார்த்தார். வெங்கடாசலபதி மகிழ்ச்சியில் திளைத்துக்கொண்டிருந்தார். உண்டியலில் பணம் சேர்ந்து கொண்டே யிருந்தது.

பலமுறை தவறு நிகழ்ந்துவிட்டதுபோல் இம்முறை நேர்ந்துவிடக் கூடாது. உடனே கேட்டுவிடலாம். மனதில் உள்ள பாரத்தை இறக்கி விட்டால் இரவுக்குள் ஒரு வழியைத் தேடிக் கொள்ளலாம். நிம்மதியாக சாகலாம் என நினைத்த ராமநாதன் மெதுவாக நகர்ந்து சீத்தாராமனிடம் பேச்சுக் கொடுத்தார்.

ராமநாதனின் குரலிலிருந்து தன்னிடமிருந்து இவர் எதையோ எதிர்ப்பார்க்கிறார் என்பது புரிந்தது. எதிர்பார்ப்பினை அடக்கியிருந்த அவரது முகத்தை சீத்தாராமன் உற்றுப் பார்த்தார்.

“என்ன? சாப்புட்டு ரெண்டு மூணு நாளாச்சா? ரொம்ப வசதியான பார்ட்டி போலத் தெரியுது. இன்னா, சொல்லு”

சீத்தாராமனின் பேச்சு புதுத் தெம்பினை ராமநாதனுக்கு வரவழைத்தது. மேலும் நகர்ந்து அவரின் பக்கத்தில் வந்தார்.

“ஒரு பத்தே பத்து நிமிஷம். நான் சொல்றதக் கேட்க முடியுமா?”

“கேட்டு”

“நீங்க ஒண்ணும் செய்ய வேணாம். எனக்கு எழுவத்தி எட்டு வயசாகிப் போச்சி. எங்கொரலுக்கு எங்க மரியாத இருக்கு. நான் இப்ப ஓங்கிட்ட சொல்லி என்ன நடக்கப் போவுது? எதுக்கு ஓங்கக்கிட்ட சொல்றன்ணேத் தெரியல. ஏதாச்சும் ஒண்ணு நடக்கட்டும். சொன்னாத்தான் நிம்மதி.

ராமநாதனின் மூன்று நாட்களும பேசாமலிருந்த வாய் தொடர்ந்து பேசியது.

சீத்தாராமன் அவரின் ஆர்வத்தைப் புரிந்து கொண்டார்.

“ஏம், பெரியவர, ஓங்களுக்கு என்னப் பாத்தா கத கேக்கற ஆளுமாரித் தெரியுதா? சொல்லி என்ன ஆவப்போதுங்கற. அப்புறம் சொல்லணுங்கற. நான் வேற வேலையாப் போய்க்கினு இருக்கேன். காலு வலிச்சிதுன்னு செத்த இப்பிடி ஒக்காந்தேன். என்னால நீ இப்ப சொல்றதக் கேட்க முடியும்னு தோணல. நான் கௌம்பறேன்.

சீத்தாராமன் இப்படி இடைமறித்துப் பேசுவார் என பெரியவர் நினைக்கவில்லை. பரிதாபமாக அவர் முகத்தையேப் பார்த்தார். மற்றவரை கட்டாயப்படுத்தி கேட்க வைக்கத் தனக்கு என்ன உரிமை இருக்கிறது?

“சரி, கௌம்புங்க”.

பெரியவர் சீதாராமனின் முகத்தைப் பார்க்காமலேயே சொல்லிவிட்டுப் போனார்.

தனது வாழ்நாளில் தன்னால் ஒருத்தருக்கு மகிழ்ச்சியைத் தரமுடியும் என நினைக்கும் போதே அதை நிறைவேற்றுவதில் பிரச்சினை ஏதுமில்லை என நினைத்து சீத்தாராமன் எழுந்திருக்கும்போதே நினைத்தார்.

“பெரியவரே! என்னத்த சொல்லப்போற? சீக்கிரம் சொல்லு” சீத்தாராமனின் பேச்சின் மூலம் தன் மேல் சிறிது அக்கறை பிறந்திருக்கிறது என பெரியவருக்குத் தோன்றியது. மாலை நேரம் நெருங்க நெருங்க வாகனங்களின் இரைச்சலும் மனிதர்களின்

இரைச்சலும் கூடிக் கொண்டேயிருந்தது. எவ்வாறு பிரச்சினை வெளிப்படுத்துவது என பெரியவருக்குப் பிடிபடவில்லை. தயங்கித் தயங்கித்தான் பேசினார்.

"இங்க பாரு தம்பி, ஒனக்கு என்ன ஒரு நாப்பது வயசிதான் இருக்கும் மாரித் தெரியுது. ஒன்னமாரி ரெண்டு மடங்கு காலம் வாழ்ந்து பாத்துட்டேன். நீயோ எங்கியோ போய்க்கிட்டிருக்க. ஒன்னப்புடிச்சி வச்சி பத்து நிமிஷத்துல நான் என்னத்த சொல்லப் போறேன். ஒரு வேள எம் வீட்டுக்காரி உசுரோட இருந்தியிருந்தான்னா அவகிட்ட சொல்லியிருப்பேன். அவ எனக்கு முன்னியே போய் சேர்ந்துட்டதாலதான் இப்பிடி ஒரு அனாத வாழ்க்க எனக்கு அமைச் சிட்டுதுன்னு தோணுது. நான் எல்லாத்தையும் வாழ்ந்துப் பார்த்தவன். நான் பாத்து எல்லாத்தையும் சம்பாதிச்சது. இந்த வைத்தியராமன் தெருவிலேயே அந்த காலத்துலேயே மொத மொத காரு வாங்கனவன் நாந்தான். எனக்கு இருவத்தி நாலு வயசு இருக்கும் போதே சம்பாதிக்க ஆரம்பிச்சேன். சிவாஜி கணேசனுக்கு முன்னாடி நான் கெடிலாக் காரு வாங்கினேன். மொத மொத லண்டனுக்குப் போயி எக்கனாமிக்ஸ் படிச்சிட்டு வந்தவன்.

நான் செய்ஞ்ச தப்பு படிச்சிட்டு இந்த ஊருக்கு வந்ததுதான். படிச்சிட்டு அங்கியே இருந்திருந்தா இன்னக்கி என்னத்தேடி எல்லாரும் வந்திருக்கணும். எவளாவது ஒரு இங்கிலீஸ்காரிய கல்யாணம் பண்ணி யிருந்தா வேற மாதிரி என் வாழ்க்கையை அமைச்சிக்கிட்டிருப்பேன். நம்ம ஊரு, நம்ம சனங்களோடக் கெடக்கணுன்னு நெனச்சி நம்ம ஊருப்பொண்ணா வேணுன்னு செட்டிநாட்டுலேயே ஒரு பொண்ணை கல்யாணம் பண்ணினேன். இருக்கறதுலேயே மோசமானது இந்தப் புள்ளங்க மேல பாசம் வைக்கிறதுதான். பாசம் வெச்சவன்லாம் எங்கியாச்சும் வெளங்கியிருக்கானாப்பாரு. குடும்பம் விட்டா ஆபிசு, ஆபிசு விட்டா குடும்பம்னு கடிகார முள்ளு மாதிரி வேலைப் பார்த்தேன். எனக்கின்னு ஒரு பைசா கூட சேத்து வச்சிக்கல. ரெண்டு பையனையும், ஒரு பெண்ணையும் என்னை மாதிரியே படிக்க வெச்சேன். அதான் இப்போ தப்பாப் போச்சி. படிக்காம ஒருத்தன வெச்சிருந்தான்னா அவன் மனசுல ஈரம் இருந்திருக்கும். என்னை யாருக்கும் இப்பத் தேவைப்படல. பங்கு பிரிச்சிதான் எல்லாத்தையும் குடுத்திட்டேன் இல்ல. அமெரிக்காவிலேயும், ஆஸ்திரேலியாவிலும் இருக்கிறவங்களுக்கு அவுங்கவுங்க பிரச்சனையே பெரிசா இருக்கு. மாசத்துக்கு ஒரு தடவைக் கூட ஏங்கிட்ட பேச நேரமில்லாமப் போச்சி. இன்னிக்கி என் வீட வித்தா ஆறு கோடிக்குப் போவுங்கிறாங்க. ஒரே ஒரு ரூம் எனக்கு ஒதுக்கிக் குடுத்தாங்க. அத இப்ப கம்ப்யூட்டர் கம்பெனிக்கு வாடகைக்கு விட்டா கொறைஞ்சது எண்பதாயிரம் குடுப்பானாம்.

ஓல்ட் ஏஜ் ஹோம்ல தங்கிட்டா அதிகபட்சம் ஆறுலேர்ந்து ஏழாயிரந்தான் செலவாவுமாம். பத்து வருஷத்துக்குச் சேத்து மொத்தமாக் கட்டிடறேன்னு இங்க இருக்கிற மருமக சொல்றா. அவ சொல்றதும் சரியான யோசனை தான்னு என் சின்னப் பையன் சொல்றான். நான் என்ன நெனப்பேன்னு ஒரே ஒரு வார்த்தைக்கூட என்னையக் கேக்கல. ஹிண்டு பேப்பர்ல விளம்பரம் குடுத்துட்டு ஒருமணி நேரத்துக்கு ஒரு ஆளா வந்து என் ரூம பார்த்துக்கிட்டே இருந்தாங்க. அங்க இருக்கறது அவங்களுக்குத் தொந்தரவா இருக்குது. எனக்கும் பேச்சுத் தொணைக்கி ஆளில்லை. மனுஷங்க கிட்ட பேசறதே இப்ப கொறஞ்சி போச்சி. வெறும் டி.வி. யையும், பேப்பரையும் படிச்சிட்டு இன்னும் எத்தனை காலத்துக் குத்தான் வாழமுடியும். என் விசாலாட்சி என்ன விட்டுப் போனப்பவே எல்லாம் முடிஞ்சி போச்சி. என்னால யாருக்கும் எந்த உதவியும் இல்லாமப் போச்சி."

விரக்தியின் பேச்சிலிருந்து உருவான கண்ணீர் சூடானதாக மனத்தின் கொதிப்புகளை உள்ளடக்கியதாக இருந்தது. பெரியவர் சீத்தாராமனின் முகத்தைப் பார்க்கவே இல்லை.

சீத்தாராமன் தன் கையில் மூடி வைத்திருந்த விஷ பாட்டிலை ஒருமுறை பார்த்துக்கொண்டார். இவர் சாகப் போகிற மனநிலையில் இருக்கிற ஆளாகத் தெரியவில்லை என ஒரு முடிவுக்கு வராமல் சந்தேகத்தோடுதான் கடைக்காரன் கொடுத்தான். மனைவிக்கும் அவருக்கும் சிறிது சிறிதாக வளர்ந்த நெருப்பு இன்று அணைக்க முடியாத நிலைக்கு உருவாகிவிட்டது. முப்பத்தி ஒன்பது வயதாகியும் சொந்தமாக இதுவரை ஒரு ரூபாய் சம்பாதிக்காத ஆள். திருமண்ம ஆகும் வரை பெற்றோர்கள், நண்பர்கள் தயவாலும் திருமணம் ஆனபின் மனைவியின் தயவாலும் காலத்தைக் கடத்தி வருபவர். தானும் என்றைக்காவது ஒருநாள்கதை எழுதி பெரிய சினிமா இயக்குராவேன் என சொல்லித்தான் மனைவியை காதலித்தார். பன்னிடெண்டாண்டுகளாகியும் நிறைவேறாத வெறுப்பு மனைவிக்கு. ஒரு வருடமாக செலவுக்குப் பணம் கொடுப்பதை மனைவி நிறுத்திக் கொண்டாள். ஏறக்குறைய சிறைக்கைதிதான். மூன்று வேளைக்கும் சோறு. அதுவும் இப்போது இரண்டு வேளையாக மாற்றம் பெற்றுவிட்டது. திருடன் சாப்பிடுகிற மாதிரி அவர் தனியாகவே உட்கார்ந்து அவராகவே போட்டு சாப்பிட வேண்டும். மனைவியுடன் படுத்தே பல மாதங்கள் ஆகிவிட்டன. குழந்தைகள் இவரிடம் வருவதில்லை. பெரிய கலைஞனாகி பேரும் புகழையும் பெற்றுத் தருவான். செல்வச் செழிப்பில் வாழலாம் எனத்தான் காதலித்தாள்.

சீத்தாராமனுக்கு கற்பனை வளமும், படைப்பாற்றலும் இருக்கிற அளவுக்கு நடைமுறை வாழ்க்கையில் ஒத்துப்போக முடியவில்லை. ஒரு வாரத்திற்கு மேல் யாருடைய நட்பும் அவருக்கு நிலைப்பதில்லை. வெளியுலகில் ஒரே ஒரு நண்பர்கூட இல்லை. இவருக்கும் ராமநாதனின் நிலைதான். முன்பாவது கதைகளைப் பற்றி யோசிப்பார். எதையாவது எழுதிக்கொண்டேயிருப்பார். பேப்பர் வாங்க காசு இல்லாமல் போனபோதுகூட பேப்பரின் பின்பக்கத்தையும் வீணாக்காமல் புதிய கதைகளுக்குப் பயன்படுத்திக்கொண்டார்.

வேற்று ஆணுடன் தன் மனைவிக்குத் தொடர்பு இருக்கிறமாதிரி அவருக்குள் எழுந்த சந்தேகம் எதைப் பற்றியும் யோசிக்கவிடாமல் செய்துவிட்டது. மீண்டும் மனம் அதைப்பற்றி மட்டுமே யோசித்தால் கனன்று ரணமாகி செயலற்றுக் கிடக்கிறது. பாதி வாழ்க்கையைக் கூட வாழ்ந்து முடிக்காத ஆள். தனிமையின் கொடூரம் அவரை விஷத்தை வாங்கச் செய்துவிட்டது. மனைவியின் கைப்பையிலிருந்து ஒரு வாரமாகவே சிறிது சிறிதாக திருடி சேர்த்த பணம். வெளியூர்ப் பக்கம் போய் ஏதோ ஒரு ஏரியிலோ, குளத்திலோ, ரயில் முன் பாய்ந்தோ கதையை முடித்துக் கொள்ளலாம் என நினைத்தார். தன்னுடைய சாவு மனைவியின் கண்ணெதிரிலேயே நடக்க வேண்டும். தனது இறப்பு அவளை நல்வழிப்படுத்த வேண்டும். குறைந்தது குழந்தைகளுக்காவது தன்னைப் பற்றிய நினைவு காலத்துக்கும் இருக்க வேண்டும் என நினைத்தார். தன் வாழ்க்கைநிலையை ஒத்த ஒரு கதையைத்தான் கொஞ்சகாலமாக எழுதிக் கொண்டு வந்தார். அப்போழுது கதைக்காக எழுந்த யோசனைதான் இந்த விஷம் வாங்கி குடித்து வாழ்வை முடித்துக் கொள்ளும் யோசனை.

பெரியவர் ராமநாதன் சீத்தாராமனின் முகத்தையே உற்றுப் பார்த்துக்கொண்டிருந்தார். எதையாவது அவர் பேச வேண்டும் என நினைத்தார். சீதாராமனின் விரல்கள் மூடியிருந்த விஷ மருந்து பாட்டிலினை இருகப்பிடித்திருந்தன. ஒரே ஒரு விரல் மட்டும் அதனை சுரண்டிக்கொண்டேயிருந்தது.

“ஏதோ சிந்தனையிலிருக்கிற ஒங்களப்புடிச்சி ஏங்கதைய சொல்லிக் கிட்டிருக்கேன். இப்ப எம்மனசுல இருந்த சொமையெல்லாம் கொறைஞ்சிப் போச்சி. யார்க்கிட்டேயும் இதெல்லாம் சொல்லிக்காம சாவப் போறோமோமுன்னுதான் கவலையா இருந்துச்சி. சே, என்னப்பா மனுஷப் பிறவி. இவ்வளவு காலம் நான் என்னத்த வாழ்ந்தேன். எவ்வளவு கேவலமா வாழ்க்கையை வாழ்ந்திருக்கேன். ஹிண்டு பேப்பர எடுத்தா ஒரு எழுத்து விடாம எல்லாத்தையும் படிச்சிடுவேன். என் ரூம்ல ஒரு லைப்ரரியே வெச்சிருக்கேன். இப்ப நான் சாவப் போறேன். எம் புஸ்தகமெல்லாமா வந்து அழப்போவுது?

கடமைக்கி வந்து அழத்தான் புள்ளைங்க பெத்து வெச்சிருக்கேன். செய்தி கெடச்சி வந்து என்ன எடுத்துப் போடறதுக்கு நாலஞ்சி நாலு ஆயிப்போயிடும். பொணத்து முன்னாடி கூட உட்கார்ந்து அழறதுக்கு ஆளில்லாம வளத்த நாய்க்குட்டி ஒண்ணு மட்டும் பரிதாபமா மூஞ்சியையேப் பாத்துக்கிட்டு ஒக்காந்திருந்ததையும் எதிர் வீட்டுக்காரன் செத்தப்பவே நான் பாத்துருக்கேன். எம் பொணம் என் வீட்டுக்கு கெடைக்கக் கூடாது. தேடித்தேடி அலையட்டும். அப்பன சரியா வச்சிக்கலையேன்னு அழுது சாகட்டும்."

சீத்தாராமன் எழுந்து விட்டார். முன்பைக் காட்டிலும் இப்போது சுமை கூடியிருப்பதாகத் தெரிந்தது. இந்த வாய்ப்பை நழுவவிட்டால் இன்னொருத்தரை எங்கே போய் தேட முடியும் என்பதால் வாழ்க்கை யில் முதல் முறையாக கெஞ்சினார்.

"தம்பி, என்னடா இந்த ஆளு இப்பிடிக் கேக்கறானே! கத கேட்டதுக்கு தண்டனையான்னு நெனக்காதீங்க. நான் இம்மாந்நேரம் எங்கதையைச் சொல்லியும் ஒங்களால எதையும் பேசமுடியலைப் பாத்தீங்களா. நீங்க செய்யிற பெரிய ஒதவியா இருக்கும்.

எவ்வளவு இருக்கும்ணுத் தெரியல. ஒரு எரநூறு ரூவா இருக்கலாம். பாய்சன் வாங்கிக் குடிச்சிட்டு எங்கியாச்சும் கண்காணாத எடத்துல போய் உழுந்துடறேன் பணம் கெடைக்குமா?..."

தன்னிலையிலேயே இன்னொரு மனிதனைப் பார்த்துவிட்ட சீத்தாராமன் செய்வதறியாமல் நின்றிருந்தார்.

"ஒண்ணும் யோசிக்காதப்பா. வாழ்க்கையிலே பெரிய புண்ணியம் பண்ணியிருக்கேன்னு நெனச்சிக்கிட்டுப்போ. யோசிச்சா அப்புறம் எம் மனசு மாறிடும். பசி மயக்கம் வேற கண்ண சுத்துது. குடுத்தியினா ஏங்கதைய சீக்கிரம் முடிச்சிக்கறேன்" பெரியவர் நச்சரிக்கத் தொடங்கி விட்டார்.

மொத்த அருளையும் பெற்று விடுகிற முயற்சியில் பக்த கோடிகள் கோவில் முழுக்க நிரம்பியிருந்தார்கள். பெரிய செல்வந்தர் ஒருத்தர் படையல் செய்த பொருட்களை ஒரு பெரிய தட்டில் வைத்து எல்லோருக்கும் கொடுத்துக் கொண்டிருந்தார். சூடான பொங்கலையும் இன்னும் பிற வகையறாக்களையும் பார்த்துவிட்டு பெரியவரால் நிற்க முடியவில்லை. தூரத்திலிருந்தே அதனைப் பார்த்துவிட்ட அவர் வேகமாக தள்ளாட்ட நடையுடன் எதிரில் வந்தவர்களை தள்ளிவிட்டுப் போனார்.

சீத்தாராமனுக்கு தன்னுடைய பிரச்சினை பெரிதாகத் தோன்ற வில்லை. இவ்வளவு பேரையும் பெற்று வளர்த்து உருவாக்கி தனி

மனிதனாக வாழ்ந்து முடித்த அவருக்கு இந்த வாழ்க்கை தரப்போகிற பரிசினைப் பார்க்கிறபோது தன்னைப் பற்றி கவலை கொள்ளவும், மற்றவர்கள் மேல் கோபம் கொள்ளவும் அவசியமில்லை எனத் தோன்றியது. சட்டைப் பைக்குள் கைவிட்டுப் பார்த்தார். முன்னூறு ரூபாயும் சில்லரையும் இருந்தது.

பெரியவர், பசியின் மிகுதியால் வாங்கியவுடனேயே பொங்கலை எடுத்து சாப்பிடத் தொடங்கிவிட்டார். கண்களில் ஒளிந்திருந்த பசி விழித்துக்கொண்டது. பொங்கலை சாப்பிட்டபடி தன்னை நோக்கி வந்துகொண்டிருப்பவரை பார்க்கிறபோது சீத்தாராமனுக்கு தன் அப்பா பற்றி பலகாலத்துக்குப் பின் நினைப்பு வந்தது. தன்னிடமிருக்கிற பணம் அவருடைய பசியைப் போக்கும். விஷம் அவருடைய வேட்கையைப் போக்கும். இரண்டுமே அவருக்குத் தேவையானதாக இருக்கிறது!

அருகில் வந்து நின்ற பெரியவர் பாக்குமட்டையில் இருந்த சிறிதளவு பொங்கலை சீத்தாராமனிடம் நீட்டினார். அவர் வேண்டா மெனச் சொல்லிவிட்டார்.

“என்ன தம்பி, கேட்டன? பெரியவர் இன்னும் மறக்கவில்லை.

“ஏம், பெரியவர வெஷம் வாங்கணுன்னும் சொல்ற. இப்பிடி பசிக்கிதுன்னு ஓடி பொங்கலையும் வாங்கித் திங்கிற. இதுல எது தான் உண்ம?”

சீத்தாராமனின் பேச்சில் பெரியவர் சற்று திகைத்துத்தான் போனார்.

“பசிக்கறதும் உண்ம, சாகப்போறதும் உண்ம, நீங்க பணம் குடுங்க. நான் நெனச்சத செய்ஞ்சி முடிச்சிடறேன்.”

பெரியவர் கை நீட்டி பணம் கேட்க தொடங்கிவிட்டார். சீத்தாராமனுக்கு அவருக்கு எதையோ செய்ய வேண்டும் போலிருந்தது.

“சரி, வாங்க.”

பணம் கொடுக்கத்தான் கூப்பிடுகிறார் எனப் பெரியவர் சீத்தா ராமன் பின்னாலேயே போனார்.

உணவு விடுதிக்குள் நுழையும் போதே பெரியவரை கிறக்கத்தில் ஆழ்த்தியது. உள்ளே போகாமல் வெளியிலேயே நின்று விட்டார்.

“நான் என்ன கேட்டன். இங்க கூட்டிக்கிட்டு வரீங்க?” பெரியவருக்கு ஒரு பக்கம் சாப்பிட ஆசை இருப்பது சீத்தாராமனுக்குப் புரிந்தது.

"பணம் தரேன். வாங்க. மொதல்ல ஏதாச்சும் சாப்புடுங்க. அப்புறமா ஒங்களுக்கு எங்கப் போவணுமோ போங்க"

சீத்தாராமனின் பேச்சினை மறுக்கமுடியவில்லை. மூன்று நாட்களாக சாப்பிடாமல் இருந்த பெரியவருக்கு பக்கத்தில் சாப்பிட்டுக் கொண்டிருந்தவரைப் பார்த்தபோதே வாயில் உமிழ்நீர் சுரக்க ஆரம்பித்துவிட்டது. சீத்தாராமன் வரவழைத்துக் கொடுத்த அனைத்தையும் தொடக்கத்தில் வேகவேகமாக சாப்பிடத் தொடங்கியவர் பின், மெதுவாக சாப்பிட்டார்.

சீத்தாராமன் அவரின் முகத்தையே பார்த்துக் கொண்டிருந்தார். அழுக்கு படிந்த பெரியவரின் உடைகளும், குளிக்காத உடம்பும் அருகில் அமர்ந்திருப்பவர்களுக்குத் தடையாக இருந்தது.

பெரியவர் இவ்வாறு பேசுவார் என சீத்தாராமன் நினைக்கவில்லை.

"ஒங்களுக்கு எத்தனப் புள்ளைங்க. நீங்க என்ன செய்யிறீங்க?"

இவருக்கு பதிலை சொல்ல வேண்டுமா என முதலில் யோசித்த சீத்தாராமன், ஏதோ ஒரு நெருக்க உணர்வோடு கண்ணியமாகவே பதிலைச் சொன்னார்.

"பையன் ஒண்ணு. பொண்ணு ஒண்ணு. இதுவரைக்கும் எதையுமே சாதிக்கல. பொண்டாட்டி சம்பாதிச்சிதான் குடும்பம் நடக்குது."

சீத்தாராமன் பதிலில் ஒளிக்கப்படாத உண்மை ஒளிந்திருப்பதை பெரியவர் புரிந்துகொண்டார்.

"சாதிக்கறது இருக்கட்டும், என்ன வேல தான் பாக்குறீங்க?" தண்ணீரைக் குடித்தபடி பெரியவர் கேட்டார்.

"நீங்க இப்ப சாப்படறதே எம் பொண்டாட்டி சம்பாதிச்சது தான் போதுமா? நான் எதையும் சம்பாதிக்கலங்கறேன். ஒங்களுக்குப் புரியலையா?"

சீத்தாராமனுக்கு அடங்கிவந்த கோபமும், அவமானமும் சொற்களாக வெளிப்படுவதை பெரியவரால் உணரமுடிகிறது.

"வேற என்ன வேணும்?"

"எனக்கு இப்ப பணந்தான் வேணும். மொதல்ல அதக் குடுங்க."

பெரியவரின் பதில் சீத்தாராமனுக்கு எரிச்சலூட்டியது.

"பணம், பணம்ங்கிற, இந்தா சாவணும் அதான. இப்ப, இங்கேயே குடிச்சிட்டு சாவு."

முதலில் என்னவென்று புரியாத பெரியவர் ராமநாதன் விஷப் பாட்டிலைப் பார்த்தபின் அதிர்ச்சியில் உறைந்து போனார். இந்த நேரத்தில் முற்றிலும் இதை எதிர்ப்பார்க்காத பெரியவர் சீத்தாராமனின் கோபம் படிந்த கண்களையே பார்த்தார்.

உனக்கும் என்போல் பிரச்சினைதானா? நீயும் சாவைக் காணத்தான் துடிக்கிறியா? என்பது போல் பார்த்தார்.

பக்கத்தில் உட்கார்ந்திருந்தவர்களுக்கு இவர்களிருவரும் என்ன பேசிக்கொண்டிருக்கிறார்கள் எனப் புரியவில்லை. அவரவர் வேலைகளில் மும்முரமாக இருந்தார்கள். அதற்கு மேலும் பெரியவரால் சாப்பிட முடியவில்லை. கை கழுவிட்டு வெளியே வந்துவிட்டார். சாப்பாட்டுக்கான பணத்தை கொடுத்துவிட்டு சீத்தாராமனும் வெளியில் வந்தார். உணவகத்தின் வாசலில் நிற்பது வந்து போகிறவர்களுக்கு இடைஞ்சலாக இருந்ததால் ஓரமாக ஒதுங்கி நின்று கொண்டார்கள்.

பணி முடிந்து வீடு திரும்புகிற அவசரத்தில் வாகனங்கள் ஓடிக் கொண்டிருந்தன.

"தம்பி, ஒங்களோட பிரச்சினையெல்லாம் மனசுல வச்சிக்கிட்டுதான் நான் சொன்னதெல்லாம் கேட்டுக்கிட்டு இருந்தீங்களா? நான் ஒரு கட்டத்துக்கு வந்துட்டேன். நீங்கல்லாம் வாழ வேண்டிய வயசு. இன்னும் எவ்வளவோ காலம் இருக்கு. வாழ்ந்து பாக்கறதுதான் மொற. நான் ரொம்ப பதறிப் போயிட்டேன். அந்த மருந்த மொதல்ல இங்கக் குடுங்க.

பெரியவர் சீத்தாராமனின் கையிலிருந்த விஷத்தை பிடுங்கப் போனார். சீத்தாராமன் தர மறுத்தார்.

"நான் சாவப் போறது முடிவாயிட்டுது. எனக்குன்னு என்ன நேசிக்க ஒலகத்துல யாருமே இல்ல. நான் இவ்வளவு காலம் எல்லா ருக்குமே சுமையா இருந்துட்டேன். இனிமேலும் அப்பிடி இருக்க விரும்பல. நாம ரெண்டுபேரும் எதுக்கு சந்திச்சுக்கிட்டோம் தெரியல."

சீத்தாராமன் எதனையும் மனதில் இருத்திக் கொள்ளாமல் மனம் வெறுத்துப் பேசினார். அவரின் மனநிலை வெகுவாக பாதித்திருப்பதை ராமநாதன் உணர்ந்தார்.

"நீங்க சொல்றதப் பாத்தா, நாம ரெண்டு பேருமே ஒண்ணா சேந்து இதக்குடிச்சிட்டு சாகலாண்ணு சொல்றீங்களா?"

நெரிசல் அதிகமாகிவிட்டதால் இருவரும் ஒரே இடத்தில் நின்று பேசுவது தடையாக இருந்தது. பெரியவரின் கையைப் பிடித்து சாலையைக் கடந்து சீத்தாராமன் அவரை அழைத்துக் கொண்டு போனார். மாலை நேரம் என்பதால் பூங்காவில் நடந்து போகிறவர்களின் எண்ணிக்கை அதிகமாக இருந்தது.

“பெரியவர, நான் சொல்றதக் கொஞ்சம் கேளுங்க. எம்பிரச்சினைய அப்புறம் பேசிக்கலாம்.”

இவன் என்னதான் சொல்லப் போகிறான் என ராமநாதன் பார்த்தார்.

“நான் ஓங்களுக்குப் போயி அட்வைஸ் பண்றதா நெனக்க வேண்டாம். நீங்க வாழாத வாழ்க்கை இல்ல. நீங்க வாழ்ந்த வாழ்க்கைக்கி அனாதப் பொணமாப் போவக்கூடாது. கூட சேர்ந்து வாழலைன்னா ஓங்க பிள்ளைங்களுக்கு அப்பாங்கற பாசம் இல்லாமப் போயிடுமா? வீட்டுக்குப் போங்க. எல்லாப் பிள்ளங்ககிட்டேயும் போனப் போட்டு ஒரு அஞ்சி நிமிஷம் பேசுங்க, ஏங்கிட்டப் பேசனமாரி மனசுல இருக்கிற எல்லாத்தையும் கொட்டுங்க. அப்புறம் அவங்களுக்கு எல்லாமும் புரிஞ்சிடும். ஏம்பிரச்சின, நான் சம்பாதிக்கலங்கறது! ஓங்களுக்கு என்னா இல்ல? அவுங்க பணம் சம்பாதிக்கிற வேகத்துல இருக்காங்க.

நீங்க இந்த முடிவுக்கு வந்துட்டீங்கண்ணு தெரிஞ்சா ஓங்கப் பிள்ளைங்க துடிச்சிப் போயிடுவாங்க. ஓங்க சின்னமகன் கிட்டேயும், மருமகள் கிட்டேயும் ஓங்க மனசுக் கஷ்டப் படறதப் புரிய வையுங்க. ஓங்களுக்குப் புடிக்கலைன்னா நான் பேசறேன்.”

எப்படியாவது பெரியவரின் மனதை மாற்றி வீட்டுக்கு அனுப்பி வைத்துவிட வேண்டுமென்று இடைவிடாமல் சீத்தாராமன் பேசினார். தனது பிரச்சினையை இதுவரை யாரும் காது கொடுத்துக் கேட்காத போது இவ்வளவையும் கேட்டுவிட்டு தனக்கு ஆறுதலாகப் பேசும அவரைப் பார்க்க பெரியவருக்கு பிடித்திருந்தது. சீத்தாராமனின் கையைப் பிடித்துக்கொண்டு பேசினார்.

“கடைசி வரைக்கும் அதிகாரத்துலேயே வாழ்ந்துட்டேன். மத்தவங்க என்னை அதிகாரம் பண்றதும், அதுக்கு நான் அடங்கிப் போறதுங்கிறது தான் என்னாலப் பொறுத்துக்க முடியல. பொதுவாக வயசு ஆக ஆகத்தான் ரொம்ப நாளைக்கு வாழனுன்னு தோணும்னு சொல்லு வாங்க. எனக்கு என்னமோ அப்படித் தோணல. ஒரு வேள என்னப் புரிஞ்சிக்கிட்டு நான் சொல்றதயும் கேட்டு நடந்தாங்கண்ணா என்னால வீட்டுல அவுங்களோட இருக்க முடியுமுன்னு நெனக்கிறேன்.”

ராமநாதன் சொல்லி முடிப்பதற்குள்ளாகவே சீத்தாராமன் அவருடைய யோசனையைச் சொன்னார்.

"நீங்க சொன்னதையெல்லாம் நான் கேட்டுக்கிட்டேன். வாங்க ஒங்க வீட்டுக்குப் போய்க்கிட்டே பேசலாம்."

பெரியவர் வரத் தயாராக இல்லை. தயங்கித் தயங்கி நின்றார்.

"இங்க பாருங்க, நீங்க கூடப் பேச வேணாம். ஒங்க பிள்ளைங்க மூணு பேரு போன் நெம்பரையும் ஏங்கிட்டக் குடுங்க. நான் அவுங்க கிட்டப் பேசணன்னா எல்லாம் சரியாப்பூடும். மனசு மார்றதுக்குள்ள நானே பேசிடறேன். இங்கப் பாருங்க ஏங்கிட்ட காசு இருக்கு" சீத்தாராமனின் பேச்சுக்கு மறுப்பேதும் இல்லை.

ஒரு முறை வீட்டை விட்டு வெளியேறியபின் எவ்வாறு மீண்டும் வீட்டுக்குள் போவது? மூன்று நாட்களாகத் தேடாதவர்களிட்த்தின் முன்னே போய் நிற்க முடியுமா? அவர்களுடன் சேர்ந்து சாப்பிட முடியுமா? என ராமநாதன் குழம்பினார்.

சூரிய ஒளி மங்கி வாகனங்களின் வெளிச்சமும், கடைகளின் வெளிச்சமும், தெரு விளக்கு வெளிச்சமும் எங்கும் நிறைந்திருந்தன.

தெருமுனைக்குப் போகும்போதே ராமநாதன் நின்று விட்டார். அவர் கொடுத்த மூன்று பிள்ளைகளின் தொலைபேசி எண்களும் சரிதானா என சீத்தாராமன் கேட்டுக் கொண்டார். 'ஆஸ்திரேலியாவில் மட்டும் இப்போது நடுராத்திரியாக இருக்கும். விடிந்த உடனே பேசுங்கள் என ராமநாதன் கூறினார்.

ராமநாதனை முன்னே போகவிட்டு சீத்தாராமன் அவர் பின்னே போனார். இன்னும் நான்கு வீடுகள் தாண்டினால் வீடு வந்து விடும். நுழைவாயில் மின் விளக்கு எரிந்து கொண்டிருந்தது. தயக்குத் துடனேயே நடந்து வந்த ராமநாதன் பின் நடையை நிறுத்திவிட்டு சீத்தாராமனை நோக்கி வந்தார்.

"என்ன வீட்டுக்கு அனுப்பிவிட்டு நீங்க என்ன செய்யப் போறீங்க?"

அதைப் பற்றி சிறிது நேரம் யோசிக்காமலிருந்ததால் உடனே சீத்தாராமனால் பதில் பேச முடியவில்லை.

"மொதல்ல அந்தப் பாய்சன ஏங்கிட்டக் குடுங்க."

பெரியவர் கேட்கக் கேட்க சீத்தாராமன் தராமல் பின் பக்கமாக மறைத்துக்கொண்டார். பெரியவருக்கு அவர் மேல் கோபம் வந்தது. மொதல்ல அதக் குடுத்துடுங்க."

பெரியவர் பிடுங்கிய போது சீத்தாராமனால் மறுக்க முடியவில்லை. "எவ்வளவு மனசு வெறுத்திருந்தா இதப் போயி வாங்கியிருப்பீங்க.

நான் செத்தா யாருக்கும் ஒரு நஷ்டமும் இல்லை. நாலு நாளைக்கி அழுதுட்டு அப்புறம் மறந்துடுவாங்க. என்னதான் மதிக்கலன்னாலும் புள்ள பொண்டாட்டிங்க தவிச்சுடாதா. அப்பன் இல்லாத கொறையும், புருஷன் இல்லாதக் கொறையும் அவுங்கள ஒவ்வொரு நாளையும் கஷ்டப்படுத்தாதா. ஓங்களுக்கு வேலதான வேணும். நான் சொன்னாக் குடுக்க எத்தன பேரு இருக்காங்க. ஏதாச்சும் ஒரு வேல பாருங்க. மத்தவங்களுக்கு நாம சுமையா இருக்கக் கூடாது. மொதல்ல உங்க ஒய்போட நெம்பரக்குடுங்க. அவுங்கக்கிட்ட நான் பேசறேன். இவ்வளவு நல்ல மனுஷனா இருக்கிற ஆளு மோசமான ஆளாவா இருப்பீங்க?"

தனது வாழ்நாளில் தனக்காக பரிந்து பேசவோ தன் மேல் அக்கறைக் கொள்ளவோ யாருமே இல்லை. சிலமணி நேர சந்திப்பில் தனக்காக அக்கறை செலுத்தும் பெரியவரின் பேச்சில் சீத்தாராமன் நெகிழ்ந்து நின்றார்.

பெரியவரின் பேச்சினை அவரால் தட்டமுடியவில்லை. மனைவியின் தொலைபேசி எண்ணைக் கொடுத்தார். என்ன நடக்கும் என்கிற எதிர்பார்ப்பில் இருந்த பெரியவர் விஷப்பாட்டிலை வாங்கி ஓரத்தில் வைக்கப்பட்டிருந்த குப்பைத் தொட்டியிடம் கொண்டு போனார். அவரால் திறக்க முடியவில்லை. சீத்தாராமன் திறந்து கொடுத்தார். குப்பைத் தொட்டிக்குள் ஊற்ற மனசு இடம் கொடுக்கவில்லை. இருவருமே சேர்ந்து தெருவிலுள்ள மண்ணைக் கிளறி பின் குழி பறித்து ஆழமாக்கி அதில் ஊற்றினார்கள். நகரத்து வீதியில் அதனைக் கண்டுகொள்ள ஆள் இல்லை. இருவரும் மூக்கைப் பிடித்துக் கொண்டு புதைத்துக்கொண்டிருக்கும் போதுவிலையுயர்ந்த வெளிநாட்டுக்கார் ஒன்று இவர்களைக் கடந்து சென்று பின் மீண்டும் பின்னோக்கி வந்து அவர்களருகே நின்றது. பெரியவர் யார் எனத் திரும்பிப் பார்த்தபோது இளையமகன் காரிலிருந்து இறங்கினான். மூன்று நாட்களாகத் தேடிக் கிடைக்காத அப்பாவைப் பார்த்த மகிழ்ச்சியில் வீட்டுக்குள் ஓடினான். அவனின் மனைவி குழந்தைகளோடு ஓடி வந்தாள். மகன் ஓடி வந்து பெரியவரின் கையைப் பிடித்துக் கொண்டான். பேரக் குழந்தைகள் வந்து தாத்தாவைப் பற்றிக்கொண்டார்கள். பெரியவரின் கண்களிலிருந்து ஈரமானக் கண்ணீர்த் துளிகளும், அடக்கமுடியாத விசும்பலும் உருவானது. பெரியவருக்கு சீத்தாராமனிடம் சொல்லிக்கொள்ள ஏதுமில்லை. இரும்புக் கதவு வாசலைத் தொடும்போது ஏதோ பேச நினைத்தார். முடியவில்லை. வாழ்நாளில் எதையோ சாதித்துவிட்டதாக சீத்தாராமன் நினைத்துக் கொண்டார். தனது கதைகளின் மூலம் கிடைக்காத சாதனை. அவரின் கண்களும்

ஈரமாகியிருந்தன. நிமிர்ந்து பார்த்தபோது உள்ளே போன பெரியவர் மீண்டும் திரும்பிவந்து அங்கிருந்தபடியே கைதட்டி ஒலியெழுப்பினார். எதற்கு அப்படி செய்கிறார் என யோசிப்பதற்குள் வலது கையை மடக்கி காதருகே வைத்து தொலைபேசியில் பேசுவது மாதிரி பேசிக் காட்டினார். 'தனது மனைவியுடன் தொலைபேசியில் பேசுகிறேன்' என அவர் சொல்வது சீத்தாராமனுக்குப் புரிந்தது.

குறிப்பு: நான்காண்டுகள் கடந்துவிட்ட நிலையில் சீத்தாராமனும் ராமநாதனும் அடிக்கடி தொலைபேசியில் பேசுகிறார்கள். சீத்தாராமன் திரைக்கதை உரையாடல் எழுதிய இரண்டு படங்களின் முன் திரையீட்டுக் காட்சிகளுக்கும் ராமநாதன் குடும்பத்துடன் சென்று பார்த்துவிட்டு வந்தார். சீத்தாராமன் இப்போது அவர் சம்பாதித்து வாங்கிய ஊர்தியில் மனைவியை ஏற்றிக் கொண்டு அலுவலகத்தில் விட்டுவிட்டு வருகிறார். அவருக்கும் ராமநாதனுக்கும் ஏற்பட்ட நட்புறவின் தாக்கத்தால் உருவான கதையை அவரே நெறியாள்கைப்படுத்தி உருவான திரைப்படம் அடுத்த மாதம் வெளியாகப் போவதாகத் தகவல்..